I0615377

'सोबत'चे पहिले पान

खंड - २ : संघर्ष

'दिलीपराज प्रकाशन प्रा. लि.'च्या नवीन पुस्तकांची यादी व माहिती हवी असल्यास आपला पत्ता, दूरध्वनी क्रमांक किंवा *Email* आमच्या *diliprajprakashan@yahoo.in* या *Email address* वर पाठवावा किंवा आमच्याशी दूरध्वनी क्रमांक फॅक्ससहित : ०२०-२४४८३९९५/२४४९५३१४ /२४४७१७२३ यावर संपर्क साधावा. आमच्या वेबसाईटला एकदा अवश्य भेट द्या.

Website: *www.diliprajprakashan.com*

'सोबत'चे पहिले पान

खंड - २ : संघर्ष

ग. वा. बेहेरे

दिलीपराज प्रकाशन प्रा. लि.
२५१ क, शनिवार पेठ, पुणे - ४११ ०३०.

प्रकाशक
राजीव दत्तात्रय बर्वे,
मॅनेजिंग डायरेक्टर,
दिलीपराज प्रकाशन प्रा. लि.,
२५१ क, शनिवार पेठ, पुणे - ४११ ०३०

© श्री. रवि बेहेरे

श्री निकेतन, ४०/२१, भोंडे कॉलनी,
पुणे ४११ ००४
Email : ravirajprakashan@gmail.com

प्रकाशन दिनांक : १५ सप्टेंबर २०१३

प्रकाशन क्रमांक : २०४७

ISBN : 978 - 93 - 82988 - 26 - 7

मुद्रक :
Repro India Ltd,Mumbai.

टाइपसेटिंग :
मधुराज प्रिंटर्स अॅण्ड पब्लिकेशन्स प्रा. लि.
स. नं. २९/८-९, पारी कंपनीजवळ, धायरी,
पुणे - ४११ ०४१

मुद्रितशोधन - मिलिंद बोरकर, पुणे

मुखपृष्ठ - अनिल उपळेकर

आतील सजावट - रेषविश्व अॅड, सागर नेने

उन्हातान्हातील
बेलगाम कड्याप्रमाणे
आयुष्य घालवणारे
भालजी पेंढारकर यांना
सादर

अनुक्रमणिका

अनुक्रमणिका

१

बारा भय्ये, तेरा चुली!

     भारतातल्या सर्व पक्षांना फुटीचा, दुहीचा, अविश्वासाचा रोग तर जडलेला नाही? सर्वांत पहिली फाटाफूट काँग्रेसमध्येच झाली. समाजवादी गट बाहेर पडला. त्या समाजवादी गटाचे पुन्हा गट झाले. एक झाला संयुक्त समाजवादी आणि दुसरा प्रजासमाजवादी. वास्तविक, या दोन गटांत नेमका मतभेद काय आहे, हे मला कळलेले नाही. विचारी माणसांत मतभेद असतात; पण ते अटीतटीला किती न्यायचे, हा विवेक कुणीच कसा पाळत नाही? त्या दोन्ही पक्षांच्या ऐक्याच्या वावड्या सदैव उडत असतात. पण ते ऐक्य मला शक्यतेच्या कोटीतले दिसत नाही. वर्षातून एकदा जमावे, वक्तृत्वाची आतषबाजी करावी, समजुतीच्या गोष्टी परस्परांना सुनवाव्यात आणि आपापल्या कामाला लागावे. जेथे जेथे एखादा व्यक्तित्वसंपन्न पुढारी असतो, तेथे तेथे त्या पक्षाच्या नावे थोडे-फार काम होते; पण एरवी संघटना म्हणून बोंबच आहे. जॉर्ज फर्नांडिससारखा ताकदवान माणूस आहे, म्हणून मुंबईत सं. सो. पा. ची चळवळ तरी आहे; पण त्याच फर्नांडिसचे त्या पक्षाच्या अध्यक्षाशी पटत नाही. दर खेपेस कुरबुरी वाढतात, तेव्हा राजीनाम्याचा धाक दाखवून एस्. एम्. वादळ थोपवतात. अधिक विभाजन कोणालाच परवडण्याजोगे नाही, म्हणून सारे जण पडते घेतात; पण मने मात्र आता पूर्वीएवढी जुळत नाहीत. शिवाय आजच्या सं. सो. पा. त फर्नांडिस यांना काही स्वतंत्र शक्ती आहे. मुंबईतील

अनेक कामगार संघटनांना केवळ त्यांच्यामुळेच सामर्थ्य प्राप्त झालेले आहे. पण अखिल भारतीय स्वरूपाच्या चळवळी वा संघटना निर्माण झाल्याशिवाय पक्ष म्हणून राहण्यात अर्थ काय?

पी. एस्. पी. खरे पाहता, आज एक खेळणे झालेला पक्ष आहे. खरे समाजवादी आपणच, असा या पक्षाचा दावा आहे आणि तो खरा आहे. कारण या पक्षाजवळ एकही भांडवलवाला नाही. हा पक्ष कधी सत्तेवर येण्याची शक्यता नसल्यामुळे सत्तेचा मोह धरून या पक्षात कोणी येणे शक्य नाही. सर्व नेते विवेकी, सुजाण आणि चारित्र्यसंपन्नही आहेत. बौद्धिक स्तरावर त्यांच्या चळवळी असतात आणि त्याच स्तरावर त्या राहणार, आणि म्हणूनच, त्यांच्यात म्हणण्याजोगे चैतन्यही नाही. हिंदुत्वाचे तुणतुणे वाजवून आपल्या घरी शांत झोपणारे हिंदू महासभावादी आणि समाजवाद उशाखाली ठेवून तो सुरक्षित आहे अशी गर्जना करणारे समाजवादी हे राजकारणात आहेत आणि ते राहणारच. एके काळी चैतन्यदायी असणारे हे दोन्ही राजकीय विचार आज असे चाचपडत, आंधळे होऊन या देशात जगत आहेत. एक गोष्ट मात्र निर्विवाद की, या खंडतुल्य देशातील निरक्षरता, अज्ञान, धर्मश्रद्धा आणि दारिद्र्य यांकडे पाठ फिरवून चळवळी करायच्या; तर त्या यापेक्षा अधिक करणार तरी काय?

कम्युनिस्टांची फाटाफूट होईल, असे पूर्वी कधी वाटले नव्हते. तसे वेगवेगळ्या पिसांचे कोंबडे कम्युनिस्टांत पूर्वीपासून होतेच, पण पक्ष म्हणून कम्युनिस्ट दीर्घकाळापर्यंत अखंड होते. ते अखंड होते, म्हणूनच सामर्थ्यशाली होते. अनेक वर्षे कामगारविषयक चळवळींत ते अग्रभागी होते. पण भारतीयांचे अनेक दुर्गुण इथल्या कम्युनिस्टांतही आहेत. डांगे-सरदेसाई आदी गटाचे जुने-जुराणे नेतृत्व टिकविण्याचे यत्न अखेरीस पक्षाला मारक ठरले. एकदा तट पडले की, माणसे अधिकाधिक कडवी होतात. आता डावे-उजवे कम्युनिस्ट हे सिंडिकेट–इंडिकेट किंवा हिंदू महासभा-जनसंघ यांच्याइतके कडवे वैरी झाले आहेत. युगोस्लोव्हाकियाचा टिटो आणि आता चीनचा माओ यांनी कम्युनिझमला रशियन जोखडातून मुक्त केल्याकारणाने कम्युनिझम तसा साचेबंद आणि एकारलेला राहिलेला नाही. कम्युनिस्टांची शकले पडली याचा अर्थ, उजवे कम्युनिस्ट पराभूत झाले, एवढाच म्हणता येईल. डाव्यांचा पगडा जसा उजव्या कम्युनिस्टांना धोकादायक वाटतो, तसाच तो साऱ्याच पक्षांना वाटतो. कोणत्याही लोकनियुक्त निर्बंधांना हा कम्युनिस्ट पक्ष मानत नाही. परिणामी– हताश, चिडलेल्या नागरिकांचे त्वरित पाठबळ मिळवणे, कृती करवणे व स्वत: नामानिराळे राहणे त्यांना शक्य

होते आहे.

काँग्रेसमधील फाटाफूट हाच खरा सर्वांच्या पुढचा चिंतेचा प्रश्न. अगदी काँग्रेसला पाण्यात पाहणाऱ्यांनासुद्धा ही फूट धोकादायक वाटते, कारण त्यामुळे देशातील स्थिर स्वरूपाची शासनसंस्था धोक्यात आली आहे. त्या फाटाफुटीला आरंभ तसा फार पूर्वीच झाला होता. नेहरू-अमलात नेहरूंच्या व्यक्तिमत्त्वाखाली सारे विरोध दडपले जात. नेहरूंचा वारसा, अफाट लोकप्रियता, उदार व प्रगतिशील धोरण, स्वातंत्र्याचे प्रेम, मनमोहक व्यक्तिमत्त्व, या शतकातील त्यांना मिळालेली संधी आणि नेमका समय या साऱ्यांमुळे विरोधकांना नेहमीच नमते घ्यावे लागले. वल्लभभाई पटेल यांचे अबोल कार्य झाकोळून जावे, असे व्यक्तिमत्त्व नेहरूंनी पैदा केले. खरे म्हणजे, ते दिल्लीचे सुलतानच होते. एक तर त्यांनी विरोधकांना सत्तास्थानांवरून खुबीने दूर केले. ज्यांना दूर करणे अशक्य होते, त्यांना लोकांपुढे आरोपी म्हणून आणून सोडले. वल्लभभाई पटेल यांच्याजवळ स्टॅलिन, चर्चिल यांच्याइतके चातुर्य असूनही राजकीय इतिहासात त्यांच्या नावावर पापेच जमा आहेत. गांधींहत्येला ते जबाबदार, असेसुद्धा त्यांच्या नावे पिकविले गेले. मुसलमान नेहमी गांधी-नेहरूंकडे पटेलांविरुद्ध तक्रारी नेत. नबाब-सुलतान-राजे वल्लभभाईंवर जळफळत. कम्युनिस्ट तर त्यांचा द्वेषच करीत. पण हे द्वेष नेहरूंनी काळजीपूर्वक पिकविले. तीच गोष्ट मोरारजींची. वास्तविक, सुवर्णनियंत्रण कायदा हा किती पुरोगामी कायदा होता. नेहरूंची त्याला संमती होती. किंबहुना, मंत्रिमंडळाने त्याला एकमुखी संमती दिली. पण मेननप्रमाणे मोरारजींच्या मागे काही नेहरू उभे राहिले गाहीत. 'मोरारजी'च्या अनेक दुर्गुणांचे त्यांनी जाहीर प्रदर्शन मांडले आणि मग त्यांना सत्तेवरून काढले. गांधी-तत्त्वज्ञानातील अतिरेकी औदार्य-सहिष्णुता नेहरूंनी उचलली आणि जगाकडून वाहवा मिळवली. आपल्या सहकाऱ्यांना प्रतिगामी ठरवून बदनाम केले. पण झालेल्या प्रत्येक अपराधात ते भागीदार होते, हे त्यांनी तर मानलेच नाही; पण लोकांच्या मनावर ते बिंबवले. त्यांना सत्तेची एवढी घाई झाली होती की– बिचाऱ्या सिंधी, पंजाबी, बंगाली नेत्यांना स्वत:च्या अस्तित्वाबाबत विचार करावयास किंवा परिस्थितीशी मुकाबला करावयास त्यांनी संधीच ठेवली नाही. नेहरूकाळातही आजचा सिंडिकेट-इंडिकेट वाद होताच. आज सरदारांची बहुतेक माणसे सिंडिकेटमध्ये आहेत. त्यांना सद्विचार, समाजवाद, आर्थिक प्रगती वगैरे सर्व काही मान्य आहे. मतभेद आहे, तो कागदी घोडे नाचवून प्रत्यक्ष प्रश्न सुटत नाही त्याचा.

वास्तविक, न पटलेल्या कित्येक गोष्टी पक्षनिष्ठा म्हणून मोरारजींनी पूर्वी केल्याच होत्या; त्या त्यांनी पुढेही केल्या असत्या, पण कागदी पुरोगामित्व पुरेनासे झाले आणि संघटनाचतुर माणसे आज ना उद्या आपल्याला गचांडी देतील, या भयाने नेहरूकन्येने साहसी पुंडाई केली. पुरोगामित्व याचा अर्थ पुढे-पुढे जाणे असा मानला, तर पुढे जाण्याचा पवित्रा घेऊन जागेवरच उभे राहणाऱ्याला पुरोगामी कसे म्हणावे? तेव्हा प्रत्यक्ष नव्या कार्यक्रमाचे अवलंबन करण्यापेक्षा विवेकाचा अंकुश लावणारे नेतेच उठवणे चांगले, हा विचार नेहरूंप्रमाणेच नेहरूकन्येने केला. काँग्रेस मेली तरी हरकत नाही, पण या मरणात ती वाट करून देत आहे ती कम्युनिस्ट शक्तींना, हे लक्षात ठेवले पाहिजे.

–आणि हे सारे अपुरे आहे म्हणूनच की काय, जनसंघातही फुटीचे वारे शिरले आहे. तसे ते तेथेही होतेच. संघाच्या शांत आणि विवेकी मार्गाने जाऊ पाहणारा एक वर्ग जनसंघात आहे. दुसरा वर्ग राजकारणी, आक्रमक, निश्चित भूमिका घेऊ पाहणारा आहे. एका गटाला राजकारणासाठी तडजोडी हव्या आहेत; दुसऱ्या गटाला त्या नको आहेत. यश एकाचे उद्दिष्ट आहे. तत्त्वानुसार मार्गानेच मिळाले तर यश, हे दुसऱ्याचे उद्दिष्ट आहे. सत्ता नव्हती तेव्हा जनसंघातले सावध आणि बेसावध गट उघडे पडू शकले नव्हते; पण आता सत्ता आली, सत्ता टिकवणे आले. हरियाणा, दिल्ली राज्य, मध्य प्रदेश, यू. पी. इत्यादी प्रदेशांत सत्ता टिकविण्यासाठी वेगवेगळ्या पातळींवर तडजोडी चालू आहेत. सत्ता हवी ती पक्षप्रचारासाठी. तेवढ्यासाठी खंबीर नसलेले, मुर्दाड झालेले, निष्ठा नसलेले, बदनाम झालेले अनेक सत्तालोलुप एकत्र आणण्याचा यत्न केला जातो. परिस्थिती अशी येते की, हे सत्तेचे राजकारण सर्वांनाच खेळता येते. तुम्ही जी किंमत देता, त्याहून अधिक किंमत देणारी असामी तुम्ही जमवलेला बाजारी मेळा केव्हाही उद्ध्वस्त करू शकते. मग सत्ता जाते, चारित्र्यही जाते.

जनसंघाने हे आजवर केले नव्हते, पुढेही करू नये. जनसंघाकडून आमच्या खूप अपेक्षा आहेत. तो चारित्र्यवान मंडळींचा पक्ष आहे. त्यांच्यातल्या निष्ठा जाज्वल्य आहेत. तो मूळचा बांधीव पक्ष आहे. पाच-दहा वर्षं लष्करी संघाच्या शिस्तीत वाढल्यानंतरच जनसंघात महत्त्वाची स्थाने मिळतात. अशा पक्षालाच यापुढे भवितव्य आहे. हिंदुराष्ट्रवादाचा सिद्धांत प्रतिगामी वा धर्मवेडा म्हणून कोणी किंचाळला, तर घाबरण्यासारखे कारण नाही. कम्युनिस्ट आक्रमण जेव्हा वाढू लागेल, तेव्हा सफेद टोपीवाले खाली मान घालून जनसंघातच येऊन

बसतील किंवा नष्ट होतील. सत्तेचे प्रलोभन मनात आणून जनसंघाने सौदेबाजी मुळीच करता कामा नये. गेल्या पंधरा वर्षांत जनसंघाने पुष्कळच काम केले आहे. भारताच्या एकसंधतेच्या प्रश्नावर तूर्त मुग्धता पाळावी व इतर पक्षांत बेदिली चालू आहे, त्याचा उलट फायदा उठवावा. स्थानिक प्रश्नांवर निर्माण झालेले पक्ष शक्य तेवढे दूर ठेवावेत.

पंजाब-हरियाणात जनसंघाचे दोन प्रांतीय पक्ष परस्परविरोधी भूमिका घेऊन झगडताना दिसताहेत. हे दृश्य आजवरच्या जनसंघाच्या भूमिकेला सुसंगत नाही आणि म्हणूनच ज्यांच्या निष्ठा घट्ट नाहीत, अशा पोकळ माणसांच्या बळावर मिळवलेली सत्ता जायला वेळ लागणार नाही. काँग्रेससारख्या जुन्या वाड्यातही आता घुशी-चिचुंद्र्या खेळू लागल्या आहेत. एवढेही जर जनसंघ शिकणार नसेल, तर मामला फार बिकट आहे.

(१५ फेब्रुवारी, १९७०)

-०-०-०-

२

सोंड नसलेला समाजवादी हत्ती

तशी आमची प्रकृती ठीक आहे. आमचा पक्ष शाबूत आहे. आमची संघटना अतूट आहे. हां, वैशंपायन किंवा सुब्रह्मण्यम् पडले म्हणून काय झाले? तसे मुळीच नाही; जनतेला ते हवेच होते. पण कोणा तरी दुष्टाने त्यांच्याविरुद्ध मते विकत घेतली. पण तेवढ्याने काय झाले? आमच्याजवळ शासन आहे, सत्ता आहे, पैसा आहे. पोलीस, इन्कमटॅक्स, गुंड या साऱ्या गिरमिटांनी आम्ही त्या हरामखोरांचा बंदोबस्त करू. जनताविरोधी मंडळींचे भवितव्य ठरलेले आहे. आमचा त्याला नाइलाज आहे. ह्या दुष्ट मंडळींना हतबल केले पाहिजे– वेळीच नष्ट करून टाकले पाहिजे. दीनदयाळ उपाध्यायांचा नाही का बंदोबस्त केला गेला? सुब्रह्मण्यम् किंवा वैशंपायन ही आमची माणसे होती. त्यांना पाडणारे कोण हरीचे लाल आहेत, ते शोधून काढणे आम्हाला कठीण नाही आणि मग आमचे म्हणवले गेलेले स्वपक्षीय आणि आमच्या उमेदवारांना पराभूत करणारे समाजकंटक यांचा यथायोग्य बंदोबस्त आम्ही केल्याशिवाय राहू म्हणता की काय...!

एवढ्याशा धक्क्याने बुडायला आमचा पक्ष काय प्रसोपा आहे... का महासभा आहे? असले अनेक धक्के आम्ही पचवले आहेत आणि त्यांतून मार्गही काढले आहेत. आमच्या पोतडीत अनेक बाण आहेत. एकेक नुसता काढायचा अवकाश, की सारे नामोहरम.

पहिला म्हणजे, आमचे सारे विरोधक प्रतिगामी-

भांडवलधार्जिणे आहेत, हा. या शब्दांचा नेमका अर्थ आम्हाला माहीत नाही. पण जनाब पंडितजींनी केवळ या आरोळीने किती तरी मंडळी भुईसपाट केली. जगजीवन राम-बिजू पटनाईक -करणसिंग-हनुमंतय्या-मिश्राजी-दिनेशसिंग ही मंडळी पुरोगामी कशी? अशा मूर्ख शंका लोक काढतात. वेडे लेकाचे! इंदिराजींचे पूजक हे प्रतिगामी असूच शकत नाहीत. समाजवादाची देवता, साधेपणाची केवळ मूर्ती... विवेक, संयम, चारित्र्य, शहाणपण यांची नुसती एकवटलेली लकेर... तिच्या सेवकांना काय कमी? समर्थाचिया सेवका वक्र कोण पाहू शकणार? देशावर व धर्मावर अतीव प्रेम करणारे जनसंघीय ते प्रतिगामित्वाचे मूर्तिमंत प्रतीक. संघटनावाले फितूर म्हणून प्रतिगामी. काल-परवापर्यंत ते माननीय, आदरणीय व पुरोगामी होते; पण इंदिराजींसारख्या साध्वी देवतेला त्यांनी मंदिराबाहेर काढण्याचा जो यत्न केला, त्यामुळे त्यांचे पांढरे कपडे एकदम मलिन झाले. बाकी सारे पक्ष या घटकेला इंदिराजींच्या पुढे झांजा घेऊन उभे आहेत, त्यांना आज ना उद्या पुरोगामित्वाची झूल चढवून पावन करून घेण्यात येईल.

मंडळी, म्हणून आमचा पक्ष मुळीच हतबल झालेला नाही. तो बाबूभाई चिनॉय उगाच वल्गना करतोय. थांब म्हणावे त्याला. इन्कमटॅक्सचा भुंगा त्याच्या मागे लावू. त्याच्या लायसेन्सेसमध्ये वांधे आणू. त्याला एखाद्या पोलिसी कचाट्यात अडकवू. आमच्या सर्व उमेदवारांचा अपमान करून जास्त मतांनी निवडून येतोस काय? ठीक आहे, बच्चमजी!

आता एकच नारा– समाजवादाकडे वाटचाल. नेमका हा शब्दही असाच अज्ञात आहे! पण समजेल... त्या शब्दाचा अर्थही लागेल. समजू थोड्या दिवसांत. आपले परममित्र डांगे-नंबुद्रिपाद-ज्योती बसू-दिनूकाका यांच्या तालमीत समाजवादाचा गोड रस्ता सापडेल. पण म्हणून तोपर्यंत थांबावयाचे की काय? समाजवादाकडे घोडदौड. आता ही गोष्ट खरी की, या घोषणा देणाऱ्यांत सारे लक्षाधीश आहेत. वसंतराव नाईक मोठा बडा आणि नेक माणूस. दिनूकाका तर संस्थानिकच. मिश्राजींची माया फारच मोठी. पण पक्ष चालवायचा तो भिकाऱ्यांच्या मदतीने का शक्य आहे? समाजवादाच्या शत्रूंना नेस्तनाबूत करावयाचे, ते पैशावाचून कसे शक्य आहे? उमेदवार विकत घ्यायचे; त्याला पैसा कोठून आणावा? पक्ष फोडायचे; गुजरात-कर्नाटक इथल्या प्रतिगामी राजवटी जर उद्ध्वस्त करायच्या तर लाखो रुपये हवेत... सरकारी पैसा फार वापरता येत नाही. तो मधू लिमये-नाथ पै फार ओरडा करतो. तेव्हा संस्थानिक-भांडवलदार-बडे शेतकरी– कारखानदार जवळ करायलाच हवेत. त्याला काय करणार? समाजवादाची

वाटचाल करायची, तर यांनासुद्धा नको का बरोबर घ्यायला? पुरोगामी भांडवलदारांच्या मदतीने प्रतिगामी भांडवलदारांचा निकाल लावायचा. बोला, कशी आहे युक्ती? अहो, बघा तर आमचा पराक्रम. चिनॉयला उडवायसाठी भवानजी खिमजीचा पैसा. समाजवादी वाटचालीसाठी हा आमचा अगदी जवळचा रस्ता आहे, महाराज.

–आणि राष्ट्रीयीकरण हा तर आमचा परवलीचा शब्द आहे. हे सुप्रीम कोर्ट जर नसते ना, तर आम्ही खूप मौज केली असती. केव्हा तरी या सुप्रीम कोर्टाचा नक्षा उतरवलाच पाहिजे. आमच्या समाजवादी वारूला थोपविणारे कोण बरे हे पुंड? लोकमत पाहून त्यांनी न्याय द्यायचा, इंदिरादेवीचा कौल घेऊन यांनी निर्णयपत्र द्यायचे; त्याऐवजी ही मंडळी रामशास्त्र्याचा आव आणून अपराध्यास देहांत प्रायश्चित्त द्यायला उठली आहेत. ठीक आहे बच्चमजी, पाहून घेऊ. तुमच्या हातांतली शस्त्रे बोथट करायची आमची योजना चालू आहे.

राष्ट्रीयीकरण करण्याच्या कल्पनेला लोक किती उचलून धरतात याची अजून कल्पना नाही मंडळी तुम्हाला. राष्ट्रीयीकरण करण्याच्या व्यवसायात एका उत्साही समाजवाद्याने वेश्याव्यवसायाच्या राष्ट्रीयीकरणाची शिफारस केली आणि ती त्या सभेत चुकून मंजूरही झाली. मग तथाकथित समाजवादी मंडळींच्या लक्षात आले की, आपल्याला हे राष्ट्रीयीकरण सोईचे नाही. फार तर गुजरात व कर्नाटक येथे त्या व्यवसायाचे राष्ट्रीयीकरण करावे. राष्ट्रीयीकरण कुठे करायचे, किती करायचे, याचे एक शास्त्र आहे. जबाबदारी न घेता, दुसऱ्या देशांना न दुखवता एकवट रक्कम मिळेल आणि चार दिवस सुखात जातील; तेवढेच राष्ट्रीयीकरण करायचे. अर्थात, त्यामुळे लोकांच्या अचाट उत्साहाला आवरावे लागते. पण त्याला इलाज नाही. संस्थानिकांचे तनखे बंद करणे, हे समाजवादी रचनेत आवश्यक होते, असे काल-परवापर्यंत वाटत होते; पण आता प्रतिगाम्यांकडून सर्व संस्थानिक आपल्या गटात आलेले आहेत; तेव्हा संस्थानिकांचे तनखे देणे हे एक राष्ट्रीय कर्तव्य आहे, असे ठरवणे कमप्राप्तच आहे. नेहरूंनी दिलेले वचन कसे मोडणार? हां, आता प्रतिगाम्यांना काही संस्थानिक सामील झाले आहेत. चंद्रभानू गुप्तांना पाडण्यासाठी जशी केवळ संयुक्त प्रांतात आम्ही साखर कारखान्याच्या राष्ट्रीयीकरणाची घोषणा केली, तशी मुंबई प्रांतात मालोजीराव निंबाळकरांचा तनखा तोडण्यासाठी आम्ही घोषणा करणार आहोत! म्हणजे, एखाद्या संस्थानिकाचा तनखा बंद करून समाजवाद जवळ येईल आणि संस्थानिकांना संरक्षण देऊन पटेल-नेहरूंच्या शब्दांची किंमतही राखल्यासारखे होईल.

मंडळी, सचिंत होऊ नका. हत्तीची सोंड तुटली, तर तो विशोभित

दिसतो; पण तो मरत नाही. सोंड तुटलेल्या हत्तीला हत्ती म्हणत नाहीत; पण हत्ती तो हत्तीच. आमचा हा समाजवादी हत्ती चांगला सुस्थितीत आहे, शाबूत आहे आणि तो हल्ली मस्तीत आलेला आहे. त्याची गेलेली सोंड चिकटवण्याचे यत्न चालू आहेत. ती सोंड मिळताच त्वरित कळवू.

तोवर मंडळी, इंदिराजीकी जय! समाजवाद जिंदाबाद! बाबूभाई, आपले बूड सांभाळा. मस्तीला आलेला तो समाजवादी हत्ती तुमच्यावर रागावला आहे, त्यापासून सांभाळा!..

(५ एप्रिल, १९७०)

-o-o-o-

३

प्रति-शिवाजीची मुक्तता करा!

यंदा १ मे रोजी महाराष्ट्र राज्य स्थापन होऊन दहा वर्षे झाली, याबद्दल प्रचंड प्रमाणात उत्सव होणार होता. त्यासाठी समित्यांची स्थापना होऊन एखाद्या परतंत्र राष्ट्राच्या जोखडातून मुक्तता झाल्याच्या आनंदासारखा हा आनंदोत्सव करण्याचे योजिले गेले होते. मराठी राज्यातील दहा वर्षांच्या यशाचे कौतुक करण्यासाठी खास पुरवण्या काढण्याची विनंती वृत्तपत्रांना करण्यात आली आणि त्यांपैकी खर्च होणाऱ्या रकमांसाठी जाहिराती देण्यात आल्या. नाच-गाण्याचे ताफे बोलावण्यात आले. भारतीय स्वातंत्र्य प्राप्त झाले, त्या क्षणापेक्षा महाराष्ट्र राज्याची स्थापना हा श्रेष्ठ क्षण मानून उत्सवाचे हुकूम सुटले. पण...

पण सारेच मुसळ केरात! दहा वर्षे झाली तरी न्याय्य मराठी मुलूख अजून महाराष्ट्राला मिळालेला नाही, ही गोष्ट ध्यानात आली. अनंत प्रसंगी थातूरमातूर कारणे पुढे करून हा सीमांचा प्रश्न पुढे ढकलण्यात आला. न्याय्य-अन्याय्य निवाडे आले– धरणे, मोर्चे, बंद झाले; पण महाराष्ट्र राज्याच्या मंत्रिमंडळाला दिल्लीचे आसन काही हलवता आले नाही. सं. महाराष्ट्र समितीचे एक सोडा, कारण तिची ताकद आता संपलेली आहे. पण परवा पुण्यात केवळ सीमाप्रश्नाच्या बाबतीत अखेरचा निर्णय घेण्यासाठी झालेल्या समितीच्या अधिवेशनाचे वेळी रोज देऊन भाड्याने मिरवणुकीसाठी दोन हजार झोपडपट्टीवाले आणण्याची नामुश्कीची वेळ आली. शिवाजी मंदिरासारख्या छोट्या सभागृहामध्ये मंडळी

केविलवाणेपणाने अरण्यरुदन करीत होती समिती हरली, म्हणून. श्री. बाळ ठाकरे तरी अजून हरलेले नाहीत. महाराष्ट्र सरकारला नव्हे, तर दिल्ली सरकारला हलवण्याची शक्ती त्यांच्याजवळ आहे. सीमाप्रश्न सुटला नाही म्हणून महाराष्ट्र राज्य दिनाच्या दशवार्षिक उरुसात त्यांनी व्यत्यय आणला तर काय करायचे– या भयाने वसंतराव नाईकांनी सारा उत्सवच रद्द करून अनवस्था प्रसंग टाळला. हात दाखवून अवलक्षण कशाला करा, हा त्यांचा पवित्रा ठाकरे यांच्या शक्तीचा पुरावा मानावा– का महाराष्ट्रीय सरकारच्या पराभूत मनोवृत्तीचा मानावा?

श्री. ठाकरे यांच्याजवळ आज दोन आंदोलने आहेत. कोकण-विकासासाठी एक आणि सीमाप्रश्नासाठी दुसरे. कोकणच्या आंदोलनासाठी पूर्वतयारी पुष्कळच हवी, कारण तिथे हवी तेवढी राजकीय जागृती नाही. शिवाय, त्या विभागातील सारा उत्साही व कार्यकुशल वर्ग अखेरीस मुंबईतच राहतो. पण आज ना उद्या ती चळवळ जोर धरील. शंकरराव चव्हाणांसारखा एखादा पक्षपाती मंत्री कोकणसाठी लाभेल आणि कोकणविकासाचा वेग वाढेल. पण ती चळवळ या घटकेला तरी रचनात्मक आहे. मात्र, सीमाप्रश्नाचे तसे नाही. नको तेवढे त्यावर बोलून झालेले आहे. त्या प्रश्नाबाबत खूप चळवळ झालेली आहे. शिवाय, प्रत्यक्ष महाराष्ट्रात त्या प्रश्नावर विशेष क्षोभ निर्माण करण्याची वेळ टळून गेली आहे; तरीपण मुंबईत अजूनही ही चळवळ निकराला नेता येईल. कारण इतकेच की, तो प्रश्न तसा राष्ट्रीय हिताच्या दृष्टीने क:पदार्थ वाटला, तरी अवमानित-उपेक्षित अशा मराठी शासनाच्या पराभवाचा खास आहे. हुजरेगिरी करणाऱ्या कमकुवत खासदारांच्या नालायकीचा तो विषय आहे. म्हणून मराठी नेतृत्वाची खरी पात्रता काय, यावर प्रकाश टाकण्याच्या दृष्टीने या प्रश्नाची तपासणी करायला हवी.

विरोध पक्षांत पुष्कळ मातब्बर मराठी माणसे आहेत. पण त्यांचे महाराष्ट्रप्रेम सत्तेअभावी कवडीमोल आहे. शिवाय त्या-त्या पक्षांना त्याच्याजवळची स्वत:ची शक्ती, प्रांतीय राजकारणासाठी हट्ट धरून कमी करणे शक्य नाही. सर्व प्रश्न सोडण्यासाठी मूलाधारी तत्त्वज्ञानही बहुसंख्य पक्षांजवळ नाही. सर्व जण समाजवादी सफेद घोषणा करण्यात प्रवीण आहेत. त्यामुळे दलितोद्धाराच्या साचेबंद कल्पनांवर त्यांची भाषणाबाजी चालते. प्रत्यक्ष लोकाभिमुख चळवळ आज तरी त्यांपैकी कोणताही पक्ष महाराष्ट्रात करीत नाही. म्हणजे, मराठी माणसांच्या प्रश्नांची उकल करण्याच्या दृष्टीने सदैव धडपडणारे नाथ पै, एस. एम., टिळक आदी सर्वांची भाषणे दिल्लीतल्या हवेत विरून जातात आणि प्रश्न तसेच 'आ' वासून उभे आहेत, ते तसेच आहेत.

मराठी माणसांचे आजचे नेतृत्व आहे यशवंतरावांजवळ. त्यांची दिल्लीतली पत घसरलेली. इतकी घसरलेली की, लोकसभेत त्यांना बोलू दिले जात नाही. त्यांनी बरोबर खासदार म्हणून नेलेले खिदमतगार तर अशा लायकीचे आहेत की, चव्हाणांची प्रतिमा उंच करण्यासाठी आवश्यक लॉबी ते तयार करू शकत नाहीत. साहेबांची कृपा ही एवढीच. लायकी असणारी खासदारमंडळी साहेबांना अडचणीत टाकणारे पवित्रे घेऊ शकत नाहीत. त्यांची इमानदारी हे जसे साहेबांचे भांडवल आहे, तसेच त्यांच्या बेहिशेबी इमानदारीमुळे चव्हाणांचे दिल्लीतले चंबूगबाळे एक दिवस आटोपले जाणार आहे. कारण मराठी माणूस निदान दिल्लीत तरी आता भरवशाचा मानला जात नाही– बुद्धिवादी तर मानला जातच नाही. एक-दोन अपवाद वगळले, तर मराठी खासदारांची भाषणे सुमार असतात. त्यांत पोटतिडीक असते, पण युक्तिवाद नसतो. भारून टाकणारे वक्तृत्व नसते. त्यामुळे महाराष्ट्राच्या बुद्धीचा दिमाख ओसरून तिथे त्याच्या खिदमतगारीचा डंका वाजतो आहे.

म्हणून कितीही आरोळ्या ठोकल्या, तरी महाराष्ट्राचे खासदार व त्यांचे मेंढपाळ यशवंतराव हा प्रश्न सोडवण्यास असमर्थ आहेत. शिवाय इंदिरा गांधींना हा प्रश्न सोडवून फायदा काय? आता कोणत्याही परिस्थितीत बेबनाव करून साहेब त्यांचा पदर सोडणे शक्य नाही. मग उद्याच्या घालमेली राजकारणात म्हैसूरला का खूश करू नये, हा त्यांचा हिशेब बरोबर नाही काय? शिवाय बेळगाव महाराष्ट्राला मिळाले की, पुन्हा त्याचे श्रेय यशवंतराव लाटणार आणि त्या मंगलकलशाला वाजत-गाजत महाराष्ट्रात नेणार आणि आपले डळमळते आसन पुन्हा घट्ट करणार. इंदिराजींना यशवंतराव घट्ट व्हायला नको आहेत. उद्याच्या पंतप्रधानकीतला एक त्यांतल्या त्यात तरुण, चारित्र्यशून्यतेचा गवगवा न झालेला व एकवट पन्नास खासदारांची फौज बाळगणारा प्रतिस्पर्धी त्यांना सदोदित अस्थिर ठेवणे भाग आहे, आणि म्हणून अशी कोणतीही गोष्ट त्या होऊ देणार नाहीत की, ज्या योगे चव्हाणांचे मध्यवर्ती सरकारमधील वा महाराष्ट्र राज्यातले वजन वाढेल. म्हणून सीमाप्रश्न इंदिराजी सोडवतील, अशी आशा मुळीच कोणी करू नये.

मुंबई सरकारही अधून-मधून स्पष्टवक्तेपणा दाखवून सीमाप्रश्नाची उकल झाल्याशिवाय आम्हाला राज्य करता येणे अशक्य आहे असा पुकारा करते; तो पुकारा साफ खोटा आहे, हे ना. नाईकांनाही माहीत आहे आणि जनतेलाही माहीत आहे. महाराष्ट्र राज्य जर सीमाप्रश्नाबद्दल खरोखरीच एवढे उत्साही

असते, तर या प्रश्नाचा एवढा विचका कधीच झाला नसता. हा प्रश्न अन्य राजकीय पक्षांना भांडवल होऊ द्यावयाचा नाही, एवढ्यासाठी एकदम अंगात आल्याप्रमाणे एके दिवशी नाईक एक डरकाळी फोडतात. ही डरकाळी सिंहाची नाही तर कोल्ह्याची आहे, हे राजकारणी लोक आता जाणून आहेत. एकदा डरकाळी फोडली की, चार-दोन महिने पुन्हा निवांत झोपता येते, याचा फायदा नाईक घेत आहेत.

संयुक्त महाराष्ट्र समिती, अन्य राजकीय पक्ष, मराठी खासदार, यशवंतराव चव्हाण, इंदिरा गांधीं-- आणि महाराष्ट्र शासन हा सीमाप्रश्न बुद्धिबळातले मोहरे हलवावे तसा मागे-पुढे हलवीत आहेत. त्यांच्या लेखी तो करमणुकीचा खेळ आहे. चव्हाणांना तो प्रश्न सुटावा– म्हणजे कोणी तरी सोडावावा, असे वाटते. इंदिरा गांधींना व नाईक सरकारला चव्हाणांव्यतिरिक्त हा प्रश्न कोणीही सोडवावा, असे वाटते आणि इतर सर्व पक्षांना हा प्रश्न सुटू नये, असे वाटते. कारण तो एकमेव प्रश्न सुटला, तर पुढे कोणती चळवळ करायची, हा यक्षप्रश्न आहे.

म्हणून मराठी राजाच्या दर वार्षिक उत्सवातला उरूस कटाप झाला. सीमाप्रश्नाला भिडेल, असे काही करायची सोय नाही. आता शिवसेनेने पुन्हा मुंबई बंद केली, तर श्री. यशवंतराव चव्हाणांइतका आनंद दुसऱ्या कोणाला बरे होईल? बाजी प्रभू बाळासाहेब ठाकरे, या प्रति-शिवाजीची पन्हाळ्यावरून सुटका करून त्याला विशाळगडावर पोचेपर्यंत सीमाप्रश्नाची खिंड तुम्ही लढवणार काय?

कारण तुमच्याशिवाय आज तरी या शिवाजीची सुटका शक्य दिसत नाही.

(१० मे, १९७०)

-०-०-०-

४

हत्ती ढकलणारा उंदीर

प्रजासमाजवादी पक्षाचे अध्यक्ष नानासाहेब गोरे हे तसे फार भले गृहस्थ आहेत. उत्तम व्यक्तिमत्त्व, मराठी इंग्रजीवर प्रभुत्व, ललित साहित्याचा स्वाद घेण्याची अभिरुची आणि उत्तम चारित्र्य या सर्व गोष्टी त्यांच्या ठायी आहेत. दुर्दैव असे की, तथाकथित पुरोगामित्वाच्या भ्रामक कल्पनांनी ज्यांची डोकी बिथरलेली आहेत, त्यांत दुर्दैवाने नानासाहेब अग्रगण्य आहेत. पुणे साहित्य परिषदेचे अध्यक्षपद त्यांनी स्वीकारावे, म्हणून खटपट करण्यात मी पुढाकार घेतला; कारण मला वाटले, राजकारणातले आपले काम आता संपले, असे नानासाहेब आता मनोमन, मानीत असतील. पण नाही. नानासाहेबांना राजकारणातील नेतृत्व हवे आहे आणि त्यासाठी पुष्कळदा मोठमोठ्या कोलांटउड्या घ्यावयाची त्यांची याही वयात तयारी आहे.

कोणत्याही मतदारसंघातून आता नानासाहेब किंवा त्यांचा वांझ पक्ष प्र. सो. प. निवडून येण्याची शक्यता नाही. याचे कारण प्रत्यक्ष संघटना-कार्य, ट्रेड युनियन वर्क, अनुयायांना समजेल असे तर्कशुद्ध राजकारण आणि नव्याने उद्भवलेल्या राजकीय प्रश्नांकडे मोकळ्या मनाने पाहण्याचा अभाव यांमुळे प्रजासमाजवादी पक्ष हा मोडकळीला आलेला आहे. वास्तविक, तो आता अस्तित्वातच नाही. सावरकरांच्या मागे हिंदू महासभेचे जे झाले, ते आता इंदिरा गांधींनी समाजवादी पवित्रा घेतल्यानंतर प्रसोपचे झाले. समाजवादी चळवळीतली सर्व कर्तृत्वशक्ती सं.

सो. प. ने घेतली आणि विचार इंदिरा काँग्रेसने पळवला. मागे उरले ते उघडे-बोडके-निरुपद्रवी, कृतिशून्य, शब्दचूर नेते. या जगात प्रजासमाजवादी पक्षासारखा पक्ष कोठेही नसेल, कारण हा नेत्यांचा पक्ष आहे. यात अनुयायी नाहीतच. अशा एका अत्यंत विनोदी पक्षांचे अध्यक्ष म्हणून अर्थात नानासाहेब गोरे यांचे स्थान अद्वितीय आहे.

याच नानासाहेबांचा हल्ली इंदिराजींशी सुखसंवाद चालू आहे. संवादासाठी नानासाहेबांजवळ आहे काय? पुस्तकी पांडित्य, मूठभर रिप् व्हॅन विंकलसारखी जुन्या-पुराण्या समाजवादात मुरलेली मंडळी. इंदिराजी आपल्या पक्षात हे नसते आगाऊ उंटावरचे शहाणे कशाला ओढून घेतील? कारण ही मंडळी शुचितावादी आणि इंदिराजींनी तर सारासार विवेक आणि संयम त्याग केलेला आहे. या मंडळीचे अस्तित्व म्हणजे बुद्धिभेद, कार्यहानी, वादंग, फाटाफुट्या. इंदिराजींना हवे आहेत नवे हुजरे आणि आज त्यांच्याभोवती रुंजी घालणारे जे लोक जमा आहेत, ते इंदिरा प्रशस्ती करण्यात वाकबगार आहेत. नानासाहेब गोऱ्यांसारखा गोरागोमटा हुजऱ्या जर त्यांना मिळाला, तर हवाच आहे. बिजू पटनाईक झाले. दिनेशसिंग झाले; आता नानासाहेब गोरे.

वास्तविक, नानासाहेबांना इंदिराजींचा (स) माजवाद प्रिय आहे, असे मुळीच नाही. त्यांच्या अस्तित्वासाठी त्यांना दिल्लीत स्थान हवे आहे. ते त्यांनी मिनत्या करून, यशवंतरावांच्या नाकावर टिच्चून प्राप्त करून घेतले. नानासाहेब आडमार्गानेच राज्यसभेवर गेले आहेत. इंदिराजींना प्रसन्न करून त्यांनी काँग्रेसच्या जादा मतावर आपली वर्णी लावून घेतली. घेऊ देत. पण त्याबरोबर इंदिरा प्रशस्तीचे त्यांना फेफरे आले आहे, त्याचे काय? इंदिराजी मनात हसत म्हणत असतील– जेवढी मराठी माणसे यशवंतरावांचे पाय खच्ची करायला मिळतील, तितकी चांगलीच. तिकडे पक्षातून तुळशीदास जाधव-रघोबा खाडिलकर हे यशवंतरावांचे पाय ओढताहेत आणि नानासाहेब आता बाहेरून. पण असल्या शहरी बुद्धिवादी पुढाऱ्यांकरवी यशवंतरावांचे वाकडे करण्याचे इंदिराजींचे मनसुबे जितके मूर्खपणाचे तितकेच इंदिराजींची कृपा प्राप्त करून दिल्लीत मोठेपण मिळण्याचे नानासाहेबांचे यत्न खुळेपणाचेच.

एकदा राजकारणाचे माणसाला व्यसन लागले की, मग राजकारणापासून अंधारात राहणे त्याला जमत नाही.

मध्यंतरी मुंबईच्या प्रजासमाजवादी मंडळींना सत्तेची आस लागली. मुंबईवर तर शिवसेनेचे राज्य चालू आहे. मग काय करायचे? दंडवते आणि कंपनीने

आपण शिवसेनेविरुद्ध काय गरळ ओकले होते, याचा मागचा-पुढचा विचार न करता एकदम शिवसेनेची कृपा संपादून मुंबई म्युनिसिपालिटीत प्रवेश करून घेतला. कार्यभाग झाला. नानासाहेब मनातून हळहळले. पण करता काय? आहे ती प्रजासमाजवादी मंडळी हाकलून द्यायची ठरले, तर मग 'अध्यक्ष' म्हणून राहायचे कुणाचे? तोंड दाबून त्या वेळेस नानासाहेब गप्प बसले. त्यांची शुचिता त्यांनी ओल्या फडक्यात गुंडाळून ठेवली. एका बाजूने शिवसेनेशी दोस्ती करायची आणि दुसरीकडे इंदिराजींशी सुखसंवाद करायचे– असे हे दुटप्पी व मतलबी लोक. यांच्यामागे कोण जाणार?

पण आता मात्र नानासाहेबांना कळून चुकले आहे की, असे एकाकी राहण्यात अर्थ नाही. सं.सो. प. सारख्या चळवळ्या अन् उग्र मंडळींपेक्षा सत्तेचा माज आलेली गुलगुलीत आणि गुबगुबीत मंडळी बरी. अहो, म्हातारपणी गंमत करायची ती भांडकुदळ आणि किडक्या बाईशी कशाला? चांगली सणसणीत बांध्याची आणि गंमत करणारी बाई बरी. संसोपपेक्षा नवी काँग्रेस बरी. आता उतारवयात चळवळीचे धक्के खाण्यापेक्षा आराम करावा, असे नानासाहेबांना वाटले तर त्यांची चूक नव्हे. त्यांच्या मागे कोणी अनुयायीच नाही, तर मग त्यांची समजूत काढण्याचा प्रसंगही नाही. सरळ उठायचे आणि इंदिराजींच्या महालात जायचे. तिथे मजाच मजा. अधिकारपदे आहेत, तनखे आहेत, सभांना गर्दी आहे, छत्रचामरेही आहेत.

हां, त्यात अडचणी आहेत. तिथे गेले की, जन्मभर ज्या कम्युनिस्टांशी भांडले, त्यांच्याशी गोडी करायला हवी. पण त्यातही लाज बाळगायचे कारण नाही. आणि लाज कुणापासून? नक्षलवादी किंवा राष्ट्रद्रोही कम्युनिस्टांविरुद्ध न बोलता हिंदू जातीयवादाविरुद्ध बरळले की, लोकांची दिशाभूल करता येते. लोकांना वाटते, काय हा पुरोगामी माणूस! हिंदू असूनही हिंदूंच्या विरुद्ध कसा बोलतो! इथे तर सारी मख्खी आहे, राव. हिंदू आहेत म्हणून तर वाटेल ते बोलता येते. हिंदूंना कोणीही जोडे मारावेत. मुसलमान व ख्रिश्चन तर त्याच उद्योगात मग्न असतात. जगभर हिंदू आक्रमक असून ते मुसलमानांना भारतातून हुसकावून लावण्याच्या यत्नात आहेत, असा प्रचार ते करतात. त्यांत जातबुड, धर्मबुडव्या अशा नादान माणसांची भर. परवा नानासाहेब म्हणाले, हिंदू जातीयवादातून मुसलमान जातीयवाद निर्माण झाला आहे. या बेशरमपणाला खरोखरीच तोड नाही. हिंदू जातीयवादी असते, तर हिंदू-मुसलमान प्रश्न निर्माण झालाच नसता. कारण तसे असते तर हे हिंदू राज्यच राहिले असते. हिंदू जातीयवादी असते, तर

आमच्या कर्मचांडाळ पुढाऱ्यांच्या सत्तालालसेने इस्लामी पाकिस्तान आमच्या बोडक्यावर आदळलेच नसते. इथले सर्व जातीय दंगे मुसलमान करतात, हे अगदी सरकारी गृह खात्याचे पत्रकही बोंबलून सांगते आहे; तरी हे इब्लिस पुरोगामी मुसलमानांना खूश करण्यासाठी हिंदूंना जातीय ठरवतात. खुद्द मुसलमानांचा उपद्रव परवडला; पण या आंधळ्या, हेकट आणि मूर्ख हिंदुंपासून आमचा हिंदू समाज वाचव, असे म्हणायची वेळ आली आहे. आजचा हिंदू हा किती मात्रागमनी आहे, याचे उत्तम उदाहरण म्हणजे नानासाहेब गोऱ्यांसारखे विटाळ गेलेले हिंदू पुढारी.

याच नानासाहेब गोऱ्यांनी गांधीवधात झालेल्या जाळपोळीचेही समर्थन केले होते. वास्तविक, ताठ मानेने कोणत्याही अन्यायाविरुद्ध उभे राहण्याचा मराठी बाणा दाखवून मूर्ख जातीयवादी मंडळींचा त्यांनी निषेध करायला हवा होता. महात्मा गांधींचा वध झाला तो काय ब्राह्मण-ब्राह्मणेतर वादासाठी? महात्माजींचा वध झाला तो त्यांच्या मुसलमान अनुनयाबद्दल. वध करणारा ब्राह्मण होता, हा अपघात होता. तो कदाचित सिंधी, पंजाबी, बंगाली असता; तरीही त्या निमित्ताने ब्राह्मणांची घरे जळालीच असती. बऱ्याच वर्षांचे ब्राह्मणद्वेषाचे उट्टे फेडायला एक निमित्त म्हणून गांधींवधाचा मुहूर्त बघितला गेला. पण आमचे बूटपुशे प्रजासमाजवादी लोक गुंडांची कैफियत मांडू लागले. क्षत्रियांची कामे क्षत्रियांनी केली नाहीत, देशाचे रक्षण केले नाही, आपल्या बायका-मुलींची अब्रू सांभाळली नाही, म्हणून ज्या जमातींना दोष द्यावयाचा; त्याऐवजी अगतिक होऊन एका अविचारी माणसाने अखेरचे शस्त्र उपसले– त्यानिमित्त त्याच्या जातीलाच नष्ट करायचे. आता वीस वर्षांनंतर तो अपराध मुक्तपणाने कबूल केला जातो. पण तेव्हा हेच नानासाहेब ब्राह्मणांची पापे जगाला ओरडून सांगत होते. ब्राह्मणांनी ज्या चुका केल्या, त्यांबद्दल योग्य ते प्रायश्चित्त त्यांनी जरूर भोगावे; पण गांधीवधाचा ब्राह्मण्याशी दूरान्वयानेही संबंध नव्हता, हिंदुत्वाशी होता. मात्र, हे भान कुणाला? कारण ते जर खरे नसते, तर दक्षिण महाराष्ट्राबाहेर ब्राह्मणांची घरे का जळली नाहीत?

तर– असे हे नानासाहेब. पूर्वी शंकरराव देव, देवगिरीकर आदी मंडळींनी महाराष्ट्राचे-पुण्याचे भारतात हसे केले, आता ते काम नानासाहेब करू म्हणतात. ठीक आहे. पुण्याची पुण्याईच संपलेली आहे, त्याला कोण काय करणार? नानासाहेबांचे पुरोगामी कार्य इंदिराजींच्या मेहेरबानीने चांगले चालेल, एवढे खरे.

(३ जानेवारी, १९७१)

५

जयप्रकाश, विनोबांच्या मठात जा!

श्री. जयप्रकाश नारायण हे एक विदूषक आहेत. भारता-सारख्या चमत्कारिक लोकांच्या देशात नेहमीच मूर्खांच्या गळयात पुढारीपणाची माळ पडत आली आहे. जो जास्त तऱ्हेवाईकपणाने वागेल, तो इथे महान पुढारी ठरतो. इथले पुढारी प्राणांतिक उपोषणे करतात, कुणी पदयात्रा काढतात, भूदानाची ढोलकी वाजवत गावगन्ना भटकत फिरतात. कुणाला गोमतेचे प्रेम असते, तर कुणाला गरिबी हटवण्याचे वेड असते. असल्या या मूर्खांच्या देशात जयप्रकाश नारायणांसारख्या विदूषक शिरोमणीची चलती असणे स्वाभाविक आहे.

जयप्रकाश नारायण हे आमच्या 'एस्. एम.'चेच मोठे भाऊ आहेत. ते गांधीवादी आहेत. समाजवादी आहेत. भूदानवादीही आहेतच. ते निधर्मी आहेत. ते हिंदू धर्माच्या विरुद्ध आहेत. पाकिस्तानच्या बाजूचे आहेत. शेख अब्दुल्लाबद्दलचा त्यांचा कळवळा जगजाहीर आहे. एकूण, ते सर्व आहेत आणि काहीच नाहीत! साधनशुचितेच्या धुवट वस्त्रांत त्यांनी सर्व 'वादां'चे गाठोडे बांधून आपल्या पाठीवर घेतलेले आहे. एसएम् किंवा गोरे यांच्याप्रमाणे ते एक आदर्श पुढारी आहेत.

जयप्रकाशांनी भारताच्या मंचावर एखाद्या राजपुत्राच्या दिमाखात प्रवेश केला. त्यांच्या पहिल्याच 'एंट्री'ला कडाडून टाळी पडली. ते उत्तर प्रदेशातले आहेत आणि शिवाय त्यांचे शिक्षण इंग्लंडमध्ये झालेले आहे. त्यामुळे या कंगाल देशात

त्यांच्या पुढारीपणाची द्वाही फिरण्यास वेळ लागला नाही. फार पूर्वीसासून 'जवाहरलालनंतर कोण?' या प्रश्नाचे उत्तर लोक 'जयप्रकाश' असेच देत. गांधींनंतर नेहरू आणि नेहरूनंतर जयप्रकाश– हे तेव्हाचे सूत्र होते. गांधीजी खूप दिवस जगले. पण त्यांनी आपल्या हयातीतच नेहरूंच्या डोक्यावर पुढारीपणाचा मुगुट चढवला. गांधींचे दीर्घायुष्य नेहरूंच्या आड आले नाही. पण नेहरूंचे दीर्घायुष्य मात्र जयप्रकाशांना बाधले. माणूस युवराजाची भूमिका तरी किती दिवस करणार? क्वीन व्हिक्टोरियाही लवकर मरेना, त्यामुळे सातव्या एडवर्डचे दात पडले आणि केस पांढरे झाले, तरी तो युवराजच राहिला. तसेच जयप्रकाशांचे झाले.

त्या युवराजपदाचा कंटाळा आला आणि जयप्रकाश वैतागाने विनोबांच्या मठात सामील झाले. तीच त्यांची पहिली घोडचूक! त्यांनी नेहरूंचा मठ सोडायला नको होता. कधी तरी ते राजाधिराज झाले असते. नेहरूंची जागा जरी कदाचित त्यांना मिळाली नसती तरी गेला बाजार– राज्यपालपद किंवा इंग्लंड--अमेरिकेतील वकिलाची जागा, ही तर त्यांना नक्कीच मिळाली असती. ते सर्व 'वैभव' सोडून हा वेडा भूदानयात्रेत सामील झाला आणि मग मात्र त्याचा विदूषक बनला. विनोबा, त्यांचे भूदान आणि पदयात्रा हे एक प्रचंड खूळ आहे. भारतातच ते शोभून दिसते. इतर देशांत लोकांनी त्यांची खेटरांनी पूजा केली असती. महाराष्ट्रातील सेवानिवृत्त प्राध्यापक वाईच्या विश्वकोशात जातो; त्याचप्रमाणे गलितगात्र राजकीय पुढारी भूदानयज्ञात सामील होतो, असेही म्हणता येईल. जयप्रकाशांनी विनोबांचा गंडा बांधला आणि राजकीय दृष्ट्या ते पेन्शनर झाले.

असे हे जयप्रकाश! निवांत भूदानयज्ञ करत होते आणि विनोबांना पदयात्रेत साथ देत होते तोपर्यंत सारे ठीक होते; परंतु माणसाचे केव्हा काय होईल-- कोणत्या वेळी त्याला कसली इच्छा होईल, हे कळायचे नाही हेच खरे. जयप्रकाशांचा आणि बांगलादेशचा संबंध काय? पण पंचवीस मार्चला याह्याने बांगलादेशात नरमेध आरंभल्यावर या विदूषक-शिरोमणीचे माथे फिरले आणि भूदानाची गुहा सोडून तो दिल्लीला आला. आमचे दिल्ली सरकार तर वेडगळ म्हणून प्रसिद्धच आहे! जयप्रकाशांसारख्या विदूषकाला भारताची बांगलादेशसंबंधाची भूमिका जगाला पटवून देण्यासाठी पृथ्वीप्रदक्षिणेला सरकारने पाठविले, ही मात्र खरोखरच गंमत आहे. खुळ्याने गांजा ओढायला लागावे, तसे हे आहे. जयप्रकाश नारायणांसारखा माणूस आपण होऊन आपल्या हाताने परदेशांत पाठवणे, म्हणजे आपल्या शरीराचा पार्श्वभाग उघडा टाकून जगाला दाखवणे आहे. पण भारत सरकारला

त्या उघड्या पार्श्वभागावर जगाने लाथा हाणल्या, तरीही त्याची लाज नाही. काहीही विचार न करता त्यांनी या माणसाला भारताचा प्रतिनिधी म्हणून पाठवून दिले. जयप्रकाश नारायण हे पुणे म्युनिसिपालिटीचे प्रतिनिधी व्हायलादेखील लायक नाहीत, असे आमचे मत आहे. पण आपल्या सरकारला ते मानवणार नाही.

हे महाशय निरानिराळ्या देशांना जाऊन परत आले आणि मग त्यांनी मुलाखती देण्याचा सपाटा लावला. बहिर्दिशेस जाऊन आल्यावर हात-पाय धुवावे लागतात; त्याचप्रमाणे परदेशाला जाऊन आल्यावर पुढाऱ्यांना मुलाखती द्याव्या लागतात, हेच खरे. वास्तविक, अशा मुलाखतींना काहीच अर्थ नसतो. त्याच त्या गोष्टी नेहमीच्या रटाळपणाने आळविलेल्या असतात, इतकेच! पुढाऱ्यांच्या मुलाखतीत त्यामुळेच ग्रहण करण्याच्या लायकीचा फारच थोडा भाग असतो. श्री. जयप्रकाश नारायण यांनी पुण्याच्या 'साधना' साप्ताहिकास या संदर्भात दिलेली मुलाखत मात्र रटाळ नाही. ती कमालीची वाचनीय आहे. भारतातील सत्यस्थितीचे वर्णन तीत विदारकपणाने केलेले आहे.

बांगलादेशाबद्दलच्या भारतीय मुसलमानांच्या प्रतिक्रिया वर्णन करताना ते म्हणतात, ''मुसलमानांची या प्रश्नाविषयीची प्रतिक्रिया खेदजनक आहे. स्वाधीन बांगलादेशाच्या आंदोलनामुळे पाकिस्तान मोडीत निघेल, या भीतीमुळे मुसलमानांना अवामी लीगबद्दल फारसे प्रेम किंवा सहानुभूती वाटली नाही, तर तेदेखील एक वेळ समजण्यासारखे आहे; पण पाकिस्तानने जे क्रूर आणि अमानुष शिरकाण बांगलादेशात केले, त्याबद्दल माणुसकीला शोभणारे चार साधे निषेधाचे शब्द, निदान त्यांबद्दल हळहळही त्यांनी व्यक्त करू नये, ही अतिशय खेदजनक गोष्ट आहे. सर्व जगभर अमानुष अत्याचार आणि कत्तली यांबद्दल पाकिस्तानला दोष दिल्याचे आढळते; अपवाद फक्त येथील मुसलमानांचा असावा, याची खंत वाटते. भारतीय मुसलमानांची भिस्त पाकिस्तानी प्रचारावरच अधिक दिसते, हे दुर्दैव. त्यांनी वस्तुस्थिती समजून घेण्याचे पद्धतशीरपणे नाकारले आहे.... सैन्य म्हणजे एक शिस्तबद्ध संघटना असते. लोकक्षोभाच्या उद्रेकांशी तिची तुलना करणे अन्याय्य होईल. एखाद्या शिस्तबद्ध सुसंघटित सेनेने बाजारबुणग्यांसारखे, पेंढाऱ्यांसारखे लुटालुटीचे व खुनाखुनीचे प्रकार करावेत? बंगाली जनतेला नेस्तनाबूत करावे– त्यांची भाषा, त्यांची संस्कृती नष्ट करावी– असले प्रकार घडत आहेत. हा प्रश्न या-त्या देशाचा नाही. या-त्या जातिधर्माचा नाही. ही एक मानवी शोकांतिका आहे. लोकशाहीवरील हा घाला आहे. याबाबतीत तरी इथल्या मुसलमानांनी निषेधाचा आवाज उठवायला पाहिजे होता... भारतीय मुसलमानांनी

हे समजून घेतले पाहिजे. त्यांना समजावले पाहिजे. भारतीय नागरिक म्हणून विचार करायला शिकले पाहिजे. त्यांना शिकविले पाहिजे. रागावून उपयोग नाही. शांतपणे त्यांना समजावले पाहिजे. भारतीय मुसलमानांना परिस्थितीच समजावील, अशी मला आशा आहे.''

हे सर्व उद्‌गार भाई जयप्रकाश नारायण यांचे आहेत!... लोकहो!... नीट कान देऊन ऐका. हे सर्व उद्‌गार भूदानवाले जयप्रकाश नारायण यांचे आहेत. भारतीय परंपरेशी इथले मुसलमान एकजीव झालेले नाहीत– ते विरोधी आहेत, असे जयप्रकाशजी आर्त स्वराने सांगत आहेत.

जयप्रकाशना हे सत्यदर्शन आज होत आहे. त्यांच्या बाबतीत सूर्य उशिरा उगवला आहे, हेच खरे! मुसलमानांचे भारतीयीकरण व्हायला हवे, असे जनसंघाचे वाजपेयी यांनी वर्षा-दीड वर्षांपूर्वीच म्हटले होते. त्या वेळी इंदिराजींनी किती आक्रस्ताळेपणा केला होता, जनसंघावर किती आग पाखडली होती– हे या संदर्भात आठवायला हवे. मुसलमान हेदेखील भारतीयच आहेत, असे इंदिराजी आणि त्यांचे भक्तगण ठासून म्हणाले होते. त्यांना जयप्रकाशजींनी हा घरचा आहेर दिलेला आहे. भारतीय बहुसंख्याकांचे जे मत आणि ज्या भावना आहेत, ज्या निष्ठा आहेत, जे मानबिंदू आहेत; त्यांना मुसलमानांच्या लेखी मुळीच किंमत नाही, असे जयप्रकाशांनी सांगितले आहे. हिंदुस्थानचे तळपट झाले तरी चालेल; पण पाकिस्तान मोडीत निघता कामा नये, असे त्यांना वाटते. मानवतेचा किंवा लोकशाहीच्या रक्षणाचा विचार भारतीय मुसलमानांच्या मनातदेखील नाही, ही गोष्ट जयप्रकाशजींनी स्पष्ट केली आहे.

जयप्रकाशजींनी सत्यकथन केले आहे, हे खरे; परंतु त्यावरची उपाययोजना मात्र सांगितलेली नाही. रोगनिदान झाले आहे, पण औषध दिले नाही. खरा शहाणा तो– की, जो परिस्थितीतून मार्ग शोधण्याची पराकाष्ठा करतो. 'अंधार पडलेला आहे' हे सत्य पाच वर्षांच्या मुलालादेखील कळते. शहाणी माणसे त्या अंधाराचा नाश करण्यासाठी दिवा लावण्याचा प्रयत्न करतात. जयप्रकाशांनी ते केलेले नाही. ते नुसतेच 'अंधारऽ अंधारऽ' म्हणून ऊर बडवीत बसलेले आहेत.

मुसलमान या देशाशी एकनिष्ठ नाहीत, त्याबद्दल उपाययोजना काय करायची– हा प्रश्न आहे. जयप्रकाश वर तोंड करून सांगतात, ''आपण रागावून उपयोग नाही. शांततेने त्यांना समजावले पाहिजे.'' शांततेने समजावायला हरकत नाही, पण ही समजावणी किती वर्षं चालायची? जगाच्या अंतापर्यंत मुसलमानांची समजूत घालण्यातच आम्ही आमची सर्व शक्ती खर्च करायची का? त्यांची

समजूत कधी पटेल का? 'झोपी गेलेल्याला जागे करता येते, पण झोपेचे सोंग घेतलेल्याला कसे जागे करणार?' ही म्हण मुसलमानांच्या बाबतीत लागू पडते किंवा नाही?

मुसलमानांना शांतपणे समजावून सांगण्यात आमची शंभर वर्षं फुकट गेली. आम्ही खिलाफतीच्या चळवळी केल्या. 'भाई-भाई'चे ढोल वाजवले, निधर्मीपणाचे स्तोम माजवले, त्यांनी केलेल्या दंग्याधोप्यांकडे जाणूनबुजून दुर्लक्ष केले; त्याचा काय उपयोग झाला? त्यांची समजूत पटली का? शंभर वर्षांत ज्यांची समजूत पटली नाही, त्यांच्याकरता आणखी किती शतके घालवायची? आणखी एखादे पाकिस्तान निर्माण झाले, तर त्यांची समजूत पटेल का?

जयप्रकाशांनी सत्य सांगितले आहे, पण उत्तर देताना नेहमीचा भोंगळपणा दाखवला आहे. चीनमध्ये आणि रशियामध्ये कोट्यवधी मुसलमान आहेत, ते तिथल्या परंपरांशी मिसळून जातात; मग भारतीय मुसलमानच का मिसळत नाहीत? चीनमधल्या मुसलमानांनी बांगलादेशाबद्दल सहानभूती दाखवली असती, तर त्यांचा मागमूसही राहिला असता का? याचे उत्तर जयप्रकाशांनी द्यायला हवे होते. रशियातल्या मुसलमानांनी उर्दूचा हट्ट धरल्याचे किंवा बहुपत्नीत्वाचा धर्म सांगितल्याचे कुणी कधी ऐकले आहे का? त्यांच्यासाठी निराळा कायदा तिथे आहे का? तो असावा अशी जर चळवळ तिथे मुसलमानांनी केली, तर त्यांचे काय होईल? कायद्याच्या बंधनामुळे या विषयावर जास्त स्पष्ट लिहिणे कठीण आहे. सुज्ञांस अधिक सांगणे न लगे. जोपर्यंत निवडणुका आहेत, तोपर्यंत मुसलमानांचे असले लाड या देशात चालणार, असे आम्हाला वाटते.

श्री. जयप्रकाश नारायण यांनी या मुलाखतीत इतरही काही मुद्दे उपस्थित केले आहेत, पण ते फजूल आहेत. इंडोनेशिया, मलेशिया, अरब देश येथील सरकारे जरी पाकिस्तानच्या बाजूची असली तरी जनता भारताच्या बाजूची आहे, असे ते म्हणतात. त्यांचा मूर्खपणा त्यांनाच लखलाभ होवो! या प्रश्नावर पाकिस्तानशी युद्ध करावे लागले तरी हरकत नाही, असे त्यांचे मत आहे. युद्ध कशाच्या आणि कोणाच्या जिवावर करणार? गेली वीस-पंचवीस वर्षे आमचे पुढारी कोटाला गुलाबाची फुले लावून जगभर उनाडक्या करीत हिंडले. युद्धाच्या दृष्टीने देशाची तयारी करण्याचे त्यांनी टाळले, सावरकरांसारख्यांची अवहेलना केली व जनतेला मुर्दाड केले. आता युद्ध कोण आणि कसे करणार?

जयप्रकाशांच्या मुलाखतीतून मुसलमानांविषयीचे सत्य अजाणता बाहेर पडलेले दिसते. हे खरोखरच विदूषक आहेत. सत्य कधीच बोलता कामा नये,

याचे इंदिरा गांधींप्रमाणे त्यांना भान राहिलेले नाही. त्यांच्या हातून हा गुन्हा झालेला आहे. भारत सरकारने त्यांना क्षमा करावी.

जयप्रकाशजी!... तुम्ही आपले परत विनोबांच्या मठात जा कसे... एखादा उपवास ठोका किंवा भूदानासाठी पदयात्रा काढा.

हीच तुमची वास्तविक लायकी आहे.

(८ ऑगस्ट, १९७१)

-०-०-०-

६

पुन्हा एकदा शिवसेना

गेल्या महानगरपालिका निवडणुकीपासून शिवसेनाप्रमुखांना पुन्हा तसे अवसान आलेले दिसते. मध्यंतरी शिवसेनेचे विघटन होऊ लागले होते; परंतु महानगरपालिकेत अनपेक्षित यश मिळवून, मुस्लिम लीगच्या सहकार्याने का होईना, पहिल्या फेरीत महापौरपद मिळवून शिवसेनेने पुन्हा प्रकाशात येण्याचे काम केले आहे. एरवी तडजोडवादी व सौम्य होऊ लागलेले बाळ ठाकरे एवढ्या यशाने हवेत जावेत, हे क्रमप्राप्त होते. तसे ते जाणे, हे त्यांच्या स्वभावाला साजेसेही आहे. एकछत्री चालणाऱ्या सर्व संस्थाचालकांच्या डोक्यात यशाने वारे जाते, असा अनुभवही आहे. शिवसेनेचा पुन्हा एकदा विचार करावा, अशी परिस्थिती काही कारणांमुळे प्राप्त झाली आहे.

ठाणे नगरपालिकेत शिवसेनेच्या हातांत सत्ता आली, त्या वेळेस इतर पक्षांप्रमाणेच शिवसेनाही लाचखोर बनली आणि त्या कारभारात शिवसेनेने आपले नाव खराब करून घेतले. शिवसेनेच्या कामगार शाखेत तर अनाचार किती माजला होता, याविषयी यापूर्वी आम्ही लिहिलेले आहे व तो आता सर्वज्ञात झाला आहे. शिवसेनेची चित्रपट शाखाही आपली प्रतिमा पुष्कळ वेळा डागाळून बसली आहे. चांगला कारभार देण्यासाठी, मराठी माणसाचे हितसंबंध रक्षण करण्यासाठी आणि राष्ट्रविरोधी शक्तींचा पाडाव करण्यासाठी आपला जन्म झाल्याचे शिवसेनाकार नेहमी गर्जून सांगत असतात. ह्या त्यांच्या सांगण्यातही फारसा अर्थ नाही, कारण यांपैकी कोणतेही

कार्य शिवसेनाप्रमुख बाळासाहेब ठाकरे यांनी अंगीकारले आहे, असे वाटत नाही. ते एक अत्यंत लहरी व विक्षिप्त गृहस्थ आहेत आणि त्यामुळेच स्वतःच्या नावाला, संघटनेच्या प्रतिष्ठेला व मराठी माणसाच्या हिताला धक्का लावणारे अनेक निर्णय त्यांनी आजवर घेतले आहेत.

शहाणपणाचा मक्ता परमेश्वराने कोणालाच दिलेला नाही. जसा तो आम्हाला दिलेला नाही, तसाच तो बाळासाहेब ठाकरे यांनाही दिलेला नाही. पण आमच्या-सारख्या पत्रकाराच्या हातून एखादी चूक बेसावधपणे घडली, तर तिचे परिणाम गंभीरपणे होण्याची शक्यता नाही. बाळासाहेब ठाकरे हे एका संघटनेचे प्रमुख आहेत. त्या संघटनेत त्यांचा शब्द अखेरचा आहे. त्यांचा शब्द मोडून काही करण्याची धमक त्यांच्या सहकाऱ्यांत नाही आणि अनुयायांत तर मुळीच नाही. परिणाम असा झाला आहे की, त्यांच्या हातून चुकांची एक मालिका घडत आली आहे, आणि त्या चुकांचे परिणाम आज ना उद्या सबंध संघटनेला व परिणामी सर्वत्र समाजाला भोगावे लागल्यावाचून राहणार नाहीत. त्यांच्यावर टीका करणाऱ्यांना ते 'अडाणी' असे संबोधतात, राष्ट्रद्रोही मानतात, मराठी माणसाचा शत्रू मानतात आणि त्यांच्यावर इमानीपणाने आंधळी श्रद्धा ठेवणाऱ्या अनुयायांकडून ते विरोधकांवर अत्यंत असंस्कृतपणे हल्ले करतात. त्यांच्या अनुयायांना वाटते की, शिवसेनेवर टीका करणारे हे शिवसेनेचे शत्रूच आहेत. मराठी माणसांचा हितसंबंध समजण्याची पात्रता फक्त आपल्या नेत्याजवळ आहे, अशा भ्रमात त्यांचे अनुयायी पुष्कळ वेळा वावरतात. आमच्याकडे येणाऱ्या अनेक शिवसैनिकांची पत्रे ही अशीच अत्यंत धमकीवजा भाषेत लिहिलेली, तर्काला सोडून आणि एकांगी असतात. ही एकांगी वृत्ती जोपासण्याचे कार्य बाळासाहेब ठाकरे फार चांगल्या प्रकारे करीत आहेत. माणसांच्या निष्ठांपेक्षा विचारांच्या निष्ठा फार जास्त घट्ट असतात आणि संघटनांचे यशापयश हे अशा वैचारिक निष्ठांवर आधारलेले असते.

कधीही एकत्र येऊ न शकणारी मराठी माणसे शिवसेनेच्या झेंड्याखाली आज एकत्र आली आहेत; अजून एकत्र राहिली आहेत. महाराष्ट्राला बुद्धिभेदाची वाळवी लागली आहे आणि महाराष्ट्रातल्या अनेक चळवळींना तथाकथित व्यक्तिस्वातंत्र्याच्या नावाखाली अपयश भोगावे लागलेले आपण पाहिले आहे. शिवसेनेचे अस्तित्व एवढ्यासाठीच आम्हाला हवे आहे की, बुद्धिभेदाची ही वाळवी महाराष्ट्राच्या चळवळींना लागू नये; पण त्याचबरोबर नेत्यांनीही अनियंत्रित व बेताल वागू नये, हे भान न राहिल्यामुळे पुष्कळ वेळा संघटना विस्कळीत होऊ लागते. परवा मुंबई महानगरपालिकेच्या निवडणुकीत यशस्वी होऊनही हे

भान राहिले नाही. खुद्द शिवसैनिकांनाच बाळासाहेब ठाकरे यांच्या प्रामाणिकपणाबद्दल शंका येऊ लागली आहे. नेत्याचे चारित्र्य वादातीत असावे आणि चारित्र्य म्हणजे केवळ स्त्री-पुरुष संबंध नव्हेत. चारित्र्यात ज्या अनेक गोष्टीचा अवलंब करायला मराठी माणूस विसरतो, त्यात सार्वजनिक सचोटी ही एक फार महत्त्वाची गोष्ट आहे. त्या सचोटीला एकदा तडा जाऊ लागला, म्हणजे एकनियंत्रित सत्ताही एखाद्या गुंडाच्या टोळीचे रूप घेते आणि लहान-मोठे सुभेदार आपली नेत्यावरची पकड कायम करतात. विचारांच्या ठोसपणाच्या अभावात दिलेला शब्द न पाळण्यात, सत्तेशी लांगुलचालन करण्यात किंवा पैशाच्या भ्रष्टाचारात नेता अडकला की अनुयायांवरचा त्याचा दाब कमी होतो. छोटेछोटे सुभेदार आपल्या विभागात दहशतीचे राज्य निर्माण करतात. नेत्याच्या मागणीनुसार पैसा आणि माणसे पुरवतात, सभास्थानी गर्दी आणून उभी करतात. विरोधकांचा काटा काढतात. पण हे सगळे स्वत:चे छोटेसे गुंडराज्य अबाधित ठेवण्यासाठी करतात; नेत्यांच्या फायद्यासाठी नव्हे. जे काँग्रेसने केले; तेच शिवसेना करणार असेल, तर शिवसेनेच्या अस्तित्वाची गरजच काय? पापात आकंठ बुडालेल्या गावोगावच्या पुंड सुभेदारांना हलवू न शकल्यामुळे कागदावर असणाऱ्या सर्व कल्याणकारी योजना ज्याप्रमाणे हवेत विरघळून गेल्या आणि इंदिरा काँग्रेस आर्थिक व सामाजिक अरिष्टात सापडली आहे, त्याची एक आवृत्ती शिवसेना बनू शकेल– नव्हे, बनलीच आहे.

शिवसेनेवर पूर्वीपासून एक आरोप असा आहे की, वसंतराव नाईकांच्या कृपेने शिवसेनेने आपला विस्तार केला. मुंबईतील कम्युनिस्टांच्या वाढत्या हालचालींना पायबंद घालण्यासाठी मराठी माणसांची अहंता फुलवणारी शक्ती नाईकांना प्रिय होती. म्हणून नाईकांनी शिवसेना बिनधोक वाढू दिली. जेव्हा ती त्यांनाच अडचणीत आणू लागली, तेव्हा त्यांनी सर्व सामर्थ्य वापरून तिच्यावर अंकुश आणला. आज पुन्हा एकदा वसंतरावांना रजनी पटेलांशी झगडा करावा लागतो आहे. या झगड्यात बाळासाहेब ठाकरे पुन्हा वसंतराव नाईकांच्या पाठीशी उभे आहेत. याचा अन्वयार्थ आपण समजावून घेतला पाहिजे. विक्रोळीच्या दंगलीत नाईकांसाठी शिवसेनेने जी कामगिरी बजावली, तिचे मोल वसूल केल्याशिवाय शिवसेनाप्रमुख मुळीच गप्प बसणार नाहीत. नाईकांचे जे-जे शत्रू ते-ते आज बाळासाहेबांचे शत्रू झाले आहेत. रजनी पटेल हे जर राष्ट्रवादाचे एकपट शत्रू असतील, तर वसंतराव नाईक हे राष्ट्रवादाचे दहापट शत्रू आहेत; याचे भान बाळासाहेब ठाकरे यांना राहिलेले दिसत नाही. रजनी पटेल आज कितीही उपद्रवकारक वाटले, तरी इंदिराजींच्या अनेक खेळण्यांपैकी ते एक खेळणे आहे. त्या खेळण्याचे आकर्षकपण

संपल्यानंतर इंदिराजी एक क्षणभरही रजनी पटेल यांचे अस्तित्व शिल्लक ठेवणार नाहीत. पण तसे नाईकांचे नाही. त्यांची पाळेमुळे खूप खोल आहेत, त्यांना खूपच उपद्रवशक्ती आहे आणि ते ती वापरल्याशिवाय राहणार नाहीत.

परवाच्या जॉर्ज फर्नांडिस यांच्या बंदच्या कार्यक्रमात शिवसेना गप्प बसली असती, तरी मी समजू शकतो; कारण जनतेच्या प्रत्येक लढ्यात शिवसेनेने भाग घेतला आहे, असा तिचा लौकिकही नाही. जॉर्ज फर्नांडिस हे एक स्वयंभू नेते आहेत. त्यांच्याशी मतभेद असू शकतील. किंबहुना, आहेतच. त्यांच्या झुंडशाहीला उत्तर देण्याचीही आवश्यकता आहे; परंतु ती नाईकांच्या हातात हात घालून नव्हे. परवाचे शिवसेनेने वर्तन हे केवळ तिरस्करणीय नव्हे, तर किळसवाणे होते. बंद फोडण्यासाठी बाळासाहेब ठाकरे इतके आतुर का बरे झाले होते? नाईकांनी त्यांना त्याबद्दल काय देऊ केले होते? पोलिसांपेक्षाही गलिच्छ पातळीवर जाऊन दगडफेक करणे, बंदमध्ये सामील झालेल्या टॅक्सीवाल्यांना शिक्षा करणे– या गोष्टीत बाळासाहेब ठाकरे यांना कोणता उन्मत्त आनंद मिळाला? कोणत्याही संघटनानेत्याची वृत्ती यापेक्षा हीन असू शकणार नाही. कदाचित असे तर नसेल ना की, मुंबई बंद करण्याचा त्यांना एकट्यालाच अधिकार आहे, असे बाळासाहेब ठाकरे यांना वाटते? आजपर्यंत मुंबई बंदचे जे-जे आदेश बाळासाहेब ठाकरे यांनी दिले, ते तरी तर्क-सुसंगत होते की काय? जॉर्ज फर्नांडिस यांच्याबद्दल बाळासाहेब ठाकरे यांच्या मनात जी वैयक्तिक असूया आणि द्वेष आहे, त्याचा तर हा परिणाम नसेल? डाव्या कम्युनिस्टांनी दिलेल्या १६ मार्चच्या बंदला शिवसैनिकांनी विरोध केला असता, तर त्याला तात्त्विक अधिष्ठान तरी देता आले असते; परंतु जॉर्ज फर्नांडिस यांच्या बंदला विरोध करून शिवसेनाप्रमुखांनी आपल्या संघटनेचे व आपले हसे का करून घेतले, हे खरोखरच कळण्यासारखे नाही.

पण कळण्यासारखे तरी काय नाही आहे? औरंगजेबाने काढलेल्या फर्मानाची अंमलबजावणी राजा जयसिंगाने ज्या तत्परतेने करावी, त्या तत्परतेने नाईकांच्या हुकमाची तामिली बाळासाहेब ठाकरे यांनी केलेली दिसते. जॉर्ज फर्नांडिस यांची कामगारांतील असामान्य लोकप्रियता अशा क्षुद्र कुरतडण्याने काही अंशी कमी होईल, असा भ्रम बाळासाहेब ठाकरे यांनी सोडून द्यावा. जॉर्ज फर्नांडिसांच्या राजकीय तत्त्वज्ञानाविषयी व मार्गाविषयी मलाही विरोध करावासा वाटतो. पण या भ्रष्ट सरकारला आव्हान देणारी कोणतीही शक्ती संघटित करण्याची वेळ आलेली असताना फर्नांडिस यांना विरोध करून सरकारचे हात घट्ट करणे, हा जनताद्रोह आहे. या द्रोहाचा जाब शिवसैनिकांनी व सेनापतींच्या

सहकाऱ्यांनी त्यांना विचारणे अगत्याचे झाले आहे. कप्तान वेडसरपणाने वागू लागला, तर त्याला कैद करून दुय्यम कप्तान त्याची जागा घेतो, असा एक रिवाज आहे. दुर्दैव असे आहे की, या अशा एकांगी संघटनेत दुय्यम कप्तानच जागेवर नाही. तेव्हा वेड लागलेला असो– विकला गेलेला असो, हुजऱ्या झालेला असो– कप्तानच बोट चालवणार.

मागे घडलेल्या सरकारी नोकरांच्या संपाच्या वेळीसुद्धा नाईकांना अडचणीतून सोडवण्याचे अत्यंत महत्कार्य (!) बाळासाहेब ठाकरे यांनी केले होते. मराठी कामगारांसाठी म्हणून काही स्वतंत्र संघटना असावी, हा विचारच मुळी कामगार चळवळीशी विसंगत आहे. या असल्या विघटनामुळे कामगारांची शक्ती कमी होते, त्यांचे संप बारगळतात. कामगारविषयक प्रश्नांवर काही मूलभूत घट्ट भूमिका पत्करून कामगारविषयक संघटना बांधण्याचा शिवसेनेला जरूर अधिकार आहे व तिने तो जरूर बजावावा. पण कामगारांशी बेईमानी करणारी कोणतीही योजना शिवसेनेने पुढे आणू नये व आणली तरी ती कामगारांनी खपवून घेऊ नये. आज केवळ मराठी कामगार जास्त आहेत म्हणून काही कामगार संघटना शिवसेनाप्रणीत कामगारसेनेत सामील होतात, ही घटना तितकीशी बरी नाही. सरकारी नोकरांनी शरणागती पत्करण्यास बाळासाहेब ठाकरे कारणीभूत झाले, ही गोष्ट सरकारी नोकर कसे विसरू शकतील? अजूनही ही संपफोडेपणाची भूमिका व सरकारच्या हुजरेगिरीची सवय बाळासाहेब ठाकरे सोडत नाहीत, यात त्यांचे अडाणीपण आहे का निखळ स्वार्थ आहे, याचा विचार करण्याची वेळ आली आहे.

आपल्याला न पेलणाऱ्या आणि न समजणाऱ्या चळवळीत भाग न घेण्याचा संघटनाप्रमुखांनी निश्चय केला पाहिजे. सखाराम बाइंडरच्या बंदीसंबंधी बाळासाहेबांचे सारेच वागणे इतके हास्यास्पद होते की, त्याच्यावर गंभीरपणे काही लिहिणे, हासुद्धा वेळेचा व शाईच्या अपव्यय आहे. पुण्याच्या शिवसेना शाखेने अन्य पक्षांच्या साह्याने लिंगपिसाट वाङ्मय निर्मूलन समिती स्थापन केली आहे. तरी बरे, शिवसेनेने एकट्याने ही चळवळ केली नाही. या समितीचे दीडशहाणे सभासदही असे की, त्यांनी त्या सव्वीस सह्याजीराव साहित्यिकांप्रमाणे ते नाटक पाहिलेलेच नव्हते. एखादी गोष्ट समाजाला उपद्रवकारक आहे किंवा नाही, हे समजून घेण्यासाठी किमान त्या गोष्टीची पूर्व-माहिती तरी असायला हवी की, नको? पण असला विवेक शिवसेना दाखवील, तर ती शिवसेना कसली? आपल्या नेहमीच्या झुंडगिरीच्या पद्धतीने पुण्यातील शिवसैनिकांच्या शब्दांवर विश्वासून सेनापती बाळासाहेब ठाकरे यांनी सखाराम बाइंडर या

नाटकावर बंदी घालण्याची घोषणा करून टाकली. एवढे करून ते थांबले नाहीत, तर सेनापती बाळ ठाकरे यांच्या पत्नी मीनाताई ठाकरे यांनी मनोहर जोशी, दत्ता प्रधान आदी सेनापतींच्या सहकाऱ्यांसमवेत रवींद्र नाट्य मंदिरासमोर निदर्शने करून सखाराम बाइंडरचा प्रयोग बंद पाडला. स्वत:च्या पत्नीच्या व सहकाऱ्यांच्या अब्रूची किंमत असलेला माणूस आपल्या या निर्णयाशी घट्ट चिकटून तरी राहिला असता. पण तसेही नाही. स्वत:पेक्षा या जगात कोणतीही शक्ती मोठी नाही, हे ठाकरे यांनी डोक्यात भिनवून घेतले आहे. कमलाकर सारंग यांनी बाळासाहेब ठाकरे यांना काय देऊ केले, कुणास ठाऊक? पण त्या मोबदल्यात शिवसेनाप्रमुखांनाही सखाराम बाइंडरचा खास केलेला प्रयोग पाहण्याचा फार्स करून नाटकावरील बंदीच उठवली. नाटक-धंद्याची ज्याला माहिती आहे, त्यांना हे सहज कळू शकेल की, प्रयोगा-प्रयोगात खूप फरक करता येतो. बाळासाहेब ठाकरे यांनी पाहिलेला प्रयोग अतिशय सौम्य असल्याने उपद्रवकारक नसेलही. ते फार तर नटाचे चातुर्य म्हणता येईल, पण स्वत:ला दिलेले मोठेपण लक्षात घेऊन किंवा अन्य काही आमिषामुळे त्यांनी 'सखाराम'वरील बंदी उठवली. गमतीची गोष्ट अशी की, पुण्यातली बंदी अजून कायम आहे. महाराष्ट्रात जेथे जेथे वृत्तपत्रांतून जाहिराती येऊ शकतात तेथे तेथे ही बंदी कायम आहे (काही प्रयोग चोरून झाले, असे कळते); पण हा काय तमाशा आहे? एखादे नाटक मराठी भाषेत व्हावे किंवा नाही, हे ठरविण्याचा उपक्रम बाळासाहेब ठाकरे यांनी करावाच कशाला? उद्या बाळ कोल्हटकर यांचे 'वाहतो ही दुर्वांची जुडी' हे नाटक समाजातील अंधश्रद्धा व रूढी कायम ठेवणारे आहे, असे म्हणून दलित पँथरने बंद करावयाचे ठरवले; तर बाळासाहेब ठाकरे आपला फौजफाटा घेऊन त्या नाटकाच्या रक्षणार्थ उभे राहणार आहेत काय? हा साराच प्रकार मूर्खपणाचा आहे. आपला मूळचा उद्योग सोडून आपला अधिकार कोठेही चालवून पाहण्याची प्रवृत्ती अत्यंत अनिष्ट आहे. सखाराम बाइंडरबद्दलची माझी मते मी अनेक वेळा 'सोबत'मधून लिहिली आहेत. पण कुठल्याही राजकीय पक्षाने कलाविषयक प्रश्नात लक्ष घालणे व त्यावर निर्बंध लादणे वा उठविणे, हे माझ्या लेखी अत्यंत मूर्खपणाचे आहे. समाजातला सुजाण नागरिक हे कार्य करीत असतो. हे नागरिक संघटित होऊन सामाजिक उपद्रव थोपवू शकतात. राजकीय झुंडशाहीपेक्षा या सुजाणपणावर विश्वास ठेवणे अधिक न्यायाचे व उपयोगाचे आहे.

गेले काही दिवस 'सोबत'मध्ये काही पत्रव्यवहार प्रसिद्ध होतो आहे. जनसंघ व शिवसेना यांच्यांतील मतभेदावर तीव्र प्रतिक्रिया व्यक्त केल्या जात

आहेत. जनसंघाला शिवसेनेला बरोबरीच्या नात्याने कधीच वागविता येणार नाही, ही गोष्ट शिवसेनेने उमजून घेतलेली बरी. कारण जनसंघ एक राष्ट्रीय पक्ष आहे. शिवसेनाप्रमुखांनीच थोडी पडती बाजू घेऊन जनसंघासारख्या राष्ट्रीय पक्षाशी वेळोवेळी हातमिळवणी केली पाहिजे. स्थानिक प्रश्नांवर कोणतीही कडवट भूमिका घेणे कोणत्याच भारतीय पक्षाला शक्य होत नाही. सीमाप्रश्नासारखा प्रश्न हा कोणताच भारतीय पक्ष सोडवू शकत नाही. याचे कारण, त्या पक्षाला दोन्ही प्रांतांत काम करावयाचे असते. अशा प्रश्नावर शिवसेना कडवी भूमिका घेऊ शकते व गुप्तपणाने राष्ट्रीय पक्ष त्याचा पाठपुरावासुद्धा करू शकतात. शिवसेनेने सीमाप्रश्नावर अनेकदा आक्रस्ताळी भूमिका व अनेक आव्हाने-प्रति-आव्हाने केली आणि अखेरीस, तो प्रश्न अर्धवट सोडून देऊन लोकांना वाऱ्यावर सोडले व पर्यायाने मराठी माणसांचा हिरमोड केला.

तशा तर अनेक चळवळी शिवसेनेने अगदी वायफळ आव्हाने देऊनही वृथा घालवल्या. जुळ्या मुंबईच्या प्रश्नावर तर शिवसेनेने रान उठवायला हवे होते. तेथे तर स्वार्थासाठी शिवसेना मूग गिळून गप्प बसली आहे. समाजातील बहुतेक सर्व विचारवंत जुळ्या मुंबईची योजना किती घातक आहे, हे उशिरा का होईना, पण कळवळून सांगत आहेत. ही योजना केवळ राष्ट्रघातक आहे म्हणून नव्हे, तर निदान ती मराठी माणसाला घातक आहे म्हणून तरी शिवसेनेने तिला विरोध करायला हवा. या कामी जनसंघाचे शिवसेनेला साह्यच झाले असते. परंतु शिवसेनाप्रमुख मराठी माणसाला सर्वनाशाकडे नेणारी ही योजना शांत चित्ताने खपवून घेत आहेत, याला कारणे दोन असू शकतील. एक तर वसंतराव नाईकांनी त्यांचा आवाज बंद केला असेल किंवा ही चळवळ आपल्या हातून यशस्वी होणार नाही, अशी भीती सेनाप्रमुखांना वाटत असेल. पण त्यांनी हे लक्षात ठेवायला हवे की, जुळ्या मुंबईत हलविला जाणारा बराच मोठा वर्ग मध्यमवर्गीय मराठी माणूस आहे. त्यात सरकारी व बिनसरकारी कचेऱ्यांतील कारकून आहेत. तो वर्ग पुरेसा हलविल्यानंतर आज शिवसेनेचे मुंबईत जे बालेकिल्ले आहेत, ते विस्कळीत झाल्यावाचून राहणार नाहीत. मुंबईवरील मराठी माणसाची पकड सैल करण्याचा हा डाव आहे. हा डाव जवळपास यशस्वी झाला आहे. आणखी पाच वर्षांत मुंबईत हजारोंच्या संख्येने परप्रांतीय येतील आणि मराठी माणसाचे प्रमाण घटू लागेल. मराठी माणसाचे आधिक्य असणारे विभाग यापुढे कमी-कमी होत जातील आणि ज्या मराठी माणसांच्या इमानाला साद देऊन शिवसेनेने आपली पकड मुंबईवर ठेवली आहे, ती पकड कमी झालेली आढळेल. क्षणिक स्वार्थ सोडून व थोडी

दूर दृष्टी दाखवून शिवसेनाप्रमुखांनी ही चळवळ गतिमान करून मराठी माणूस आणि शिवसेना मुंबईत कायम राहील, याविषयी दक्ष राहिले पाहिजे

शिवसेनेने परवा मुस्लिम लीगशी जी युती केली, त्यामुळे शिवसेनेची प्रतिमा आणखीनच डागाळली आहे. आम्ही मुस्लिम लीगची मते मागावयास गेलो नव्हतो, असे शिवसेनाप्रमुखांनी सांगितले, पण ती गोष्ट खोटी आहे, हे मुस्लिम लीगच्या पदाधिकाऱ्यांनी निक्षून सांगितले. जनसंघाचे सर्वच कार्यकर्ते समंजस व शहाणे आहेत, असा माझा दावा नाही. किंबहुना; मुंबईतील मध्यमवर्गीय, सुरक्षावादी आणि हेकेखोर जनसंघीय नेतृत्व मलासुद्धा घातक वाटते. पण मुंबईतल्या चार-दोन स्थानिक नेत्यांशी झालेल्या वादावादीमुळे सबंध जनसंघाला बदनाम करणे, हे शिवसेनाप्रमुखांना अंती परवडणारे नाही. आज ना उद्या राष्ट्रवादी शक्तीची एकजूट अपरिहार्य आहे, हे लक्षात घेऊन शिवसेनेने आपली पावले टाकली पाहिजेत. मुस्लिम लीगसारख्या राष्ट्रद्रोही शक्तींचा कोणत्याही स्वार्थासाठी वापर करणे म्हणजे राजद्रोहाला प्रतिष्ठा देणे होय. मुस्लिम लीगचा आजवरचा इतिहास, हिंदू समाजाचे मुस्लिम लीगने केलेले अपराध व हिंदुस्थानाची त्या संघटनेने केलेली बेइज्जत– या सर्वांचा विचार करता, मुंबईचे महापौरपद ही एक फार क्षुल्लक गोष्ट होती. लहान-सहान मोह टाळता येतात, अशाच माणसांना नियती मोठ्या पदावर नेऊन बसवते. दूरदृष्टी, आपल्या अस्तित्वाची अपरिहार्यता आणि आपले उद्याचे शत्रू यांचा ज्यांच्यापाशी विचार नाही, ती खुजी माणसे काही काळ उपद्रवी चळवळीमुळे यश मिळवू शकतात; पण राष्ट्राच्या इतिहासात त्यांची किंमत शून्य असते. अशी रंगीबेरंगी खेळणी समाजाच्या हाती काळपुरुष रोज देतो. समाज त्या खेळण्यांच्या मोहात क्षणभर पडतो, पण वरून फासलेले हे रंग नष्ट होताच ती कचकड्याची खेळणी मोडून फेकून देतो.

यश आणि अपयश यांचे हिशेब मांडणे जरी कठीण असले, तरी अपयशालाच यश मानण्याची आणि त्यातच मश्गुल होण्याची भाबड्या नेतृत्वाची वृत्ती असते.

बाळ ठाकरे यांना नियतीने एक विलक्षण दिवस दाखवला आहे. या दिवसाचे चीज करणे किंवा तो पायदळी तुडवणे, हे दोन पर्याय त्याच्या हाती आहेत. या घटकेला तरी भीती एवढीच वाटते की, एका उन्मत्त व विकृत आनंदाच्या पोटी ते त्याच्या आयुष्यात आलेला सोन्याचा दिवस आपल्या पायाने चिखलात गाडावयास निघाले आहेत.

(१० जून, १९७३)

७

सेनापती, की शेणपती?

मुंबईतील निवडणुकांच्या निमित्ताने शिवसेनेचे खरे रूप बाहेर आले, हे फार चांगल झाले. शिवसेनेचे खरे सेनापती बाळ ठाकरे नसून महाराष्ट्राचे मुख्यमंत्री वसंतराव नाईक हेच होत, हे सरकारी नोकरांच्या संपाच्या वेळी आम्ही लिहिलेले वाचकांना स्मरत असेल. कम्युनिस्टांना मुंबईतून हद्दपार करण्यासाठी, मराठी माणसाच्या असंतोषाला वाव देण्यासाठी व त्यामुळे जनतेचे लक्ष दुसरीकडे वेधवून आपले राज्य सुरक्षित करण्यासाठी वसंतराव नाईकांनी बाळ ठाकऱ्यांचा वेळोवेळी उपयोग करून घेतला. समाजातली जी झुंडशक्ती– एरवी अन्य पक्षात जाऊन काँग्रेस पक्षाला मारक झाली असती– ती बाळ ठाकरे यांच्या हातात जमा होऊ देऊन त्यांनी स्वपक्षासाठी वापरली. नाईक-पटेल वादात शिवसेनेने नाईकांच्याच बाजूने सतत भूमिका घेतलेली आहे. शिवसेना-पाठीराख्यांचा वर्ग बहुतांशी राष्ट्रवादी विचाराचा आहे. कदाचित तो शिवसेनेला जनसंघाशी समझोता करण्यास भाग पाडील, हे हेरून नाईकांनी सर्व चातुर्य व प्रलोभने वापरून जनसंघ आणि शिवसेना यांच्यात विलक्षण स्वरूपाचे तीव्रतर वैर निर्माण केले. ते वैर इतक्या पराकोटीचे आहे की, बाळ ठाकरे यांना एक वेळ डांगे यांचे राज्य चालेल, परंतु जनसंघाचे चालणार नाही. नाईकांची चतुराई फळाला आली आणि बाळ ठाकरे एका सापळ्यात अडकले.

बाळ ठाकरे हे काही बुद्धिमान गृहस्थ नव्हेत. नियतीने

त्यांच्या हाती एक प्रचंड शक्ती आणून दिली, ती त्यांना कधीच पेलली नाही. आपल्या नावाला शोभेल अशाच 'बाळ'बुद्धीने त्यांनी शिवसेनेसारखी लोकविलक्षण शक्ती आजवर वापरली आहे. बाळ ठाकरे यांना मुंबईतील मराठी माणसांनी केवढे इमान व श्रद्धा दिली. एका सामान्य चित्रकाराला जनतेने सेनापती बनविले. पैसा, सत्ता आणि कर्तृत्व या सर्वांचा त्यांच्यावर कळत-नकळत वर्षाव केला. हे कर्तृत्व अर्थात बाळ ठाकऱ्यांचे नव्हते; ते होते असंतुष्ट माणसांच्या इमानदारीचे. एका सामान्य माणसातून असामान्य नेतृत्व निर्माण करण्याची जनतेची ही धडपड अखेरीस व्यर्थ गेली. ज्याचा वकूब केवळ शिलेदारी करण्यातच आहे, त्याला सेनापतीची वस्त्रे पेलणार कशी? सेनापती ही आता पदवी राहिलेली नसून एक चेष्टेची उपाधी झालेली आहे. आपल्या अनुयायांना आपल्या मागोमाग भर अंधारात– भर जंगलात घेऊन जाऊन मधेच त्यांना सोडून देऊन हा सेनापतीच शत्रूच्या गोटात आता सामील झाला आहे. ही त्याची अखेर का झाली, याचा आपण शांतपणाने विचार केला पाहिजे.

बाळ ठाकरे यांची भूमिका केव्हाही तर्कशुद्ध नव्हती. ते वैचारिक कोलांट्या वारंवार घेत असत. त्यांच्या या मर्कटलीलांमुळे त्यांचे समर्थन करणे किंवा त्यांच्या वक्तव्याचा निषेध करणे, हे आम्हा संपादकांनाही जिकिरीचे काम असे. आजही त्यांनी इंदिरा काँग्रेसला जी मगरमिठी मारली आहे, तीही ते कायम ठेवतील, असा भरवसा नाही. लहर येईल त्याप्रमाणे बेछूटपणे बोलत सुटणे हा त्यांचा हौसेचा एक उद्योग आहे. त्यांनी योजिलेल्या प्रत्येक आंदोलनाची चिकित्सा केली तर लक्षात येईल की, ते प्रत्येक आंदोलन त्यांनी मधेच सोडून दिले आहे. सीमाप्रश्न, मटकाविरोधी मोहीम, फुटपाथवरील बेकायदा दुकानांविरुद्ध मोहीम– या व अशा अनेक मोहिमा त्यांनी अशा मधेच सोडून दिल्या आहेत. त्या सुरू का केल्या आणि सोडून का दिल्या, याला तर्कशुद्ध कारण काही नाही. यांपैकी कोणताही मोहीम कोणत्याही अर्थाने यशस्वी झाली नाही. याचे कारण मोहिमा सुरू करण्यापूर्वी त्या-त्या प्रश्नाचा सर्वांगीण अभ्यास करण्याचे पथ्य त्यांनी कधीच पाळले नाही. अभ्यासाचे आणि त्याचे नेहमीच वाकडे आहे. त्यामुळे अशा मोहिमांत ज्या अनेक समस्या निर्माण होतात, त्या सोडविण्याची त्यांची पात्रता नव्हती. मुख्यत: अशा मोहिमांत सरकारविरुद्ध भांडावे लागते, याचेच त्यांना भान नव्हते आणि मोहीम सुरू होताच ते हतवीर्य झाले आणि रणमैदान सोडून पळून गेले.

प्रथमत: दाक्षिणात्यविरोधी मोहिमेतून शिवसेनेचा जन्म झाला. तेव्हाही

ज्या दाक्षिणात्य लोकांशी मराठी मध्यमवर्गीय कारकून पेशाच्या माणसाला स्पर्धा करावी लागते, त्या असंतोषाचा तात्कालिक उपशम करण्यापलीकडे बाळ ठाकरे यांनी काही विचारच केलेला नाही. हे दाक्षिणात्य म्हणजे मुख्यत्वेकरून तमिळनाडूमधून ब्राह्मण-ब्राह्मणेतर वादातून हाकलले गेलेले मद्रासी ब्राह्मण होत. ते वस्तुत: महाराष्ट्रात कायमचे स्थानिक होण्यास आलेले आहेत. त्यांना मराठी संस्कृतीचा अंगीकार करावयास भाग पाडणे सहज शक्य आहे. ते आता तमिळनाडूमध्ये परत जाण्याची शक्यताही नाही. इतर अल्पसंख्य गट ज्याप्रमाणे एकमेकांना धरून राहतात, त्याप्रमाणे ते एकमेकांना धरून राहतात व एकमेकांना साह्यही करतात. जी मराठी माणसे परतप्रांतांत गेलेली आहेत, ती साधारणत: असेच धोरण स्वीकारतात. बाळ ठाकरे यांच्या समक्ष भेटीत दाक्षिणात्य लोकांचा प्रश्न मी त्यांना समजावून सांगितला होता आणि असेही म्हटले होते की, खऱ्या अर्थाने मराठी माणूस हा दाक्षिणात्यच होय. आपण महाराष्ट्रातले लोकसुद्धा पंचद्रविडांपैकी आहोत. दक्षिणी ब्राह्मण को-ऑपरेटिव्ह बँक ही मराठी लोकांची मुंबईतील बँक आहे. दाक्षिणात्यांची म्हणून एक निराळी संस्कृती आहे. तिचे आपणही वारसदार आहोत. अवघ्या दोनशे वर्षांपूर्वी महाराष्ट्राने परप्रांतात जाऊन तंजावर, मंगलोर, झाशी, ग्वाल्हेर, रामदुर्ग, जमखिंडी, इंदूर, धार, बडोदा, हैदराबाद या प्रांतांत मुलूखगिरी केली; राजवटी स्थापल्या आणि सर्व मराठी माणसांकडूनच तिथला शासन कारभार चालविला. तेव्हा तिथल्या लायक माणसांवर अन्याय करून मराठी माणसांनी मानाची पाने मिळवली. काळाचे पान आता फिरले आहे. त्यामध्ये एवढे संतापण्याजोगे काही नाही. स्वत:च्या प्रांतात आपण पुरेसे संघटित होऊ शकत नाही, पण यासाठी परप्रांतीयांवर राग धरण्यात अर्थ नाही. आपण संघटित व्हावे, आपल्या लोकांची पात्रताही वाढवावी व लोकशाहीतून निर्माण झालेल्या मराठी शासकांकडून मराठी माणसाला न्याय मिळवून द्यावा; म्हणजे आपला राग असलाच, तर नाईकांच्या राजवटीविरुद्ध असायला हवा. तो पोटार्थी दाक्षिणात्यांविरुद्ध नव्हे. बाळ ठाकरे यांना हे सर्व पटले होते. परंतु दाक्षिणात्य-द्वेषाचा त्याग करणे त्यांना परवडण्यासारखे नव्हते. नाईकांचे आणि ठाकऱ्यांचे साटेलोटे असल्यामुळे नाईक सरकारविरुद्ध आंदोलन करणे त्यांना कधीच परवडण्याजोगे नव्हते. परिणाम इतकाच झाला की, सरकारने थातूर-मातूर करून ऐंशी टक्के नोकऱ्यांचे काढलेले आज्ञापत्र तसेच कागदावर राहिले आणि उडप्यांचा द्वेष मात्र मराठी माणसाच्या मनात कायम राहिला आहे व तो अधून-मधून वळवळत बाहेर येतो.

पुढे दाक्षिणात्य-द्वेषाला श्री. ठाकरे यांनी अनेक रूपे दिली. अधून-मधून ते हिंदुत्वाची गर्जना करतात. शिवाजीचे आणि शिवतत्त्वज्ञानाचे गोडवे गातात. ढाल-तलवारीला तर त्यांनी शिवसेनेचे प्रतीक बनविले. पण शुद्ध हिंदुत्वविषयक भूमिका त्यांना कधी समजलीच नाही. दोन हिंदुत्ववादी विचारसरणींनी एकमेकांत भांडावे आणि हिंदुत्ववादाचा पराभव करणाऱ्याकडून पराजय स्वीकारावेत, अशीच आजपर्यंतची इतिहासाची साक्ष आहे. जनसंघाचे मुंबईतील नेते अदूरदर्शी आहेत; पण भारतीय जनसंघाची एकूण भूमिका तर निखळ राष्ट्रवादाची आहे ना? मुंबईतील स्थानिक नेत्यांशी झालेल्या स्थानिक कुरबुरीमुळे मानापमान मानून बाळ ठाकरे जेव्हा जनसंघाशी विरोध पत्करतात, तेव्हा त्यांच्या हिंदू मनाची कधी कधी शंका येते. जनसंघाशी पटो वा न पटो; पण स्वत:च्या पक्षाची हिंदुत्वविषयक मते त्यांनी घट्ट ठेवावयास काय हरकत आहे? क्षणभर असेही मानले की, मुंबईतील जनसंघनेत्यांनी बाळ ठाकरे यांचा काही अपमान केला, तरी आपली हिंदुत्वविषयक भूमिका बदलण्याचे कारण काय? सौदेबाजीच्या राजकारणात मूलभूत राजकीय प्रेरणा इरेला घालणे, हे तर्कशून्यतेचे लक्षण नाही का?

वस्तुत: शिवसेनेने परवाच्या निवडणुकीत स्वत:चाच उमेदवार उभा करायला हवा होता. मुंबई कॉर्पोरेशनमधील निवडणुकांत मिळालेल्या अमाप विजयाच्या पार्श्वभूमीवर कदाचित या लोकसभेच्या निवडणुकीत हार खावी लागली असती, तरी फार काही बिघडणार नव्हते. निवडणुकीत हार किंवा जीत यांना तसे फार महत्त्वही नाही. निवडणुकीच्या निमित्ताने प्रत्येक पक्षाला जनतेपर्यंत पोचता येते व आपल्या मतप्रणालींचा प्रसार करता येतो. परंतु दुर्दैवाने शिवसेनेला मतप्रणालीच नाही. वास्तविक, लोकसभेत शिवसेनेने जाण्यात काही प्रयोजन नाही. पण मराठी माणसाचा झेंडा दिल्लीत फडकविण्याचे स्वप्न शिवसेनाकारांनी एकदा पाहिले होते. त्या वेळेस शिवसेनेने लोकसभेत जाणे किती अगत्याचे आहे, हे ते हिरिरीने पटवून सांगत होते. लोकसभेत पाठविण्याच्या योग्यतेचा माणूस शिवसेनेजवळ नाही, असा तर प्रकाश आता बाळ ठाकऱ्यांच्या डोक्यात पडला नसेल? स्थानिक उद्देशातून निर्माण झालेली चळवळ भारतीय स्तरावर काम करू शकत नाही, हा अनुभव काही नवा नाही. पण हे समजण्यासाठी बाळ ठाकरे यांच्या आयुष्यातील पाच-सात वर्षं खर्ची पडावीत, हे त्यांच्या नेतृत्वाच्या लायकीचे शिफारसपत्र नव्हे काय?

या निवडणुकीत शिवसेनेने नेहमीप्रमाणे धरसोडीने वर्तन ठेवले. वैचारिक दृष्ट्या आपल्याला जवळचा उमेदवार कोण, याचा तरी थोडाफार विचार ठाकरे

यांनी करायला हवा होता. विक्रम सावरकर किंवा वसंतकुमार पंडित यांपैकी कोणाचीही निवड शिवसेनेने केली असती, तरी चालण्यासारखे होते. ज्या भाववाढीविरुद्ध शिवसेनेने मुंबईत रस्त्यावर रणसंग्राम केला, ती भाववाढ काही विक्रम सावरकर आणि वसंतकुमार पंडित यांनी केलेली नव्हती. भ्रष्टाचार, लाचलुचपत व वेंधळा कारभार करण्याची संधीच पंडितांना व सावरकरांना आजपर्यंत लाभलेली नाही. मात्र ज्या पक्षाने रामराव आदिकांना उभे केले आहे, तो पक्ष या सर्व भ्रष्टाचाराला– महागाईला जबाबदार आहे. एकमुखी सत्ता हातांत असूनही या सरकारला जनतेचे कोणतेही भले करता आलेले नाही. या सत्तेने गरिबी हटविण्याच्या निमित्ताने गरिबांनाच या जगातून हटविण्याचे ठरविलेले आहे. उपासमार झाल्यामुळे प्रक्षुब्ध झालेल्या जनतेवर हे सरकार गोळ्या झाडीत आहे. भाकरी देण्याऐवजी गोळ्या देत आहे. स्मगलर्स, काळाबाजारवाले, हातभट्टीवाले, जनतेची लुटालूट करून गब्बर होणारे धनिक– या सरकारच्या खास आश्रयाखाली आपले उद्योग करीत आहेत. या देशातील अनाचाराचे जे मूळ– भ्रष्टाचार– याची जाणीवपूर्वक वाढ करणारा हा पक्ष आहे. या सरकारच्या हातांत लष्कर, पोलीस, गुंड, अनीतिमान धनिकवर्ग या सर्वांची सत्ता आणि पैसा एकवटला आहे. याच सत्तेला कोणत्याही प्रकारे साह्यभूत होणे म्हणजे जनतेच्या दुःखात अधिक भर घालणे होय. परंतु बाळ ठाकरे यांना हा विवेक सुचण्याचे कारण नाही; दुःखाचे मूळ शोधून त्यावर इलाज करण्यापेक्षा तात्पुरती मलमपट्टी लावण्यावर त्यांचा विश्वास दिसतो. याच दृष्टीने ते सर्व राजकीय प्रश्नाची उकल करतात. कोणत्याही समस्येतील मूलगामी प्रश्न समजून घेण्याची त्यांची पात्रता नाही, हेच खरे. रामराव आदिकांना पाठिंबा देऊन जनतेच्या चालू असलेल्या शोषणात ते सहभागी झाले आहेत. काँग्रेसचा आणखी एक उमेदवार निवडून आल्यामुळे काँग्रेसचा कारभार अधिक चांगला आहे, असा निर्वाळा बाळ ठाकरे यांनी दिल्यासारखा होईल. याउलट, वसंतकुमार पंडित निवडून आले, तर जनतेचे दुःख काय आहे, हे प्रकट केल्याचे मतदारांना समाधान मिळेल (हा मजकूर छापला जाईपर्यंत निवडणुकांचे निकाल लागून गेलेले असतील); परंतु शिवसेनाकारांनी जनतेचा पक्ष सोडून सत्तारूढ पक्षात केलेला प्रवेश हा जसा त्यांना घातक आहे, तसाच त्यांच्या संघटनेलाही घातक आहे.

बाळ ठकारे म्हणतात की, कम्युनिस्टांना विरोध करण्यासाठी आपण आदिकांना पाठिंबा दिला. आता, ठाकरे, यांना वेड तर लागले नाही? आता

कम्युनिस्टांचा द्वेष करावयाचा, तर तो इंदिरा काँग्रेसचाच करावयास नको काय? कारण इंदिरा काँग्रेसमध्ये सर्व जुने-पुराणे कम्युनिस्ट घुसले असून, ते तेथे कम्युनिस्ट राजकारण करत आहेत. डांगे यांनी आपल्या कन्येला उभे करून कम्युनिस्टांच्या स्वतंत्र अस्तित्वाचे प्रदर्शन केले आहे. तसे ते त्यांना करायलाच हवे आणि त्या देखाव्यात बाळ ठाकरे यांच्यासारखे अडाणी नेते फसतात. आता इंदिरा काँग्रेस आणि कम्युनिस्ट पक्ष यांत फरक तो काय आहे? पण कम्युनिस्टविरोधासाठी आदिकांची निवड म्हणजे, विंचवाला सोडून सापाची सोबत– हे आमच्या बाळ नेत्याला कसे कळू नये?

खरे तर अशा नेत्याला त्यांच्या अनुयायांनी त्यांच्या स्थानावरून भिरकावून कचऱ्याच्या पेटीत टाकले पाहिजे. आपली चळवळ चालविण्याचे सामर्थ्य न उरल्यामुळे बाळ ठाकरे विचलित झालेलेच आहेत. कोणतीही संघटना दीर्घकाळ चालवायची, म्हणजे तिला घट्ट कार्यक्रम व नैतिक अधिष्ठान असलेच पाहिजे. दुर्दैवाने बाळ ठाकरे यांच्याजवळ जसे वैचारिक दारिद्र्य आहे तसेच, बौद्धिक पंगुत्वही आहे. त्यामुळेच त्यांच्या हातून असले अविवेकी निर्णय घेतले जातात. असे शेकडो निष्ठावंत अनुयायी लाभणे, ही कोणत्याही नेत्याला अभिमानाची गोष्ट वाटायला हवी. पण आपल्या अनुयायांच्या इमानाची फेड इतक्या कृतघ्नपणे करणारा नेताही विरळाच म्हणायला पाहिजे... शिवसेनेच्या विराट शक्तीचे वास्तविक सचिवालयात बसणाऱ्या बदमाशांच्या टोळीला भय वाटायला हवे. पण बाळ ठाकरे यांच्या नादानपणाने स्वाभिमानी शिवसैनिकाला काँग्रेसच्या समारंभात जाजमे घालण्याचे अन् जोडे संभाळण्याचे काम करावे लागणार आहे. एक तर शिवसैनिकांनी या सेनापतीची वस्त्रे काढून घेऊन त्याला नागडे करावे, नाही तर काँग्रेस पक्षाच्या सभांत व कार्यालयांत स्वयंसेवकांचे काम करावे.

परंतु शिवसैनिक ही संधी फुकट घालविणार नाहीत, अशी मला आशा आहे. शिवसैनिकांनी शिवाजीराजांच्या पुढे नम्र व्हावे अन् अफझालखानाचा कोथळा बाहेर काढावा, हेच त्यांना साजेसे आहे. सूर्याजी पिसाळाचे काम करणाऱ्या बाळ ठाकरे यांना चांगला धडा शिकविला पाहिजे– आणि तोही त्यांच्याच अनुयायांनी! मराठी-मराठी असा नुसता घोष करून महाराष्ट्राचा कणा उंच होणार नाही. ठाण्याच्या एक नगरसेवकाला गाढवावरून धिंड काढण्याची धमकी एकदा सेनापतींनी दिली होती. अपराध कोणीही केला, तरी शिक्षा तीच असते– हा रामशास्त्री बाण्याचा न्याय महाराष्ट्राने जोपासला आहे. या पक्षद्रोहाच्या अपराधाला शिक्षा कोणती, हे तर सेनापतीच बोलून चुकले आहेत. त्या अपराधाला

शिक्षा देण्याचे काम त्यांच्या अनुयायांनीच करायला नको काय?

शिवसेनेने कात टाकून नवा नेता शोधला पाहिजे. या कामी सेनापती आपली जमविलेली संपत्ती इरेला घालतील. काही इमानी शिवसैनिकांना चुकीचे मार्गदर्शन करतील व इमान मागतील. या कामी त्यांचा खरा भरवसा आहे तो मुंबईच्या पोलिसा खात्यावर. परवा पत्रकारदिनाच्या दिवशी शरद पवारांच्या गाडीतून बाळ ठाकरे सुरक्षितपणे घरी परत गेले. आता लोकांची साथ सुटल्यावर शरद पवारांना त्यांचे रक्षण करणे क्रमप्राप्त आहे. अश्वत्थाम्याच्या डोक्यावरील चिरंजीवित्वाचा मणी काढून घेतल्यावर अश्वत्थामा जगभर तेल मागीत हिंडत असतो, असे म्हणतात. आता शिवसैनिक-प्रेमाचा मणी ठाकऱ्यांच्या मस्तकावरून गळून पडला आहे; तेव्हा त्यांनाही पोलीससंरक्षणाचे अभय मागत मुंबईत वावरले पाहिजे.

(२० जानेवारी, १९७४)

-०-०-०-

८

अराजकाच्या दिशेने जलद वाटचाल

गुजरातेत सत्तारूढ काँग्रेस पक्षाला लोकक्षोभाला बळी पडून सत्तास्थाने सोडावी लागली आहेत, हा लोकशाहीचा एक प्रकारे विजयच म्हटला पाहिजे. भ्रष्ट कारभार, सदोष वाटप आणि दिरंगाई यांमुळे जनतेचे जीवन दु:सह झाले होते. गुजरातसारख्या शांत प्रवृत्तीच्या राज्यातही जनतेच्या प्रक्षुब्धतेला वाचा फोडण्यासाठी युवकांनी पुढाकार घेतला व गुजरातचे मंत्रिमंडळ कोसळवून दाखविले, हे अभिमानास्पद मानले पाहिजे. गुजरातमध्ये असे काही घडेल, अशी कोणालाही कल्पना नव्हती. अहिंसेचा जप करणाऱ्या गांधींजींचे हे राज्य. गोड बोलून व्यापार करणाऱ्या बनियांची भूमी. शांतपणे सुखासीन जीवन जगणाऱ्या राजस प्रवृत्तीच्या लोकांचा हा देश. पण याही देशात जनताक्षोभाचे रौद्र दर्शन घडले आणि त्या आगीत केवळ गुजरातचे मंत्रिमंडळ होरपळून निघाले असे नाही, तर काँग्रेस पक्षाची उरलीसुरली अब्रूही चव्हाट्यावर आली आहे.

या चळवळीमागे जनसंघ आहे, असे काँग्रेस पक्षाने जाहीर केले आहे; ते खरे आहे किंवा नाही याचा पडताळा घेण्याची गरज नाही. पण ते खरे आहे असे मानले, तर काँग्रेसची मंत्रिमंडळे जनसंघ उधळू शकतो, हे सत्य पत्करावे लागेल. जनसंघाची प्रतिमा दिवसेंदिवस उजळत आहे. इंदिराजी आणि त्यांचे चेले यांनी जनसंघाला प्रतिगामी आणि जातीय ठरविण्याचा खूप प्रयत्न करून पाहिला आहे; परंतु गुजरातच्या जनतेला तसे वाटत नसले

पाहिजे. जनसंघ मंदगतीने का होईना, परंतु जनतेचे लढे संघटित करू लागला आहे, ही गोष्ट नाकारण्यात अर्थ नाही. हा वेग जसजसा वाढत जाईल तसातसा काँग्रेस पक्षाला हादरा बसत जाईल. ही चळवळ जर गुजरातमधे होऊ शकते, तर भारताच्या कोनाकोपऱ्यांत कोठेही होऊ शकेल. ही ज्योत विझू देता काम नये. जे प्रश्न गुजरातमध्ये होते, त्यांहूनही अधिक बिकट प्रश्न इतर प्रांतांत आहेत. याचाच अर्थ सर्व ठिकाणच्या काँग्रेस मंत्रिमंडळांच्या आसनाखाली असंतोषाचे बाँब ठेवलेलेच आहेत; त्यांचा स्फोट केव्हाही होईल. महाराष्ट्रात तशा दिशेने हालचालही सुरू झाली आहे.

असंतोषाचा अग्नी पेटविण्याचे साधे आणि सोपे तंत्र आहे. प्रथमतः काँग्रेस पक्षाचे डोके भडकेल अशा तऱ्हेने संप, मोर्चे यांचे सत्र चालू करावयाचे. काँग्रेसजनांना रस्त्यावरून फिरू देणे मुश्किल करावयाचे. सत्तारूढ पक्ष स्वपक्षातील गुंडांच्या साह्याने, जनतेच्या ह्या असंतोषाला उत्तर देऊ लागतो. गोळीबार, लाठीमार, आव्हाने-प्रतिआव्हाने यांचे सत्र मग सुरू होते. स्वतःची प्रतिमा उंच ठेवण्यासाठी व स्वतःची लोकप्रियता सिद्ध करण्यासाठी जनतेच्या चळवळी मोडून काढण्याचा विचार मंत्र्यांच्या व काँग्रेस पुढाऱ्यांच्या मनात शिरला, म्हणजे मग प्रक्षुब्ध जनता अधिकच प्रक्षुब्ध बनत जाते. निरपराध नागरिकांवर अन्याय होत राहतो. हवा तापू लागते. लुटालुटी, जाळपोळी, दगडफेक यांनाही बहर येतो. राज्यकारभारावरील काँग्रेसची पकड सुटू लागते आणि मग मंत्रिमंडळाच्या अस्तित्वाला अर्थ राहत नाही. जनतेपुढे सत्ता शरण येते. पोलीस किंवा लष्कर निरपराध लोकांवर गोळीबार करण्यास फारसे खूश नसतातच. जनतेचा असंतोष सत्ताधीशांना बुडवून टाकतो. हे सारे चित्र फार कल्पनारंजित नाही. हे सहज शक्य आहे, आणि हे क्रमाक्रमाने घडणारही आहे. अशा तऱ्हेच्या उद्रेकाला जातीय वा धार्मिक स्वरूप देण्याचा शासन नेहमीच प्रयत्न करते. यासाठी मात्र सावध राहिले पाहिजे. मंत्र्यांना मूर्ख व बेताल भाषणे करावयास भाग पाडले पाहिजे. मंत्री हळूहळू या सापळ्यात सापडतात.

परवा धारियांसारखा शांत वृत्तीचा नेता लोकांच्या उपद्रवामुळे जनतेची माथे भडकवणारी ठिणगी टाकून गेलाच आहे. दंगल झालीच, तर त्याचे उत्तरदायित्व धारियांकडे जाणार, हे उघडच आहे. पुण्याचे तरुण तडफदार महापौर यांनी धारियांना सळो की पळो करून सोडले, याचा बदला म्हणून ते म्हणे महापौरांनाही सभा घेणे अशक्य करून सोडणार आहेत. जनक्रांतीच्या दिशेने त्यांचे वक्तव्य फार उपकारक ठरणार आहे. त्यांनी तोल सोडला आहे,

त्याचा आपण फायदा करून घेतला पाहिजे. आरोळ्या, निषेधदर्शक फलक, फार तर चार दगड यांच्याविरुद्ध लाठ्या, बंदुका, अश्रुधूर यांचे हे युद्ध आहे. ज्यांच्या पोटात भाकरी नाही, त्यांना जुलमी राजसत्तेचे मुळीच भय नसते. ज्यांच्याजवळ गमावण्यासारखे काही नसते, त्यांना सर्वार्थाने समाजाला लुटलेल्या पक्षापासून कोणतेच भय नसते. ही लढाई विषम आहे; तरीही अन्नाची मागणी बंदुकांच्या गोळ्यांनी रोखता येणार नाही. सरकारचे डोके ठिकाणावर नाही, इतकेच. पण ते ठिकाणावर आणायला आता फारसा उशीर नाही.

काँग्रेस पुढाऱ्यांचा आणि जनतेचा संबंध आता उरलेलाच नाही. उद्घाटक किंवा अध्यक्ष म्हणून येण्यासाठी पुढे-मागे पोलिसांचा ताफा बाळगून मंत्री आणि पुढारी हाराला व स्तुतीला इतके सोकावलेले आहेत की, समाजातील साधे अन् सोपे प्रश्न समजण्याची क्षमता त्यांच्याजवळ राहिलेली नाही. आपले सगेसोयरे आणि खुशमस्करे यांच्या कोंडाळ्यात ते रात्रंदिवस असतात. स्वत:ची, स्वत:च्या परिवाराची व तथाकथित (!) काँग्रेस कार्यकर्त्यांची ऐहिक समृद्धी कशी होईल याची ते खलबते करीत असतात. जनतेत मुक्तपणे हिंडण्या-फिरण्याचे त्यांनी कधीच सोडून दिले होते, त्यामुळे जनहिताचे त्यांचे भान त्यांनी गमावलेले आहे. आज त्या सर्व पुढाऱ्यांना सचिवालयाच्या दगडी भिंतींत किंवा ठिकठिकाणच्या काँग्रेस हाऊसमध्ये घेराव करून कोंडून ठेवण्याचे ठरविले म्हणजे खरे तर नवे काही केलेलेच नाही. हे सारे काँग्रेसवाले स्वार्थासाठी का होईना, पण समाजापासून अलग वावरत होतेच की. केवळ हारतुरे स्वीकारण्यासाठी येणाऱ्या काँग्रेस पुढाऱ्यांचे हारतुरे आज बंद झाले आणि प्रसंगी दगड, वहाणा मिळू लागल्या– एवढाच काय तो फरक! परकीय असणारे इंग्रज सरकारसुद्धा या समाजाशी जेवढे एकरूप झाले होते, तेवढे आपले स्वतंत्र झालेले सरकार आता होऊ शकत नाही. काँग्रेस सरकार सामाजिक भान हरवून बसले आहे. या समाजात जी-जी नवी दु:खे निर्माण झाली आहेत, त्या दु:खांचे मूळ कारण काँग्रेस संघटनेतील खालच्या स्तरापासून ते वरच्या स्तरापर्यंत भ्रष्टाचाराचे झालेले उदात्तीकरण होय. पाच-पंचवीस वर्षांत कोणताही व्यापार-उदीम न करता यांनी एवढ्या प्रचंड इस्टेटी निर्माण केल्या कोठून? आवश्यक त्या साऱ्या वस्तूंच्या वाटपाचे व निर्मितीचे परवाने याच लोकांनी कोणत्या मार्गांनी मिळविले? लोकहितासाठी सरकारने जो कोट्यवधी रुपयांचा खर्च केला, तो नेमका काँग्रेस पक्ष कार्यकर्त्यांच्या घरी जाऊन कसा पोचला? इंडियन पीनल कोडातील सारी गुन्हेगारीविषयक कलमे या पक्षाने गीतेप्रमाणे स्व-आचरणाने निरुपद्रवी कशी केली, हे तपासण्याची

वेळ जवळ आली आहे.

हा पंचवीस वर्षांचा जमाखर्च आता काँग्रेस पक्षाला चुकवायचा आहे. स्वातंत्र्याच्या पहिल्या ऊर्मीत जनतेने भाबडेपणाने जे-जे हार यांच्या गळ्यात घातले, त्या प्रत्येक हारागणिक एक प्रहार त्यांच्या तुंदिलतनु शरीराला सहन करावयाचा आहे. अज्ञानी व अडाणी शेतकऱ्यांच्या इमानाला आवाहन करीत यांनी आपल्या इमानाचे चौथरे बांधले आहेत. त्या चौथऱ्यांची वीट न् वीट आता खिळखिळी व्हावयाची आहे. स्वातंत्र्य-लढ्यातील सारे पुण्य आता संपले आहे, त्यागी आणि सेवाभावी अशा गेल्या पिढीतील कार्यकर्त्यांचा पुण्यसंचय केव्हाच उडून गेला आहे. आज सारा रस्ता पापाने बरबटला आहे. एक तर स्वच्छ आणि नव्या जीवनासाठी बरबटलेली अंगे त्यांनी स्वच्छ केली पाहिजेत आणि स्वतंत्र देशातील स्वार्थरहित सेवकाची भूमिका स्वीकारली पाहिजे; नाही तर आपणच निर्माण केलेल्या पापाच्या कर्दमात स्वत:ला गाडून घेतले पाहिजे.

कोणत्याही राजकीय कार्यकर्त्याला राजकीय असंतोषापासून दूर पळता येत नाही. बंदुकीच्या गोळ्या हे असंतोषाला उत्तर नाही. जनतेपासून पळून जाणारा नेता अखेरीस असंतोषापासून दूर जाऊ शकत नाही, तर त्या असंतोषाचा पहिला बळी ठरतो. अजूनही आपला समाज संयमी आहे. हिंसाचार त्याला मनापासून आवडत नाही. एकदा का रक्ताचे भय गेले की, मग या शांत भूमीत रक्ताच्या नद्या वाहतील. म्हणून काँग्रेस पक्षाला आमूलाग्र परिवर्तन केले पाहिजे. आपली राहणी बदलली पाहिजे. श्रीमंती आणि वैभव यांचा सोस सोडला पाहिजे. आलिशान गाड्या आणि उंच प्रासाद यांचा त्याग केला पाहिजे. त्यांचे आणि जनतेचे नाते तुटलेले आहे, ते त्यांनी पुन्हा जोडले पाहिजे. जी कधीच प्रत्यक्षात येणार नाहीत, अशी खोटी आश्वासने व शेख महंमदी स्वप्ने त्यांनी जनतेला देता कामा नयेत. जेथे जेथे प्रत्यक्ष असंतोष निर्माण होतो तेथे तेथे धोका पत्करून स्वत: हजर राहिले पाहिजे. जनतेचेच अन्न स्वत: खाल्ले पाहिजे. गरीब देशाला शोभेल असेच स्वत:चे व राष्ट्राचे जीवन घडवले पाहिजे.

जनतेच्या कित्येक मागण्या स्थानिक पातळीवर सुटण्यासारख्या असतात, त्या त्वरित तिथल्या तिथे सोडवून असंतोषाचा अंगार तिथल्या तिथे विझवला पाहिजे आणि जनतेबरोबर स्वत: चालत जाऊन उरलेल्या मागण्या स्वत:च पुऱ्या करून घेतल्या पाहिजेत. पक्षीय स्वार्थासाठी कामगारांचा, अल्पसंख्याकांचा, भ्रष्ट व्यापाऱ्यांचा कोणत्याही तऱ्हेने अनुनय करता कामा नये. एकदा लोकांशी नाते जडले की, या अल्पसंतुष्ट जनतेला सुखी करणे तेवढे कठीण नाही, हे ध्यानात

येईल. फक्त त्यासाठी सत्तेचा मद सुटला पाहिजे, पक्षीय स्वार्थ सुटला पाहिजे आणि पुढारीपणा हा धंदा नसून तो एक धर्म आहे याची जाणीव झाली पाहिजे. पक्षाचे भोंगळ स्वरूप लहान झाले तरी चालेल, परंतु लोकांना लुटणाऱ्या पुढाऱ्यांची ताबडतोब हकालपट्टी केली पाहिजे. अशा भ्रष्ट पुढाऱ्यांमुळे निवडणुका जिंकणे सोपे जात असले, तरी पक्षाला प्रतिष्ठा राहत नाही. आज काँग्रेसवाला म्हणवून घेण्यात कोणालाही अभिमान वाटेनासा झाला आहे, कारण पंचवीस वर्षांच्या पापाच्या डोंगरावर उभे राहून लोकांच्या असंतोषाचा मारा सहन करणे भेकड आणि स्वार्थी पुढाऱ्यांना अशक्य होत चालले आहे.

पण हे सारे परिवर्तन होईल काय? काँग्रेसला परिवर्तनाची गरज वाटते आहे काय? की, पुन्हा ही असंतोषाची लाट संपेल आणि आपले राज्य निष्कंटक होईल, अशा भ्रमात ते आहेत? महाराष्ट्रातील चारही जागा त्यांनी गमावल्या, याची त्यांना काहीच लाज वाटत नाही काय? गुजरातेतील मंत्रिमंडळ पाहता-पाहता कोसळले, याचीही काही शरम त्यांना वाटत नाही काय?

काँग्रेस पक्षाला पर्यायी पक्ष जर आज असता, तर हे सारेच प्रश्न उपस्थित करण्याची गरजच नव्हती. पण कोणतेच पक्ष आज देशाचा वा एखाद्या राज्याचा कारभार ताब्यात घेण्याची शक्यता दिसत नाही. संयुक्त मंत्रिमंडळाचा इतिहास फारसा शोभादायक दिसत नाही. तेव्हा काँग्रेस पक्षालाच हे कार्य करावे लागणार आहे. आज काँग्रेस पक्षाला हिंदू धर्माप्रमाणे सबगोलंकारी भोंगळ स्वरूप आलेले आहे. ज्यांचा काँग्रेसच्या राजकारणावर विश्वास नाही, असे लोक सत्तेच्या लोभाने काँग्रेसमध्ये चिकटून आहेत व निवडणुकीच्या लोभाने काँग्रेस पक्षाने त्यांना सांभाळून घेतले आहे. असे निष्ठाशून्य कार्यकर्त्यांचे गाठोडे लोकांचा विश्वास गमावून बसले, तर त्यात काहीच नवल नाही. संख्याबळापेक्षा तत्त्वांचे अधिष्ठान हेच पक्षाला उपयोगी पडते. आपल्या पक्षाच्या परिवर्तनाप्रमाणेच विरोधी पक्षालाही वाढू देणे आपल्या फायद्याचे आहे, हेही काँग्रेसने ध्यानी ठेवावे. कारण सबळ विरोधी पक्ष हा अवनतीला लागलेल्या काँग्रेस पक्षाला धाकात ठेवून तत्त्वच्युतीपासून वाचवू शकतो. आपल्या देशाचा राज्यकारभार व वंशपरंपरा आपल्याकडे निरंतर राहणार आहे, ही भावना कार्यकर्त्यांत राहू दिली तर साराच पक्ष बेदरकार व मुजोर बनतो. आज काँग्रेस पक्ष अशाच चुकीच्या दर्पाने वावरत आहे. लोकशाहीच्या या अभूतपूर्व प्रयोगात चिरंतन सत्ता– सत्तेचे राजकारण– राजकारणाचे भ्रष्टीकरण हे घातचक्र आहे. म्हणूनच या देशात एखादा प्रबळ पक्ष निर्माण होऊ देणे, त्याला सन्मानाने वागविणे याची अत्यंत गरज आहे. वैचारिक

दृष्ट्या छोट्या-मोठ्या पक्षांनी जवळच्या पक्षात विलीन व्हावे, हेही निकोप लोकशाहीच्या दृष्टीने आवश्यक आहे. दुसऱ्याच्या मताबद्दल असहिष्णुता हा लोकशाहीचा पहिला शत्रू आहे. ज्या-ज्या ठिकाणी लोकशाही अस्तित्वात आहे, तिथे उच्च पातळीवरील नेत्यांत का होईना, पण सभ्यतेचा करार पाळण्यात येतो. आपल्या देशात इंदिराजींपासून रजनी पटेलांपर्यंत काँग्रेसचे सर्व लहान-थोर नेते अन्य पक्षांच्या पुढाऱ्याबद्दल ज्या तऱ्हेने बोलत असतात, ती तऱ्हा लोकशाही राजकारणात बसत नाही. हे पथ्य विशेषत: सत्तारूढ पक्षाने आधी पाळायला हवे, मग अन्य पक्षही ते पाळतील. गढूळलेले राजकीय वातावरण उदार भूमिकेने सुधारण्यास पुष्कळच उपयोग होईल आणि मग प्रांता-प्रांतांत असणाऱ्या लहान-मोठ्या सत्तांची बांडगुळे फारशी उपद्रवकारक ठरणार नाहीत. विरोधी पक्षांच्या फायद्यासाठी पर्यायी पक्षाची निर्मिती या घडीला आवश्यक आहे.

पण हे सारे लोकशाहीवर खरे प्रेम असले, तरच ना? लोकशाही बुरख्याखाली पक्षीय सत्ता कायम टिकविण्याचा मनसुबा असेल, तर काँग्रेस पक्षाचे शुद्धीकरणही होणार नाही आणि परिवर्तनही होणार नाही अन् लोकशाहीही टिकणार नाही. आहे या परिस्थितीची अखेर फक्त अराजकात होईल.

–आणि त्याची वाटचाल सुरू झाली आहे.

(२४ फेब्रुवारी, १९७४)

-०-०-०-

९

हिंसात्मक क्रांतीचा प्रयोग

जयप्रकाश नारायण हे मूळचे समाजवादी आणि नंतरचे सर्वोदयवादी नेते. शांततामय लोकशाहीवर त्यांची नितान्त श्रद्धा. सन १९४२ च्या चळवळीत जी काही हिंसा त्यांच्या किंवा त्यांच्या सहकाऱ्यांच्या हातून घडली असेल, तेवढीच. एरवी संयम, शांतता आणि विवेक या मार्गावर त्यांचा अपार विश्वास. मार्क्सचे तत्त्वज्ञान समाजवादी चळवळीने पुरेपूर पचविले असले तरी त्याच्या अंमलबजावणीसाठी लागणारी दंडसत्ता त्यांना मुळीच मंजूर नाही. लेनिन वा स्टॅलिन यांनी समाजक्रांतीच्या प्रयोगात रक्ताचे पाट वाहविले, त्यामुळे सर्व सामाजिक क्रांतीच्या प्रयत्नांत त्यांनी गांधीवादात आधार शोधला. भारतातील समाजवादी चळवळीचे जे हसे झाले, ते ह्या दोन विसंगत गोष्टी एकत्र आणण्यामुळेच. गांधीवादातील साधुत्व, देवत्व, नीतिवाद, संयम आणि व्रतस्थपणा यांना बरोबर घेऊन समाजाचे परिवर्तन करावयाचे प्रयत्न ज्यांनी केले; त्यांच्या पदरी वैफल्य व अपयश आले आहे, असे इतिहास सांगतो. कोणताही सामाजिक बदल घडविण्यासाठी काही कठोर दंडयोजना स्वीकारावी लागते. दंडयोजनेच्या अभावी क्रांतितत्त्वविरोधी तत्त्वे बळावू लागतात. त्यामुळे समाजात इष्ट बदल होण्याऐवजी प्रतिगामी शक्ती अधिक घट्ट होऊन वाढीस लागतात, प्रस्थापित समाजवादाची खोटी वस्त्रे अंगावर घेतात व त्यांना रोखण्याची कोणतीही यंत्रणा नसल्यामुळे त्या प्रतिगामी शक्ती समाजवादाला नामोहरम करतात. आज तरी भारतातील समाजवादी चळवळी

धनिकांच्या ताब्यात गेल्या आहेत आणि खरे तपस्वी, समाजवादी अंधारात चाचपडत समाजातील एखाद्या कोपऱ्यात दिवस कंठीत आहेत.

समाजवादाच्या भ्रष्ट स्वरूपाला कंटाळून सामाजिक क्रांतीचे काम सोडून अनेक समाजवादी पुढारी संन्यस्त वृत्तीने समाज-पराङ्मुख होऊन अन्य चळवळींत शिरले होते. परंतु आजच्या समाजाचे दैन्य त्यांना परत सामाजिक क्रांतीच्या पायवाटेवर खेचून आणीत आहे. जयप्रकाशजी आपले राजकीय कार्य सोडून सर्वोदयात शिरले होते. जेव्हा समाजवादी चळवळींना त्यांची खरी गरज होती, तेव्हा त्यांनी राजकीय संन्यास घेतला आणि निरुपद्रवी निरर्थक भूदान योजनेत ते सामील झाले. समाजवादी विचारसरणीत हक्क-कल्पनांना जो उचित अर्थ आहे, तो दान-कल्पनेला नाही याचाही त्यांना विसर पडला. समाजवादी चळवळीतील लोकरंजनाचा उपयोग करून काँग्रेस पक्षाने जनहितविरोधी व समाजवादविरोधी भूमिका स्वीकारून या समाजाला विनाशाच्या गर्तेपाशी आणून ठेवले, तेव्हा आपल्या सर्वोदयी झोपेतून जयप्रकाश जागे झाले आहेत. तोपर्यंत समाजवादी चळवळीची झालेली पीछेहाट आणि सहकाऱ्यांतील नैराश्यवृत्ती याचा विचार न करता त्यांनी आज बिहारमध्ये भ्रष्ट शासनमुक्तीच्या आंदोलनास आरंभ केला आहे. ही त्यांची जाग त्यांना जरी उशिरा आलेली असली, तरी भारतासारख्या अंधयुगात चाचपडणाऱ्या देशात तो एक मिणमिणता प्रकाश आहे, हे लक्षात घेऊन त्यांच्या चळवळीची दखल घेतली पाहिजे. एवढ्या शुद्ध चारित्र्याचा विचारवंत नेता आयुष्याच्या अखेरीस का होईना, पण शासनविरोधी असे एक दिव्य आवाहन स्वीकारू शकतो, एवढा आधारसुद्धा आजच्या या भयग्रस्त वातावरणात पुरेसा आहे.

गेल्या वीस-पंचवीस वर्षांतील राजकीय वाटचालीत आपण लोकांचे काय काय बरे केले, देशाच्या समस्या कितीशा हलक्या केल्या, ठरविलेली कोणकोणती उद्दिष्टे गाठली, सुव्यवस्थित चालणाऱ्या शासकीय यंत्रणेला आपण किती भ्रष्ट केले, ज्या स्वातंत्र्यासाठी आपण हुरळलो होतो ते आपण कितीशा झोपड्यांत वा घरांत पोहोचविले, श्रीमंतांची श्रीमंती किती वाढली आणि गरिबांची गरिबी किती हटली, भारतीय नागरिकांचा आत्मविश्वास कितीसा वाढीला लागला– या सर्वांविषयी आपण एकदा जमा-खर्च मांडायला हवा. या जमा-खर्चात आपल्या पदरी निराशाच येईल. याचे कारण, माणसाच्या स्वाभिमानाची किंमत आपण करू शकलो नाही. जास्तीत जास्त लोकांत परस्परांविषयी अविश्वास आणि वैर निर्माण करण्यात मात्र आपण यशस्वी झालो आहोत.

मिळेल त्या संधीचा स्वार्थासाठी उपयोग करणारा एक कोडगा आणि मतलबी समाज निर्माण होण्यात या साऱ्याचे पर्यवसान झाले आहे. केवळ मंत्री भ्रष्ट आहेत असे नव्हे, तर सत्तेचे प्रत्येक स्थान भ्रष्ट झाले आहे. निवडणुकांनी भ्रष्टाचाराला फारच मोठे उत्तेजन दिले आहे. श्रम करून पैसा मिळविण्यापेक्षा योग्य ती संधी साधून व दुसऱ्यास खिंडीत गाठून पैसा मिळविणे सोपे वाटू लागले आहे. समाजाचे सारेच घटक या पद्धतीने जीवन जगण्यात प्रवीण झाले आहेत. समाजाचा विचार तर राहोच, पण शेजाऱ्याचाही विचार करण्याची आवश्यकता कुणाला वाटत नाही. पैसा हे केवळ विनियोगाचे साधन राहिले नसून सत्तेचे, प्रतिष्ठेचे, नावलौकिकाचे व कौतुकाचे एकमेव साधन बनले आहे. पैशाने सेवा, बुद्धिमत्ता या तर विकत घेता येतातच; पण इमान, पातिव्रत्य, घरंदाजपणा आणि लौकिक हेही विकत घेता येतात. पापे पवित्र होतात. पैसा कोठून मिळवला यामुळे पैशाची महती कमी होत नाही. साऱ्या समाजाचे रक्त या पापी पैशाने नासलेले आहे. केवळ थातूरमातूर प्रयत्नाने समाज सुधारू शकेल काय? लोकशाही मार्गाने, नीतीच्या शिकवणुकीने, त्यागाच्या गर्जनेने या समाजाचे परिवर्तन शक्य आहे काय?

लोकशाही एवढ्यासाठी निरर्थक ठरली आहे. लोकशाहीतील सारे दुर्गुण प्रकर्षाने जागे झाले आहेत. लोकरंजनातून लोकशिक्षण अशक्य झाले आहे. कोणतीही सामाजिक भावना स्वीकारण्याची तयारी नाही; केवळ मताचा हक्क म्हणजे लोकशाही नव्हे. लोकशाहीत एका सामाजिक सुसंस्कृत मनाची अपेक्षा आहे. ते मन शोधू म्हटले तरी सापडत नाही, हे आजचे मुख्य दुर्दैव आहे.

या प्रचंड जनसमुदायाला सामाजिक मन नसणे, हे केवढे प्रचंड संकट आहे याची आपण कल्पनाच केलेली बरी. हे सामाजिक मन निर्माण करण्यासाठी धर्माचा वा नीतीचा आता उपयोग होणार नाही. अजूनही माणसाला मृत्यूचे भय आहे, शरीरछळाचे भय आहे, सुख-स्वास्थात व्यत्यय येण्याचे भय आहे; तोपर्यंतच सामाजिक मन घडविणे शक्य आहे. हा अशिक्षित, अडाणी, अप्रबुद्ध समाज लहान मुलासारखा आहे. त्यातून आदर्श माणूस निर्माण करू म्हटले, तर ते शक्य आहे. प्रलोभनाने, परिवर्तनाने आणि त्यानेही जमले नाही तर दंडशक्तीने त्या मातीच्या गोळ्यांना आकार देता येईल. ज्यांचा हृदय-परिवर्तनावर विश्वास होता, त्यांनाही तो मार्ग निरुपयोगी वाटू लागला आहे. जयप्रकाश नारायण हे स्वतः शांततावादी, अहिंसावादी असूनही त्यांनीही अखेर असे सांगितले आहे, "देशात आज इतकी भयंकर असह्य परिस्थिती निर्माण झाली आहे की, ज्यांचा

हिंसात्मक क्रांतीवर विश्वास आहे, त्यांनी तो प्रयोग अवश्य करून पाहावा." लोकशाहीला लागलेली अखेरची घरघर जयप्रकाशांच्या उद्‌गारातून आज व्यक्त झाली आहे. ज्याचा उभा जन्म लोकशाहीमय अहिंसावादी चळवळीत गेला, त्यानेही अखेरीस हिंसात्मक क्रांतीची शिफारस करावी, ही लोकशाहीच्या पराभवाची कबुली आहे.

लोकशाहीला पर्याय नाही, असे समजणाऱ्या विचारवंतांनी या थोर समाजवाद्याची अखेरची केविलवाणी हाक ऐकावी. पराभवाची कबुली देण्यात त्यांचा जसा मोठेपणा आहे, तसाच सर्व समाजवाद्यांना सावधगिरीचा इशारा आहे. शांततेशी शांततेने लढता येते, परंतु छुप्या हुकूमशाहीशी लढताना लोकशाही अपुरी आहे. आज समाजवादाच्या बुरख्याखाली एक पोलिसी राज्य इंदिरा गांधीं चालवीत आहेत. भ्रष्ट शासन टिकवावयाचे असेल, तर भ्रष्टाचाराला संरक्षण द्यावे लागते. इंदिराजींच्या राज्यात समाजाला टोचा मारणारे, लुटणारे, नाडणारे असे सर्व भ्रष्ट उद्योगपती, सरकारी पोलीसयंत्रणा आणि लहान-थोर दादालोक यांना संपूर्ण अभय आहे. लोकशाहीने इंदिराजींची राजवट उडवता येणे अशक्य कोटीतील गोष्ट आहे, समाजवादी वाटचाल करून जयप्रकाशजी तर थकले आहेत; ज्या कोणाला या देशात आमूलाग्र क्रांती हवी असेल, त्यांचे रस्ते निराळे असतील, हे सांगण्याची आता गरज नाही.

(२१ जुलै, १९७४)

-०-०-०-

१०

विरोधकांचा पहिला विजय

गुजरातमधील निवडणुका व आणीबाणी ह्या दोन कारणांसाठी गुजरातमध्ये वयोवृद्ध नेते मोरारजी देसाई प्राणांतिक उपोषण मांडून बसले होते, तेव्हा गेल्या अंकात 'खुदा हाफिज, मोरारजी' असे म्हणून आम्ही त्यांना निरोपही दिला होता. मोरारजी हे हटवादी गृहस्थ आहेत, हे तर विख्यात आहेच; परंतु इंदिराजीही त्याहून अधिक हटवादी आहेत, असा लोकभ्रम प्रचलित होता. इंदिराजी बोलतील ते करून दाखवतील, ठरवतील त्याला गादीवरून खेचतील, हव्या त्या माणसाला मंत्रिपद देऊ करतील, कुणालाही न जुमानता हवे ते चित्तथरारक निर्णय घेऊ शकतील असेच आपण सर्व जण मानीत होतो. त्यांची सद्दी जोरावर आहे. जगजीवन रामबाबू व यशवंतराव चव्हाण ह्या दोन्हीही नेत्यांच्या लोकप्रियतेची हवा काढून घेण्यात त्या यशस्वी झाल्या आहेत. त्या म्हणतील तो शब्द प्रमाण— अशी अवस्था आज पक्षात आलेली आहे. बांगलादेशमधील त्यांचा जुगार रशियन साह्याने भारतीय सेनादलाने जिंकून दिला होता. अणुस्फोटातील आकस्मिक वैज्ञानिक पराक्रमाने शास्त्रज्ञांनीही त्यांच्या शिरावर आणखी टवटवीत फुले खोवली होती. यंदा निसर्गानेही कृपा करून धनधान्याची लयलूट केली आहे. जयप्रकाशजींची चळवळ सोडली तर इंदिराजींना भीती वाटावी, असे ह्या देशात काहीही नव्हते. पण जयप्रकाशजींचे वय आणि विरोधी पक्षांतील दुफळी ह्यांच्या बळावर जयप्रकाशजींवरही इंदिराजी मात करू पाहत होत्या. अजिंक्य, उर्मट, अहंमन्य

अशी काही तरी एक विलक्षण प्रतिमा इंदिराजींनी निर्माण केली होती; पण ह्या मोरारबाबाने सगळा घोटाळा केला. इंदिराजींच्या ह्या यशोवैभवाला उगाचच डाग लागला.

रायबरेली येथे भाषण करताना अगदी आदल्या दिवशीच इंदिराजींनी एक भडकू भाषण केले. त्यांचे तोंड त्यांच्या ताब्यात नसते. अवाजवी व अप्रस्तुत आव्हाने करण्याची त्यांना खोड लागलेली आहे. रायबरेली येथे केलेल्या भाषणात कोणाच्याही उपोषणापुढे सरकार दबणार नाही, असे म्हणून त्यांनी मोरारजींची कुचेष्टा केली होती. अजून ती गर्जना हवेत पुरती विरलीसुद्धा नव्हती त्या दिल्लीत येऊन पोहोचल्या मात्र; त्यांना दिल्लीचे सारे वातावरणच बिघडलेले आढळले. खालच्या मानेने वावरणारे सारे सहकारी मोरारजींच्या ह्या उपोषणाने सचिंत झालेले होते. मोरारजींचा हेकटपणा त्या सर्वांना माहीतच होता. (खरे तर तो इंदिरा गांधींनाही माहीत असायला हवा होता.) पण मागे आपण ह्याच मोरारजींचा दोन वेळा फज्जा केला आहे, ह्या भ्रमात त्या अजूनही वावरत होत्या; त्यामुळे मोरारजींच्या उपोषणाचा अन्वयार्थ लावण्याची त्यांची चिकित्सक बुद्धी त्यांना सोडून गेली. काँग्रेसमधील अन्य सहकाऱ्यांचे तसे नव्हते. मोरारजींबरोबर वर्षानुवर्षं ते वावरलेले होते. त्यामुळे मोरारजींचे सुप्त सामर्थ्य त्यांना ज्ञात होते. मोरारजींचे ह्या उपोषणात काही बरे-वाईट होते, तर त्याची प्रतिक्रिया केवळ गुजरातमध्येच उमटली नसती, तर साऱ्याच भारतात एक विपरीत परिणाम झाला असता. काँग्रेस कोसळली असती असे नव्हे; पण काँग्रेसला एक जबरदस्त हादरा बसला असता आणि असा हादरा सहन करण्याची ताकद आज काँग्रेस पक्षात उरलेली नाही, हे भान विजयोन्मादाने वेड्या झालेल्या इंदिराजींना नव्हते, तरी अन्य काँग्रेस पुढाऱ्यांना होते. पक्षाला आपण वाटेल तसे वाकवू शकतो, एवढेच नव्हे तर कोणत्याही हणगोबाची काँग्रेस अध्यक्षपदी आपण स्थापना करू शकतो, असे इंदिराजी मानत होत्या.

पण व्यक्ती कितीही मोठी असली तरी पक्ष संघटना तिच्याहून मोठी असते. इंदिरा गांधींनी काही काँग्रेस पक्ष स्थापन केलेला नाही. इंदिरा गांधी जन्मालाही आलेल्या नव्हत्या, तेव्हापासून काँग्रेस अस्तित्वात आहे. काँग्रेसला काही बरा-वाईट इतिहास आहे. फार मोठमोठ्या लोकांनी काँग्रेस पक्ष जोपासलेला आहे. काँग्रेस पक्षात अनेकदा दुफळ्या झाल्या. पुष्कळ मोठमोठी माणसे पक्षाबाहेर पडली; तरी पक्ष आपल्या पायांवर घट्ट उभाच राहिला. नेमस्त आणि क्रांतिकारी अशा लोकांच्या विरोधातून काँग्रेस वाढत आली. दुबळे, परंपरावादी, सुखवादी

नेतृत्व प्रत्येक वेळी काँग्रेसमधून हाकलेले गेले. लोकमान्य टिळकांनी काँग्रेसला जे क्रांतितत्त्व दिले, त्यामुळे काँग्रेस हा जनतेचा पक्ष बनत गेला. इंदिरा गांधींनी ज्या कारणासाठी काँग्रेसच्या नेतृत्वात झगडा केला, त्याच कारणासाठी काँग्रेसमध्ये पुन्हाही झगडा होण्याची वेळ आली आहे. मोरारजींचा बळी ज्या संदर्भात घेतला गेला, त्या संदर्भात इंदिराजींचाही बळी अपरिहार्य आहे. इंदिराजी पक्षाला दुबळ्या करीत आहेत, बरोबरीच्या नेत्यांना निष्प्रभ करीत आहेत व आपला सत्ताकाल लांबवीत आहेत. काँग्रेसमध्ये असणाऱ्या सुखवादी गटाच्या त्या आता नेत्या झालेल्या आहेत. सत्तेने असंतोष दडपता येतो, असेही त्यांना वाटू लागले आहे. ह्याचा अर्थच असा की, नव्या स्थित्यंतराची पूर्वतयारी होत आहे. काँग्रेस पक्षातील बुजुर्गांनी इंदिराजींना ह्या वेळेस माघार घ्यायला भाग पाडले. इंदिराजी ह्या माघार घेणाऱ्या जातीच्या नव्हेत. कपटी राजकारणपटुत्वात असल्या माघारीला जागा नसते. मोरारजींपुढे इंदिराजी नमलेल्या दिसतात– खरे तर त्या काँग्रेस पक्षश्रेष्ठींपुढे नमलेल्या आहेत. ज्यांनी ही माघार घ्यायला इंदिराजींना भाग पाडले, ते सावध नसतील तर इंदिराजी त्यांचा नाश केल्याशिवाय राहणार नाहीत. सिंहासनाजवळ बसण्याजोगी फार थोडी जागा असते; त्यामुळे तेथे कुणाला टेकू दिले, तर आपणच सिंहासनावरून कोलमडण्याची भीती आहे, हे त्या ओळखून आहेत. म्हणून त्याविरुद्ध निकराचा प्रयत्न केल्याशिवाय त्या राहणार नाहीत.

जूनमध्ये गुजरातेत निवडणुका घेण्याचे त्यांनी मान्य केले आहे. मोरारजींचा ह्या उपोषणात अंत झाला असता, तर देशाच्या राजकारणात काय बदल व्हायचे असतील ते होवोत; पण पक्षाच्या राजकारणात इंदिराजींचे स्थान खाली आले असते (तसे ते ह्या निर्णयानेही आले आहे.), म्हणून त्या पुन्हा काही चमत्कार करण्याचा प्रयत्न करतील. कारण चमत्कारावर त्यांचा विश्वास आहे. असे चमत्कार त्यांनी त्यापूर्वी केलेले आहेत. गुजरातमधील निवडणुकांच्या यशापयशापेक्षा पक्षात आपला भाव कसा वधारेल, ह्याबद्दल त्या जागरूक राहतील. गुजरातमधील निवडणुकांच्या वेळी निवडणुकांवरील लक्ष दुसरीकडे वेधविण्याचाही त्यांचा प्रयत्न राहील. त्यांच्याइतके चांगले लोकरंजन कोणालाही करता आले नाही. भाबडा आणि अडाणी मतदार एकदम कसा फिरतो, हेही त्यांनी जोखलेले आहे. जून महिन्यात नेमके काय करायचे, ह्यासंबंधी रशियन तज्ज्ञांच्या साह्याने योजनाही त्या आखतील. विरोधकांना त्यांचा पवित्रा कधी कळलेला नाही. ते भाबडेपणाने निवडणुकांवर लक्ष केंद्रित करतील. एखादे वेळेस ते निवडणुका जिंकतीलही; परंतु जागा झालेला असंतोष मात्र तोपर्यंत विझलेला असेल. जयप्रकाशांचे बळ

कमी झालेले असेल, पक्षश्रेष्ठींचा आगाऊपणा ओसरलेला असेल आणि इंदिराजींचे सिंहासन पुन्हा निर्विघ्नपणे सुरक्षित राहील. कदाचित असेही होईल की, इंदिराजी गुजरातेत दंगली पेटवतील, दंगलीमागे जयप्रकाश किंवा जनसंघ आहे, असाही त्या पुकारा करतील आणि निवडणुका टाळतील. खून करणे-करविणे, दंगली घडविणे, सत्तेचा गैरवापर करून शासकीय यंत्रणा राबविणे, उद्योगपतींशी करार करून त्यांच्याकडून कोट्यवधी रुपये उभे करणे, वेगवेगळ्या जाती-धर्मांच्या पुढाऱ्यांना चेतना देऊन कलह वाढविणे, ह्या साऱ्या हुकूमशाही तंत्रात इंदिराजींइतका अधिकार कोणाजवळही नाही. जयप्रकाशजींसमोर हे सर्व मार्ग निरुपयोगी झाल्यामुळे त्यांनी आस्ते कदम धोरण स्वीकारले. पण ती गोष्ट गुजरातमध्ये घडेलच, असे नाही.

कम्युनिस्ट पक्षाचे सहकार्य तर इंदिराजींना शंभर टक्के आहेच आहे. कम्युनिस्ट पक्षात राजकीय गुंडगिरीचे सशस्त्र शिक्षण दिले जाते आणि त्यामुळेच संख्येने कमी असूनही इतर पक्षांना कम्युनिस्ट भारी ठरतात. तेव्हा इंदिराजींच्या ह्या डावपेचांत कम्युनिस्ट त्यांच्याशी सहभाग करतील, हेही आता गृहीत धरले पाहिजे. वेगवेगळ्या मिषांनी रशियन तंत्रज्ञ भारतात घुसलेले आहेत. तेही अशा वेळेस आपली बुद्धी व चातुर्य इंदिराजींना देऊ करतील. अखेरीस ह्या लढ्याला स्वरूप येणार आहे ते काँग्रेस आणि काँग्रेसविरोधक असे नाही, तर प्रकट व अप्रकट कम्युनिस्टविरुद्ध लोकशाहीनिष्ठा असणारी भारतीय जनता– असेच. जोपर्यंत उद्याच्या झगड्याचे हे स्वरूप आपण लक्षात घेत नाही, तोपर्यंत काँग्रेसविरोधालाही अर्थ नाही.

कम्युनिस्ट ह्या वेळेस अधिक शहाणे झालेले आहेत. आज उघडपणे इथल्या सत्तेच्या युद्धात भाग घेत नाहीत, म्हणून ते सुरक्षित आहेत. कम्युनिस्टांनी इथल्या जनतेशी अनेकदा द्रोह केलेला आहे. बेचाळीसच्या चळवळीत ह्याच कम्युनिस्टांनी ब्रिटिश सरकारला साह्य करून स्वातंत्र्यविरोधी भूमिका घेतलेली आहे. आज पुन्हा एकदा लोकयुद्धातील सहकार नाकारून ब्रिटिशांइतक्याच दुष्ट शक्तीशी ते सहभाग करीत आहेत. ब्रिटिशांबरोबरच्या लढ्यात आपले कोण आणि परके कोण, हे कळत तरी होते; पण स्वदेशी मुखवट्यातील परकीय मनोवृत्तीच्या लोकांशी लढाई करणे फार धोक्याचे असते. जयप्रकाशजींच्या चळवळीवर कम्युनिस्टांइतका कडवा प्रहार कोणी करीत नाही. जयप्रकाशजींना फॅसिस्ट, अमेरिकेचे हस्तक, हुकूमशहा ठरविण्यासाठी त्यांनी शब्दांच्या नव्या टांकसाळी काढल्या आहेत. न दमता, सारखे खोटे बोलत राहिले तरीसुद्धा

त्याचा लोकांवर परिणाम होतो, हे त्यांना माहीत आहे. त्यांची वृत्तपत्रे चालविण्यासाठी त्यांना पैशाची ददात पडत नाही. त्यांच्या कार्यकर्त्यांना सुखविलासाने राहता यावे, अशी तरतूद ते सहज करू शकतात; कारण ह्या देशात रशियन पैसा पाण्यासारखा वाहतो आहे. लष्करापासून ते जिल्हाधिकाऱ्यापर्यंत अनेक मोक्याच्या ठिकाणी कम्युनिस्ट उजळ माथ्याने वावरत आहेत व दिल्या जाणाऱ्या सूचनांचे पालन करीत आहेत. अस्पृश्य, ख्रिश्चन, मुसलमान आदी समाजाला इथल्या बहुजन समाजाविषयी द्वेष शिकविण्याचे कार्य ते करीत आहेत, त्यांना पैसा पुरवीत आहेत. त्यांचे नेते प्रलोभनाने विकत घेत आहेत. आपण मात्र कम्युनिस्ट आता लिबरल झाले, अशा भ्रमात आहोत. कम्युनिझम लिबरल झाला असेल, तर तो रशियात; पण जेव्हा तो नवागत देशात येतो, तेव्हा तो रक्ताच्या पाटातूनच येतो.

गुजरातमध्ये या कम्युनिस्टांचे चाळे सुरू होतील. विरोधी पक्षीयांचे ऐक्य नये, यासाठी लक्षावधी रुपये खर्च करून स्वतंत्र उमेदवार उभे केले जातील. अशा ह्या स्वतंत्र उमेदवारांचा झेंडा लाल असेल की नाही, कुणास ठाऊक; पण त्यांना मिळणारा पैसा मात्र लाल असेल. ते निवडणुका जिंकण्यासाठी उभे राहणार नाहीत, तर विरोधकांचा उमेदवार पाडण्यासाठी उभे राहतील. कोणत्याही स्वतंत्र विचारांच्या, शुद्ध देशभक्तीच्या निष्ठा असणाऱ्या उमेदवारापेक्षा भ्रष्ट काँग्रेसचा सडका उमेदवार, कम्युनिस्टांना नेहमीच सोईचा वाटतो. कम्युनिस्टांना आज कम्युनिस्ट पक्षाला प्रतिष्ठा देण्यापेक्षा काँग्रेस पक्षाला प्रतिष्ठा देणे सोईचे आहे. कारण त्यांना माहीत आहे की, काँग्रेस पक्षाजवळ समर्थ कार्यकर्तेच नाहीत. आपण काँग्रेसचा कब्जा केव्हाही करू शकू, हा त्यांना विश्वास आहे आणि त्यांनी तो खरा करीत आणलाही आहे. मुंबईसारख्या मोक्याच्या मुंबई प्रदेश काँग्रेस कमिटीचे अध्यक्ष रजनी पटेल होऊ शकतात आणि त्यांच्या कृपेने महाराष्ट्राचे मुख्यमंत्रिपद जाते किंवा मिळते, हे काँग्रेसमधल्या जुन्या मंडळींना सहन करावे लागत आहे. रजनी पटेलांचा आणि काँग्रेसचा संबंध काय? तसा कित्येक मंत्र्यांचा व आजच्या अनेक काँग्रेस अध्यक्षांचा काँग्रेस परंपरेशी संबंध होता कुठे? त्याविरुद्ध काँग्रेसजनांनी कुठे बंड केले आहे? वरून आलेली ही नवी लोढणी गळ्यात अडकवून घेण्याशिवाय त्यांना पर्यायही नाही. कारण गेल्या पाच-पंचवीस वर्षांत ज्यांनी सत्ता भोगली, त्यांनी आपले हात अनेक अनैतिक कृत्यांनी बरबटून घेतलेले आहेत. शिवाय, ज्या कम्युनिस्ट तत्त्वज्ञानाशी इंदिरा काँग्रेसने नवा पाट लावला आहे, त्याच्या सन्मानार्थ नव्या यजमानाचे

कौतुक करायलाच हवे. त्याही नव्या संबंधात मश्गूल आहेत.

मोरारजींपुढे इंदिराजी शरण गेल्या, हे खरे; पण त्यामुळे आपण फार आनंदित होण्याचे कारण नाही, कारण त्या शरणागतीचा फायदा आपण किती उठवू शकतो, हा खरा प्रश्न आहे. मोरारजींनी अखेरच्या पर्वात बाजी मारली, हे त्यांना भूषणास्पद आहे. पण त्याचा आपण फायदा उठविला नाही, तर या आव्हाना-प्रतिआव्हानांचा उपयोग काय? मुरारबाजीप्रमाणे मोरारजींना अखेर एकटेच लढावे लागले आणि एकटे असूनही त्यांनी इंदिराजींना खाली वाकविले, याचे कारण ते सत्याच्या बाजूला उभे होते, एवढेच. एकाकी माणूसही झुंडशक्तीला नमवू शकतो, ही घटना ऐतिहासिक महत्त्वाची आहे. लोकशाहीच्या इतिहासात संयमित दबावांना काही अर्थ आहेत. मोरारजींना आम्ही निरोप दिला होता. वाटले होते की, सत्तामदाने ग्रासलेल्या इंदिराजी लोकशाहीचा हा वृद्ध नि:श्वास ऐकू शकणार नाहीत. जयप्रकाशजींच्या चळवळीचे पडघम न ऐकण्याइतक्या त्या बहिऱ्या झाल्या आहेत खऱ्या; परंतु आपला घात कशात आहे, हे ओळखण्याचे चातुर्य अजून त्या हरवून बसलेल्या दिसत नाहीत. कुटिल बुद्धिमत्तेशी लढताना संयमाचा, विवेकाचा फारसा उपयोग नाही; त्याहूनही प्रखर संघर्षाची तयारी करायला हवी. हवे तर समाधान इतकेच मानायला हरकत नाही की, या बुलंद सत्तेच्या किल्ल्याला एकही मोहरा न गमवता आपण खिंडार पाडू शकलो. हे खिंडार बुजविले जाण्यापूर्वीच चढाई मात्र आवश्यक आहे; नाही तर मोरारजींचा एल्गार फुकट जाईल.

(२७ एप्रिल, १९७५)

-०-०-०-

११

सूर्यप्रकाश अडवू पाहणारे समाजवादी काजवे

जयप्रकाश नारायण यांची महाराष्ट्र-भेट वेगवेगळ्या कारणांनी लक्षात राहील. वेगवेगळ्या ठिकाणी त्यांनी अनेक वक्तव्ये केली. त्यांत आपले सर्वंकष क्रांतीचे चित्र त्यांनी चितारले. सर्वसामान्य जनता जयप्रकाशजींच्या वक्तृत्वाने व कर्तृत्वाने भारून जावी, असे आज या वयात जयप्रकाशजींजवळ फारसे काही उरलेले नाही. काळाने ते खाऊन टाकले आहे. ते काळाशी लढत आहेत. आज त्यांचे वय अठ्ठ्याहत्तर वर्षांचे आहे. मध्यंतरी एका गंभीर दुखण्यातून ते बाहेर पडले आहेत. त्याचाही परिणाम त्यांच्यावर झालेला आहे. आग्रही आणि ताठर अशी भूमिका घेत असताना आवश्यक असणारी चैतन्यदायी वाक्‌गंगा कालमानाने त्यांच्यावर रुसलेली आहे. पंधरा-वीस वर्षे राजकारणाबाहेर राहिल्याने तरुण पिढीला त्यांचे कार्य फारसे माहीत नाही. लोक त्यांच्या व्याख्यानाला येतात, ते खरे तर त्यांच्या दर्शनाला येतात. सदाचारसंपन्न जीवन, एक विरक्त राजकारणी, एके काळचा समर्थ प्रभावी लोकनायक– हे त्यांचे चित्र लोकांना पाहावयाचे होते. लोकांनी त्यांना नम्रतेने अभिवादन करून पाहिले, परंतु जमलेल्या प्रेक्षकांपैकी कोणीही भारून अस्वस्थ झाले नाहीत. भ्रष्टाचाराने पोखरलेल्या आजच्या काँग्रेसशासनाविरुद्ध जी काही सर्वंकष क्रांती अभिप्रेत आहे, त्या क्रांतियोग्य वातावरणातही बिहार सोडून अन्य कोणत्याही प्रदेशात ते ठिणगी टाकू शकत नाहीत आणि त्यांच्याकडून या वयात भलतीच अपेक्षा करताही येणार नाही.

वास्तविक, तप्त झालेल्या वातावरणात भारतातील पुष्कळ ठिकाणची शासने गुजरातप्रमाणे सहज कोलमडून टाकता येतील. आपण स्वत: निष्क्रिय राहून सारा भार जयप्रकाश यांच्यावर टाकणे, या घटकेला तरी योग्य होईल, असे वाटत नाही. वेगवेगळ्या प्रांतांतील सामाजिक व राजकीय अस्वस्थता एकत्र करण्याचे कार्य तर स्थानिक पुढाऱ्यांचे आहे. प्रतिकूल परिस्थितीतही ते करता येते, हे जयप्रकाशजींनी दाखवून दिले आहे. त्यापासून योग्य तो बोध घेऊन योग्य ते स्थानिक प्रश्न निवडून खालपासून वरपर्यंत चळवळी बांधल्या गेल्या पाहिजेत. लोकांच्या दैनंदिन ऐहिक गोष्टींशी संबंध असणारे मूलगामी प्रश्न योग्य त्या तऱ्हेने हाताळणे, जनतेचा गेलेला आत्मविश्वास पुन्हा जागा करणे आणि सर्वभक्षक काँग्रेस पक्षाची योग्य त्या-त्या ठिकाणी अडवणूक करणे– या पद्धतीने बिहारसारखी चळवळ कोठेही उभी करता येईल. सगळीकडे अंधार दिसतो, म्हणून बावरण्याचे कारण नाही. सारा अंधार दूर करता आला नाही, तरी आपल्याभोवतीचा अंधार दूर करण्याचा एखाद्या मेणबत्तीने जरी ठिकठिकाणी यत्न केला, तरीही पुरेसा प्रकाश मिळेल. त्यासाठी भीतिग्रस्त, लाचार, पोटभरू झालेल्या नागरिकांचा स्वाभिमान जागा करण्याचा प्रयत्न जारी केला पाहिजे. हे कार्य जयप्रकाशजींच्या एखाददुसऱ्या दौऱ्याने साधेल, असे नाही. इथल्या स्थानिक नेत्यांना वा त्या नेतृत्वाला चेतावणी देणे, एवढीच खरे तर जयप्रकाशजींच्या या दौऱ्याची फलश्रुती होय आणि त्या अर्थानेच जयप्रकाशजींचा पुण्या-मुंबईतील दौरा कितपत यशस्वी झाला, ते पाहिले पाहिजे.

त्या दृष्टीने पाहिले, तर महाराष्ट्रातील विरोधी पक्षाचे नेतृत्व अतिशय कमकुवत आहे आणि त्यांना जयप्रकाशजींकडून काही शिकता आले नाही, असेच म्हणावे लागते. काँग्रेसचे खरे बळ लष्कर, पोलीस, मटकावाले, स्मगलर्स, समाजवाद आणि लोकशाहीचा शब्दभ्रम किंवा सत्तेचा गैरवापर यांतच नाही. या साऱ्या गोष्टींचा पक्षाला फायदा होत नाही असे नाही; परंतु काँग्रेसचे खरे बळ विरोधी पक्ष एकत्र येऊ शकत नाहीत, यात आहे. सर्व विरोधी पक्षांचे खासदार पार्लमेंटमध्ये एकत्र आले, तेव्हा संख्येने त्याच्या दहापट असणाऱ्या महाउन्मत्त इंदिराजींचे आसन त्यांनी क्षणमात्र थरथरवले होते, हे आपण पाहिलेच आहे. न्यायाला स्वत:चे म्हणून एक सामर्थ्य असते. म्हणूनच एकेकटा माणूसही राक्षसांच्या फौजेशी लढू शकतो. देशभक्तीने प्रेरित होऊन विरोधी पक्ष एकत्र आले, तर आतून पोखरलेला काँग्रेसचा डोलारा भुईसपाट करणे त्यांना फारसे कठीण नाही. विरोधी पक्षीयांना एकत्र येण्याची नामी संधी जयप्रकाशजींनी

आणून दिली; परंतु विरोधी पक्षीयांनी ती फुकट घालविली, असेच म्हटले पाहिजे. भारतीय पातळीवरील जो शहाणपणा विरोधी पक्षीय दाखवीत आहेत; त्याचा थोडासासुद्धा असर राज्यपातळीवर किंवा स्थानिक पातळीवर विरोधी पक्ष दाखवीत नाहीत, ही अत्यंत शरमेची गोष्ट आहे. त्यातही समाजवादी पक्ष तर अत्यंत स्वार्थीपणाचे व अडेलतट्टूपणाचे धोरण स्वीकारताना दिसतो. जयप्रकाश ही आपलीच मालमत्ता आहे, अशा थाटाने पुण्यातील समाजवादी कार्यकर्ते वागले, याबद्दल त्यांचा निषेध करावा तेवढा थोडाच होईल.

समाजवादी पक्ष म्हणजे खरोखरीच आता अनुयायांपेक्षा नेते जास्त असणारा पक्ष आहे. भारतीय स्तरावर आंदोलन करण्याची पात्रता फाजील तत्त्वचर्चेमुळे व गटबाजीमुळे त्या पक्षात उरलेली नाही. समाजवादी पक्षाला जगातल्या साऱ्या शक्ती प्रतिगामी वाटतात व समाजवादाचे आपण एकमेव अपत्य आहोत, असे त्यांनी ठरवून टाकले आहे. त्यातही समाजवादी पक्षातील प्रत्येक नेता शहाणपणाचा सर्व वारसा आपल्याकडे आहे असे धरून अत्यंत उन्मत्तपणे जबाबदार नवनेतृत्वाला नामोहरम करीत असतो. पुण्यातील जयप्रकाशजींच्या मुक्कामात जयप्रकाशजी तर समाजवादी नेत्यांच्या तुरुंगातच होते. भाई वैद्य, बागाईतकर, राजहंस आदी समाजवादी कार्यकर्त्यांनी जयप्रकाशजींच्या चळवळीला साह्य करू पाहणाऱ्या कॉलेजविद्यार्थ्यांना किंवा अन्य सामाजिक घटकांना बदनाम करण्याचा चंग बांधला. त्यामुळे जयप्रकाशजींचा दौरा बाह्यत: उत्साहजनक वाटला, तरी परिणामांच्या दृष्टीने शून्य झाला. पुण्यातील वेगवेगळ्या कॉलेजांतील दोन-दोन प्रतिनिधींनी केलेल्या विद्यार्थी मानपत्र समितीचा तर बिहार संघर्ष समितीने घोर अपमान केलेलाच आहे. विद्यार्थ्यांनी जे मानपत्र जयप्रकाशजींना द्यायचे ठरवले होते, ते न वाचता डॉ. अरुण लिमये किंवा अण्णा जोशी यांनी वाचावे, असा आग्रह भाई वैद्य यांनी धरला. निष्क्रिय म्हातारे नेतृत्व आता विद्यार्थ्यांनी नकोसे झाले आहे. विद्यार्थ्यांना आपले नेते निवडण्याचा हक्क नाही की काय? या विद्यार्थ्यांनी समाजवादी पुढाऱ्यांच्या अडेलतट्टूपणामुळे संघर्ष समितीशी असहकार पुकारला. त्यामुळे रेसकोर्सवर होणारा युवक प्रतिनिधींचा मेळावा अखेरीस शिवाजी मंदिरात घ्यावा लागला. तेथेही विद्यार्थी अभावानेच होते. क्रांतिपंथाचे खरे वाटसरू विद्यार्थीच असतात. विद्यार्थ्यांना जयप्रकाशजींपासून दूर ठेवण्याचा वेडेपणा भाई वैद्यांनी करावा, हे अदूरदर्शीपणाचेच लक्षण होय.

या विद्यार्थी प्रतिनिधींनी 'कॉफी हाऊस'मध्ये एक प्रेस कॉन्फरन्स बोलावली होती, तिला मी हजर होतो. विद्यार्थी प्रतिनिधी तप्त होते. मी त्यांची समजूत

घालण्याचा आटोकाट प्रयत्न केला, परंतु त्यांची समजूत पटण्यासारखी नव्हती. "जयप्रकाशजींचा दौरा आटपू द्या, मग तुमची जी काही तक्रार असेल ती एस. एम. जोशींसारख्या ज्येष्ठ पुढाऱ्यांच्या कानांवर घालू आणि मग भाई वैद्य, बागाईतकर, राजहंस यांच्याविरुद्ध काय करायचे, ते करू", हेही माझे म्हणणे त्यांनी ऐकले नाही. जयप्रकाशजींच्या दौऱ्याला गालबोट लागेल, असे काहीही होता कामा नये, असेही मी सांगितले. कारण याचा फायदा घ्यायला काँग्रेस पक्ष चुकला नसता. त्यांची समजूत घालण्याचा अखेरचा प्रयत्न म्हणून मी म्हणालो, "तुमची शक्ती एवढी मोठी आहे म्हणता, तर पुण्यातील कॉलेजांतील पाच हजार शिस्तबद्ध युवकांचा मेळावा घ्यायला तुमची तयारी आहे का? कारण एवढ्या प्रचंड संख्येने जमलेल्या विद्यार्थ्यांची विनंती जयप्रकाशजी अमान्य करणार नाहीत. तसे घडले तर समाजवादी पुढाऱ्यांचे कुंपण तोडून विद्यार्थ्यांचे मानपत्र जयप्रकाशजी स्वीकारतील." पण एवढ्याशा सूचनेने पाच हजार विद्यार्थी जमा करण्याची विद्यार्थी प्रतिनिधींची तयारी दिसली नाही. विद्यार्थी काही ऐकायला तयार नाहीत, असे पाहून मी नंतर निघून गेलो. विद्यार्थ्यांनी शिवाजीनगर स्टेशनवर अव्यवस्थितपणे जे निदर्शन केले, ते माझ्याच प्रेरणेने केले, असे दै. 'प्रभात'मध्ये छापले आहे. दै. प्रभातचे संपादक खंडकर हे समाजवादी आहेत, हे लक्षात घेतले म्हणजे 'समाजवादी' शब्दभ्रमाचा नवा खेळ पाहायला मिळतो.

"युवक मेळाव्यात आपण मानपत्र फेकून देऊन विद्यार्थ्यांचा अपमान केला नाही." असे जाहीर करून जयप्रकाशांनी महापौर वैद्यांना खोटे ठरविले. कारण विद्यार्थ्यांना समज देण्यासाठी जयप्रकाशजींनी मानपत्र फेकून दिले, असे वैद्यांनी जाहीर केले होते. जयप्रकाशजींनी अत्यंत आर्जवीपणाने विद्यार्थ्यांची समजूत काढावी आणि विद्यार्थ्यांना वश करून घ्यावे व त्यावर कळस म्हणून विद्यार्थ्यांनाही अत्यंत नम्रतेने झाल्या प्रकाराबद्दल क्षमा मागावी– हे लोकनायकांचे लोकांबरोबरचे वागण्याचे दृश्य कोठे आणि अडाणी समाजवादी पुढाऱ्यांनी लोकांशी केलेले वर्तन कोठे! अखेरीस जयप्रकाश हे जयप्रकाश! त्या विनम्र, वयोवृद्ध तरीही पेटलेल्या आत्म्याच्या शोधासाठी पुणेकर आसुसलेले होते. पुणेकरांना जयप्रकाशजी भेटले. ही गाठ-भेट होऊ नये, म्हणून धडपणारे बडवे खजील झाले.

यापुढे तरी समाजवादी मंडळी काही शहाणपण शिकणार आहेत की, नाहीत?

(९ फेब्रुवारी, १९७५)

१२

अजून मिनारांचेच राज्य चालू आहे

काश्मीरचे शेर 'शेख अब्दुल्ला' यांचे मनसुबे अखेरीस फळास आले. गेली कित्येक वर्षे स्वतंत्र काश्मीरची– मग स्वयंपूर्ण काश्मीरची– आणि अखेर स्व-अखत्यारीतील काश्मीरची स्वप्ने शेख अब्दुल्ला पाहत होते. अखेरीस त्यांचे घोडे गंगेच्या नव्हे, झेलमच्या पाण्यात न्हाले. अनेक वर्षे कारावास भोगून, देशद्रोहाचा आरोप स्वीकारून, अनेक विचारवंतांना डोकेदुखी होऊन शेख अब्दुल्लांनी अखेर बाजी मारली. शेख अब्दुल्ला हे कडवे मुसलमान आहेत, पुरेसे जातीय आहेत आणि त्या दृष्टीनेच काश्मीरचे स्वतंत्र अस्तित्व त्यांना हवे होते. वेळप्रसंगी पाकिस्तानशी मिळते घेण्याची त्यांची तयारी होती. जगाच्या चव्हाट्यावर जाऊन भारतीय पराष्ट्रीय राजकारणाची बेइज्जतही त्यांनी पूर्वी केलेली आहे.

त्यांच्या हालचाली नेहमीच संशयास्पद होत्या. एके काळी नेहरूंच्या ताटात जेवण्याचे भाग्य त्यांना लाभले होते. पण त्याच नेहरूंना अखेरीस त्यांना बंदिवासात टाकावे लागले. भारताने आपल्या काश्मीरविषयक भूमिका अनेकदा बदलल्या आहेत आणि त्याला शेख अब्दुल्लांचे देशबुडवे धोरण कारणीभूत होते. शेख अब्दुल्लांना तुरुंगात ठेवून काश्मीरचा प्रश्न आपण सोडवू शकू, असे भारतीय मुत्सद्द्यांना एके काळी वाटले होते. पण काश्मीरचा प्रश्न बड्या राष्ट्राच्या सौदेबाजीचा भाग होता, हे आपल्याला कधी कळले नाही. दुबळ्या राष्ट्रांना युनो काहीही मदत करू शकत नाही, हे अनेकदा लक्षात येऊनही हा प्रश्न अजूनही

युनोच्या दरबारात आपण लोंबकळत ठेवला आहे. गेल्या पाक-भारत युद्धात काश्मीरवर संपूर्ण ताबा मिळविण्याची संधी आपण घालविली आहे. युद्धाच्या तापत्या तव्यावर आपल्या हिताची पोळी पिकवून घेता येते, हे युद्धविज्ञान आपण कधी अंगीकारले नाही. इस्रायलने मात्र सर्वांच्या नाकावर टिच्चून ते खरे करून दाखविले आहे. काश्मीरप्रश्न पुन्हा अधांतरीच राहणार आहे. कारण बड्या राष्ट्रांचे हितसंबंध त्यात गुंतलेले आहेत. भारत-रशिया विरुद्ध पाक-चीन आणि काही अंशांनी अमेरिका– यांनी काश्मीरला एक कायमचे समरांगण बनविले आहे.

शेख अब्दुल्लांची अटक हा या प्रकरणातील एक कच्चा दुवा होता. एका लोकनियुक्त मुख्यमंत्र्याला अटक ही गोष्टच मुळात लोकशाहीची 'बांग' देणाऱ्या नेहरू-राजकारणात परवडण्यासारखी नव्हती. परंतु लष्करी दृष्ट्या अत्यंत मोक्याचा असणारा प्रदेश धर्मवेड्या व माथेफिरू शेख अब्दुल्लांच्या हाती ठेवणे नेहरूंसारख्या उदारमतवादी माणसालाही कठीण गेले. शेख अब्दुल्लांच्या गैरहजेरीत काश्मीरमधील जनतेला नानाविध सवलती देऊन काश्मिरी जनता आपण भारतधार्जिणी करू, असा विश्वास आता खोटा ठरला आहे. काश्मीरमधील लोकांना आपण काय दिले नाही? शिक्षणात सवलती दिल्या, स्वस्त धान्य दिले, नानाविध प्रकल्पांसाठी हवी तेवढी रक्कम मंजूर केली, लष्करी सोईच्या नावाखाली सर्व रस्ते उत्तम बांधले. भारतातील कोणत्याही प्रांतात नाहीत, एवढ्या सुविधा आज काश्मीरमध्ये आहेत. काश्मिरी लोकांचे अनुरंजन करण्याचा आपल्या परीने आपण प्रयत्न केला आहे. त्यासाठी कोट्यवधी रुपये आपण झेलमच्या पाण्यात ओतले आहेत. असे असूनही काश्मिरी लोक संतुष्ट झाले आहेत की, काय? नाव नको. काश्मिरी लोकांना सौदेबाजीचे राजकारण चांगलेच करता येते. काश्मीरच्या भूमीची नाजूक भौगोलिक परिस्थिती लक्षात घेता, आपण मागू ते मिळेल– हे त्या लोकांना पुरतेपणी ठाऊक आहे. ते आपले मोल पुरतेपणी वसूल करीत आहेत. जेवढे-जेवढे आपण लाचार होत आहोत, तेवढे काश्मिरी लोक उन्मत्त होत आहेत. काश्मिरात प्रवास करणाऱ्या भारतीय नागरिकांना गेल्या चार-पाच वर्षांत विलक्षण अपमान सहन करावा लागतो आहे. काश्मीरची यात्रा, सहल आयोजित करणाऱ्यांना तर अनेक कटू अनुभव येत आहेत. काश्मीर हा भारताचा एक भूभाग आहे, असे आपण म्हणतो; परंतु काश्मीरमध्ये आपण व्यापार अगर कोणतीही मालमत्ता खरेदी करू शकत नाही. भारतीय घटनेने काश्मीरला काही खास दर्जा दिला आहे, तोही भारतीयांना मानहानिकारक आहे. आणि, आता तर

नाकदुऱ्या काढून आपण शेखसाहेबांच्या हातावर आणखी सवलती देऊ केल्या आहेत. काश्मीरपुढे किती लांगुलचालन करायचे, किती पैसे खर्च करायचे, किती सवलती द्यावयाच्या अन् किती सैनिकांनी प्राण द्यावयाचे– याचा विचार करण्याची वेळ आली आहे. उन्मत्तपणापुढे नम्र होणे हा उन्मत्तपणा नष्ट करण्याचा मार्ग नव्हे. आपल्या भलेपणाचा गैरफायदा घेऊन काश्मिरी लोकांच्या मागण्या वाढतच आहेत. यदाकदाचित सार्वमत घ्यावे लागले, तर काश्मीरचे बहुमत भारताच्या बाजूने राहील, अशी सुतराम शक्यता नाही. काश्मीरला भारताबद्दल काडीचेही प्रेम नाही. एके काळी गाईप्रमाणे गरीब असणारे काश्मिरी आता धार्मिक कडवेपणामुळे लांडग्यासारखे क्रूर होऊ लागले आहेत. सार्वमतात आपला निभाव लागणार नाही याची कल्पना भारतीय पुढाऱ्यांना आहे म्हणूनच सार्वमताची भाषा केव्हाच मागे पडली आहे. शेख अब्दुल्लाला मोकळा सोडून वा सत्तेवर बसवून काश्मिरी लोकांचे मन भारताकडे वळवता आले तर पाहावे, म्हणून शेखसाहेबांची मुक्तता करण्यात आली. शेख अब्दुल्ला मुळातच नेहरू-काळातील एक लाडावलेले मूल आहे. त्यामुळे आपली सुटका होताच आपलेच बरोबर होते व भारत सरकारचे चुकले होते, असा त्यांना साक्षात्कार झाला आणि मग ते आपल्या अकलेचे तारे तोडीत राहिले. भारताबाहेर त्यांनी भारताविरुद्ध प्रचार केला. पुन्हा त्यांना पकडावे, असा सूर निघू लागला.

परंतु शेख अब्दुल्लांशिवाय आपले भागत नाही, हे इंदिराजींच्या ध्यानी आले आहे. भारताची अब्रू घालविणाऱ्या शेखसाहेबांशीसुद्धा विचारविनिमय केला पाहिजे, अशा जाणिवेपायी त्यांनी शेख अब्दुल्लांशी विचारविनिमय सुरू केला. शेख अब्दुल्ला ताठरच आहेत आणि ते तसेच राहणार. मुसलमान पुढारी नेहमीच असे वागतात. त्यांना पाहिजे त्याच अटींनुसार समझोता केल्याचे वृत्त अलीकडे प्रसिद्ध झाले आहे. पुन्हा एकदा शेख अब्दुल्ला काश्मीरच्या राजकारणात शेर होणार. पुन्हा एकदा त्यांचे मिनार तेजाने लकाकू लागणार. काल-परवापर्यंत शेळीसारखे झालेले शेख अब्दुल्ला पुन्हा डरकाळ्या फोडू लागणार. कृतघ्न माणसांच्या फसव्या हास्याला वश होणारे आपले निधर्मी राजकारण कसे विकृत रूप धारण करते, हेही बघण्यासारखे आहे.

श्यामाप्रसाद मुखर्जी यांना काश्मीरच्या तुरुंगात साधा औषधोपचारही मिळाला नाही. सदाचारी जयप्रकाशजींच्या अंगावर इंदिराजींचे मारेकरी प्राणघातकी हल्ले करू शकतात, पण देशबुडव्या धर्मांध शेख अब्दुल्लांचे चोचले पुरविण्यासाठी आपल्या निधर्मी शासकांची चढाओढ चालू असते. शेख

अजून मिनारांचेच राज्य चालू आहे / ६९

अब्दुल्ला तुरुंगात राहत होते, तेव्हाही राजासारखे राहत होते व राजासारखेच वागत होते. आपल्या अनुयायांचे धर्मांधपण जसे त्यांना ठाऊक होते, तसे आपल्या शासकांचे दुबळेपणही ठाऊकही होते. म्हणूनच त्यांची ही मस्ती चालू शकली. शहाण्या शासकांनी शेख अब्दुल्लांना केव्हाच वठणीवर आणले असते. दीनदयाळ उपाध्याय, ललित नारायण मिश्र, नगरवाला, मिश्र व नगरवाला प्रकरणांतील अधिकारी यांना जर सहजगत्या हातावेगळे करता येते; तर शेख अब्दुल्लांनाही करता आले नसते काय? पण शेखसाहेबांना हातावेगळे करणे तेवढे सोपे नाही, कारण त्यांच्यामागे इमानदार मुसलमान समाज आहे. शेख अब्दुल्ला सर्वांच्या नाकांवर मिऱ्या वाटीत केवळ जिवंत राहिले नाहीत तर त्यांनी काश्मीरचे शासन परत मिळवून दाखविले. जीनांच्या उद्धटपणाचा जन्म जसा गांधीजीच्या दुबळेपणात होता, तसाच शेखसाहेबांचा हा नवा अवतार इंदिरा गांधींच्या दुबळेपणाचा भाग आहे. एरवी खरे तर शेखसाहेब राजकीय दृष्ट्या केव्हाच मृत झाले होते. जगाच्या बाजारात अब्रू घालवून का होईना, त्यांना आपण निर्वीर्य केले होते; पण याच विषाचा वृक्ष आपल्या हातांनी आपण पुन्हा लावतो आहोत व त्याची फळेही आपण चाखणार आहोत. हा आपल्या शासकांचा खास गुणधर्म आहे. हे निर्माण होणारे पाप कोणाच्या माथ्यावर फोडावे, याचासुद्धा विचार इंदिरा गांधींनी आत्ताच करून ठेवला आहे– बहुधा सी. आय. ए. किंवा जनसंघ. शेख अब्दुलांचे वेडेचार खपवून घ्यायला इंदिराजींची मन:स्थिती ठीक आहे; परंतु जयप्रकाशजींच्या आंदोलनांच्या कारणांची चिकित्सा करण्याइतकी त्यांची मन:स्थिती मात्र ठीक नसते. चर्चा देशद्रोह्यांशी होऊ शकते; देशभक्तांशी होऊ शकत नाही, असे तर इंदिराजींना वाटत नसेल? अब्दुल्लांप्रमाणे जयप्रकाशजी आपला देश कुठे विकायला निघाले आहेत? जयप्रकाशजींच्यामागे धर्मवेडे लोक कुठे आहेत? जयप्रकाशजींना जर इंदिराजींकडून तडजोडीची बोलणी व्हायला हवी असतील, तर त्यांना सदाचारी व अहिंसक राहून कसे चालेल? इंदिराजींच्या मते, जयप्रकाशजी फॅसिस्ट आहेत; तर शेख अब्दुल्ला देशप्रेमी आहेत. इंदिराजींच्या मते, म्हणे जयप्रकाशजींना परकीय पैसा मिळतो. शेखसाहेब जे ऐश-आरामात राहतात त्याचा उगम वॉशिंग्टनमध्ये आहे की, रावळपिंडीत आहे, हे त्या नक्की सांगू शकत नाहीत. या देशात लबाड माणसांची चलती आहे, हेच खरे. दीन-दुबळ्यांच्या लोकनायकापेक्षा गुंडांच्या टोळीचा नायक या सत्ताधीशांना वाकवू शकतो. शेख अब्दुल्लांचे विचार इंदिराजींना मोह

घालतात, परंतु जयप्रकाशजींची झोपडी त्यांच्या लेखी झोपडपट्टी आहे. जयप्रकाशजींची उपेक्षा केली तर या देशातील नागरिक कोठे उसळून उठणार आहेत? परंतु शेख अब्दुल्लाला नाराज केले तर 'झेलम'चे पाणी 'लाल' होईल. या देशातील शासकांना प्रेमाची, समजुतीची भाषा समजत नाही; त्यांना अरेरावीची, गुर्मीची, रक्तपाताची, बलात्काराची भाषा समजते. जयप्रकाशजींना यांतील काही जमण्यासारखे नाही. अर्थातच इंदिराजींना त्यांच्याशी चर्चा करण्यात स्वारस्य काय? अहिंसक लढ्यांची भाषा उदारमतवादी इंग्रजांना समजत होती, म्हणून मोहनदास करमचंद गांधी महात्मा होऊ शकले. आज इंदिराजींच्या पोलिसी राज्यात जयप्रकाशजी फार तर हुतात्मा होऊ शकतील, शेख अब्दुल्लांप्रमाणे राज्यकर्ते होऊ शकणार नाहीत; अखेरीस अजूनही मिनारांचेच राज्य आहे.

(२३ फेब्रुवारी, १९७५)

-०-०-०-

१३

कम्युनिस्ट आणि शिवसेना

बाळासाहेब ठाकरे व रजनी पटेल यांची आव्हाने-प्रतिआव्हाने मध्यंतरी होऊन गेली. शिवसेनेचा कम्युनिस्टांवरचा राग हा तसा जुना आहे; पण कम्युनिस्टांवरचा म्हणजे नेमका कशावरचा राग, हे स्पष्ट न करणाऱ्या त्यांच्या धोरणामुळे त्यांच्या या कम्युनिस्ट द्वेषाला काही तात्त्विक आधार आहे, असे जाणवले नाही. जाणवत होते ते हे की, त्या वेळच्या मुंबई प्रदेश काँग्रेस कमिटीला– वसंतराव नाईक आदी गटाला– कम्युनिस्टांना शह देण्यासाठी म्हणून तर शिवसेना वापरावयाची होती.

ही गोष्ट आपण मान्य केली पाहिजे की, मुंबईतील राजकीय मंचावर शिवसेनेने कम्युनिस्टांच्या तोंडचे पाणी एकदा पळविले होते. लाल बावट्याला खाली पाहायला लावले होते. कम्युनिस्टांना सभा घेणेसुद्धा मुश्किल केले होते. परंतु कम्युनिस्टविरोध कशासाठी, याचे पुरेसे आकलन स्वत: करून न घेतल्यामुळे व अनुयायांना करून न दिल्यामुळे दोन गेंड्यांची लढाई– एवढेच स्वरूप त्या कम्युनिस्ट-शिवसेना राग-लोभाला उरले. कम्युनिस्ट वृत्तपत्रांमध्येसुद्धा शिवसेनेविरुद्ध लिहिण्याचे तेव्हा काही सामर्थ्य नव्हते. खरे तर मुंबईतील कोणत्याच वृत्तपत्रांत ते नव्हते म्हणा. शिवसेनेने आपल्या शक्तीच्या बळावर मी-मी म्हणणाऱ्या राजकारण्यांना विस्मित करून टाकले होते. अशा वेळेला वसंतराव नाईक आणि मुंबईतील गृह खाते तोंडातल्या तोंडात हसत, हा खेळ बघत–बघ्याची भूमिका घेऊन राहिले होते. कामगार युनियनमध्येही शिवसेनेने

त्या वेळेस फार मोठे खिंडार पाडले. कम्युनिस्ट-संघटना खूपच खिळखिळ्या केल्या होत्या.

हे सारे आता लिहिण्याचे कारण इतकेच की, ज्या शिवसेनेच्या सामर्थ्याचा अंकुश कम्युनिस्टांच्या चळवळीला पायबंद लावण्यात झाला; त्या शिवशक्तीबाबत त्याच गुणामुळे आम्हीही पुष्कळदा शिवसेनेची बाजू घेतलेली आहे. या देशाला कम्युनिझमचे भय आहे, ते नेमके कोणते आहे, हे सांगण्याचाही आमच्या अल्प मतीप्रमाणे आम्ही यत्न केला आहे. तेवढ्या मुद्द्यावर शिवसेनेला आमचा संपूर्ण पाठिंबा होता; परंतु त्याच वेळेला भारतात येणारा कम्युनिझम हा चोरपावलाने काँग्रेस पक्षामार्फत येत आहे, हेही आम्ही वेळोवेळी प्रतिपादन केले होते; म्हणून कम्युनिस्ट-विरोध अखेरीस काँग्रेस-विरोधात अंतर्धान पावणार होता. या देशातील कम्युनिस्ट लोकांची स्ट्रॅटेजी अगदी सरळ आणि सोपी होती, हे आपण लक्षात ठेवले पाहिजे. कम्युनिस्टांशी वैर म्हणजे अखेरीस कोणाशी वैर, हे लक्षात येण्यासाठी फारशा बुद्धीची गरज नव्हती. सर्व विरोधी पक्षांनी कोंडी केल्यामुळे असो किंवा जगातील बड्या राष्ट्रांनी हिंदुस्थानाला अडचणीत टाकल्यामुळे असो, मूळच्या कम्युनिस्ट नसलेल्या इंदिराजीही कम्युनिस्टांचा सहकार स्वीकारू लागल्या, या गोष्टीलाही आता दीर्घकाळ लोटलेला आहे. इंदिराजींचे सर्व पवित्रे लक्षात घेतले, तर त्या कम्युनिस्ट आहेत वा कम्युनिस्टधार्जिण्या आहेत, असे अगदी ठामपणाने म्हणणे सोईचे असले तरी सत्याचे होणार नाही. देवाण-घेवाणीचे तत्त्व स्वीकारल्यामुळे कम्युनिस्टांना आज त्यांच्याकडून प्रतिष्ठा मिळालेली आहे, इतकेच. त्यामुळे बाह्यात्कारी अनेक गोष्टींचा तोंडावळा कम्युनिस्ट पद्धतीचा वाटतो; पण तरीही कम्युनिस्ट हे फक्त त्यांचे सहायक आहेत, सहयोगी नव्हेत. कम्युनिझम हा अडचणीतून मार्ग काढण्याचा त्यांचा रस्ता आहे; उद्दिष्ट नव्हे, असेही मानावयास पुष्कळ जागा आहे. इंदिराजींची भलावण करण्यासाठी मी हे लिहीत नाही व हे मला नव्याने सुचले आहे, असेही नाही. कारण कम्युनिस्टांना न रुचणारे अनेक पवित्रे त्यांनी घेतलेले आहेत. पण ज्या प्लॅन्ड इकॉनॉमी नियोजनपद्धतीचा त्यांनी स्वीकार केला आहे आणि जिला कोणत्याही विरोधी पक्षांनी फार गंभीरपणे विरोध केलेला नाही, त्या नियोजनपद्धतीतच काही कम्युनिस्टसदृश गोष्टी आपोआप येतात. ह्या नियोजित अर्थपद्धतीचा अंगीकार कम्युनिस्ट राष्ट्रांनी जास्त कडवट पद्धतीने व जबरदस्तीने केलेला आहे. अगदी राष्ट्रवादी भूमिकेतूनही ह्याच्याकडे पाहिले, तरीही राष्ट्रीय गरज महत्त्वाची ठरविली की, मर्यादित निर्बंधांचे राज्य आपोआपच सुरू होते. समाजवादी, जनसंघ, डावे

कम्युनिस्ट ह्यांपैकी कोणाचेही राज्य हिंदुस्थानावर असते, तरी राष्ट्रीय उत्पादनाचा नियोजित पद्धतीने अवलंब करण्याबाबतीत कोणाचाही विरोध असेल, असे वाटत नाही. तपशिलात मतभेद असतील; परंतु ह्या नव्या अर्थवादात संपूर्ण व्यक्तिस्वातंत्र्य देऊ करणे अशक्य आहे, ही गोष्ट कोणी मानो किंवा न मानो– सत्याच्या जवळ आहे. अमेरिकेसारख्या भांडवलशाही राष्ट्रातही पेट्रोलसारख्या महत्त्वाच्या गरजेचे नियंत्रित वाटप करावे लागते, आवश्यक तेव्हा लष्करभरतीचा कायदा सक्तीने पुकारावा लागतो आणि अनेक वेळा तथाकथित व्यक्तिस्वातंत्र्य मर्यादित करावे लागते; तर मग समाजवादी देशात करावे लागेल, ह्यात नवल ते काय! म्हणून कम्युनिस्ट तोंडवळ्याचे शासन दिसले तरी फारसे बावरून जाण्याचे कारण नाही. कम्युनिस्टांनीही एवढे शेफारून जाण्याचे कारण नाही. ते शेफारले आहेत ते त्यांना मिळालेल्या अवाजवी संरक्षणामुळे. राज्य तेच चालवताहेत, असा त्यांचा भ्रम आहे. जो काँग्रेस पक्ष आज राज्य चालवीत आहे, त्यात काही मूलभूत बदल झालेले आहेत काय? त्याचे जे लहान-मोठे आधारस्तंभ खेड्यापाड्यांतून पसरलेले आहेत, त्यांच्या सत्ता गाजविण्याच्या पद्धतीने काही बदल झाला आहे काय? वस्तूचे मूल्य आणि वितरण ह्यांवर काही जाचक निर्बंध आले आहेत काय? काँग्रेस पक्षाची जेव्हा खालपासून वरपर्यंत पुनरउभारणी होईल, त्यांचेच एक केडर होईल– कम्युनिस्ट विचारसरणीने ते खालपासून वरपर्यंत भारले जातील, तर कम्युनिस्टांचे भय आले, असे होईल. म्हणून कम्युनिझमचे आज तरी कसलेही भय नाही; आहे ते चेकाळलेल्या कम्युनिस्ट पुढाऱ्यांचे. इंदिरा गांधी सर्वसमर्थ विरोधी पक्षांना बघता-बघता हतप्रभ करू शकतात, तर त्या कम्युनिस्टांनाही त्यांचे काम आटोपताच हतप्रभ करू शकणार नाहीत काय? त्यांचे पुष्कळ निर्णय चित्तथरारक असतात. एक दिवस कम्युनिस्टांचीही त्या वाट लावल्याशिवाय राहणार नाहीत. कारण, त्या कधीही कम्युनिस्ट नव्हत्या. कम्युनिझम त्यांना परवडण्यासारखाही नाही. त्यांच्या वृत्ती, वक्तव्ये, दैनंदिन आचार ह्या सर्वांचा विचार केला; तर कम्युनिस्टांनी आज जे पवित्रे घेतले आहेत, त्यांची लवकरात लवकर त्यांना परतफेड करावी लागेल, असे म्हणावे लागेल.

आज तरी कम्युनिस्टांची चलती आहे, ही गोष्ट निर्विवाद आहे. कम्युनिस्ट आपल्या बाह्यात्कारी बडबडीने आपले स्थानमाहात्म्य वाढविण्याचा प्रयत्न करीत आहेत आणि आतून आपले निरंतरचे शत्रू शिवसेना व जनसंघ ह्यांच्या विनाशाची खटपट करीत आहेत. जनसंघाचा विनाश ही तशी सोपी गोष्ट नाही, कारण त्याची पाळेमुळे फार खोलवर गेलेली आहेत. अगदी काँग्रेसमध्येसुद्धा खऱ्या

अर्थाने जनसंघाबद्दल अप्रीती नाही. इंदिराजींना चहूबाजूंनी घेरल्यामुळे असेल, त्यांनी काही तीव्र प्रतिक्रिया व्यक्त केल्या आहेत, ही गोष्ट जरी खरी असली; तरी जनसंघाची पक्षबांधणी व सर्वसामान्यत: अधिकतर असणारे सार्वजनिक चारित्र्य ह्यांची जाण त्यांना नसेल, असे मला वाटत नाही. निकराच्या क्षणी युद्धाचे पवित्रे कोणी कसेही घेतले, तरी ते क्षम्य असतात. परंतु सारे जेव्हा स्थिरस्थावर होईल, तेव्हा पुष्कळसा कडवटपणा धुऊन गेलेला असेल. शिस्त म्हणजे हिंसाचार नव्हे, हेही कदाचित त्या वेळेस लक्षात येईल. काँग्रेस पक्षसुद्धा उद्या नव्याने घडवावयचा असेल; तरी तो खालपासून वरपर्यंत काही तत्त्वांवर, आचारधर्मांवर, जीवननिष्ठांवरच घडवावा लागेल. म्हणून आज जे काही बोलले जात आहे– त्यातील कम्युनिस्टांची चालबाजी किती, सच्च्या काँग्रेसवाल्यांची किती आणि परिस्थितीची किती– याचा अभ्यासपूर्वक शोध घ्यावा लागेल. आज जो काही पक्षोपक्षांतील धुराळा दिसत आहे व जी कटुता निर्माण झाली आहे, त्या कटुतेत भर घालण्याचा उद्योग कम्युनिस्ट पक्ष करतो आहे. परकीय देशाचाही त्यात हस्तक्षेप असू शकेल; नाही असे नाही. परकीय देशांतील साह्याच्या बळावर हिंदुस्थानात अंदाधुंदी निर्माण करण्याचे स्वप्न पहिल्याप्रथमच जर कोणी पाहील, तर तो भारतीय कम्युनिस्ट पक्षच. कारण तो अखेरपर्यंत परावलंबी पक्ष आहे. भारतीय स्वातंत्र्याच्या चळवळीतही ह्या पक्षाने भारतविरोधी भूमिका घेतलेली होती, हे विसरता कामा नये. गेल्या तीस वर्षांतील कम्युनिस्टांचे चाळे पाहिले; तर देशद्रोहाचे तत्त्वज्ञान त्यांनी अनेकदा अंगीकारले, हे आपल्या लक्षात येईल. चीनने भारतावर आक्रमण केले, तेव्हा भारतातील सारे पक्ष शासनाच्या बाजूला उभे राहिले; फक्त कम्युनिस्ट पक्षाने मात्र चीनने आक्रमण केलेच नाही, अशी भूमिका घेतली. भारतीय जनता विसरभोळी नाही; मग भारताच्या पंतप्रधान तरी कशा विसरभोळ्या असतील?

आणि म्हणून, रजनी पटेल ह्यांनी शिवसेनेविरुद्ध जी आक्रमक भूमिका घेतली, तिचा अन्वयार्थ सहज लागतो. शिवसेनेने कम्युनिस्टांची कोंडी केलेली होती, तिचा सूड उगवण्याची आज कम्युनिस्टांची इच्छा आहे. शिवसेना नष्ट झाली, तर ती कम्युनिस्टांना पाहिजे आहे; म्हणजे उद्याचे दुखणे आज गेल्याचे समाधान त्यांना पाहिजे आहे. म्हणून ह्या आणीबाणीच्या काळात बोलण्याची व लिहिण्याची मिळालेली मुक्तता वापरून कम्युनिस्टांनी शिवसेनेविरुद्ध आवाज उठविला आहे.

शिवसेनेचे आणि आमचे काही गोष्टींत मतभेद आहेत. ते आम्ही शिवसेनेच्या

जन्मापासून ते आतापर्यंत मांडत आलो आहोत. ते मांडण्याच्या आमच्या हक्काची किंमत आम्ही वेळोवेळी दिलेली आहे आणि पुढेही देऊ. पण याचा अर्थ असा नव्हे की, कुणीही मारेकऱ्याने शिवसेनेच्या आजच्या परिस्थितीत तिच्या पाठीत सुरा खुपसावा आणि आम्ही तो मुकाट पाहत राहावा. शिवसेनाप्रमुखांचे काही निर्णय चुकीचे असतील, काही वेळेला त्यांनी कायद्यांचेही उल्लंघनही केलेले असेल; पण तरीही शिवसेनेसारखी जातिनिरपेक्ष संस्था शिल्लक ठेवली पाहिजे, असेच मला वाटते. अवमानिलेल्या आणि असंतुष्ट मराठी मनाच्या उकळत्या रागाचा तो एक व्हॉल्व्ह आहे, तो उघडा राहिलाच पाहिजे. पक्षीय स्वार्थासाठी आज तिच्यावर प्रहार होत असताना मागचा इतिहास विसरून आम्ही शिवसेनेच्याच बाजूला उभे राहू. जुने राग-लोभ ह्या घटकेला तरी आमच्या मनात नाहीत. बाळासाहेब ठाकरे ह्यांनी इंदिराजींना पाठिंबा दिला, आदिक ह्यांना पाठिंबा दिला; मुंबई मराठ्यांची हा आग्रह सोडून 'मुंबई सर्वांची' ही घोषणा केली; ह्या साऱ्या गोष्टी चर्चेने समजून घेण्यासारख्या आहेत. मतभेद असलाच, तर तो व्यक्त करण्याचा आमचा अधिकार शाबूत ठेवूनही शिवसेनेने घेतलेला हा नवा पवित्रा प्रामाणिकपणाचा आहे, असे आम्ही ह्या घटकेपुरते धरून चालतो. कम्युनिस्ट या टोकापासून त्या टोकापर्यंत वाटेल तशी मते बदलतात. त्या मतांतराला काडीचाही तात्त्विक आधार नसतो. शिवसेनेच्या पुढे आज निदान अस्तित्वाचा तरी प्रश्न आहे. हाराकिरी करण्यात हौतात्म्य असेल; पण नेहमीच शहाणपणा असतो, असे नाही. अनेक लोकांचे आयुष्य ज्याच्या शब्दावर नाचते, अशा माणसाला व्यक्तिगत राग-लोभ गिळून टाकून परिस्थितीचे भान ठेवावे लागते. संधिसाधूपणा, भेकडपणा असे कुणा शूर व स्वाभिमानी पुरुषाने आरोप केले तर ते समजण्यासारखे तरी असतात; पण भेकड आणि लाचार माणसे जेव्हा असे आरोप दुसऱ्यावर करतात, तेव्हा ते आपल्या भेकडपणाला संरक्षण मागत असतात.

शिवसेनेचा या निमित्ताने खात्मा करून टाकण्याचा डाव यशस्वी होऊ देता कामा नये. अशा संघटना पुन: पुन्हा उभ्या राहत नाहीत. कोणत्याही निमित्ताने झालेली मराठी माणसांची ही एकजूट मोडू देण्याचे साधन आपण कुणाला पुरविता कामा नये. आमचे दुर्दैव असे आहे की, दर खेपेस आम्हाला बुडत्या नावेतच बसण्याचा योग येतो. पण उन्मत्तपणे आणि दिमाखाने चालणाऱ्या नावेतील सुखावह प्रवासापेक्षा बुडत्या नावेतील हा प्रवास आम्हाला सुखाचा वाटतो.

(१४ डिसेंबर, १९७५)

-०-०-०-

१४

स्वातंत्र्यासाठी जनता पक्ष

आणीबाणीविरुद्ध जे काही म्हणायचे आहे, ते सवडीने म्हणता येईल; पण आणीबाणीने एक गोष्ट नक्की चांगली केली की, त्या निमित्ताने देशातील सर्व पक्षांना एकत्र कोंडून घातले. हा घाला अनपेक्षितपणे आला. देशातील सर्व विरोधी पक्षांचे नेते, कार्यकर्ते समदु:खी होऊन एकाच वेळी कारागृहात कोंडले गेले. त्यामुळे एकमेकांची उणी-दुणी काढणारे सर्वपक्षीय कार्यकर्ते समान पातळीवर येऊन विचार करू शकले. सर्वांना शत्रू अर्थात एकच होता आणि समान शत्रुत्व हेसुद्धा मित्रत्वाचे लक्षण होऊ शकते. सर्वांना एकत्रच कोंडून ठेवल्याकारणाने सहवास अपरिहार्य झाला. सहवासाने स्नेह वाढतो, चर्चा होतात. केवळ आपले अस्तित्व टिकविण्यासाठी छोट्या गोष्टींना गंभीर स्वरूप देऊन विरोधी पक्षांच्या नेत्यांनी आकांडतांडव केल्याने विनाकारण गैरसमज वाढला. केवळ सभा जिंकणे, निवडणुका जिंकणे या अत्यंत लहान उद्दिष्टांसाठी परस्परांना बदनाम करण्याचे शास्त्र काही काळ प्रगत झाले. त्यामुळे मुळातच असलेली विरोधी पक्षीयांची अल्प-स्वल्प शक्ती विभागली गेली. लोकांचा बुद्धिभ्रम वाढला. या लहान लहान पक्षांच्या हातून आपले हित होणार कसे, अशी शंका निर्माण झाली आणि म्हणून केवळ नाइलाजाने लोक सर्वभक्षक काँग्रेस पक्षाकडे वळले. त्यामुळे काँग्रेसचा असा भ्रम झाला आहे की, जनता आपल्यामागे आहे. जो पक्ष निवडणुकीत गैरप्रकार करतो, सरकारी साधने वापरतो, उद्योगपतींवर दडपणे आणून

अमाप पैसा मिळवतो, हवे तेव्हा संप घडवून आणतो आणि मोडतोडी, कामगारांच्या आणि शेतकऱ्यांच्या उद्धाराच्या घोषणा करतो... पण प्रत्यक्षात त्यांच्या हाती काही लागू न देता आपल्या पक्ष-कार्यकर्त्यांच्या हातांत गुपचूपपणे पैसे पोचवितो; तो पक्ष जनतेला कसा आवडणार? सर्वांत वरिष्ठ नेत्यापासून ते गावच्या कनिष्ठ नेत्यांपर्यंत समृद्धी आली कोठून? याची चौकशी करण्याचा दिवस जेव्हा उगवेल तेव्हा उगवो; पण अगदी सर्वसामान्य माणसालासुद्धा हा पक्ष अंतर्बाह्य किडलेला आहे, हे मनापासून माहीत आहे. मोठ्या पुढाऱ्यांच्याच नकला लहान पुढारी करीत असतात. त्यामुळे आपल्या गावात काय चालले आहे, हे पाहून भारतातील सामान्य नागरिकाला दिल्लीत काय चालते आहे याची पूर्ण कल्पना आहे.

आपल्या देशात अपार दारिद्र्य आहे आणि या दारिद्र्याचा फायदा घेऊन काँग्रेस पक्ष गब्बर झाला आहे. पोट भरलेल्या साळसूद माणसाने दुसऱ्या माणसाला संयमाचा उपदेश करावा, असे काँग्रेस पक्षाचे झाले आहे. आज काँग्रेस पक्षातील काही पुढाऱ्यांवर लिहिण्याची अजूनही आम्हाला बंदी आहे. (आम्ही ती मानूच, असे नाही) एरवी त्यांचे चारित्र्य उघड करून दाखविणे सहज शक्य आहे. देशाचा पैसा आणि जनतेच्या मालकीची साधने हा आपल्याच बापाचा माल आहे, अशा थाटात काँग्रेस पक्ष त्याचा वापर करीत आहे. विरोधी पक्षाच्या ज्येष्ठ नेत्यांना बदनाम करण्याचे, त्यांच्यावर नानाविध खोटे आरोप करण्याचे सत्र काँग्रेस पुढाऱ्यांनी अखंडपणे चालू ठेवले. कोणाला परकीयांचे हस्तक म्हण, अमुक पक्ष परकीय मदत घेतो असे म्हण, राष्ट्रोपयोगी आणि चारित्र्यवान संघटनांना फॅसिट म्हण– अशी एकतर्फी भाषणे गेले दीड वर्ष लोकांनी ऐकली आहेत. ती अत्यंत निर्लज्ज आणि खोटारडी विधाने ऐकून लोकांचे कान किटले आहेत. लोक कितीही नाराज झाले तरी ती नाराजी व्यक्त करण्याचे साधनही लोकांजवळ नव्हते. वृत्तपत्रांची मुस्कटदाबी करण्यात आली. विरोधकांना कैदखाना दाखविण्यात आला. सभा-संमेलनांना परवानगी नाकारण्यात आली. लोकांचे आवाज दडपून टाकण्यात आले. परदेशी वृत्तपत्रांनी त्या विरुद्ध आवाज उठविला, तर भारताचे शत्रू अशी त्यांची संभावना करण्यात आली. सर्वाधिकार काबीज करणाऱ्या अहंकारी भावनेचे दर्शन घडत असल्यामुळे काँग्रेस नेते आणि काँग्रेस पक्ष यांच्याविरुद्ध सगळीकडे असंतोष खदखदत होता. परदेशांतील वृत्तपत्रांना भारतातील आणीबाणीच्या काळातील प्रगतीविषयीचे सर्वस्वी खोटे आकडे आजवर सांगण्यात आले आहेत. जणू काही देशात सगळे काही चांगले चालले आहे आणि योग्य तेच करण्यात येत आहे, अशी निर्लज्ज ग्वाही देण्यात आली. काय

हो, काल जे देशद्रोही होते, त्यांना आज तुम्ही मोकळे सोडलेच कसे? ज्या जयप्रकाशांची हिटलर म्हणून टी. व्ही. व डॉक्युमेंटरीत संभावना करण्यात आली, त्यांना मुक्त का करावे लागले? ज्या बेताल पुढाऱ्यांनी आपल्या देशबांधवांची स्वार्थासाठी अशी बदनामी केली, त्यांना जनतेनेच जाब विचारला पाहिजे.

काँग्रेस चांगली की वाईट, हा या क्षणी प्रश्नच नाही. काँग्रेस पक्षाने या देशातील लोकशाहीची विटंबना केली, या गोष्टीची त्यांना क्षमाच करता कामा नये. या देशात असा काही काळाकुट्ट इतिहास घडला की, त्याला कोणतीही किंमत देऊन क्षमा होता कामा नये. थोड्या-फार प्रमाणात आणीबाणी उठली, वृत्तपत्रांवरील निर्बंध उठले, काही पुढारी सुटले– एवढ्याने आपण विरघळून जाता कामा नये. हे काही उपकार नव्हेत. चोरांनी लुटून नेलेल्या धनापैकी काही भाग आपली गरज भागल्यावर मोठ्या फुशारकीने परत आणून दिला, म्हणून काही तो चारित्र्यसंपन्नही ठरत नाही किंवा दानशूरही ठरत नाही.

भारतीय जनतेने या काळात एकपक्षीय हुकूमशाहीचा प्रतिकार केला नाही, हा केवळ तिचा सभ्यपणा आहे. लोकशाहीवर त्यांची श्रद्धा आहे. प्रथमदर्शनी हा नादानपणा वाटेल, भ्याडपणा वाटेल, षंढपणासुद्धा वाटेल; परंतु हुकूमशाहीचा धिक्कार हुकूमशाहीने करून फॅसिस्ट प्रवृत्ती नष्ट होत नाही. उलट, त्यातून दीर्घकालीन वैमनस्य निर्माण होते, राष्ट्र दुर्बल होते, अप्रवृत्ती निर्माण होतात. काँग्रेस पक्षाच्या हुकूमशाहीला सडेतोड जबाब मिळाला नाही म्हणून विरोधी पक्ष नेस्तनाबूत झाले, असे समजण्याचे कारण नाही. काँग्रेस पक्षाने आणलेल्या हुकूमशाहीला मुखतोड जबाब देता आला असता; पण तो दिला नाही, हेच फार चांगले झाले. काँग्रेस पक्षाने विरोधी पक्षांकडून प्रतिकाराची अपेक्षा केली होती. मग हिंसाचार झाले, देशात अशांतता माजली, या नावाखाली विरोधकांचा काटा काढता आला असता. पण विरोधकांनी हा काँग्रेस पक्षाचा डाव ओळखला. डोके थंड ठेवले. अन्याय सहन केला. गरम माथी असणाऱ्या तरुण शक्तीला थोपविले. महात्मा गांधी आणि पं. जवाहरलाल नेहरू यांनी शिकविलेल्या संयमित लोकशाहीचे पालन केले. आपापल्यांतील एकोपा टिकविला. या देशातील लोकशाही टिकविण्याचा, तिला सन्मान देण्याचा आदर्श घालून काँग्रेसचे भयानक स्वरूप उघड केले. काँग्रेसचे शासन म्हणजे हुकूमशाहीचे शासन, वटहुकूमांचे शासन, लोकांची दिशाभूल करणाऱ्यांचे शासन– हे आता सर्व जण पक्के समजून चुकले आहेत. हे शासन आज नको– उद्या नको– पुन्हा केव्हाही नको, एवढा धडा जरी आपण जनतेला शिकविला तरी तूर्तच्या घडीला पुरे आहे. राज्य कोणतेही असो– ते

न्याय्य असले पाहिजे. अनेक दिवस जपलेल्या आपल्या सभ्य संस्कृतीचे असले पाहिजे. कोणाही व्यक्तीच्या कृपेचे नको, कोणाच्याही मेहरबानीचे नको. लोकांचे राज्य लोकांना हवे आहे. पुन्हा कारागृहाचे दरवाजे देशभक्तांसाठी उघडले जाता कामा नये. लोकांना भयभीत करणाऱ्या हुकूमशाहीचे थैमान येथे असता कामा नये. हुकूमशाहीचा नि:पात व्हायला हवा.

इतर विरोधी पक्षांचे एक जाऊ द्या– पण खुद्द काँग्रेस पक्षात तरी बोलण्याचे स्वातंत्र्य कोठे होते? त्यांची मुखे बंदच होती. पक्षनेत्यांचे सारे वर्तन त्यांनाही मान्य नव्हते, पण तेही मनोमन घाबरलेलेच होते.

काँग्रेस पक्षातील श्रेष्ठींनीसुद्धा खरे तर या दीड वर्षाच्या काळामुळे शहाणपणा शिकायला हवा. आपल्या पक्षात आणि त्यामुळे जनमानसात आपली अवहेलना झाली, याचा विचार करायला पाहिजे. आपली मानखंडना पुन्हा होणार नाही याविषयी काळजी घेण्याची हीच वेळ आहे. यदाकदाचित काँग्रेस पक्ष पुन्हा बहुमताने निवडून आला, तर नको असलेल्या काँग्रेस नेत्यांची उचलबांगडी झाल्याखेरीज राहणार नाही. निवडणुकीसाठी त्यांची आज आजर्व केली जातील, त्यांना सन्मानाच्या जागासुद्धा देऊ केल्या जातील, पण निवडणूक संपताच तरुणांना संधी दिली पाहिजे, या अमिषाखाली त्यांची हकालपट्टी केली जाईल. कोणाला तरी मोठेपणा देण्यासाठी यांचाच बळी दिला जाईल. म्हणून काँग्रेस आणि काँग्रेस विरोधक असा हा सामना नाही, तर लोकशाहीवर श्रद्धा असणाऱ्यांचा आणि बुडविणाऱ्यांचा खरा सामना व्हावा. ही निवडणूक म्हणजे, तोच खरा संघर्ष आहे. काँग्रेसमध्ये असणाऱ्या उदार व लोकशाहीवर श्रद्धा असणाऱ्या सर्व नेत्यांनी, कार्यकर्त्यांनी दीड वर्षातील दिलेल्या वागणुकीचा विसर पडू देऊ नये. काँग्रेसचे राजकारण हे वारांगनेसारखे आहे. प्रकाश नसणाऱ्या नवनव्या उगवत्या ताऱ्यांची त्यात रोज भर पडते आहे. काँग्रेसवर खऱ्या अर्थाने निष्ठा असणाऱ्या, महात्माजी व पंडितजींवर खऱ्या अर्थाने विश्वास असणाऱ्या लोकांनी विचार करण्याची वेळ आलेली आहे. काँग्रेस हवी; पण कशी हवी, कोणासाठी हवी– व कोणत्या तत्त्वासाठी हवी याचा त्यांनी विचार केला पाहिजे. ज्यांचे हात बरबटलेले नाहीत, जे नियतीची हाक ऐकू शकतात; त्यांनी धाडस करून उघडपणे, धाडस नसल्यास अप्रगटपणे जनविमोचनाच्या या नव्या लोकयात्रेत सामील झाले पाहिजे.

काँग्रेस पक्षातील सर्वांनीच आणि विरोधी पक्षाने एक गोष्ट लक्षात ठेवली पाहिजे– ती ही की, आणीबाणी आली आहे ती अकारण; पण गेली आहे ती

मात्र अपरिहार्य कारणामुळे, सदभावनेमुळे नव्हे! काँग्रेसचा कम्युनिस्टांशी चुंबाचुंबीचा प्रणयाचा काळ आता संपला. आता आपणही राष्ट्रवादी आहोत, हे दाखविण्याचा– विशेषत: जनसंघाच्या व संघटना काँग्रेसच्या राष्ट्रीयवादी आरोळीतील हवा काढून घेण्याचा हा कम्युनिस्ट-द्वेषाचा कार्यक्रम नव्याने सुरू झाला आहे. काल-परवापर्यंत ज्या कम्युनिस्टांची मगरमिठी गोड वाटत होती, ती आज एकदम का टोचायला लागली, याचाही शांतपणे विचार करायला पाहिजे. कम्युनिस्टांचे धोरण बदलले आहे, म्हणून कम्युनिस्टद्वेष सुरू झाला नाही; तर पक्षात घुसलेल्या कम्युनिस्टांचे आक्रमण पुष्कळ काँग्रेसनेत्यांना असह्य झाले, म्हणून काँग्रेसमध्ये अंतर्विरोध सुरू झाला. अनेक प्रांतांत नेतृत्व बदलण्याची मागणी सुरू झाली. नंदिनी सत्पथी, रजनी पटेल आदी कम्युनिस्ट विचारसरणीच्या लोकांना हाकलणे पक्ष-कार्यकर्त्यांनी भाग पाडले. हा असंतोष खूपच वाढेल, असे दिसू लागल्याने कम्युनिस्टद्वेषाची भूमिका काँग्रेसश्रेष्ठींनी घेतली असली पाहिजे. संजय गांधी यांच्याबद्दल खूप बोलता येण्यासारखे आहे आणि बोलणे आवश्यकही आहे. पण त्यांनी स्वत:च्या प्रतिमेसाठी ('आयडेंटिटी'साठी) कम्युनिस्टविरोधी भूमिका घेऊन सर्वांना घोटाळ्यात पाडले आहे, ही गोष्ट विसरता कामा नये. या त्यांच्या भूमिकेला काँग्रेस मुखंडांना पाठिंबा द्यावा लागला, की त्यांनी तो खुशीने दिला, ही गोष्ट हळूहळू स्पष्ट होईल. अनेक पवित्र्यांप्रमाणे हा एक राजकीय डाव टाकला गेला आहे, ही गोष्ट निश्चित. त्यात भोळेभाबडे राष्ट्रवादी न सापडोत, म्हणजे मिळवली. ज्यांना कम्युनिस्ट-प्रेम काय किंवा कम्युनिस्ट-विरोध काय, लोकशाही काय किंवा हुकूमशाही काय, या कशाचेच सोयरसुतक नाही; त्या फॅसिस्ट पक्षीय हुकूमशाहीवाद्यांनी टाकलेला हा डाव आहे. त्यांनी तो कोणत्या हेतूने टाकला आहे, हे न ओळखण्याइतके आपण मूर्ख असू, तर आपल्याइतके दुर्दैवी आपणच! इतर पक्षीयांना प्रतिगामी, फॅसिस्ट, साम्राज्यवादी ठरविण्यासाठी काँग्रेसला काही भुंकणारी कुत्री हवी होती आणि येथील कम्युनिस्टही इतके अजागळ की, त्यांना वाटले– वर्गविग्रहाचे कसलेही युद्ध न करता वा रक्तपात न करता सत्तेत सहभागी होता येते आहे, हा आपलाच पराक्रम आहे. आंबा चोखून झाल्यावर आंब्याच्या साली आणि कोयी कोणी सांभाळून ठेवतो काय? कम्युनिस्ट पक्ष १९४२ च्या भारतीय स्वातंत्र्य-लढ्यात सामील झाला नव्हता, ही गोष्ट काय काँग्रेसवाल्यांना पूर्वी ठाऊक नव्हती? का, आताच तिचा नव्याने शोध लागला आहे? या देशात अस्वस्थतेचे, अराजकतेचे वातावरण कम्युनिस्टांनी जेवढे निर्माण केले तेवढे अन्य पक्षाने केले नव्हते, हे काय काँग्रेस पक्षाला

माहीत नव्हते? तेलंगणात तर कम्युनिस्टांनी सशस्त्र बंड केले होते आणि तेही स्वातंत्र्य मिळाल्यावर. काँग्रेस सत्तेवर असतानाच. एखादी बाई आपल्याला हवी असली, म्हणजे तिच्या रूपाचे कौतुक करावयाचे आणि नकोशी झाली की, तिला छिनाल ठरवायचे– असा हा उद्योग आहे.

कम्युनिस्टांशी एकदा घरोबा संपल्यानंतर भारत-रशियाप्रेमालाही ओहोटी लागणे स्वाभाविक आहे. रशियाशी वैरभाव असणाऱ्या चीनशी जेव्हा आपण पुन्हा संबंध चालू केले, तेव्हाच ही गोष्ट स्पष्ट झाली. इथल्या राष्ट्रवादी शक्तीची हवा काढून घेण्यासाठी व रशियांकित असा गुलामगिरीचा छाप पुसण्यासाठी कम्युनिस्टांना देशद्रोही ठरविण्याचा पवित्रा हा योजना आखून घेतला गेला आहे. ह्यात देशप्रेम वगैरे काही नाही. काम संपताच हाकलून द्यावे, ही गणिका-नीती काँग्रेसने केव्हाच स्वीकारली आहे. हे सारे कम्युनिस्ट-प्रेम संपुष्टात येणार, हे सारे मी 'सोबत'च्या स्तंभातून वेळोवेळी लिहिले आहे. कम्युनिस्ट-सहकार संपला, आता कम्युनिस्ट-द्वेष सुरू झाला. भारत हा एक रशियांकित देश आहे, असा जो जगात समज आहे; तो समज दूर करण्याचा पवित्रासुद्धा जाणूनबुजून टाकण्यात आला आहे. संपत्तीचा अवाजवी संचय करणारे, स्मगलर्सच्या पैशावर निवडणुका लढणारे, जातितत्त्वावर निवडणुकीची तिकिटे वाटणारे कम्युनिस्ट विचारसरणीचा अंगीकार करणार कसे? पापनिवारणार्थ जप-जाप्य, गुरू-बुवा यांच्यापुढे नतमस्तक होणारे कम्युनिझमचा स्वीकार करणार कसे? समाजवादाचा तरी त्यांना स्वप्न-रंजनापलीकडे उपयोग काय? लोकशाही धोक्यात आणली म्हणून बिहार-गुजरात-मधील विरोधकांवर आग पाखडणाऱ्यांनी संबंध भारतातील लोकशाहीचे कसे दिवाळे वाजविले आहे, हे पाहिले म्हणजे; भारतीय राजकारणातील काँग्रेसचे नेमके स्थान लक्षात येते. ज्या समाजवादात श्रीमंतांना अधिक श्रीमंत होता येते, तो समाजवाद म्हणजे केवळ असतो स (त्ता) माजवाद.

एकदा रशियाशी संबंध दुरावणार, हे लक्षात आल्यावर अमेरिकेशी संबंध जोडणे आपोआपच अपरिहार्य झाले. युनोमध्ये व्हेटो वापरून आजवर रशियाने भारताची अब्रू राखली आहे; आता ती जागा घेण्यासाठी अमेरिका हवी आहे. अमेरिका काही मोठी नीतितत्त्वाला मान देणारी आहे, असे थोडेच आहे? लोकलज्जेसाठी का होईना, जोपर्यंत भारतात एकपक्षीय हुकूमशाही आहे तोपर्यंत अमेरिकेचे सहकार्य मिळणे शक्य नाही, ही गोष्ट काँग्रेस पुढाऱ्यांच्या लक्षात आल्याबरोबर आणीबाणी उठविण्यात आली आहे. अजून ती संपूर्ण उठलेली नाही, कारण दीड वर्षातील आपल्या कारभारामुळे जनतेत उसळलेला असंतोष विरोधी नेते किती प्रमाणात गोळा

करू शकतात, याचा अदमास अद्यापि काँग्रेस पक्षांला आलेला नाही. ते काहीही असो– आणीबाणी उठलेली आहे. मर्यादित प्रामाणत का होईना, पुन्हा स्वातंत्र्य लाभलेले आहे. कोणतेही ईप्सित साधले नाही तरी चालेल; पण पुन्हा एकपक्षीय हुकूमशाही येणार नाही आणि पुन्हा लोकशाही धोक्यात येणार नाही याची कसून तयारी केली पाहिजे. विरोधी पक्षांचा एक पक्ष होतो आहे– तो निवडणुका जिंकण्यासाठी नव्हे; निवडणुका हे तर केवळ साधन आहे. एक पक्ष व्हायला हवा तो केवळ लोकशाहीच्या रक्षणासाठी, लोकांना शहाणे करण्यासाठी, भयग्रस्त जनतेला दिलासा देण्यासाठी, देशभक्तांसाठी कारागृहाची दारे पुन्हा न उघडण्यासाठी.

एक पक्ष कसा असावा, कोणत्या तत्त्वावर निर्माण व्हावा, यासाठी आवश्यक ते वातावरण आज निर्माण झाले आहे. ही संधी जर आपण घेतली नाही तर पुन्हा ही संधी आपल्याला कधीच मिळणार नाही, एवढे भान नेत्यांनी ठेवले पाहिजे. त्यांच्या या प्रयत्नांत आपण सर्व जण सहभागी असू, यात मुळीच शंका नाही.

(६ फेब्रुवारी, १९७७)

-०-०-०-

१५

कारागृहातच कृष्ण जन्म पावतो

'स्टाईल इज दि मॅन' असे जे सुभाषित आहे– त्याचा अर्थ मी तरी असा मानतो की, आत्म्याला संतुष्ट करण्यासाठी प्रत्येक मनुष्य आपला आचार-विचार स्वीकारून वावरत असतो. मनुष्य घडतो तो काय एका दिवसात? कळत- नकळत अनेकांच्या उपकारांची बोचकी तो अंगावर वागवीतच असतो. माणसाचे अगदी स्वतंत्र विचारसुद्धा तशा अर्थाने स्वतंत्र नसतातच.

माता-पिता, भाऊ-बहिणी, सखे-सोबती, शाळेतले शिक्षक आणि कॉलेजातील प्राध्यापक या साऱ्यांचा एक घनदाट संस्कार माणसाला घडवीत असतो. लहानपणी हाती आलेली पुस्तके, मोठेपणी वाचावयास लागलेली पुस्तके यांमुळे माणसाच्या वाटचालीचा रस्ता तयार होतो. एकाच शिक्षकाचे अनेक विद्यार्थी वेगवेगळे संस्कार घेऊन लहान-मोठे होतात. वसंत बापट, दि. वि. गोखले, शिवराय तेलंग हे सारे माझ्याबरोबर पु. ग. सहस्रबुद्धे यांचे विद्यार्थी होते. प्रत्येकाच्या वाटचाली वेगळ्या झाल्या. प्र. न. जोशी, गोविंदस्वामी आफळे, शांता शेळके हे माझ्यासारखेच बापूसाहेब माटे यांचेच विद्यार्थी होते; तरी पण प्रत्येकाचे रस्ते निराळेच ठरले. नू. म. वि. ने किंवा स. प. कॉलेजने हजारो विद्यार्थी आपले खास संस्कार देऊन समाजात पाठविले. हे सारे विद्यार्थी काही एका छापाचे गणपती झाले नाहीत; आणि होताही कामा नयेत! एक तर या प्रत्येकावर संस्काराच्या अन्य जागा– घरे, क्रीडांगणे, ग्रंथालये, सखे-

सोबती– वेगवगळे संस्कार करीत होत्या. पण याहीपेक्षा, प्रत्येकाचे म्हणून स्वत:चे एक मन होतेच. ते स्वतंत्र होते. ती परमेश्वराची देणगी होती. हे स्वत:चे असणारे मन आपल्या सोईनुसार संस्कार स्वीकारते, विचारपद्धती ठरवते आणि कृतीला जन्म देते. एकाच झाडाची फळे सारखी असतात, अनेक मुखांनी गंगा नदीचे सागराला मिळणारे पाणीसुद्धा सारखेच असते. जमिनीतून वर जाणारे सलिलतत्त्व परत भूमीवर येते, तेही समान रूप घेऊन. पण माणसांचे तसे नसते. एकाच भूमीत वावरून, एकच संस्कार घेऊन एक माणूस दुसऱ्या माणसासारखा घडत नाही. एकाच बापाची मुलेही सारखी नसतात. एकाच शाळेचे विद्यार्थी सारखे नसतात. एकाच धर्माचे लोक सारखे नसतात.

अन्य चैतन्याजवळ नाही, असे काही निराळे देणे प्रत्येक माणसाजवळ आहे; ते म्हणजे अहं-मीपणा-अत्यंत तरल असे मन, स्वातंत्र्यासाठी आक्रंदन करणारा आत्मा. तसा तो व्याकुळ, प्रमाथी, आक्रंदणारा सर्वव्यापी आत्मा जर माणसाजवळ नसता, तर मग माणूस आणि दगड यांच्यात फरकच उरला नसता. अनेक राज्यकर्त्यांनी एकसारखा माणूस घडविण्याचा प्रयत्न केला आहे, पण तो अजून तरी यशस्वी झालेला नाही; होण्याची शक्यता नाही. सतत भयग्रस्त अवस्थेत वावरणाऱ्या राजवटीतसुद्धा आत्म्याच्या मुक्त स्वातंत्र्याचा आक्रोश चालू असतो आणि त्याच्या किंकाळ्याही अधून-मधून ऐकू येत असतात. हिटलरच्या स्टॉर्म ट्रूपर्सचा गणवेष एक होता, आरोळ्या एक होत्या, क्रौर्याची जातसुद्धा एक होती; तरीसुद्धा त्या प्रत्येकाला स्वतंत्र अस्तित्व होते. कोणत्याही हुकूमशहाला माणसाच्या वेगवेगळेपणाचा व स्वातंत्र्याच्या आक्रोशाचा संपूर्णपणे नाश करता आला नाही. 'आत्मे गहाण टाका, आम्ही सांगतो तसे वागा' ही प्रत्येक हुकूमशहाची दरडावणी असते. ज्याला काही कळत नाही, असे आपण मानतो; असा माणूससुद्धा हुकूमशाहीचे जोखड फेकून देण्याचा प्रयत्न केल्याशिवाय राहत नाही. आपल्या देशात आत्मे गहाण टाकण्याची इथल्या हुकूमशहांची मागणी ठोकरली जाईल– नव्हे, ठोकरली गेली आहे. हे 'याचि देही– याचि डोळा' पाहण्याचे भाग्य आपल्याला लाभले. अखेरीस सर्व स्वातंत्र्यात आत्म्याचे स्वातंत्र्य श्रेष्ठ होय. अगदी पोटभर भाकरी दिली तरीसुद्धा या स्वातंत्र्याचा सौदा होऊ शकत नाही. धारदार संगिनी किंवा जाळत जाणाऱ्या बंदुकीच्या गोळ्या यांनी स्वातंत्र्याची गाणी मुकी होत नाहीत. माणूस देवाचासुद्धा गुलाम होत नाही तो क्षुद्र माणसांचा गुलाम होईल, अशी वेडगळ आशा बाळगण्यात अर्थ नाही. मी

म्हणजे देश, माझ्याशिवाय कोणाचा शब्द मानला जाता कामा नये– मी म्हणेन ते सत्य, मी सांगेन तो समाज-विचार... असल्या मूर्ख वल्गना करण्याचे औद्धत्य धर्मसंस्थापकांनाही नसते, प्रेषितांनाही नसते; तर मग ते सत्तेने मुजोर झालेल्या व राजकारणाच्या चिखलात लोळणाऱ्या मंदाध सत्ताधीशांना असेल काय? मी-मी म्हणणारे सत्ताधीश आले आणि गेले, त्यांची नावनिशाणीदेखील राहिली नाही. सत्तेपेक्षा सत्य मोठे असते. सैनिकांच्या पलटणीपेक्षा कारागृहात कोंबलेल्या साधूचे सुस्कारे अधिक शक्तिमान असतात. गगन फाटेपर्यंत केलेल्या मंदाध गर्जनांना सत्त्वस्थ साधूच्या शापांचेही भय असते.

आपण पुराणांत वाचतो की, राक्षसांनी देवांना कारागृहात टाकले. राक्षसांची संख्या अफाट व त्यांना सर्व मायावी शक्ती वश. असे असताना या राक्षसांचे नि:पात का झाले? कंसाला कृष्ण का मारू शकला? रावणाचा वध राम का करू शकला? त्यांच्याजवळ काही दैवी शक्ती होत्या, म्हणून काही ते राक्षसांचा नि:पात करू शकले नाहीत. पाशवी शक्तींना आपले मरण कशात आहे, हे ठाऊक असते. देवकीच्या मुलाकडून आपला वध होणार, हे काय कंसाला माहीत नव्हते? कारागृहातच कृष्ण जन्माला येतात. सत्याला खूप सोसावे लागते. जेवढा अन्याय जास्त, तेवढा न्याय झळाळून उभा राहतो.

आजही आपल्या देशात सत्ताधीशांना प्रचंड अन्याय करण्याची दुर्बुद्धी झाली, हे एक प्रकारे आपले भाग्यच आहे. कारण त्यामुळेच या सत्ताधीशांना नष्ट करणारा कृष्ण अंधारात जन्माला आला. हा कृष्ण कणा-कणाने वाढेल. लोकांना कितीही ओरडून सांगितले असते, तरी या कृष्ण-जन्माची वार्ता कदाचित कळली नसती; परंतु कारागृहाच्या भिंतींनी ही वार्ता हिमालयापासून कन्याकुमारीपर्यंत नेऊन पोचविली. कारागृहांच्या भिंतींचे सामर्थ्य फार मोठे असते. सत्य काही चिरडून टाकता येत नाही. किंबहुना; जेवढे चिरडावे तेवढे ते प्रतिकारार्थ सिद्ध होते. बंदिवासात ज्यांनी दु:ख भोगले, त्यांची दु:खे फुकट गेली नाहीत. भोग भोगून संपून जातात; पण त्याग मात्र दुप्पट, चौपट श्रेणीने वाढत जातात. दु:ख भोगण्याचे सामर्थ्यसुद्धा कधी कधी प्रतिकाराच्या सामर्थ्यापेक्षा मोठे असते. या देशातील लक्षावधी निरपराध माणसे लहरी हुकूमशहांनी तुरुंगात डांबली आणि सर्व काही सुरक्षित झाले, अशा उन्मादात ते भलभलत्या वल्गना करू लागले. सोशिकांच्या वेदनाच कृष्णाला जन्म घालतात, हा दाखला आजचे कंस विसरले. कारागृहाच्या भिंतींना कोणी घाबरले नाही किंवा त्या भिंतींना कोणी टक्करही दिली नाही. धीरोदात्तपणे व ताठ मानेने

करकरणाऱ्या तुरुंगाच्या द्वारांतून जे आत गेले, ते परत येताना मात्र अग्नीतून मिळणारी सुवर्णकांती घेऊन बाहेर आले. लहान-मोठे पुष्कळ संसार अडचणीत आले, उद्ध्वस्त झाले; परंतु या देशाचा उद्ध्वस्त संसार पुन्हा उभारण्याची जिद्द घेऊन ते सर्व बाहेर आले आहेत. माणसाची मने तुरुंगात घालता येत नाहीत, त्यांना साखळदंडही बांधता येत नाहीत. कारागृहातच कंसवध करणाऱ्या कृष्णाचा जन्म व्हावा, हा दाखला केवळ पुराणांचा नाही, तर तो वर्तमानाचाही आहे. जणू काही शस्त्रसंपादनासाठी केलेली ही तप:साधना होती. या तपाचे उग्र तेज सहन न होऊन आजच्या इंद्र-इंद्राणींना जन्म पावत असलेल्या साधुशक्तीची भीती वाटली, यात नवल ते काय? कौरव पक्षाकडे अफाट सेना होती, द्रोणाचार्य-भीष्म यांसारखे सेनानी होते. आमच्याजवळ संख्या जास्त आहे, असा गर्व ज्यांना व्हायचा असेल; त्यांनी कौरवांच्या पराभवाची मीमांसा लक्षात ठेवावी. संख्या म्हणजेच सर्व काही नाही. ज्याच्याजवळ धर्म नाही, ती संख्या म्हणजेच केवळ कळप असतात. त्यामुळेच मेंढपाळाच्या चुकीमुळे भलत्याच दिशेने वाहवत गेलेला कळप सर्वनाशाकडे जाऊ शकतो. मूठभर सैनिकांच्या बळावर शिवाजीने प्रचंड मोगली साम्राज्याला धक्का दिला; कारण केवळ माणसे लढाया जिंकत नाहीत, तर त्या माणसांच्या मनांतील स्वातंत्र्याची ऊर्मी बुलंद तोफांनाही नेस्तनाबूत करू शकते.

कारागृहात जन्म पावलेल्या या नव्या लोकपक्षाजवळ साधने नाहीत, संख्याबळ नाही; पण म्हणून हिरमुसले होण्याचे कारण नाही. ज्या वेदना वांझ नसतात, त्यांच्यासाठी दु:ख करायचे नसते; कारण त्या वेदना कृष्णाला जन्म देणाऱ्या असतात. ज्यांनी वेदना भोगलेल्या आहेत वा हात जाळून घेतलेले आहेत, त्यांचे हात तोडणारी शस्त्रे अजून जन्माला यायची आहेत. यश आणि अपयश या गोष्टींना स्वतंत्र अर्थ काही नाही. कित्येक अश्रूसुद्धा हसरे असतात, तशीच कित्येक अपयशेसुद्धा विजयचिन्हे असतात. फाशीच्या दोरखंडात ज्यांनी आपल्या माना अडकवल्या, ते जसे मेलेले नसतात; तसेच सोसलेल्या वेदनांचा प्रत्येक क्षण, गाळलेल्या अश्रूंचा प्रत्येक बिंदू हा नव्या देशभक्ताला जन्मास घालीत असतो.

कशास आई, भिजविसी डोळे, उजळ तुझे भाल
रात्रीच्या गर्भात उद्याचा असे उष:काल
सरणावरती आज आमुची पेटताच प्रेते
उठतील त्या ज्वालांतून क्रांतीचे नेते

कारागृहातच कृष्ण जन्म पावतो/ ८७

लोहदण्ड तव पायांमधले खळाखळा तुटणार।
गर्जा जयजयकार क्रांतीचा...

हे जे एका कवीने गाणे गाईले होते, ते आजही खरे नाही काय? देशसेवेची फुले कधी कोमेजत नाहीत; कधी करपत नाहीत– कारण त्यांना शिंपण केलेले असते वेदनांचे, अश्रूंचे अन् सायासांचे. आत्म्याच्या स्वातंत्र्यासाठी केलेले जयजयकार हाच मानवी अस्तित्वासाठी केलेला लढा आहे. गुलामगिरीतून मुक्त होण्यासाठी सोसलेल्या वेदना हीच आमची वेद-उदनिषदे आहेत. आज कृष्ण-जन्माचा सोहळा आपण साजरा करीत आहोत. म्हणूनच कारागृहात जन्म पावलेल्या जनता-जनार्दन पक्षाचे वेगळे महत्त्व आहे. आता राक्षसांचे भय नाही आणि कंसवधही दूर नाही. पूतनामावशी या कृष्णाला कुटिल स्तन्य पाजण्यासाठी येऊ म्हणेल, तर तिची अखेरही ठरलेलीच आहे. आज इवलासा कृष्ण जन्म पावला आहे. तो वाढेल, पुन्हा स्वतंत्र आत्म्याचे हुंकार ऐकू येतील.

(१३ फेब्रुवारी, १९७७)

-०-०-०-

१६

हुकूमशाहीचा अस्त, का अराजकाचा जन्म?

परवा मुंबईच्या भेटीत राजनारायण म्हणाले, ''तिकीट-वाटपाच्या बाबतीत जी लठ्ठालठ्ठी झाली, ते जिवंतपणाचे लक्षण आहे.''

राजनारायण यांचे म्हणणे सहसा कोणी गंभीरपणे घेत नाही– जसे सुब्रह्मण्यम स्वामी यांचेही. करमणूक करणारे काही नेते प्रत्येक पक्षात असले म्हणजे, कंटाळवाणे राजकारण थोडेसे सुसह्य होते. काँग्रेसमध्ये जसे विठ्ठल सुंदर आहेत, पूर्वीच्या स्वतंत्र पक्षात जसे पिलू मोदी होते; तसेच आजच्या जनता पक्षात राजनारायण हेही एक विनोदी नेते आहेत. राजनारायण यांनी प्रत्यक्ष इंदिरा गांधींचाच पराभव केलेला असल्याने त्यांच्या या पराक्रमामुळे त्यांच्या भोवती एक वलय निर्माण झाले आहे. ते कोठेही जावोत– त्यांना हमखास गर्दी जमविणे सहज शक्य आहे. राजनारायण हे भाषणे करीत नाहीत, तर प्रश्नोत्तरे करतात. तमाशातले सवाल-जबाबच म्हणा ना! दुसऱ्याची कुचेष्टा करण्यात ते कोणालाही हार जाणार नाहीत. एकदा ते आपल्या मतदारसंघात भाषण करताना म्हणाले, ''माझे जोडे घ्या आणि माझ्या थोबाडात मारा.'' लोक आश्चर्याने त्यांच्याकडे पाहू लागले. ते पुढे म्हणाले, ''आणीबाणी माझ्यामुळेच आली की नाही? मी इंदिराजींविरुद्ध खटला लढविला नसता तर त्या हरल्या नसत्या; त्या हरल्या नसत्या, तर त्यांचे पंतप्रधानपद धोक्यात आले नसते. तुमचे हाल माझ्यामुळेच झाले ना? तर

मग मारा मला जोडे– करा मला शिक्षा!'' अशा प्रकारचे त्यांचे वक्तव्य असते. लोकांची करमणूक होते. लोक हसतात. इतर राजकीय पुढाऱ्यांप्रमाणे ते तात्त्विक पातळीवर कधी चर्चाच करीत नाहीत. त्यामुळे त्यांचे भाषण करमणुकीसाठी ऐकायचे आणि सोडून द्यायचे, असे लोक समजतात. पण विदूषकालासुद्धा कधी कधी गंभीर व्हावेच लागते. दिल्लीत चाललेल्या गोंधळाचे समर्थन करण्याची राजनारायण यांच्यावरसुद्धा वेळ यावी, यावरून दिल्लीतील तिकीट-वाटपाचा गोंधळ बराच गंभीर होता, ह्यात शंकाच नाही.

आमदार, खासदार, मंत्री अशा जागांना अवाजवी महत्त्व आल्याने त्या जागा मिळवण्यासाठी या देशात अतोनात धडपड चालू असते. पैशाचा, जमावाचा, जातीचा– सर्व दबाव या वेळेस जागा होतो. ही पदे म्हणजे लोकप्रियतेची एक पावती आहे, असेही मानले जाते. परिणाम असा झाला आहे की– राष्ट्रहित, पक्षहित वा सभ्यता या गोष्टी दुय्यम महत्त्वाच्या ठरून तथाकथित लोकप्रतिनिधित्वाचा टिळा लावून घेणे, हीच गोष्ट आज महत्त्वाची बनत चालली आहे. निवडणुका आणि त्यामुळे मिळणारे स्थान हा पुष्कळांच्या चरितार्थाचा विषय झाला आहे. काँग्रेसच्या तीस वर्षांच्या सत्तेच्या काळात आमदारकी-खासदारकी ही चरण्याची राखीव कुरणे झाली आहेत. जनता पक्ष झाला म्हणून काय झाले? त्यात अजूनही पूर्वीच्या सडलेल्या राजकारणात वावरलेले लोक आहेतच ना! इंदिराजींच्या भोवताली असणाऱ्या 'चमच्यांचे' राज्य संपले तरी त्यांनी लावलेल्या विषवृक्षाची फळे हिंदुस्थानच्या भूमीत येत राहणारच. आता तर काय आमदार-खासदारांना आयुष्यभर मानधन मिळणार आहे. मग कोणत्याही मार्गाने निवडून आलेच पाहिजे, असे वाटण्याची प्रक्रिया सुरू झाली. काँग्रेसचे एक बरे आहे– त्या पक्षाकडे कोणी तिकीटच मागत नाही, तेव्हा मतभेदाचे मुद्दे नाहीतच. काँग्रेसवर– इंदिराजींवर, यशवंतराव चव्हाणांवर त्यामुळे कोणाला नाराज करण्याची वेळच आली नाही. जुन्या कार्यकर्त्यांना सांभाळण्याची काँग्रेसवर वेळ असल्याने त्यांना डावलून किंवा त्यांना न आवडणारे उमेदवार रिंगणात येण्याची शक्यताच नव्हती.

जनता पक्षाचा जन्म होऊन महिनाभरसुद्धा लोटलेला नाही. निवडणुकांपुरते एकत्र येणे निराळे आणि राज्यकारभारासाठी एकत्र येणे निराळे. इंदिरा गांधींवरील रागामुळे लोकसभेच्या निवडणुकीच्या वेळेस या देशातील तमाम जनता एकत्र आली. वर्षानुवर्षांचे मतभेद क्षणार्धात मिटल्यासारखे वाटले. युद्धाच्या वेळेस नाही तरी युद्ध-ज्वर येतो व त्या ज्वरात अनेक गोष्टींचा विसर पडतो. युद्ध

जिंकणेच इतके महत्त्वाचे होते की, सर्वांना एकत्र येण्यावाचून गत्यंतर राहत नाही. जनता पक्षाचे लोकसभेच्या निवडणुकांच्या वेळचे दृश्य असेच संतप्त झालेल्या रौद्र रणरागिणीचे होते. युद्ध संपले. कल्पनाही नव्हती, एवढे असामान्य यश लाभले. सत्ताही हाती आली. सत्ता वापरण्याची सवय नसल्यामुळे आणि त्यागाची नशा न उतरल्यामुळे त्या वेळचे तिकीट-वाटप सुखरूप पार पडले होते. मला नको, दुसऱ्याला द्या– असे म्हणण्याचे औदार्य आपोआप निर्माण झाले. शिवाय लोकसभेत जाण्याच्या योग्यतेचे उमेदवार तेव्हा मुळातच कमी होते. लोकसभेत हिंदी व इंग्रजी वक्तृत्व लागते आणि आपली अक्कल उघडी होण्यास तेथे फारसा वेळ लागत नाही, त्यामुळे लोकसभेच्या उमेदवारीबद्दल कित्येकांना दादापुता करावे लागले. शिवाय लोकसभेचे मतदारसंघही मोठे आहेत. राग अनावर झाला होता, तरी यशाचीही खात्री नव्हती; त्यामुळे दुसऱ्याला मोठेपणा देणे सोईचे होते. तुरुंगात लाभलेल्या मन:शांतीचा त्या वेळेस सर्वांच्या मनावर परिणाम होता.

विधानसभांचे तसे नाही. त्यांचे कार्यक्षेत्र लहान. स्थानिक लोकप्रियता येथे कामाला येते. शिवाय, आता इंदिराजींचे भयही पूर्वीइतके राहिले नाही. रस्ता त्या मानाने सरळ आणि सीधा झाला आहे. प्रतिस्पर्धी हताश झालेले आहेत. संपत्तीचा अवाजवी वापर होणार नाही, अशीही शक्यता वाटते. नाही म्हटले तरी जनता हवा कायम आहे, शिवाय मध्यवर्ती सरकारवर जनता पक्षाची पकड आहे. ज्यांनी ज्यांनी त्याग केला, त्यांना-त्यांना त्यागाची किंमत वसूल करण्याची घाई झाली आहे. म्हणूनच आपण लायक उमेदवार कसे आहोत, हे सांगण्याची स्पर्धा या निवडणुकीत प्रकर्षाने चालू झाली आहे.

शिवाय, जनता पक्षाचे नेते या वेळेस अधिक भोंगळपणाने वागले. निवडणुका घेण्याचा निर्णय ज्या वेळेस मनात आला, त्याच वेळेस वेगवेगळ्या राज्यांतील उमेदवारांची चाचणी सुरू व्हायला नको होती काय? निवडणुका ओढवून घेऊन त्या हरण्याचा गाढवपणा जसा इंदिरा गांधींनी केला, तसाच प्रकार जनता पक्षही करणार आहे काय? ह्या निवडणुकीचा निर्णय जसा न्याय्य आहे, तसा नैतिकही आहे; मग तो घेण्याचा निर्णय ज्या क्षणी झाला, त्या क्षणीच संभाव्य उमेदवारांची यादी तयार करणे आवश्यक होते. निवडणुकांचे अर्ज मागे घेण्याचा दिवस आला, तरीही यांच्या कुरबुरी आणि कटकटी चालूच होत्या. कटकटी आणि कुरबुरी केवळ कार्यकर्त्यांतच नव्हत्या, तर नेत्यांतही होत्या. म्हणून सर्व नेत्यांना एक दिवस एका अज्ञात स्थळी जाऊन

विचारविनिमय करावा लागला. लोकसभेच्या निवडणुकीच्या वेळेस असलेला समंजसपणा संपुष्टात आलेला दिसला. ज्यांना पक्षाचा आदेश झुगारून द्यावयाचा होता, त्यांनी अंतिम निवड वेळेवर कळली नाही म्हणून अर्ज वेळेवर मागे घेता आला नाही, ही सबब त्यांनी पुढे केली आहे. आणि त्यामुळेच या निवडणुकीत कोठेही सरळ-सरळ लढती नाहीत. सर्वत्र बहुरंगी सामने आहेत. जनता पक्षाचे दोन किंवा तीन उमेदवार एकमेकांविरुद्ध लढणार आहेत आणि या दुहीचा फायदा काँग्रेस पक्षाला झाल्याशिवाय कसा राहील? जनता पक्षाच्या नेत्यांचे वागणे पाहिले की वाटते, अजूनही या नेत्यांना पुरेसे शहाणपण आलेले नाही. खरे तर, या अशा वागण्याने ज़नता पक्षाचे हसे होते आहे. एवढा अभूतपूर्व विजय मिळवूनसुद्धा जनता पक्षाला जर जनतेचे प्रेम टिकवता आले नाही किंवा एकसंधपणा राखता आला नाही, तर त्यांच्यासारखे करंटे तेच होत.

काँग्रेस पक्ष याच क्षणाची वाट पाहत आहे. या देशात येत्या काही वर्षांत घडणाऱ्या लहानसहान गोष्टीसुद्धा डोळ्यांत तेल घालून काळजीपूर्वक केल्या पाहिजेत. कारभाराचा अनुभव नाही म्हणून काही चुका झाल्या, तर समजण्यासारखे आहे. जनतेला खूश करण्याच्या नादात काही अवाजवी निर्णय घेतले गेले, तरीही काही बिघडले नाही. पण आपण एकसंध नाही आणि अजूनही आपल्यांत जुने व खुळे मतभेद आहेत याची जाहीर कबुली जर जनता पक्ष देऊ लागला, तर मात्र जनतेत नैराश्य पसरेल– नव्हे, पसरलेच आहे. जनता पक्षाच्या नेत्यांनी साधेपणाने व खुलेपणाने वागायला आरंभ करून सुरुवात मात्र छान केली. परंतु अजूनही राज्यमंत्री आणि उपमंत्री यांची नेमणूक होऊ शकली नाही, यालाही पक्षीय मतभेद हेच कारण– असे जर कोणाला वाटले, तर चूक काय? आम्ही मनाने एक झालो आहोत व एकसंध आहोत, असे नुसते म्हणून चालत नाही; तसे तर प्रत्यक्षात वर्तन करावे लागते.

समाजवादी पक्षाला मोरारजींऐवजी बाबूजीच पंतप्रधान व्हायला हवे होते, ही गोष्ट जगजाहीर आहे. संघटना काँग्रेसला त्यांच्या ताकदीपेक्षा जास्त जागा मिळाल्या, अशीही कुरबुर ऐकू येते. आपला त्याग आणि संख्याबळ यांचा विचार न करता आपल्याला कमी जागा दिल्या गेल्या, असाही एक प्रवाह जनसंघाच्या कार्यकर्त्यांत वावरतो आहे. हा सारा हिशेब मला तरी राष्ट्रघातक वाटतो. आपण कोणत्या संकटातून बाहेर आलो, याची जाण हे नेते इतक्या लवकर विसरतील, असे वाटले नव्हते. ज्यांच्या अंगावरचे वण अजून बुजले

नाहीत, त्यांनाही या देशापुढेच नेमके संकट काय याचे भान उरले नसावे, याचे आश्चर्य वाटते, सर्वांनाच सांभाळून घेण्याच्या योजनेत कोणीच सांभाळले जात नाही. त्यागाच्या हिशेबाचा मेळ तर कधीच बरोबर बसत नाही.

म्हणूनच राजनारायण यांना मतभेद ही जिवंतपणाची खूण वाटते. पण मला ती भयसूचक घंटा वाटते. जनता पक्षाचा एकजिनसीपणा जेवढ्या प्रमाणात वाढत जाईल तेवढ्या प्रमाणात या देशातील नागरिकांत आत्मविश्वास निर्माण होईल. जनता पक्षाचे पक्षकार्य अजून चालू झालेलेच नाही. सत्ता हाती असणाऱ्या पक्षाकडे नागरिक नेहमीच संशयाने पाहतात व अल्पसंख्य असले तरी विरोधी पक्ष चळवळी करून जनतेचे मन जिंकून घेत असतात. मृणाल गोरे म्हणाल्या, तेच खरे आहे– "पुन्हा लाटणी बाहेर काढावी लागतील." आपल्याच लोकांचे राज्य आहे– तेव्हा सरकारविरोधी मोर्चे, घेराव करून आपण आपल्याच सरकारला अडचणीत कसे आणायचे, असला खुळा युक्तिवाद केला गेला; तर जनतेचा असंतोष विरोधी पक्षांच्याच द्वारे व्यक्त होईल. मग जनता पक्षाच्या लोकप्रियतेला ओहोटी लागेल. आपल्या बहुतेक अडचणी काँग्रेस पक्षाच्या तीस वर्षांच्या भ्रष्ट शासनातून उत्पन्न झालेल्या आहेत, पण जनता इतिहास जाणत नाही. अडचणी कशामुळे निर्माण झाल्या आहेत यापेक्षा त्या अडचणी केव्हा निवारण करणार, हा त्यांचा सवाल असतो. यक्षिणीची कांडी आमच्याजवळ नाही; तेव्हा आम्ही ताबडतोब जनतेचे हाल निवारू शकत नाही ही भूमिका प्रांजळ असेल, पण जनता पक्षाला परवडणारी नाही. आपली गेलेली पत मिळविण्यासाठी काँग्रेस पक्ष या दिरंगाईचा फायदा उठविल्याशिवाय राहणार नाही. आणि याला उत्तर एकच आहे– काही ना काही उपायाने जनता पक्षाचा एकसंधपणा लोकांच्या मनात ठसला पाहिजे व उपाययोजना केली जात असल्याची खात्री पटली पाहिजे. केवळ लोकसभांच्या निवडणुका जिंकल्या म्हणजे सारे गवसले, असला भाबडेपणा न पत्करता या देशाचे संपूर्ण राज्ययंत्र ताब्यात आल्याशिवाय ही लढाई संपलेलीच नाही– या भूमिकेचा पुनरुच्चार वारंवार होणे भाग आहे. लढाई ऐन रंगात आलेली असताना जेव्हा सैनिक आपापसांत मतभेद व्यक्त करू लागतात, तेव्हा अंतिम युद्धाचा निकाल काय लागेल, हे सांगण्यासाठी फारसे शहाणपण लागत नाही.

मतभेद हे जिवंतपणाचे लक्षण जरूर आहे. विचारमंथनातूनच नवनवे रस्ते सापडतात. कोणाच्या तरी आज्ञा ऐकणे म्हणजे गुलामांच्या राज्याला मान्यता देणे आहे. मतभेद मूल्यांसाठी असावेत; स्पर्धेसाठी नव्हेत, सत्तेसाठी

तर नव्हेतच. आजचे मतभेद हा केवळ हावरेपणा आहे. मतभेदांचे निमित्त करून जर कोणी आपल्या पोळीवर तूप ओढू पाहत असेल, तर त्याचा हात रोखला पाहिजे. हिशेबीपणाने जर कोणी त्याग केला असेल, तर त्याची नोंद न करणेच योग्य होईल. सत्ता भोगण्याची सवय असणाऱ्यांचे सत्तेशिवाय भागत नाही आणि सत्ता ज्यांनी भोगलेलीच नसते, त्यांना सत्तेचे आकर्षण वाटत असते. आज सत्तास्थानांना आलेली किंमत कमी केल्याशिवाय हे गणित सुटणार नाही. सत्तेशिवायही समाजसेवा करता येते, लोकप्रिय होता येते, संस्था चालविता येतात, लोकांची भांडणे लढता येतात- हे सिद्ध करता आले नाही, तर जनता पक्षाचा विनाशही अटळ आहे. राजसिंहासन श्रेष्ठ की लोकसिंहासन श्रेष्ठ, हा खरा प्रश्न आहे. सत्तेचा गैरवापर करणाऱ्याचा लोक किती द्वेष करतात, याचे प्रात्यक्षिकच इंदिरा गांधींनी दाखविले असताना अजूनही सत्तास्थानांना महत्त्व मिळते आहे हे पाहून हा समाज किती सडवला गेला आहे, हे लक्षात यायला हरकत नाही. लोकांना केवळ अन्नधान्य दिल्याने प्रश्न सुटणार नाहीत, त्यांना लोकशाहीचे काही शिक्षणही दिले पाहिजे; एरवी एका हुकूमशाहीचा अस्त झाला आणि दुसऱ्या अराजकाचा जन्म झाला, असे होईल.

(३१ मे, १९७७)

-०-०-०-

१७

जनता पक्षाचे होणार आहे तरी काय?

जनता पक्षाची निर्मिती ज्या कारणांमुळे झाली, ते कारण आता जवळपास संपुष्टात आले आहे. काँग्रेसपक्षीय तीस वर्षांच्या प्रदीर्घ भ्रष्ट राजवटीचा अस्त व्हावा, अशी जनमानसात आकांक्षा उत्पन्न झाली. लोकांच्या मनांत वेगवेळ्या कारणांनी काँग्रेसबद्दल असलेला राग व्यक्त होण्यासाठी आणीबाणी हे निमित्त झाले आणि तो राग व्यक्त झाला. काँग्रेसची राजवट संपली. आंध्र व कर्नाटक राज्यात काँग्रेसची उर्वरित सत्ता संपुष्टात येण्याच्या मार्गावर आहे. महाराष्ट्रातही काँग्रेसला मोठा धक्का बसेल, असे अनुमान काढायला जागा आहे. काँग्रेस पक्ष एकसंध राहिला असता, तर संभाव्य संकटासाठी जनता पक्षही आपोआपच एकजुटीने वागला असता. काँग्रेसचे विभाजन हा आता काही दिवसांचा प्रश्न आहे. अगोदरच क्षीणवत् झालेली काँग्रेस या दुफाळीमुळे अधिकाधिक संकटात सापडलेली आहे. लोकांची मागणी वेळेवर ओळखून सर्व पक्ष एकत्र आले आणि सर्व पक्षांनी आपापला ताठा सोडून काळाची मागणी म्हणून जनता पक्षाला जन्म देऊन लोकांची दीर्घकालीन आकांक्षा पुरी केली. लोकांनी जनता पक्षाला मते दिली नाहीत; काँग्रेसनाशाला मते दिली, हे सत्य कायमचे लक्षात ठेवल्यावाचून राजकारणाची उकल होण्यासारखी नाही.

'जनता हवा', 'जनता हवा' असे जे आपण म्हणत होतो– ती हवा म्हणजेच काँग्रेसला पर्यायी पक्ष निर्माण करण्याची जनतेची आकांक्षा. 'जनता हवा' म्हणजे लोकांचा साचलेला राग.

हा राग आणीबाणीपुरता मर्यादित नव्हता; या रागाला प्रदीर्घ इतिहास आहे. काँग्रेसला मत देण्यावाचून पर्याय नव्हता म्हणून लोक काँग्रेसला मते देत होते. यापूर्वी संयुक्त आघाड्या झाल्या नाहीत असे नाही; परंतु त्यांचा कारभार सुखकारक होऊ शकला नाही, म्हणून काँग्रेसऐवजी अन्य कोणत्याही पक्षाला मते देण्याचे धाडस लोक करीनात. नियतीने एक देवदुर्लभ अशी संधी या देशामध्ये आणून सोडली. एकाच वेदनेने पोळलेले सर्व पक्ष एक आले, म्हणून विलक्षण उल्हास वाटला. जनतेत केवढा असंतोष पेटलेला होता याचा अंदाज घेण्याच्या कामी काँग्रेस पक्ष जसा असमर्थ ठरला, तसाच विरोधी पक्षही शहाणा ठरला नव्हता. पुढाऱ्यांपेक्षा, वृत्तपत्रकारांपेक्षा आणि विचारवंतांपेक्षाही या देशातील अडाणी माणूस अधिक शहाणा, अधिक विचारी व अधिक व्यवहारी आहे– हा शोध त्या निमित्ताने लागला. लोकांचा तो राग पुष्कळ अर्थी आता निवलेला आहे. उत्तर हिंदुस्थानातील पोटनिवडणुकीत जनता पक्षाला यश मिळाले, ही गोष्ट खरी; पण त्याचेही मुख्य कारण काँग्रेस पक्षाचे नैतिक धैर्य ओसरले आहे, सत्ता गेलेली आहे आणि लोक भयमुक्त झालेले आहेत– हेच होय.

आता लोकांचा काँग्रेसवरील रोष ओसरत जाणार, हे आपण लक्षात ठेवले पाहिजे. एक तर असल्या रोषांचे कारण फार काळ टिकत नाही. शहा आयोगाने किंवा तत्सम चौकशी आयोगाने इंदिराजी व काँग्रेस पक्षीय यांच्या कितीही भयानक कहाण्या लोकांपुढे ठेवल्या, तरी जनतेच्या रागाची ऊर्मी कायम टिकविण्यासाठी त्याचा फारसा उपयोग नाही. आता फार तर न्यायदानाचे काम होऊ शकेल, अपराध्यांनाही शिक्षा होतील; परंतु राजकारणासाठी त्या घटनांचा कितीसा उपयोग होईल, याचा विचार केला पाहिजे. जनता सरकारने केलेल्या अशा कृत्यांबाबतची जनतेची सहानुभूती कोणत्या वेळेला उलटेल, हेही सांगता येणार नाही.

इंदिरा गांधींची अटक व सुटका प्रकरणात जनता सरकार पुष्कळ सहानुभूती गमावून बसले आहेच.

सर्वसामान्य जनता, पत्रकार, विचारवंत हे नेहमीच प्रस्थापित शासनाच्या विरुद्ध जात असतात. ती एक नैसर्गिक प्रक्रिया आहे. नव्या नवलाईचे चार दिवस संपल्यावर या आयोगातील चित्तथरारकपणा आणि गंमत संपून जाईल नव्हे– ती आजही गेली आहे. जनता पक्षाचा यापुढचा आधार लोकाभिमुखता एवढाच असू शकेल. चांगले आणि वाईट हे निवडण्याची नागरिकांची क्षमता आता वाढलेली आहे. हा वाढता चोखंदळपणा लोकशाहीचे निरोगी लक्षण आहे.

लोक थांबायला तयार आहेत, परंतु त्यालाही कालमर्यादा आहे. नवशिकेपणाचे कौतुक चार दिवस झाले. साधेपणा हाही भोगून झाला. राजकारणात चारित्र्य हा सद्गुण आहे– नव्हे, त्याची अपरिहार्य गरजही आहे; पण चारित्र्याच्या जोडीला अचूक, प्रतिभासंपन्न, बुद्धिजन्य नियोजनाचीही गरज आहे. केवळ संत जगाचा उद्धार करू शकत नाहीत. संतत्वाची जरीची किनार वस्त्राला जरूर असावी, पण व्यवहार्य जगात टिकाऊ आणि उपयुक्त धाग्याचे वस्त्र वापरावे लागते.

जनता पक्षाची निर्मिती झाली, त्या वेळी सर्व पक्षांनी आपापली वेगवेगळ्या विणीची वस्त्रे टाकून दिली आणि एक युनिफॉर्म– गणवेश– स्वीकारला, परंतु त्यांची अंतर्वस्त्रे तशीच राहिली. माणसा-माणसांत मतभेद हे राहणारच– विशेषत: ज्यांनी वेगवेगळी जीवनमूल्ये वर्षानुवर्षे बाळगली, त्यांच्यात तर राहणारच. मतभेदांची चिंता नाही; चिंता आहे ती अंतर्गत वैरांची. दिल्लीतील वरिष्ठ नेत्यांनी जाणीवपूर्वक जोपासलेली एकात्मता राज्यपातळीवर व जिल्हापातळीवर अजून अवतरलेली नाही. वेगाबद्दल मतभेद जरूर असावेत, पण कोणत्या रस्त्याने जायचे याबद्दल मतभेद नकोत. मूलभूत प्रश्नांपुरती तरी निश्चितपणे एकवाक्यता हवी. गेल्या काही दिवसांत चिंता वाटावी अशा घटना घडू लागल्या आहेत.

सत्ता ही मुळातच चांगल्या गोष्टींना भ्रष्ट करण्यात प्रवीण असते. आताचा जनता पक्ष म्हणजे पूर्वीचे विरोधी पक्ष. कधी सत्ता भोगलेली नाही. पोट मारून अनेकांनी देशसेवेसाठी वर्षानुवर्षे आयुष्य वेचले. अशा वेळेला सत्ता एकदम अचानकपणे येऊन ठाकलेली आहे. सत्ता अनेक सुखांची गुरुकिल्ली. अनेक प्रलोभनांना निमंत्रण. आयुष्यात भोगलेल्या सर्व दु:खांचा परिहार करण्याची संधी. मध्यवर्ती राजकारभारात सत्तावाटपाच्या वेळेस फारसे मतभेद झाले नाहीत, कारण त्या योग्यतेची माणसेच मुळात कमी असतात. उत्तर हिंदुस्थानातील राज्यांच्या निवडणुकांत जनता पक्षात खूप मतभेद झाले, परंतु परिस्थितीच्या रेट्यामुळे या मतभेदांना उग्र स्वरूप आले नाही. आता पुष्कळ काळ उलटून गेला. काँग्रेसची भीती उरलेली नाही, इंदिरा गांधींचाही पाडाव झालेला आहे– होतो आहे. अशा वेळेस सत्तेतील वाटा मागण्यासाठी जनता पक्षात प्रचंड घालमेली चालू झाल्या आहेत.

मुंबईत शांती पटेलांनी जनता पक्षाच्या कचेरीचा ताबा कसा घेतला? याहूनही खालच्या स्तरावर म्हणजे जिल्हा बोर्डे, ग्रामपंचायती, म्युनिसिपालट्या यांच्या निवडणुका होतील; तेव्हा जनता पक्षाचे ऐक्य कोणत्या योग्यतेचे आहे,

ते ठरणार आहे. माणसे पक्षात येतात, ती काही पक्षीय तत्त्वज्ञानाच्या प्रेमाने नव्हेत. ती उघड-उघड सत्तावाट्यात भागीदार म्हणून येतात, हा काँग्रेसने पाडलेला शिरस्ता जनता पक्ष मोडू शकेल अशी खात्री नाही. याचे मुख्य कारण– या देशातील कोणत्याही पक्षाजवळ तत्त्व असे नाहीच. संघटना तर मुळीच नाही. आहे फक्त जमाव. एखाद्या लोभस स्त्रीकडे हपापलेल्या नजरेने पाहणाऱ्या गुंडांसारखे निवडणुकीतील तिकिटाकडे पाहणारे हावरट लोक जेव्हा पक्ष बनवतात; तेव्हा पक्ष हा पक्ष राहत नाही, हे भय या देशातील सर्वच पक्षांना आहे. सत्ता हीच या देशात सर्वोच्च सन्मानाचे स्थान मानले जाते. पक्षकार्य म्हणजे संभाव्य मतदारसंघाची उभारणी– असेच समीकरण आहे. अशीच जर पक्षाची बांधणी होणार असेल; तर माणसे बदलली, पक्षाचे निशाण बदलले– एवढेच यश हाती लागेल. साऱ्या देशसेवेची फलश्रुती म्हणजे आमदारकी, खासदारकी, मंत्रिपद असा साधा-सरळ अर्थ लावला जातो आहे आणि त्याचे लोण पक्षाच्या साऱ्या धोरणावर व कार्यपद्धतीवर आपोआप पोचत आहे.

इंदिरा गांधींचा नाश ही जनता पक्षाच्या जमेची बाजू. त्यांचे पुनरुत्थान ही सोईची बाजू. पण या दोन्ही गोष्टी जनता पक्षाच्या एकसंधपणाला अडचणीत टाकणाऱ्या आहेत. कारण भयामुळे एकत्रित झालेली, राहिलेली विभिन्न मतांची माणसे आता स्वैरपणाने वागू लागतील. जयप्रकाशजींसारख्या अपवादात्मक चारित्र्याच्या केवळ अस्तित्वामुळे जनता पक्ष पुष्कळच सुरक्षित आहे. मोरारजी आहेत तोपर्यंत पंतप्रधानकीबाबतही वाद उत्पन्न होणार नाहीत. पण हे सारे पक्षाचे दीर्घकालीन बळ असू शकत नाही. मोराराजींनंतर केवळ पंतप्रधानकीच्या निमित्तानेसुद्धा एकरूप झालेले जनता पक्षाचे उच्चस्तरीय नेतृत्व अडचणीत सापडणार आहे. जगजीवन रामबाबू यांना खूश करण्यासाठी बौद्धांच्या सवलती नाकारून जनता पक्ष बौद्धांची अकारण नाराजी स्वीकारीत आहे. एके काळचे कामगारनेते आज उद्योगमंत्री-व्यापारमंत्री-मजूरमंत्री असल्यामुळे या देशातील औद्योगिक अशांतता काबूत ठेवण्यासाठी ते कडक उपाय वापरू शकत नाहीत. विरोधी पक्षात असताना केलेल्या एकांतिक चळवळी जनता पक्षाच्या नेत्यांपुढे आज अडचणींचे अनेक डोंगर उभे करीत आहेत. या देशातील भाववाढ रोखण्यासाठी अमूल्य अशी परदेशी हुंडणावळ वापरून कायमचा प्रश्न कसा सुटणार? इथल्या व्यापाऱ्यांवर नियंत्रण ठेवणे, हा मार्ग कोण वापरणार? काल आपण काय काय बोललो आणि शासक झाल्याबरोबर त्यांपैकी आपण काय काय करू शकतो, यावर जनता पक्षातील नेत्यांचे भवितव्य अवलंबून आहे.

चुका झाल्या तरी चालतील, परंतु आज काही महत्त्वाचे निर्णय घेतले नाहीत तर पुढील निवडणूक येण्याच्या आधी जनता पक्षाची लोकप्रियता टिकण्याजोगी परिस्थिती राहणार नाही. जनता नेत्यांपुढे अडचणी काय आहेत याच्याशी लोकांना फारसे कर्तव्य नाही. त्यांना हवा आहे दिलासा, काही प्रत्यक्ष जाणवणारा बदल. तो न मिळाला– तर ज्या उत्कटतेने लोकांनी जनता पक्षाला राज्यावर बसविले, त्याहीपेक्षा अधिक संतापाने जनता पक्षाला लोक ही जागा सोडणे भाग पाडतील. लोकांच्या या प्रतिक्रिया नीट मापता येत नाहीत, आणि येथेच पुढारी नेहमी कमी पडतात. काँग्रेस जरी आज दुर्बल झाली असली तरी तिची पाळेमुळे खोलपर्यंत रुजलेली आहेत. विरोधी पक्ष म्हणून काँग्रेस पक्षाला कार्य करण्याची सवय नाही. चळवळी बांधण्याचेही काँग्रेस पक्ष विसरला आहे. पण त्यावरही आपण फारसे विसंबता कामा नये. अस्तित्वाचा लढा उत्पन्न झाला की, लोकांचा असंतोष आजचे विरोधी पक्ष गोळा करू शकतील, आणि या कामी कम्युनिस्टही त्यांना साथ देतील. घातपाताचे प्रकार आजच चालू झाले आहेत. टाळेबंदी, संप, घेराव यांतही वाढ झाली आहे. लोकांच्या असंतोषाचा आधार मिळाला, तर जनता पक्ष अडचणीत आल्यावाचून कसा राहील?

जनता पक्षाने आपल्या अनुयायांना सत्तेचा लोभ टाकायला शिकविल्याशिवाय ते अशा आपत्कालात विरोधकांशी मुकाबला करू शकणार नाहीत. ज्या पक्षात नि:स्वार्थी, सेवाभावी आणि सत्ता नाकारणारे लोक आहेत, त्याच पक्षाला या देशात भवितव्य आहे. या देशात माणसे घडविण्याचे कारखाने काढले पाहिजेत. संघाला शिव्या देणाऱ्यांनी संघासारख्या चारित्र्य घडवणाऱ्या प्रचंड संघटना उभ्या करण्याचा विचार केला पाहिजे. हे काम कठीण आहे. पण तसे तर या देशातील सारेच प्रश्न कठीण आहेत. त्याला घाबरून या देशात काय घडणार आहे?

सत्ता आणि संपत्ती याचे स्तोम या देशात काँग्रेसने वाढविले आहे. ते रोखण्याची या देशात पहिली गरज आहे. जनता पक्षाचे संमिश्र स्वरूप एकजिनसी व्हायला हवे असेल, तर ही क्रिया फार जलद व्हायला हवी. निवडणुका ही लोकशाहीची अपरिहार्य गरज आहे, पण म्हणून लोकशाहीचे ते सारसर्वस्व नाही. या निमित्ताने काही मूल्यांचा आग्रह धरणे भाग आहे. काही लोक या रस्त्यावरून येण्याचे नाकारतील, कदाचित प्रतिपक्षालाही मिळतील. तरीही ही क्रिया जर अजिबात सुरू झाली नाही; तर संपूर्ण क्रांती तर राहोच, परंतु परिवर्तनालाही आरंभ होणार नाही. जनता पक्षाचा कार्यक्रम लोकांपर्यंत पोचवण्यासाठी पुन्हा सरकारी नोकरशाहीच वापरायची असेल, तर काँग्रेसचे जे झाले तेच जनता

पक्षाचे होईल.

जनता पक्षाला हे व्रत कदाचित महाग पडेल; परंतु सर्वच व्रते आचरण्यासाठी कठीणच असतात. ज्या राजकारणाला यतिधर्माची जोड नाही, ते राजकारण केवळ वारांगनांचे खेळ होतील. जसजसे दिवस जातील तसतसा जनता पक्षाचा विस्कळीतपणा उघडकीस येईल. सत्तेच्या खुर्चीचा मोह धरून जमवलेल्या लक्षावधी माणसांच्या गर्दीपेक्षा थोडे निष्ठावंत अनुयायी जनता पक्षाची मुळे जनतेत रुजवतील आणि कदाचित त्यातून फुलणाऱ्या वेलीला चांगली फळे येतील. कल्पवृक्ष लावलेला असला तरी आपल्या इच्छाच जर अशुभ असतील, तर मिळणारी फळे हानिकारक ठरतात. काळ फार थोडा आहे. आज ढिसाळपणा केला, तर लोकशाहीचे झालेले पुनरुत्थानच धोक्यात येईल. जनता पक्षाबाबत भ्रमनिरास म्हणजे उद्याच्या हुकूमशहाला निमंत्रण.

जनता पक्षाचे भवितव्य काय? जनता पक्षाचे नेते कशी तडफ दाखवतात? या देशात आज शिकलेले उद्या विसरण्याची सवय आहे. गेल्या निवडणुकीने जे ज्ञान दिले, ते आपण वापरणार की नाही– हा खरा प्रश्न आहे.

(१५ जानेवारी, १९७८)

-०-०-०-

१८

बुड्ढे लोग, खाली करो शामियाना!

नानाजी देशमुख– पूर्वीच्या जनसंघाचे व आताच्या जनता पक्षाचे एक मान्यवर नेते! आज तर ते जनता पक्षाचे एक चिटणीसही आहेत. उत्तर हिंदुस्थानात संघ-जनसंघाची प्रतिमा उंचावण्यास ते कारणीभूत आहेत, असे म्हणतात. राष्ट्रवादी चळवळीत आयुष्य झोकून देणारी जी अनेक माणसे संघाने तयार केली व संन्यस्त समाजसेवकांची परंपरा निर्माण केली, त्यांत नानाजी हे अग्रेसर आहेत. बिहारच्या आंदोलनात काळ ओळखून संघाने आणि जनसंघाने जयप्रकाशजींबरोबर प्रत्यक्ष राजकारणात भाग घेतला, त्याला नानाजी कारणीभूत असले पाहिजेत. असाच पूर्वीच्या राजकीय आंदोलनांतही संघाने भाग घेतला असता, तर संघाची प्रतिमा उजळ झाली असती. परंतु संघटनेसाठी संघटना या अतिरेकी भूमिकेत काही काळ संघ गुंतल्यामुळे संघाच्या लढाऊ प्रवृत्तीचा बीमोड झाला आणि ती एक केवळ सांस्कृतिक चळवळ उरली! जेव्हा राजकारण सर्वंकष असते; तेव्हा कोणत्याही शक्तीला, व्यक्तीला किंवा संघटनेला तिच्यापासून सर्वथा पळून जाता येत नाही. सत्तेचे राजकारण न करणे निराळे आणि राजकारण महारोग्यासारखे आहे असे समजून त्यापासून पळ काढणे निराळे!

संघासारखी बलिष्ठ संघटना असूनसुद्धा गेल्या तीस वर्षांच्या दुर्दैवी कालखंडात म्हणण्यासारखे काही संघ करू शकला नाही. संघासारखी घट्ट व बांधेसूद संघटना देशात असतानाही हा देश लोकशाही स्वातंत्र्य गमावून बसला, ही गोष्ट संघाला मुळीच

भूषणास्पद नाही. परंतु अखेरीस का होईना, या देशात लोकशाही स्वातंत्र्याचे जे पर्व एकोणीसशे चौऱ्याहत्तरपासून सुरू झाले त्या स्वातंत्र्य-लढाईत पूर्वीचे अलिप्ततेचे सर्व दोरे कापून टाकून संघाने उडी घेतली आणि जयप्रकाशजींबरोबर खांद्याला खांदा लावून काम केले. आपल्या संघटनाचातुर्याचा व संघटनेचा जयप्रकाशजींच्या चळवळीस फायदा मिळवून दिला, ही गोष्ट आता सूर्यप्रकाशाइतकी स्वच्छ झालेली आहे. संघावर बंदी येण्यापूर्वीच बिहारच्या आंदोलनात नानाजी देशमुख सामील झाले, या गोष्टीचा पुष्कळांना विसर पडतो. बिहार संघर्ष समितीचे नानाजी हे एक प्रमुख आधारस्तंभ होते. जयप्रकाशजींबरोबर प्रत्येक गोष्टीत नानाजींनी साथ दिली. काँग्रेसविरोधी असंतोषाची जी लाट उत्तर हिंदुस्थानात निर्माण झाली, तिच्यात संघ-जनसंघाचा फार मोठा वाटा होता. पूर्वी आणि आजही संघ-जनसंघ यांना इंदिरा गांधीं आपल्या टीकेचे लक्ष्य करीत आहेत, ते काही उगीच नाही. संघ आणि जनसंघ यांच्या प्रत्यक्ष साह्यामुळेच भारताच्या दुसऱ्या स्वातंत्र्य-युद्धाला भव्य स्वरूप आले.

त्यागात समाजवादी कमी होते, अशातला भाग नाही. त्यांनीही जनसंघीयांप्रमाणे एकाकी राहून काँग्रेसच्या प्रचंड शक्तीला टक्कर देण्यातच गेली पंचवीस ते तीस वर्षे काढली आहेत, परंतु आपापसांतील विलक्षण मतभेदांमुळे व व्यक्तिगत राजकारणामुळे समाजवाद्यांचा आवाज उंच उठू शकला नाही. एकट्या समाजवाद्यांची चळवळ इंदिराजींना चिरडून टाकता आली असती, कारण कोणत्याही चळवळीत अखेर मनुष्यबळाचे महत्त्व असतेच! आपापसांतील मतभेदांमुळे समाजवादी शक्ती दुर्बल झाल्या व घट्ट बांधणीमुळे जनसंघाचा प्रभाव मात्र वाढत गेला, यामुळे जनता पक्षात बेदिली उत्पन्न होताना दिसते आहे. या स्थितीत इंदिरा गांधींनी केलेले संघ-जनसंघविरोधी आकांडतांडव समजण्यासारखे आहे. कारण विस्कळीत जमावापेक्षा संघटित शक्तींबरोबर लढणे इंदिराजींना फार कठीण आहे. कम्युनिस्ट, तथाकथित अति-डावे, प्रांतीय व संकुचित पक्ष यांनाही जनसंघाच्या एकसंध अस्तित्वाचे भय वाटते; कारण लोकशाहीत मनुष्यबळाचाच प्रभाव पडतो! मात्र समाजवाद्यांनी जनसंघवाल्यांविरुद्ध भयग्रस्त व्हावे, ही गोष्ट त्यांच्या दुबळेपणाची द्योतक आहे. आपण कोणीतीही संघटना निर्माण करायची नाही, दुसऱ्याच्या संघटित शक्तीचा फायदा मात्र मिळवायचा आणि त्या संघटित शक्तीचीच अवहेलना करायची– असा हा समाजवाद्यांचा घातकी विचार आहे. ज्यांच्यामुळे सत्ता प्राप्त झाली, त्यांच्याशी एका वर्षात वाकुडकीचे राजकारण करण्याची दुर्बुद्धी समाजवाद्यांना का होते आहे, हे खरोखरच कळण्यासारखे नाही.

वास्तविक, समाजवाद्यांनाही समाजात काही प्रतिमा आहे. त्यांचाही त्याग जनतेने नोंदला आहे. जयप्रकाशजी हे अखेरीस समाजवाद्यांचेही गुरुर्ब्रह्मा! त्यांच्या नावाचा टिळा जनता पक्षाने लावला आहे. समाजवाद्यांजवळ काही निश्चित आर्थिक विचारसरणी आहे. समाजातल्या दुर्बल अशा सर्व घटकांशी समाजवाद्यांना चट्कन् नाते जोडता येते. कामगार संघटना व भूमिहीन शेतकरी यांच्याही चळवळी समाजवाद्यांना संघटित करता येणे शक्य आहे. हरिजनांचीही सहानुभूती समाजवाद्यांकडेच झुकण्याची शक्यता आहे. तसे कशाला– सर्वच अल्पसंख्याकांना जनता पक्षाच्या झेंड्याखाली संघटित करता येणे समाजवाद्यांना सहज शक्य आहे. असे असताना अशा तऱ्हेच्या संघटना निर्माण करण्याचे सोडून देऊन जनता पक्षाची एकमेव संघटित शक्ती जनसंघ (आणि चरणसिंगांची भालोद) यांच्या विरुद्ध समाजवादी का राळ उठवीत आहेत? या त्यांच्या कृतीमुळे जनता पक्षच कमकुवत होतो व सर्वांचा समान शत्रू इंदिरा काँग्रेस हा बलवान होतो, याकडे समाजवाद्यांचे लक्ष का जात नाही?

बिहारच्या आंदोलनामुळे संघाची प्रतिमा उज्ज्वल झाली, ही गोष्ट लक्षात घेतली तर बऱ्याच गोष्टींचा उलगडा होण्यासारखा आहे. अठरा-एकोणीस महिन्यांच्या इंदिराजींच्या हुकूमशाहीच्या आणीबाणीकाळानंतर जेव्हा सर्वांचीच तुरुंगातून मुक्तता झाली; तेव्हा समाजवाद्यांनाही संघ-जनसंघाच्या देशभक्तीचा, एवढेच नव्हे तर निधर्मीपणाचासुद्धा पुळका आला होता. बाळासाहेब देवरसांच्या गुणगौरवाच्या कामी सर्व समाजवाद्यांची चढाओढ लागलेली होती. देवरसांच्या साठाव्या वाढदिवसानिमित्त सर्व मराठी वृत्तपत्रांतून जे लेख प्रसिद्ध झाले, ते सर्व समाजवाद्यांनीच लिहिलेले होते. तुरुंगातील संघवाल्यांच्या वागण्यामुळे, एकोप्यामुळे व सामजिक वृत्तीमुळे समाजवादीसुद्धा पाघळले होते... आणि आता या वर्षाच्या कालावधीत असे काय घडले की, ज्यामुळे समाजवाद्यांना जनसंघवाल्यांच्या विरुद्ध हाकाटी करावीशी वाटावी? आणीबाणीचा फायदा संघ-जनसंघाने जरूर मिळवला आहे. आजपर्यंत संघ-जनसंघाची चळवळ ही सोईप्रमाणे समाजाच्या वरच्याच तवंगासारखी होती. बघता-बघता समाजवाद्यांची समजली जाणारी पुष्कळ कार्यक्षेत्रे संघ-जनसंघाने व्यापायला आरंभ केला. माणसे घडविणे, एकत्र आणणे आणि त्यांना समष्टिरूप देणे– हे समाजवाद्यांना कधीही जमलेले नाही. समाजवाद्यांजवळ पांडित्य, वक्तृत्व व प्रसिद्धिमाध्यमे आहेत. त्या मानाने संघ-जनसंघ मागासलेला आहे. अजूनही त्यांना साहित्य, वृत्तपत्रे, सभा, परिसंवाद असे बौद्धिक जागरण समजलेले नाही. वावरण्यात, बोलण्यात, लिहिण्यात जनसंघ हा मध्यमवर्गीय

वाटतो. त्याची वृत्तपत्रे मागासलेली वाटतात. पण हेही अंतर लवकरात लवकर जनसंघ दूर करील. समाजवादी किंवा जनता पक्षाच्या अन्य घटकांना जनसंघाची भीती वाटते ती संख्याबळामुळे! जनसंघात बंडखोरी नाहीच, असे नाही. पण संघटना मोडण्याइतकी ती बंडखोरी वावदुकी नाही. मतभेदांना एका मर्यादेनंतर सामांजस्य स्वीकारावे लागते, त्याशिवाय कोणतीही रचनात्मक गोष्ट घडविता येत नाही.

बहुमत म्हणजे संख्याबळ! ते मान्य नसेल, इतर अन्य पर्याय कोणता? प्रत्येक विचारवंताला वाटते, आपण म्हणतो ते बरोबर! परंतु हे बरोबर आहे असे वाटणाऱ्यांना त्यांचे मत जर बहुमतात परिवर्तित करता येत नसेल, तर लोकशाहीची प्रक्रिया चालणार कशी? एकचालकानुवर्ती रचना जर व्यक्तिपूजक असेल, तर प्रत्येकाची भिन्न-भिन्न आकांक्षा व आग्रह हे अराजकाला निमंत्रण ठरेल! म्हणजे यात कोठे तरी समन्वयाची आवश्यकता आहे. काही तरी निर्णय घेतल्याशिवाय वाटचाल करायची तरी कशी? कोणाचे तरी अनुरंजन करीत राहायचे, फाजील पुरोगामी बुरखा घ्यायचा आणि एखाद्या जातीच्या, धर्माच्या किंवा गटाच्या पाठिंब्याची अपेक्षा करायची– हे राजकारण फार काळ चालण्यासारखे नाही. हिंदू-मुसलमानांचा प्रश्न मुस्लिम अनुनयानेच बिकट झाला. तीच गोष्ट उद्या दलित समाजाची होऊ नये. त्यांचाही प्रश्न सहानभूतीने व न्यायाने सुटावा; सौदेबाजीने नव्हे! जे काँग्रेसने आजपर्यंत केले, त्याच मार्गाने आपण जाणार असू; तर जे काँग्रेसचे झाले, तेच जनता पक्षाचे व्हायला वेळ लागणार नाही. अनुरंजनाने मूलगामी प्रश्न सुटणार नाहीत. त्या कामी निर्धार, एकवाक्यता आणि कृतीची नितांत आवश्यकता असते.

जनता पक्ष अस्तित्वात आला तो एक अपरिहार्य गरज म्हणून! चार घटक पक्षांच्या समंजसपणामुळे सत्तेचे वाटप झाले. मनुष्यबळाचा विचार न करता जनसंघाने ते वाटप स्वीकारले. पण हे असे लोकशाहीविरोधी वाटप दीर्घकाळ टिकणार नाही आणि कुरबुरींना आरंभ होतो तो सत्तेतील विषम भागीदारीमुळेच! वस्तुत: संघ आणि जनसंघ यांच्या विचारधारेतील नेमक्या कोणत्या गोष्टीवर आक्षेप आहे, याची एकदा पक्षांतर्गत दिलखुलास चर्चा व्हायला हवी. मागे कुरबरी राहण्यापेक्षा या प्रश्नावर एकदा सरळ-सरळ आणि खुल्लम खुल्ला चर्चा होऊन याचा निकाल लागणे आवश्यक आहे. पूर्वी ज्यांनी संघ-जनसंघावर आरोप केले, त्यांनीच आणीबाणीच्या काळानंतर संघ-जनसंघाची भलावण केली. ती एक तर संघ-जनसंघाच्या भूमिका त्यांना बदलल्या असे

वाटले म्हणून किंवा त्यांच्या स्वत:च्याच विचारांत काही बदल झाला म्हणून! आपल्यात काही बदल झालाय हे मान्य करणे, आपल्या देशात कुणालाही फारसे आवडत नाही. बदल हे चांचल्याचे, धरसोडीचे किंवा संधिसाधूपणाचे लक्षण असते असे नाही, तर ते विकासाचेही चिन्ह असते. माझ्या मतात कोणताही बदल करावा लागला नाही किंवा मी तो करणार नाही, ही भूमिका निश्चयी ठरणारी नसून हटवादीपणाची ठरण्याची शक्यता जास्त. परिस्थितीचा दगडावर बदल होत नाही; माणसावर होतो! आणि लोकशाहीत मतपरिवर्तन ही एक अत्यावश्यक प्रक्रिया आहे. गेल्या तीन-चार वर्षांतील राजकारणामुळे या देशातील सर्व नागरिकांत, पक्षांत व संघटनांत काही ना काही बदल होणे अपरिहार्य होते. कम्युनिस्ट पक्ष हा सर्वांत अपरिवर्तनीय व ग्रंथप्रामाण्यवादी पक्ष! त्यालासुद्धा इंदिरा गांधींबाबत घेतलेली भूमिका चूक होती, असा कबुलीजबाब द्यावा लागला. एवढ्या मोठ्या गंभीर राजकीय घटनांचे परिणाम सर्वत्र दिसत आहेत; तरीही आपली जुनी सोवळी भांडी जशीच्या तशी शाबूत आहेत, असा बकवास करणारे लोक मूर्ख आहेत, असे मानले पाहिजे.

हेडगेवारांच्या काळाचा संघ श्री. गुरुजींच्या काळात नव्हता. त्या काळात संघाची रुंदी वाढली, पण संघाचे पौरुष हरवले होते. देवरसांच्या काळात संघ गतिमान होऊ पाहतो आहे. शक्याशक्यतेचा विचार करून काही व्यवहारी राजकारण संघात आणि म्हणूनच जनसंघात येऊ पाहत आहे. जुने सारे आरोप-प्रत्यारोप पुन्हा एकदा तपासून पाहिले पाहिजेत, असे जर काही लोकांना वाटत नसेल; तर देवच त्यांचे रक्षण करो. या देशात एकंदरच व्यक्तिपूजनाचे स्तोम फार आहे व ते सर्व पक्षांत आहे. त्याचा अंमल संघ-जनसंघातही एके काळी होता. आजही थोड्या-फार प्रमाणात तो आहेच. समाजवाद्यांतील प्रत्येक लहानसहान पुढारी आपल्याला प्रति-परमेश्वरच मानीत असल्यामुळे सर्व व्यक्तिपूजक संघटनांची त्यांना भीती वाटणे स्वाभाविक आहे. तशीच ती त्यांना संघवाल्यांबद्दलही वाटत असावी. त्याला दोन पर्याय आहेत. उघड-उघड शत्रुत्व करून व्यक्तिपूजनाचे बंड मोडणे; पण ते आजच्या घटकेला शक्य नाही. कारण उघड-उघड बंड याचा अर्थ जनता पक्षाची अखेर! तशी ती होऊ देणे सर्वनाशक आहे, याचे भान सर्वांनाच आहे. दुसरा पर्याय– या देशातील महत्त्वाच्या संघटित शक्तींवर कब्जा मिळवून व्यक्तिपूजन मानणाऱ्या संघटनांना शह देणे, हा होय! हाही पर्याय समाजवाद्यांना परवडणार नाही. यासाठी तरी त्यांना खुद्द समाजवाद्यांतीलच गट अन् मतभेद मिटवले पाहिजेत.

'साठ वर्षांवरील व्यक्तींनी सत्तास्थाने सोडावीत' या नानाजी देशमुख यांनी केलेल्या सूचनेचा विपर्यास करण्यात सर्वच लोक पुढाकार घेतील. भारतातील राजकीय परिस्थितीत फारसे बदल न होण्याचे मुख्य कारण या देशातील गलितगात्र म्हातारे नेतृत्व हेच आहे. अनुभवसंपन्नता या नावाखाली वार्धक्याचा बडिवार आपण सतत माजवत असतो. वयाचे मोठेपण हेच केवळ गौरवाचे निमित्त होते, तेव्हा समाजातल्या साऱ्या युयुत्सु प्रवृत्तीही थंड होऊ लागतात. महाराष्ट्रापुरते बोलायचे, तर एस. एम. जोशी यांच्या प्रामाणिकपणाबद्दल कोणाच्याही मनात शंका नसूनही त्यांचे वयस्कर नेतत्त्व जनता पक्षाच्या नव्या वाटचालीला फारसे उपयुक्त नाही, असे म्हणावे लागेल. ही जुनी म्हातारी माणसे नव्या रक्ताला फारसा वाव देत नाहीत. आपल्याला सांभाळणाऱ्या इमानी माणसांचा गोतावळा ते निर्माण करतात. जेव्हा देशामध्ये क्रांतिकारक बदल हवे असतात, तेव्हा केव्हा तरी केलेले त्याग वर्तमानात उपयोगी पडत नाहीत, याचा त्यांना विसर पडतो.

माणसांचे वय वाढत जाते, पण पक्ष मात्र सदैव चिरतरुण असला पाहिजे. म्हाताऱ्या-कोताऱ्यांच्या हातांत काँग्रेस पक्ष गेला, म्हणून त्याची दुर्दशा झाली. या देशातील कोणतेही सत्तास्थान केवळ मृत्यूमुळेच बदलले जाते; एरवी स्वखुशीने कुणीच सत्तास्थाने सोडीत नाहीत. राजकारणात नव्हे, तर या देशातील प्रत्येक क्षेत्रात या म्हाताऱ्या लोकांनी अवाजवी लुडबूड केलेली आहे. या देशातील सर्वच संघटनांची रचनाही अशी आहे की, त्या संघटनांच्या स्थानांवर तेथे वर्षानुवर्षं ठाण मांडून बसलेल्या नेत्यांना हाकलून काढणे अशक्य असते. जुन्या गोष्टी कालातीत झाल्या तरीही नव्या गोष्टी स्वीकारण्याची हिंमत नसल्याने, नेते धड जुने सांभाळू शकत नाहीत, नवे नीट निर्माण करू शकत नाहीत. या देशात आत्तापर्यंत चार पंतप्रधान झाले, तरी शब्दांच्या वावदुकीपेक्षा कोणतेही महत्त्वाचे बदल घडले आहेत असे दिसत नाही. शाश्वत सत्य असे समजले जाणारे सत्यसुद्धा आपले रंग-रूप हमेशा पालटते. पण या देशातल्या लहानसहान गोष्टीसुद्धा जशाच्या तशा राखण्यावरच आपला भर आहे.

स्वखुशीने केव्हा तरी आपण निवृत्त झाले पाहिजे, अशी जाणीव व्हायला हवी आणि धोका पत्करूनही नव्या संकल्पनांचा स्वीकार करण्याची धिटाई हवी. मुळात या देशावर परंपरांचे आणि तथाकथित जीर्ण संस्कृतीचे प्रचंड ओझे आहे. आम्ही त्यांत गुदमरत आहेत. विज्ञानाच्या मर्यादा लक्षात घेऊनसुद्धा विज्ञान नवनव्या गोष्टी आमच्या अंगावर भिरकावते आहे. आम्ही त्यांचा स्वीकार करणे तर राहोच, पण त्या गोष्टींपासून पळ कसा काढता येईल यात मश्गूल आहोत.

अफाट लोकसंख्या व परंपरावादी जीवनक्रम यामुळे आलेले दारिद्र्य, धर्म-जाती व संप्रदाय यांच्यांतील कटुता या साऱ्या गोष्टींशी मुकाबला करण्यासाठी कोमट आणि शिळे मार्ग उपयोगी नाहीत. त्यासाठीच ताजे व तरुण मार्गच हवेत.

इंदिरा गांधींना जे प्रथमदर्शनी यश लाभले होते आणि मी-मी म्हणणाऱ्या वृद्ध नेत्यांना त्यांनी राजकारणातून हाकलले होते त्याचे रहस्य त्यांच्या तारुण्याच्या आवाहनात होते. ते फसवे होते, स्वार्थी होते, ढोंगीही होते; म्हणून ते आवाहन पराभूत झाले असेल. पण त्या आवाहनाचा उत्कर्ष आणि विलय झालेला आपण पाहिलेला आहे. आपल्याला तो एक धडा होता.

जनता पक्षाच्या ऊर्ध्वस्थानी मोरारजी देसाई, चरणसिंग, जगजीवन रामबाबू यांसारखी माणसे जागांना चिकटून राहणार असतील; तर केवळ त्यांचे वयच त्यांचा पराभव करील. शिवाय, त्यांना आता आयुष्यात मिळवायचे काय आहे? मृत्यूने आपल्याला सत्तेवरून दूर हाकलले, असा दुर्लौकिक गाठी बांधण्यापेक्षा आपल्या हयातीत नव्या पिढीने कारभार चालवताना पाहणे त्यांना अभिमानास्पद वाटायला हवे. वस्तुत: हा पराभव नाही, तर ही कृतकृत्यता आहे. मुलाबाळांच्या हातांत संसार सोपवून योग्य वेळी वानप्रस्थाश्रमात जाण्याची या देशाची परंपरा होती; पण दुर्दैवाने तो धर्माचार नव्हता, तर शिष्टाचार होता. पंडित नेहरूंनी आपल्या हयातीत निवृत्ती स्वीकारली असती, तर या देशावर महान उपकार झाले असते. 'नेहरूंनंतर कोण?' असला मूर्ख प्रश्न जेव्हा विचारला जात असे, तेव्हा नेहरूंनीच खडसावून सांगायला हवे होते, "मी काही अमरपट्टा घेऊन आलेलो नाही. हजारो वर्षांच्या देशाच्या या इतिहासात मी एक नगण्य माणूस आहे– नियतीच्या खेळतील एक खेळणे! मी गेलो तरी देश राहणारच आहे! एकामागोमाग एक नव्या पिढ्या निर्माण होणारच आहेत. माझ्यानंतर कोण, हा प्रश्न विचारणे हा लोकशाहीचा अपमान आहे." पण असे काही नेहरू म्हणाले नाहीत. गांधीसुद्धा म्हणाले नाहीत. विनोबांना तर अजूनसुद्धा मूर्खपणाची सल्ला-मसलत देण्याची दुर्बुद्धी सुचते आहे. माणसाची केवढी ही अहंता आहे!

सावरकर खऱ्या अर्थाने निवृत्त झाले; एवढेच नव्हे, तर, आपण आता सृष्टीला भारभूत झालो, या जाणिवेने ते मृत्यूला सामोरे गेले. हे आश्चर्यकारक वाटते. हिंदुत्ववाद्यांना नेता हवा आहे, हे त्यांना माहीत होते; तरीही कण्हत-कुंथत जगण्याचा त्यांनी अट्टहास केला नाही. आपल्या जराजर्जर देहाचे प्रदर्शन करायला त्यांनी नकार दिला. मला वाटते, त्यांच्या आयुष्याची अखेर आपण जेवढी समजावून घ्यायला हवी तेवढी समजावून घेतली नाही. आज मोरारजी

देसाई, चरणसिंग, जगजीवन रामबाबू– एवढेच कशाला पण यशवंतराव चव्हाण, इंदिरा गांधी या सर्वांचा राजकीय रंगमंचावरील खेळ आता संपलेला आहे. वेळच्या वेळी रंग पुसून त्यांनी निवृत्त व्हायला हवे. त्यात त्यांची स्वत:चीही पत आहे आणि देशाचेही कल्याण आहे. परंतु वर्षानुवर्षं सत्तास्थाने भोगली तरीही त्यांची तृप्ती झालेली नाही. या देशाचे कल्याण माझ्याशिवाय होणार नाही, असे प्रत्येकाला वाटते. माझ्यानंतर कोण, असा उद्दाम आणि अहंकारी प्रश्न प्रत्येक नेता विचारतो आहे. शेख अब्दुल्ला, स. का. पाटील यांसारखी मंडळी तर अजूनही विदूषकी चाळे करू शकतात. या लोकांना खरे हवे तरी काय असते? माणसाची गात्रे कधीच तृप्त होऊ शकत नाहीत काय? लोभाला मर्यादा नाही काय? आपण कितीही मोठे असलो तरी मानवी जीवित हे फारच मोठे आहे. कुणाचे कुणावाचून अडणार नाही– आपल्यापेक्षा फार मोठमोठी माणसे या जगात होऊन गेली तरी जग चाललेच आहे. आपल्या लघुत्वाची माणसाला जाणीव असणे, हे त्याच्या मोठेपणाचे लक्षण आहे. मात्र, अशी मोठी माणसे आमच्या दुर्दैवाने या देशात क्वचितच निपजली! केव्हा अंतमुर्ख व्हायचे, केव्हा निवृत्त व्हायचे, केव्हा मरायचे– हे ज्यांना कळले, त्यांनी जगाचे गूढ प्रश्न लीलया सोडवले.

म्हणून नानाजींची सूचना ही राजकारणाची चाल आहे, म्हणून पाहता कामा नये. संघ-जनसंघाला स्थान मिळावे म्हणून ही सूचना केली आहे, असे ज्या भेकड माणसांना वाटते; ते भारतीय जनतेचा अपमान करतात! हा देश काही केवळ संघ-जनसंघाच्या मालकीचा नाही; संघ-जनसंघाच्या बाहेरही या देशातील प्रचंड शक्ती शिल्लक आहेत. या देशाचे तारुण्य, पराक्रम यांची अवहेलना करण्याचा विचार ज्यांच्या मनांत उत्पन्न होतो; त्यांना माणसाचे अस्तित्व कशात आहे, हेच कळले नाही. वय माणसाची कुरूपता वाढवते. गात्रांच्या शक्ती कमी करते. वेग आणि उंची याची भीती निर्माण करते. अशा वयाची मनात हळूहळू कीव निर्माण होते. नानाजींची ही सूचना ठोकरणाऱ्यांच्या अंत:करणात एका अनामिक भीतीने ठाण मांडले आहे, एवढाच त्याचा अर्थ!

मात्र, नानाजींनी ही सूचना अधिक व्यापक अर्थाने करावी. साठाव्या वर्षांनंतर जर सत्तास्थाने सोडायची असतील, तर देवरसांनाही सरसंघचालकत्व सोडावे लागेल. तेही सत्तास्थानच आहे, त्यालाही तारुण्य लागतेच. प्रथम त्यांनी या विषयाला देवरसांची अनुमती घ्यावी आणि मग इतरांवर या सूचनेचा अनुग्रह करावा. अशा वेळेला कुणी किती त्याग केला, कुणाचे जीवन समर्पित आहे याचे

हिशेब मात्र मनात आणू नयेत. कारण जरेचा परिणाम सर्वांवर सारखाच होतो. तो मंत्र्यांच्या कामावर होतो आणि संघटनांच्या नेतृत्वावर होत नाही, असे थोडेच आहे?

हा लेख लिहिला तेव्हा फक्त नानाजींची सूचना आली होती. –आता देवरस या सूचनेला सहमत नाहीत, असे जाहीर झाले.

हे सहज समजण्यासारखे होते म्हणून तर देवरसांची अनुमती घ्यावी, असे मी सुचवले होते.

पक्षाध्यक्ष चंद्रशेखर यांनी मात्र ही सूचना उचलून धरली आहे.

–पण काय उपयोग?

ज्यांच्यासाठी सूचना आहे, ती वृद्ध मंडळी आजार सांभाळत खुर्चीत आहेतच!

(७ मे, १९७८)

-०-०-०-

१९

बाटलीत बंद केलेला राक्षस

आपल्या देशातील राजकारण आता एका विचित्र अवस्थेत आले आहे. कदाचित त्याला दक्षिण विरुद्ध उत्तर असेही स्वरूप येण्याची शक्यता आहे. उत्तर हिंदुस्थानात काँग्रेसविरोधी पक्ष शासनात आला, त्या वेळेस आज ना उद्या दक्षिणेतही काँग्रेस नामशेष, होईल अशी आशा होती; पण ती आशा काही सफल झाली नाही. अजून उरलेली चार वर्षे तरी मध्यवर्ती शासनात बदल होण्याची शक्यता नाही, तशीच राज्यशासनातही. म्हणून जनता पक्ष आणि अन्य पक्ष यांच्यातील संघर्षाचे स्वरूप अखेरीस मध्यवर्ती सरकार आणि राज्य सरकार यांचे संबंध बिघडवणारे ठरणार आहे.

याचाच अर्थ, जनता पक्षाला दोन गोष्टींकडे लक्ष देणे भाग आहे. एक म्हणजे, जनता पक्षाचे एकरूपत्व वाढवणे आणि दुसरे– अन्य सर्व विरोधी पक्षांचे अवमूल्यन करणे. पैकी जनता पक्षातील एकात्मता वाढू नये, यासाठी विरोधी पक्षही खटपट करीत राहणारच! आज जे जनता पक्षात कुरबुरीचे वातावरण आहे, त्याला अन्य विरोधी पक्षच खतपाणी घालीत आहेत. त्यांतील महत्त्वाचा पवित्रा जनसंघाविरुद्ध आघाडी उघडणे, हा आहे.

हेच विरोधी पक्ष जेव्हा सत्तेवर होते, तेव्हापासून जनसंघाविरुद्ध त्यांनी आघाडी उघडलेलीच आहे. त्या विचारसरणीला जनता पक्षातीलच एका गटाचे– विशेषत: समाजवाद्यांचे– आज साह्य होत आहे. डाव्या आघाडीची कल्पनासुद्धा या पवित्र्यातूनच निर्माण

झाली. डावे आणि उजवे या शब्दप्रयोगाला तसा काही आज अर्थ उरलेला नाही. ज्यांच्याजवळ शक्ती आहे त्यांना उजवे म्हणून बदनाम करणे, हा एक राजकीय पवित्रा झाला आहे. सत्ता हातांत नसताना अतिरेकी डाव्या भूमिका स्वीकारणे सोईचेही असते.

डावेपणाशी सत्ताविरोधी भूमिका चपखल जमते. अतिरेकी मागण्यांच्या आधाराने अशांतता माजवता येते. सत्तारूढ पक्षाला कैचीत पकडता येते. पुन्हा सत्तेची स्वप्ने पाहता येतात. इंदिरा गांधी तर हे करतीलच. कम्युनिस्ट त्यांना साथ देतील. स्वत:चेच अस्तित्व धोक्यात असलेली चव्हाण काँग्रेसही या जमावात सामील होईल. फॉरवर्ड ब्लॉक, डी. एम. के., शेतकरी-कामकरी पक्ष आणि प्रसंगी मार्क्सवादीसुद्धा जनता पक्षाला उजवा ठरवण्यासाठी या वेळेस उत्सुक होतील.

कोणत्याही पक्षाने योजलेल्या कार्यक्रमात अग्रहक्कांचा प्रश्न महत्त्वाचा असतोच. एखाद्या देशाचा विकास करावयाची दीर्घ पल्ल्याची योजना कुणालाही उजवी ठरवता येणे सोपे असते. कारण उद्दिष्टांना अशा वेळेस महत्त्व नसते, तर आजच्या आज हिशेब मागण्याचा मोह लवकर पडतो. एखाद्या पक्षाचे धोरण आणि वाटचाल यांमुळे त्या पक्षाची पुरोगामी वा प्रतिगामी भूमिका ठरत असते. आतापर्यंतच्या गेल्या तीस वर्षांच्या राजकारणाचा हिशेब आपण मांडला; तर एक तर ती कामगिरी समाधानकारक नाही व पुरेशी पुरोगामी नाही, हे सहज लक्षात येण्यासारखे आहे. पुरोगामित्वाचा बुरखा घेणाऱ्या इंदिराजी, त्यांचे तथाकथित साथीदार आणि आजपर्यंत काँग्रेसच्या राजवटीत सुस्तावलेले सर्व काँग्रेसजन त्याला जबाबदार आहेत.

आत्ताच्या जनता पक्षाच्या थोड्याशा कारभारात काही बदल जाणवत असले, तरी तीस वर्षांच्या राज्यकारभाराचीच परंपरा जनता पक्ष चालवीत आहे, एवढेच फार तर म्हणता येईल. म्हणजे, जनता पक्ष जर प्रतिगामी असेल तर आज, जनता पक्षाला प्रतिगामी ठरवू इच्छिणारे सर्व सत्तविहीन पक्ष याहूनही प्रतिगामी होते, असा निष्कर्ष काढावा लागेल. देशाचा चालू कारभार एकदम खंडित करून विचारप्रेरित नवा कारभार अस्तित्वात आणणे, हे जवळपास अशक्य आहे. तसे केले तर फार मोठ्या गुंतवणुकी फुकट जातील. देशावर आर्थिक अरिष्ट कोसळेल. सार्वजनिक, निम-सार्वजनिक, खासगी व व्यक्तिगत धंद्यांतील सर्व हुरूप नष्ट होईल. तसा होणे म्हणजे, एका मोठ्या संकटात नेऊन टाकणे होय. नियोजनाचा आपला मार्ग चुकला आहे. सार्वजनिक क्षेत्रात पुष्कळ

बाटलीत बंद केलेला राक्षस / १११

ठिकाणी आपली गुंतवणूक अनुत्पादक ठरली आहे. चैनीच्या गोष्टींचे उत्पादन प्रचंड प्रमाणात वाढले आहे.

सरकारवर अवलंबून राहण्याची नागरिकांची प्रवृत्तींही फार वाढली आहे. प्रत्यक्ष परमेश्वर जरी या देशाचा कारभार करू लागला तरीही जे काम अर्धवट स्थितीत झालेले आहे, ते मोडून टाकून एकदम नवा क्रांतिकारक बदल करणे त्यालाही शक्य होणार नाही. चैनीच्या वस्तू निर्माण करणारे कोणतेही कारखाने बंद करण्यामुळे पुष्कळांचे रोजगार तुटतील. धरणाखाली जमिनी गेलेल्या लोकांचे पुनर्वसन करणे हेसुद्धा तीस वर्षांत आपल्याला जमलेले नाही, मग रोजगार गमावणाऱ्या कामगारांना पुन:प्रस्थापित करणे अशक्यच आहे. आहे ही घडी म्हणून मोडणे फायद्याचे ठरत नाही. जॉर्ज फर्नांडिस, मधू दंडवते, मोहन धारिया यांच्या समाजवादी प्रतिमेविषयी कुणाच्या मनात शंका नाही. त्यांनाही पूर्वी घडलेल्या चुका दुरुस्त करण्यासाठी मोडतोड करणे अव्यवहार्य वाटते. तीस वर्षांतील चुकीच्या अर्थकारणाचे ओझे घेऊनच जनता पक्षाला वाटचाल केली पाहिजे. नवी औद्योगिक धोरणे, आर्थिक व्यवहार, कामगार व सेवक यांचे हक्क– या साऱ्यांचा आजच्या प्रस्थापित चौकटीतच विचार करावा लागतो. म्हणून जनता पक्षाचे गेल्या वर्षभरातील काम आपल्याला हवे तितके समाधानकारक वाटत नाही.

पूर्वीच्या राजवटीत अतिरिक्त सत्ता भोगलेले ज्येष्ठ सरकारी नोकर आजच्या जनता नेत्यांच्या लढाऊ हस्तक्षेपामुळे जनता पक्षावर नाराज आहेत. त्यांचे सहकार्य हवे तितके मिळू शकत नाही. आणीबाणीच्या काळात या अधिकाऱ्यांना विचारणारे कुणी नव्हते. आता प्रत्येक लहानसहान गोष्टीत जनता– म्हणून वृत्तपत्रे चौकशीची मागणी करतात. राज्ययंत्र सुधारणे, हा त्यावर उपाय आहे; परंतु त्या कामी अनेकांचे हितसंबंध गुंतलेले आहेत. काही कायद्याच्याही अडी-अडीचणी आहेत. शासकीय चौकट मोडणे हे तितकेसे सोपे काम नाही, कारण या चौकटीवर शे-सव्वाशे वर्षांची परंपरा आहे. जनता पक्षातील काही मंत्र्यांनी या चौकटीवर प्रभुत्व मिळवले आहे, पण सर्वांनाच ते जमलेले नाही. जसजसे ते काम जमत जाईल तसतसे जनता पक्षाचे स्वरूप अधिक पुरोगामी व अधिक क्रांतिकारक होत जाईल.

आजही जनता पक्षात काँग्रेसवाल्यांचेच प्रभुत्व आहे, हे विसरता कामा नये. मध्यवर्ती सरकारातील त्रेचाळीस मंत्र्यांपैकी अठ्ठावीस पूर्वाश्रमीचे काँग्रेसजन आहेत. विद्यार्थी संघटना, कामगार संघटना, उद्योगपती या सर्वांशी त्यांचे पूर्वीपासूनचे

घनिष्ठ संबंध आहेत. उत्तर प्रदेश, बिहार या पूर्वीच्या काँग्रेसी राज्यांत अजूनही पूर्वपरंपरेनुसार सत्तांचे गट अस्तित्वात आहेत. त्या विभागांतील विद्यापीठांमधील दंगलींना काही ठिकाणी कम्युनिस्ट किंवा इंदिरा काँग्रेसचे लोक जबाबदार असले तरी मुख्यत्वेकरून जनता पक्षातील पूर्वाश्रमीचे काँग्रेसवालेच वैयक्तिक स्वार्थासाठी पूर्वीचेच राजकारण करीत आहेत.

जनता पक्षाची प्रतिमा डागाळली गेली, तर त्याला समाजवादी आणि जनसंघ यांच्या भांडणापेक्षा पूर्वाश्रमीच्या काँग्रेसवाल्यांचेच डावपेच अधिक कारणीभूत होणार आहेत. महाराष्ट्रातसुद्धा जनता पक्षातील जुन्या काँग्रेसवाल्यांच्या डावपेचांमुळेच जनता पक्षाचे राज्य येथे येऊ शकले नाही. नेहमी होणारे जातीय दंगे, हरिजनांवरील अत्याचार, संप, टाळेबंदी या गोष्टींमुळे कोणताही शासकीय पक्ष बदनाम करता येतोच. अशांतता निर्माण करणे, हे विरोधी पक्षांच्या हातांतील एक समर्थ हत्यार असते.

अशा वेळी शासकीय पक्षांची काही कर्तव्ये असतात. तेथे मात्र जनता पक्ष पुष्कळच कमी पडतो आहे. अंतर्गत मतभेद कितीही असोत; ते पक्षाच्या मर्यादेत जर राहिले, तर त्या मतभेदांनी पक्ष फुटणार नाही. सत्ता होती तोपर्यंत जशी काँग्रेस टिकली, तसाच जनता पक्षही टिकेल. परंतु या मतभेदांचा फायदा विरोधी पक्षांना मिळू लागला म्हणजे केवळ जनता पक्षाचे अस्तित्व धोक्यात येईल असे नव्हे, तर साऱ्या देशाचाच कारभार विसकटून जाईल. परंतु आज तरी हे तारतम्य जनता पक्षातील मोठी समजली जाणारी माणसेही दाखवीत नाहीत. हुकूमशाही राजवट एक तर पूर्णपणे नष्ट झालेली नाही व तिचे आकर्षणही कमी झालेले नाही.

लोकशाही म्हणजे मतभेद, भांडणे, सत्तागटांच्या स्पर्धा, कुरबरी आणि कृतिशून्य निष्फळ चर्चा– असे जर लोकांच्या अनुभवास आले, तर पुन्हा एकदा एकतंत्री राज्याचे आकर्षण लोकांना वाटल्याखेरीज राहणार नाही. आपापसांतील मतभेदांचे फाजील प्रदर्शन हे हुकूमशाहीला पुन्हा निमंत्रण देणारे आहे आणि या देशातील हुकूमशाही प्रवृत्ती पूर्णपणे नष्ट झालेल्या नसताना लोकशाहीचा फजितवाडा उडवून देणे कितीसे शहाणपणाचे ठरेल? उद्या या देशात पुन्हा हुकूमशाही आली, तर त्याची जबाबदारी केवळ इंदिरा गांधींवर नसेल; जनता पक्षातील क्षुद्र आणि भांडखोर कार्यकर्तेच त्या हुकूमशाहीला निमंत्रण देणारे मानले जातील.

जनता पक्षांतर्गत मतभेद हे अलीकडे पक्षापुरते मर्यादित राहत नाहीत, असे अनुभवाला आले आहे. ठिकठिकाणचे आमदार आणि खासदार हेच जनता

पक्षातील मतभेदांची जाहीर वाच्यता करीत आहेत, पक्षनेत्यांचे अवमूल्यन करीत आहेत. आणि तरीही याचा फायदा इंदिराजींनी घेऊ नये, असे म्हणणे भाबडेपणाचे ठरेल. उत्तर भारतात अनेक मुख्यमंत्र्यांविरुद्ध कट-कारस्थाने चालू आहेत. विद्यार्थ्यांच्या हिंसक हालचालींना उत्तेजन देण्यात येत आहे.

सुब्रह्मण्यम स्वामी आणि वाजपेयी हे दोघेही जनसंघातलेच असूनही वाजपेयींच्या चारित्र्यहननाची मोहीम स्वामींनी जोरात चालू केली आहे. एखादा माणूस स्वत:च्या गुणांवर मोठा होऊ लागला तर तो पक्षाला पुढे-मागे जड होईल, या धोरणाने त्याचे पाय तोडण्याचे हे उद्योग आहेत. चरणसिंगांवर हरिजनांवरील अत्याचाराची जबाबदारी टाकण्यात जनता खासदार भाग घेतात आणि तेही लोकसभेत– हे दृश्यही फारसे शोभादायक नाही. या देशातील सुव्यवस्था आणि कायदा यांचे रक्षण करणारा भारताचा गृहमंत्री मग इंदिरा गांधींनी उठवलेल्या अराजकाच्या मोहोळाचा बंदोबस्त करण्यास यामुळे कसा काय समर्थ ठरणार? पक्षाच्या सभेत अशा तऱ्हेचे काही बरे-वाईट आरोप केलेच, तर वेळप्रसंगी कागदपत्रे दाखवून त्यांचे समाधान करणे शक्य असते; पण लोकसभेत ही गोष्ट कशी शक्य होणार? या साऱ्याच परिस्थितीमुळे जनता पक्षाची एकात्मता संशयास्पद आहे, असे नागरिकांना वाटते. जेव्हा जनता पक्षाच्या एकसंधतेचाच संशय येऊ लागतो तेव्हा इंदिराजींच्या उद्धट हालचालींना अधिक वेग येऊ लागतो. अशा वेळेला पक्षापेक्षा जिच्या हाता-पायांना भारतीय दंडविधान अद्यापही स्पर्श करू शकले नाही, तिचे आकर्षण जनतेत वाढणार नाही काय?

जनता पक्षातील काही गट इंदिराजींना आतून सामील आहेत असे कळले, तर त्याचेसुद्धा आश्चर्य वाटायला नको. इंदिरा गांधींचा पाणउतारा करण्याची किंवा त्याची शक्ती खच्ची करण्याची कोणतीही संधी जनता पक्षाने गमवायला नको होती. शासन हातांत होते, तेव्हा लोकशाहीवर विश्वास ठेवणाऱ्या पंडितजींनीसुद्धा विरोधी पक्षीयांना काबूत ठेवण्यासाठी भले-बुरे मार्ग वापरलेच होते. महाराष्ट्रात काँग्रेसचे राज्य येऊच कसे शकले? कर्नाटक व आंध्र इथे इंदिरा गांधींना प्रतिष्ठा मिळू नये, यासाठी जनता पक्षाने काय केले? दिल्लीचे राज्य राखले नाही, तर पेशव्यांचा एकमेव शत्रू मोगल नष्ट होऊन पेशव्यांचे जोडे उचलण्याची आपल्यावर वेळ येईल, असे होळकरांना वाटले आणि त्यांनी दिल्लीचे तख्त टिकवून धरले, तसाच काहीसा आत्मघातकी डाव जनता पक्षातील नेते खेळत आहेत.

वास्तविक, इंदिरा गांधींसारखे घटनाद्रोही व अनेक गुन्ह्यांत अडकलेले पुढारी यांना ठेचून टाकण्याची शक्यता असताना त्यांना जगवण्याचा आणि बळ देण्याचा प्रयत्न करण्यात आला. इंदिराजींच्या हुकूमशाही राजवटीच्या भयाने जनता पक्षातील कोकरे पक्षांच्या कुंपणात गुपचूप बसतील, असा काहीसा दळभद्री, विचार कुणाच्या तरी मनात जागा झाला असणार! लोकशाहीत दोन पक्ष असावेत, वैचारिक संघर्षही असावेत; परंतु या सर्व गोष्टी लोकशाही मानण्यापुरत्याच मर्यादित असाव्यात! लोकशाहीचा उघड-उघड खून करणाऱ्या व्यक्तींना लोकशाहीचे स्वातंत्र्य देण्यात अर्थ नाही. मोठ्या युक्तिप्रयुक्तीने आपण राक्षस बाटलीत बंद केला आणि ती बाटली लोकसागराच्या तळाशी फेकून देऊन समाधानाचा सुस्कारा टाकला. पण आपल्यापैकीच काही गाढव माणसांनी सागराच्या तळाशी गेलेली ही बाटली बाहेर काढली.

–आणि कदाचित कुतूहलाने असेल, कदाचित स्वार्थाने असेल– या बाटलीचे बूच उघडले. आता तो राक्षस बाहेर आलाय; पुन्हा बाटलीत बंद होण्यासारखा तो भाबडा राहिलेला नाही. आता पूर्वीप्रमाणेच केवळ निवडणुकीत त्याला हरवून चालणार नाही; आता त्या राक्षसाला संपवलेच पाहिजे. परंतु आपापसांतील मतभेदांमुळे हे काम रोज लांबणीवर पडत आहे. तो राक्षस ताजातवाना होऊन जनता पक्षाच्या उरावर बसणार आहे. दर खेपेस लोकनायक जयप्रकाशजींसारखा मांत्रिक मिळणार नाही आणि कोणत्याही मंत्राला किंवा प्रलोभनाला बळी पडून हा राक्षस निद्रिस्त होणार नाही किंवा बाटलीत बंदही होणार नाही.

आता राक्षस माणसाला खातोय् का माणूस राक्षसाचा निःपात करतोय्, एवढेच पाहावयाचे आहे.

(१४ मे, १९७८)

-०-०-०-

२०

सत्ता मिळविण्यासाठी जनता पक्षाची नवी चाल !

अखेर शरद पवारांनी राजीनामा देऊन अनेक वर्षांच्या काँग्रेसच्या सत्तेच्या मिरासदारीला शह दिला. हा लेख प्रसिद्ध होईपर्यंत कदाचित मंत्रिमंडळ कोलमडलेले असेल. चार महिन्यांच्या अवधीनंतर शरद पवारांना ही सुबुद्धी (!) का सुचली, हे सांगणे कठीण आहे. दादांच्या मंत्रिमंडळाची रचना होतानाच पवारांनी खळखळ केली होती– नाही असे नाही. पण तेव्हासुद्धा मंत्रिमंडळात समाविष्ट न होण्याचे धैर्य त्यांना दाखविता आले नाही. बाहेर इंदिराजींविरुद्ध आग ओकत असताना सभागृहात मात्र इंदिरा गांधींच्या अनुयायांच्या मांडीला मांडी लावून ते बसलेले होते. कदाचित त्या वेळेस जनता आणि मित्र पक्ष जोरात होते. त्यामुळे कोणत्याच मंत्रिमंडळात आपला समावेश होणार नाही, या भयाने त्यांनी माघार घेतली असेल.

राजकारणात स्वाभिमान वगैरे काही नसतो, असे दिसते. जर जनता पक्षाबरोबर सहकार्य करणे शरद पवारांना तेव्हा शक्य नव्हते, तर ते आजच का शक्य व्हावे? शरद पवार हे यशवंतरावांचे मानसपुत्र. परंतु दिल्लीत यशवंतरावांचे जेव्हा अवमूल्य झाले, तेव्हा शंकरराव चव्हाणांच्या मंत्रिमंडळात पवार होतेच; नव्हते वसंतदादाच. यशवंतरावांच्या मैत्रीची किंमत दादांनी तेव्हा दिली. आज दादांनाच यशवंतराव आणखीन किंमत द्यायला सांगत आहेत. जनता पक्षाला शरद पवार चालतात आणि वसंतदादा चालत नाहीत, यांतला युक्तिवाद खरोखर समजण्यासारखा नाही.

नाही म्हणायला 'काँग्रेस आयचे आणि काँग्रेस मायचे' एकीकरण करण्याचा दादांनी प्रयत्न केला, हा त्यांचा गुन्हा. उद्या यशवंतरावांनीच धोबीपछाड मारून इंदिराजींशी जमवून घेतले, म्हणजे बाळराजे शरदराव पवार कोणती भूमिका घेणार आहेत? म्हणून राजीनाम्यात काही तत्त्वाचे प्रश्न गुंतलेले आहेत, असे मुळी दिसतच नाही. साराच मामला सत्ता मिळवण्याबाबत दिसतो. काँग्रेसशी सहकार्य करून- म्हणजे शरद पवारांना मंत्रिमंडळात घेऊन किंवा त्यांनाच मुख्यमंत्री करून मिळालेल्या या जनता शासनात नैतिक तत्त्व कोणते? विरोधी पक्ष म्हणून राहणे या लोकांना इतके कठीण का वाटावे? सत्ता नसली, तर समाजपरिवर्तनाचे काम करता येतच नाही, असा निष्कर्ष जनता पक्षाने काढलेला दिसतो आणि म्हणून कोणाबरोबरही शय्यासोबत करून मंत्रिपदाच्या खुर्चीकडे जाण्याचा रस्ता जनता पक्षाने आज स्वीकारला आहे.

यासाठी शरद पवारांच्या अटी तरी काय- तर आज विरोधी पक्षाचे नेते असलेले उत्तमराव पाटील हे मुख्यमंत्री होता कामा नयेत. एवढेच नव्हे, तर त्यांनाच काय- परंतु पूर्वाश्रमीच्या जनसंघीयाला गृह मंत्रालय, उद्योग, प्रसिद्धी आणि गृहनिर्माण ही खाती मिळता कामा नयेत. उत्तमरावांचा अपराध काय, तर ते पूर्वाश्रमीचे जनसंघीय. भले, त्यांना पक्षाने पक्षनेते म्हणून बहुमताने निवडलेले असो. पक्षाबाहेरच्या माणसाने घातलेल्या अटी स्वीकारण्याइतका जनता पक्ष लाचार कधी झाला? का पक्षातच जनसंघीयांना ठोकण्यासाठी एक कंपू वावरतो आहे? वा रे पक्ष! पक्षात बहुमतच ज्यांच्या हाती, त्यांना डावलण्याचा हा उद्योग लोकशाहीत कसा व किती टिकण्यासारखा आहे? त्यात नैतिकता तरी किती? काँग्रेसच्या फुटीर गटाच्या साह्याने पूर्वीच्या जनसंघीय गटाच्या मुसक्या आवळण्याचा कार्यक्रम आज योजला जात आहे. असल्या या फाजील उत्साही व लाचार तडजोडीमुळे जे मध्य प्रदेशात झाले, ते महाराष्ट्रातही घडू शकेल, एवढेच ध्यानी घ्यावे.

शरद पवार यांनी राजीनाम्याचा मुहूर्त दिल्लीतील जनता पक्षाच्या प्रमुखांच्या साह्यानेच निवडला आहे. आजच राजीनामा द्यावा, असे काय घडले तरी काय, असा प्रश्न विचारून पवारांना कोणी अडचणी आणता कामा नयेत. इंदिरावाद्यांचा मनोभंग करणे, या एकाच उद्दिष्टावर जनता पक्षनेत्यांनी हा अव्यापारेषु व्यापार केला असावा. पण त्याची फळेही त्यांना भोगावी लागतील. इंदिराजींचे महत्त्व तिरपुड्यांच्या अवमूल्यानात नाही, एवढे भान जनता पक्षनेत्यांनी ठेवले तरी पुष्कळ आहे. जेव्हा सरळ-सरळ मंत्रिमंडळ बनविता येत होते, तेव्हा केवळ

ढिसाळपणामुळे ती संधी हुकली; त्या वेळी महाराष्ट्र जनता पक्षाने आपल्या नालायकीची पावती दिलेली आहे. बरे, ती संधी हुकली; त्यानंतर गेल्या चार महिन्यांत जनतेच्या प्रश्नांसंबंधी जनता पक्षाने काही चळवळी केल्याचे ऐकिवात नाही.

दिल्लीतील मध्यवर्ती जनता पक्षात नुकत्याच झालेल्या साठमारीमुळे जनता पक्षच आपले नीतिमूल्य घालवून बसला आहे. चरणसिंगांनी पंतप्रधान आणि पक्षाध्यक्ष यांच्यावर केलेले महाभंयकर आरोप गिळून टाकून समजुतीचे नाटक नुकतेच घडवले गेले, तरीही पक्षाची प्रतिमा मलिन व्हायची ती झालीच. महाराष्ट्रातील काँग्रेसचे संयुक्त मंत्रिमंडळ हटवून आणखी एका राज्यावर आपल्या पक्षाचे मंत्रिमंडळ आणण्याचा उपद्व्याप लोकांचे लक्ष वळवण्यासाठी केलेला दिसतो.

इंदिरा गांधींना घाईगर्दीने अटक करण्याचा उद्योग आता गृह खाते करीत आहे. त्यामुळे चरणसिंगांची आणि जनता पक्षाची प्रतिमा उजळ होईल, अशी भ्रांत समजूत पक्षप्रमुखांनी बाळगलेली दिसते. उशिरा सुचलेले शहाणपण पुष्कळदा महाग पडते. कारण सावज निसटून गेल्यावर चातुर्याने नेम धरून मारलेला बाण भलत्याच ठिकाणी घुसतो. काही असो– जनतेचे लक्ष दुसरीकडे वळविण्याचा हा उद्योग आहे, यात मुळीच शंका नाही. जनता पक्षाचे राज्य आले, तर आम्हाला नको आहे, असे थोडेच आहे? पण असे करताना जे काँग्रेसने केले तेच आपण केले, असे होऊ नये. शिक्षा हवी तेथे औदार्य, त्वरा हवी तेथे दिरंगाई– अशा पद्धतीने पक्षही चालणार नाही आणि राज्य तर चालविता येणारच नाही. जनता मूर्ख आहे, या तत्त्वावर जनता पक्षाचीही चाल चालू आहे. उद्या शरद पवार मुख्यमंत्री झाले, तर हर्षभरित होण्याचे मुळीच कारण नाही. पवार सतत राज्यशासनात आहेत. त्यांनी तरी असे काय दिवे लावले आहेत?

(२३ जुलै, १९७८)

-०-०-०-

२१

चांभाराचा राजा झाला

तशी बरीच जुनी गोष्ट आहे. म्हणजे, अगदी पौराणिक वा ऐतिहासिक नाही; गोष्ट आहे वर्तमानातलीच! पण जुनी म्हणजे जीर्ण, फाटकी-तुटकी! काही धागे एकमेकांशी जुळतच नाहीत. जमवून घ्यायचा प्रयत्न करावा, तो ती गोष्ट अधिकच उसवते! खूप वापरलेली वस्त्रे अगदी एखाद्या साध्या निमित्ताने फाटावीत, असे कुठल्या ना कुठल्या तरी निमित्ताने या कथेचे वस्त्र फाटून जाते!

म्हटले तर ही गोष्ट दगडांची आहे, धोंड्यांची आहे, माणसांची आहे, जनावरांची आहे! म्हटले तर ही गोष्ट चेतनांची आहे, अचेतनांची आहे. म्हटले तर आहे ही गोष्ट किंवा हकिगत! माणसे जेव्हा दगड-धोंडे होतात किंवा शेळी-बैल होतात, त्या एका अद्भुत कालखंडाची ही गोष्ट आहे. तशी ही गोष्ट मोठी लांबलचक, कधी न संपणारी आहे. अरबी भाषेतल्या सुरस गोष्टींसारखी! म्हणजे एका गोष्टीतून दुसरी, दुसरीतून तिसरी— म्हणजे अंत नसणारी ही एक गोष्ट आहे!

एका चतुर राजकन्येने मूर्ख राजाला झुलवत ठेवले, त्याची ही गोष्ट! एका चेटकिणीने माणसांची कुत्री-मांजरे केली, त्याची ही गोष्ट आहे! वेष पालटून प्रजाजनांना पाहण्यासाठी आपल्या वजिराबरोबर रात्री भटकणारा हरून अल् रशीद याची एक गोष्ट आपण वाचली असेल. ज्या गोष्टीत एक चांभार राजाकडे एक दिवसाचे राज्य मिळण्याची याचना करतो आणि राजाही त्याला

मद्य पाजून तो झोपलेला असतानाच राजवाड्यात आणून ठेवतो. मग सकाळी उठल्या-उठल्या तो अद्भुत राजवाडा, दासदासी, राजसिंहासन हे सारे पाहून त्या खुळ्या चांभाराच्या डोक्यात आपण खरोखरच राजे झालो आहोत, अशी नशा चढते आणि तो वेडेचार करू लागतो. खरा राजा असलेला आणि आता नोकर झालेला शहेनशहा आपले हसू मोठ्या कष्टाने दाबत असतो! त्या गोष्टीसारखे याही गोष्टीत अवचित राजेपणा मिळालेल्या चांभाराचे एक पात्र आहे.

या गोष्टीत तशी आपल्याला खूप परिचित माणसे भेटतील. कृष्णाची भूमिका घेणारे आणि अर्जुनाला युद्धसन्मुख होण्याला भाग पाडणारे एक शांतिदूत श्रीकृष्ण या गोष्टीत आहेत, द्रौपदीची वस्त्रे भर दरबारात फेडली जात असताना आणि तिची अब्रू लुटली जात असताना षंढपणाने अनुशासन-पर्वाची चिकित्सा करणारे भीष्माचार्य व उगाचच कृष्णा-गोदा-वारणा नद्यांच्या काठांवर आपल्या भुजा थोपटून आव्हाने-प्रतिआव्हाने देणारे नपुसंक भीष्मसुद्धा आहेत. जुगाराचे काडीचेही ज्ञान नसताना सदाचाराच्या मद्यात झिंगलेले नकली धर्मराजही आहेत, जयसिंग राठोड आहेत, सूर्याजी पिसाळ आहेत– एवढेच कशाला तर पुतण्या मेल्यावर भाऊगर्दीत घुसून जबाबदारी टाळणारे आणि आपल्या अनुयायांची हिंमत घालवणारे भाऊसाहेब आहेत. गोष्टीतली पात्रे जरी तीच असली, गोष्ट जरी त्याच हस्तिनापुराच्या आसमंतात घडलेली असली, तरी गोष्ट मात्र निराळी आहे. शहाणपणा आणि मूर्खपणा, धूर्तपणा आणि भाबडेपणा या सर्वांचे मिश्रण या गोष्टींत आहे.

त्या जुन्या गोष्टीत द्रौपदी नावाच्या एका कुलस्त्रीची अब्रू लुटली जात होती आणि तिची वस्त्रे फेडणारा दु:शासन होता! आणि त्या सभेत सिंहासनावर बसला होता एक आंधळा राजा! या सभेत राजा आंधळाच होता. त्या बिचाऱ्याला काही दिसतही नव्हते आणि दिसले तरी पाहण्याची हिंमत नव्हती. वजिराने पुढे केलेल्या कागदावर बिनदिक्कतपणे सही करणे, एवढेच त्याचे काम होते! 'का?' असा प्रश्न विचारण्याचीसुद्धा त्याची हिंमत नव्हती. या सभेत वस्त्रहरण द्रौपदीचे होत नव्हते, तर द्रौपदीच पुरुषासारख्या पुरुष अशा माणसांची वस्त्रे हरण करीत होती. द्रौपदी कशामुळे क्रुद्ध झाली होती बरे? न्यायसभेत तिचा अपमान झाला म्हणून? का युवराज्याभिषेक केलेल्या युवराजांचा सभाजन सन्मान करीत नव्हते म्हणून? का राणीच्या शीलाबद्दल लोक शंका घेत होते म्हणून? राणी रागावली होती, हे नक्की! एरवी प्रियदर्शिनी असणारी राणी आता कृत्या झाली आणि मी-मी म्हणणारे लोक अंतर्बाह्य घाबरून, माना खाली घालून बसले

होते. प्रासादाबाहेर राणीचा जयजयकार चालू होता आणि त्या जयजयकाराच्या धुनीबरोबर सारी राज्यसभा, राज्यसभेतील महाजन, सेनापती, सेनाधिकारी– एवढेच नव्हे, तर कारागृहातील सारे बंदीसुद्धा भयचकित झाले होते.

सर्वत्र भीतीचे वातावरण निर्माण झाले होते. देवीचा कोप झाला, तर कोणता अनवस्था प्रसंग ओढवेल याची कल्पना नसल्यामुळे सारे रामकृष्णादी देवसुद्धा काळेठिक्कर पडले होते. राणीने आरोप करावेत, शब्दांचे आसूड मारावेत, आचार्यांची वस्त्रे उतरवून टाकावीत– असा धडाका चालवला होता. देशोदेशींचे नृपसुद्धा भारतवर्षातील या कृत्येची कृष्णकृत्ये सावधगिरीने पाहत होते. पुन्हा एकदा जयजयकार झाला, तेव्हा राजगुरूंनी अभिवादन करून नम्रतेने राणीला विनंती केली. त्यांची नम्रता, आर्जवीपणा भाटचारणांनासुद्धा लाजवणारा होता. जयजयकाराचे गुलाबपाणी, राजगुरूंची आदबशीर विनंती, सभाजनांची मुग्धता– यांमुळे राणीचा क्रोध कमी झाला. राजगुरूंनी नम्रतेने राणीला 'चिरायू होवो' असा आशीर्वाद दिला. राजसभा विसर्जित करण्याची विनंती केली. ''या राजकुलाचा वारसा असाच चंद्र-सूर्य आहेत तोपर्यंत पुढे चालू राहील'', असाही त्यांनी गंभीर घोष केला. राणीच्या कर्तृत्वाचा, लोकप्रियतेचा, गुणवत्तेचा व चातुर्याचा त्यांनी पुनरुच्चार केला.

या गणराज्यात राणीसाहेबांशिवाय अन्य कोणती व्यक्ती प्रिय आहे, असाही प्रश्न त्यांनी केला. अधून-मधून पौरजनांना कौल लावून तसे ठरवून घेण्याचा शिरस्ता असल्याची त्यांनी आठवण करून दिली आणि उदार लोकनेतृत्वाचा आदर करीत त्यांनी ही सभा विसर्जित करण्याची विनंती केली. खरे तर तशी काहीच गरज नव्हती. आपला मार्ग बरोबर आहे, याबद्दल राणीसाहेबांच्या मनात मुळीच शंका नव्हती. अनुचर, गुप्तचर या सर्वांनी राजगुरूंच्या म्हणण्याला होकार दिला. ज्याप्रमाणे अग्नीतून जाळून घेऊन शुद्ध सुवर्ण होते त्याप्रमाणे जनमतातून राणी सरकारांच्या लोकप्रियतेचे सुवर्ण शुद्ध होऊन बाहेर पडेल, याबद्दल कुणाच्याही मनात शंका नव्हती. मग जनगणनेची घोषणा करण्यात आली. सर्वांनी हर्षभरित होऊन टाळ्या पिटल्या आणि पुन्हा एकदा महाराणीच्या गर्जनेने आसमंत दुमदुमून गेला.

ज्यांची वस्त्रे उतरवली गेली होती, त्या देशद्रोही व राज्यद्रोही पौरजनांनी आपली वस्त्रे कशीबशी गोळा केली आणि खालच्या मानेने त्यांनी जनसमुदायात प्रवेश केला. त्यांना वाटले होते की, नागरिक दगड-धोंडे मारून आपले स्वागत करतील. महाराणींचा अपमान केल्याचे उद्धट कृत्य केल्याबद्दल नगरा-नगरांत व

राजपथावर आपला धिक्कार होईल आणि लोकांचा कौल जर का महाराणींना अनुकूल झाला, तर देशांतर करण्यावाचून आपल्याला गत्यंतर उरणार नाही; पण असे काही घडले नाही. आरंभी-आरंभी घडलेल्या घटनेमुळे लोक बावरलेले दिसले. हळूहळू राणीच्या धिक्काराच्या आरोळ्या उठू लागल्या. काल-परवापर्यंत कारागृहात असणारे देशद्रोही म्हणून राजसभेपुढे आलेले पौरजनसुद्धा अचंब्याने पाहू लागले. ज्यांच्या अंगावर वस्त्रे नव्हती, त्यांना लोकांनी आपल्या अंगावरची वस्त्रे काढून दिली. हळूहळू तर त्यांच्याच नावाच्या गर्जना होऊ लागल्या, जयजयकार होऊ लागला. हे सारे घडते तरी काय आहे, याचा त्यांनाही अंदाज येत नव्हता. नागरिकजन एका उन्मादात नाचू-बागडू लागले. त्यांनी सुवर्णमुद्रांचा या अनाहूत माणसांवर पाऊस पाडला.

एक दिवस अचानकपणे जनगणनेचा निर्णय जाहीर झाला. महाराणी राष्ट्रभ्रष्ट झाल्या. राजगुरू कारावासात गेले. आंधळ्या धृतराष्ट्राची बोबडी वळली. पूर्वी तो सोईसाठी अंध झाला होता; आता त्याची दृष्टी खरोखरीच गेली. युवराजाच्या रथावर लोक दगड मारू लागले. महाराणींना प्रासादाबाहेर पडणेसुद्धा मुश्किल झाले. द्रव्य देऊ केले तरी जयजयकारासाठी माणसे मिळेनात! आणि मग लोकांनी जयजयकार करीत पूर्वी कारागृहांत पडलेल्या नागरिकांनाच सिंहासनावर नेऊन बसवले.

सिंहासनावर बसल्याबरोबर या मंडळींचे डोके फिरणे क्रमप्राप्त होते. कारण भलतेच काही तरी घडले होते. दगडावर झोपण्याची सवय असणाऱ्या चांभाराला सोनेरी सिंहासन टोचणारच! ठिगळे लावलेली वस्त्रे पेहरणाऱ्याला राजवस्त्रांची अडचण वाटणारच! तिठ्या-तिठ्यावर दहा-पाच जणांच्या समवेत राहायची सवय असणाऱ्यांना हजारो माणसांची भवतालची गर्दी असह्य होणारच! शिव्या द्यायची सवय असणाऱ्याला आदबशीर गोष्ट बोलण्याची सवय नसणारच!

थोड्याच दिवसांत या राजप्रासादाने आणि सिंहासनाने या साऱ्यांचेच डोके फिरले. हे सिंहासन आपल्या बापजाद्यांच्या मालकीचे आहे व त्यावर आपला हक्कच होता, असे त्यांपैकी प्रत्येकाला वाटू लागले. काल-परवा आपली वस्त्रे हिरावून घेऊन भर सभेत आपली शोभा करणारी कृत्या मोकळी आहेच; एवढेच नव्हे, तर ती पुन्हा सिंहासन मिळवण्याचा प्रयत्न करते आहे, याचाही या लोकांना विसर पडला. ''माझ्यामुळे तुला हे सिंहासन मिळाले, नाही तर तू जोडे शिवत बसण्याच्याच लायकीचा आहेस'' किंवा ''तुझा दुधाचा धंदा बरा होता'' अशी हमरी-तुमरी राजप्रसादात चालू झाली. कुणाला चिमटा घे, कुणाला ढुशी

मार, कुणाच्या पायांत कोलदांडा घाल– असले नवनवे खेळ सुरू झालेले पाहून राजसेवकांच्या मनातही गोंधळ उडू लागला. निर्णय कोणाकडे मागावेत, हेच त्यांना कळेनासे झाले! राजसेवकच नव्हे, तर लोकनायकसुद्धा कंटाळून गेले. पूर्वीच्या राजसभेत मस्तवालपणा होता; पण आदब होती, शिस्त होती, सिंहासनाची भीती होती, असे लोक उघड-उघड बोलू लागले. राजसभेत मासळी-बाजार भरला का मासळी-बाजारात राजसभा भरवली जाऊ लागली, हेच कळेनासे झाले. याच राजसभेत एकदा कुणी तरी आपली वस्त्रे उतरवली होती व लज्जेने आपले तोंड झाकून घेण्याची आपल्यावर वेळ आली होती, हे विसरून एकमेकांची वस्त्रे फेडण्याचे नवे उद्योग यांनी सुरू केले.

शेवटी सिंहासनावर बसण्याची योग्यता मुळात असायला लागते, हेच खरे! नाही तर चांभाराला एक दिवसाचे सिंहासन देऊन उपयोग तरी काय? औट घटकेचे राज्य मिळालेली ती अरबी भाषेतील सुरस गोष्ट वेगळ्या प्रकाराने राजधानीत घडत होती.

(८ ऑक्टोबर, १९७८)

-०-०-०-

२२

रस्त्यावरचे एक भांडण

जनता पक्षाच्या दीड वर्षाच्या कारभारात जनता पक्षावर अनेक गंडांतरे आली आणि त्यांतून तो पक्ष बराचसा सुखरूप बाहेरही पडला. वेगवेगळ्या मनोवृत्तींच्या विचारसरणींतून आणि पूर्वेतिहास असणाऱ्या विभिन्न मतांच्या माणसांनी घडवलेला हा पक्ष त्या मानाने पुष्कळच एकसंध राहिला. अर्थात, घटक पक्षांतील नेत्यांत शहाणपण होते म्हणून नव्हे, तर नुकत्याच भोगलेल्या संकटकाळाच्या स्मृतींचा त्यात बराच वाटा होता. समदुःखी माणसे दुःखाचे दिवस आठवून एकमेकांना उपद्रव देत नव्हती. इंदिरा गांधींचे अस्तित्व, त्यांचे पुनरुत्थान– यांमुळे का होईना, जनता पक्षातील जरठ नेते आपला अंहकार लपवीत गुण्यागोविंदाने नांदण्याचा देखावा निर्माण करीत होते.

इंदिरा गांधींचे भय अजून गेलेले नसले तरी जाणत्यांच्या मते, त्या राजसत्तेवर पुन्हा येण्याची शक्यता नाही. एक तर त्यांच्याजवळ पक्षाची संघटना नाही, आकर्षक तत्त्वज्ञान नाही आणि कितीही समर्थन करायचे ठरवले तरी त्यांच्या हातून घडलेल्या प्रमादांचा सहजगत्या विसर पडणार नाही. कित्येकदा लहान-मोठ्या निवडणुका इंदिरावादी काँग्रेसने जिंकल्या किंवा क्वचित प्रसंगी लोकसभेतील एखादे वाग्युद्ध जिंकले, तरी भारतीय राजकारणावर गंभीर परिणाम घडण्याची त्यामुळे शक्यता आता तरी दिसत नाही. अजूनही इतरांच्या मानाने इंदिराजींजवळ उपद्रवशक्ती आहे, पण ती भारतात नवे सत्तांतर घडविण्याइतकी

मोठी नाही. खुद्द काँग्रेस पक्षातील एकताही त्यांना टिकविता आली नाही. त्यामुळे पूर्वीश्रमीचे काँग्रेसवाले एकत्र येऊन जनता पक्षाला शह देऊ शकतील, अशीही शक्यता तूर्त दिसत नाही.

कदाचित इंदिरा गांधींना वगळून जुने-नवे काँग्रेसवाले एकत्र येणे संभवनीय आहे; पण इंदिरा गांधी जिवंत असेपर्यंत ही गोष्ट घडून येणे शक्य नाही. पुरोगामी आणि डाव्या शब्दांच्या मोहजालामुळे खुद्द जनता पक्षातील पूर्वाश्रमीचे काँग्रेसवाले एकत्र येतील आणि शक्य झाल्यास बाहेरच्या काँग्रेसवाल्यांशी हातमिळवणी करून जनसंघ आणि भालोद यांना एकत्रितपणे किंवा अलग-अलगपणे नामोहरम करतील, अशी शक्यता आहे.

आहे त्या स्वरूपात जनता पक्ष चिरंतनपणे एकरूप राहील ही कल्पनासुद्धा असंभवनीय आहे. परंतु काळाची गरज व सत्तातोल म्हणून जनता पक्षातील ऐक्य अस्तित्वात आहे; आज ना उद्या जनता पक्षाची छकले उडतीलच! फक्त तो काळ लांबचा असावा, असेच सर्वांना वाटते आहे.

मध्यंतरी संघटना काँग्रेसचे प्रमुख मोरारजी देसाई आणि भालोदचे प्रमुख चरणसिंग यांच्यांत जो असभ्य आणि अशोभनीय पत्रव्यवहार झाला, त्यामुळे जनता पक्षातील ऐक्य किती उथळ आहे याचा सर्वांनाच अंदाज आला आहे. सर्वांनाच गरज असते, तेव्हा ऐक्य टिकू शकते. आज पंतप्रधानांना भालोदची गरज नाही, असे वाटते. चरणसिंगांची अवाजवी ताकद कापून त्यांना योग्य ती जागा दाखवण्याचा त्यांचा इरादा आहे. याउलट, मोरारजींच्या मागे कसलीच संघटना नाही किंवा असली तरी ती बदनाम झालेली आहे, असे चरणसिंगांना वाटते. बाबूजी नकोत, म्हणून चरणसिंगांनी मोरारजींचा स्वीकार केला. नचपेक्षा मोरारजी आणि चरणसिंग यांचा कलह तेव्हाच अपेक्षित होता. अखेरास सेवाज्येष्ठता, वकूब, लायकी या सर्वांपेक्षा सौदेबाजीचे राजकारणच या देशात आजपर्यंत केले गेले आहे. घटक पक्षांनीही मोरारजींचा स्वीकार केला तो आपापले हिशेब करून! मोरारजींसाठी खास कोणाचे प्रेम उतू चाललेले होते, अशातला भाग नाही. खरे तर त्यांचा दुराग्रहीपणा आणि कठोरपणा सर्वांनी पूर्वी अनुभवलेला होता, म्हणून सर्वांना सोईस्कर अशी निवड करण्याच्या प्रयत्नातून मोरारजी पंतप्रधान झाले.

आजपर्यंत कोणत्याही राजकीय पक्षात कधी पर्याय नव्हतेच. नेहरूंच्या काळात नेहरू व इंदिराजींच्या काळात इंदिराजी यांना खऱ्या अर्थाने स्पर्धक नव्हताच! या देशात पंतप्रधानांची खऱ्या अर्थाने निवड करण्याचा प्रथमच प्रसंग निर्माण झाला. घटक पक्षांच्या परस्परसामर्थ्याच्या तणावामुळे पंतप्रधानांची निवड

झाली आणि आलेले अनुभव लक्षात घेता, चरणसिंग किंवा बाबूजी यांच्यापेक्षा मोरारजीच उजवे आहेत, हेही सिद्ध झाले. एखाद्या प्रांताच्या राजकारणात वावरण्याची योग्यता असलेले चरणसिंग हे देशाचे गृहमंत्री म्हणूनसुद्धा यशस्वी होऊ शकले नाहीत; मग पंतप्रधान म्हणून त्यांनी काय दिवे लावले असते म्हणा! त्यांचा आडमुठेपणा, अनुदारता आणि त्याहीपेक्षा त्यांचा वकूब लक्षात घेता– ही उपद्रव-शक्ती आहे पण कृतिशील शक्ती नाही, हे आता सर्वांना कळून चुकले आहे. परंतु ही उपद्रव-शक्ती एवढी घातक असेल, असे मात्र कुणाला वाटले नव्हते.

चरणसिंगांचे आजचे पवित्रे त्यांच्या भालोदला घातक आहेत; एवढेच नव्हे, तर जनता पक्षाला फारच घातक आहेत. पक्षीय राजकारण सोडून दिले, तर देशाच्या स्थिरतेला व नव्या स्थित्यंतराला फारच हानिकारक आहेत. देशाचे हित, लोकशाहीचे रक्षण किंवा नैतिक मूल्यांचा पाठपुरावा या गोष्टी दिवसेंदिवस निष्प्रभ ठरत चालल्या असून व्यक्तींची किंवा गटांची अहंता हीच काय ती एकमेव प्रेरणा आज वर्धिष्णू होत चालली आहे. खरे तर व्यक्ती असो किंवा पक्ष असो प्रत्येक जण आपापली 'आयडेंटिटी' घालवून बसला आहे व नवी आयडेंटिटी निर्माण होऊ शकली नाही. पक्षाचे वेगळेपण अस्पष्ट होत चालले आहे. काही फांद्या छाटल्या तरी जुनाच वृक्ष फोफावताना दिसतो. राजकारणात काही नव्या मूल्यांची प्रस्थापना झाली आहे, असे काही दिसतच नाही.

देशात अशांततेचे वातावरण निर्माण झाले आहे. गेली तीस वर्षे विरोधी पक्षांचा अशांतता हाच एक प्रधान कार्यक्रम होता. शासकीय पक्षावर अविश्वास व्यक्त करणे व त्याची नालायकी सिद्ध करणे, याशिवाय सत्ता नसलेल्या पक्षांना चळवळीचा अन्य मार्ग उरत नाही. गेली तीस वर्षे आपण हेच केले. निवडणुका कशाही असोत, पण निवडून आलेल्यांनासुद्धा राज्य करू दिले नाही. त्यासाठी विरोधी पक्ष रस्त्यावर आले, हिंसक आंदोलने झाली, सरकारी मालमत्तेची हानी झाली आणि या सर्व अशांततेच्या चळवळीला 'लोकांचा लढा' असे आपण नाव दिले. कधीच सत्ता न मिळालेल्या व मिळू न शकणाऱ्या लोकांच्या हातून हे घडले. आता तर तीस वर्षांची सत्ता भोगलेले लोक सत्ता घालवून बसले आहेत. त्यांच्यांत केवढे नैराश्य पसरले असेल, याची कल्पना करता येईल. मग जनता सरकारला बदनाम करण्यासाठी दंगली न कराव्यात, तर काय करावे?

लोकसभेत आणि विधानसभेत धक्काबुक्की, घेराव आणि मारामाऱ्या चालू झाल्या आहेत; याचेही कारण सत्ता गमावल्यामुळे आलेली विषण्णता, हेच आहे. जे पूर्वी विरोधी पक्षांनी केले, तेच आजचा विरोधी पक्षही करत आहे आणि

कदाचित पुढेही करीत राहील. शासकीय पक्ष जे-जे करील त्यातील चुका शोधणे, त्याबाबत लोकांचा बुद्धिभेद करणे, नागरिकांत दहशत उत्पन्न करणे हाच तो विरोधी पक्षांचा कार्यक्रम आजही चालू आहे.

वसंतदादा पाटील तर कोणत्याही उपायांनी शरद पवारांचे मंत्रिमंडळ कोसळून दाखविण्याची प्रतिज्ञा करतात आणि त्यासाठी मराठवाड्यात दंगल घडवून आणतात. जे-जे काँग्रेस पक्षाने केले, ते-ते मोडून जनता पक्ष आपली प्रतिमा सिद्ध करण्याचा प्रयत्न करीत आहे आणि आता जे-जे जनता पक्ष करील त्याविरुद्ध आंदोलने करण्याचा काँग्रेस प्रयत्न करील. अशा वेळेला काँग्रेस आय् आणि काँग्रेस वाय् या दोघांचीही युती होणे स्वाभाविक आहे! कारण दोघेही सत्ताभ्रष्ट आहेत, अवमानित आहेत! कोणत्याही दंगलीला तात्त्विक मुलामा देण्याची चढाओढ चालू आहे. जनता पक्षातील एक घटक समाजवादी पक्ष हा अशाच तात्त्विक अधिष्ठानावर कोणालाही साह्य करू शकतो. दंगल जरी काँग्रेसवाल्यांनी केली तरी या दंगलीला तात्त्विक अधिष्ठान समाजवादी अनंतराव भालेराव, गोविंदभाई श्रॉफ यांसारख्या समाजवाद्यांनी दिले. प्रत्यक्ष दंगल करा, सांगितले नाही– कारण उघड-उघडपणे दंगल करा, असे सांगायचे नसते. पण शरद पवारांच्या निर्णयाला कसून विरोध करावा, हे सांगण्यात समाजवादी आघाडीवर होते. तसे अग्रलेख दै. 'मराठवाडा'त छापून आले. त्याऐवजी समाजवाद्यांनी नामांतरविरोधी सत्याग्रह का केले नाहीत? चळवळीची सूत्रे आपल्याकडे का ठेवली नाहीत? दंगलीने आणि दहशतीने लोकक्षोभ दाखवण्यापेक्षा सत्याग्रहाने, सभांनी, मोर्चांनी लोकांचे मत व्यक्त करता आले असते. शाब्दिक लढे रक्तपातात केव्हा रूपांतरित होतात याचे या पुढाऱ्यांना भान नसावे, हे दुर्दैव आहे.

या सर्व जनता पक्षाच्या शबल अवस्थेत दिल्लीतही हेच सूत्र चालू आहे. चरणसिंग किसान मोर्चाच्या रूपाने आपली शक्ती दाखवू इच्छितात. एक प्रचंड जमाव दिल्लीत जमा करून आपल्या सामर्थ्याचे संहारक स्वरूप चरणसिंगांना दाखवायचे आहे. आज त्यांना ती हिंमत होत नाही, एवढेच काय ते! एरवी दिल्लीच्या रस्त्यातही ही ताकद त्यांनी दाखवली असती. सत्ता हाती असलेल्या भालोदच्या नेत्यांत मतभेद निर्माण झाले, हे त्या बेहिमतीचे कारण! कारण यादव, ठाकूर आणि देवीलाल यांच्या साह्याशिवाय ही गारद्यांची फौज दिल्लीत जमा कशी करता येणार? म्हणून नुसतीच शाब्दिक आव्हाने-प्रतिआव्हाने दिल्लीत चालू आहेत.

कांती देसाईचे प्रकरण काढण्याची हिम्मत इंदिराजींनीही दाखवली नव्हती,

कारण या प्रकरणात तथ्य नाही, हे त्यांनी पूर्वी ओळखले होते. शिवाय, त्यांना काही नैतिक अधिकारही नसावेत. परंतु मोरारजींना बदनाम करण्याची संधी उपलब्ध असती तर त्यांनी ती केव्हाही सोडली नसती. आजपर्यंत लोकसभेत कांती-प्रकरण अनेकदा येऊन गेले. जेव्हा ते आले, तेव्हा तरुण तुर्क किंवा मधू लिमये हे मोरारजींचे शत्रू होते. तेव्हाही मोरारजींवर काही परिणाम करणे त्यांना शक्य झाले नाही. आज चरणसिंगांना मात्र एकदम अगदी व्यक्तिगत अहंकारापायी मोरारजींना बदनाम करण्यासाठी हे प्रकरण उकरून काढावे, असे वाटले. तरी बरे चरणसिंग दीड वर्ष गृहमंत्री होते. मनातच आणले असते, तर या प्रकरणाची गुप्त चौकशी करणे त्यांना शक्य झाले असते. एखाद्या पत्रकाराला त्या चौकशीतील गुप्त माहिती पुरवून मोरारजींना बदनाम करणेही शक्य झाले असते. तसे त्यांनी काहीच केले नाही. कारण शिळ्या कढीला ऊत आणण्याचा हा प्रयत्न आहे. बापाच्या नावावर कांतीने काहीच गैरप्रकार केले नसतील, असे म्हणता येत नाही. पण मोरारजींच्या साह्याने किंवा संमतीने हे घडणे शक्य नाही, आणि ज्या वेळेस लोकसभेत हे प्रकरण आले, तेव्हा मुलाचे सर्व हात बांधून टाकून व त्याचे सर्व उद्योगधंदे बंद करून मोरारजींनी त्याला जवळपास नजरकैदेत ठेवले आहे. कांतीभाईचा काही अपराध असेलच तर तेव्हा पंडितजींनी किंवा नंतर इंदिराजींनी त्याच्यावर ठपका ठेवलेला दिसत नाही.

सत्ताधीश बापाच्या नावाचा गैरवापर करण्याची प्रथा या देशात इतकी जुनी आहे की, त्यातील भ्रष्टाचाराने स्वरूप जवळपास शिष्टाचारात जमा झालेले आहे. मृत पुढाऱ्याच्या बायकोला किंवा बहिणीला तिकीट देणे हे वारसातत्त्व तर आपण मान्य केलेलेच आहे. बाबूजींचे चिरंजीव आणि चरणसिंगाचे आप्तस्वकीय यांचाही लौकिक काही फारसा चांगला नाही. बाबूजी या सर्व प्रकरणात गप्प आहेत. अशा सर्व परिस्थितीत चरणसिंगांनी केवळ पक्षात नव्हे, तर पक्षाबाहेरही मोरारजींची, बदनामी करण्याचा चंग बांधला आणि इंदिरावाल्यांच्या हातांत एक कोलीत दिले. इंदिरावाद्यांनी चरणसिंग-मोरारजी यांच्या पत्रव्यवहाराच्या निमित्ताने जे थैमान घातले, त्यात चरणसिंगांचाच अखेरीस फजितवाडा झाला.

मोरारजींचे हात उलट अधिक घट्ट झाले आहेत. आपणहून तो पत्रव्यवहार लोकसभेपुढे ठेवला असता, तर मोरारजींची प्रतिमा अधिक उजळली असती. चरणसिंगांनी पक्षात आपल्याला कायमचे बदनाम करून घेतले आहे. ज्या जनसंघाच्या पाठिंब्यावर चरणसिंगांनी हा जुगार खेळला, त्या जनसंघानेही देशातील परिस्थिती ओळखून आपला पाठिंबा मागे घेतला, म्हणून दिल्लीतील राजकारणातील

तोल आता बदलल्यासारखा वाटतो. चरणसिंगांची टर्रेबाजी संपली; आता मागल्या दाराने काही पूर्वप्रतिष्ठा प्राप्त करता येते काय, याबद्दल त्यांचा प्रयत्न चालू आहे. चरणसिंगांना कायमचे दूर लोटणेही जनसंघाला शक्य नाही, कारण चरणसिंग-जनसंघ युतीतूनच जनसंघालाही लाभ झालेला आहे. उद्या पक्षीय निवडणुका झाल्या तरच मोरारजींना शह बसेल, अशी चरणसिंग आणि त्यांचे चाहते आशा बाळगून आहेत. म्हणून तर किसान-मेळावा पुढे ढकलला गेला आहे.

रस्त्यावर पुष्कळदा असंस्कृत माणसे भांडणे सुरू करतात. त्यांतला एक जण 'तुझा बाप गाढव आहे' अशी शिवी देतो. त्यावर दुसरा 'तुझा बाप सात गाढव आहे' असे प्रत्युत्तर देतो. याप्रमाणे गाढवांची संख्या फक्त वाढत जाते. कुणाच्या बाजूला किती गाढवे आहेत व कोण जास्त ओरडतो, यावरच रस्त्यावरील भांडणांचा निकाल लागतो. कांती देसाईवर भ्रष्टाचाराचा आरोप केला जातो, असे चरणसिंगांनी म्हणावे; यावर तुमचे जावई आणि कुटुंबीयाही भ्रष्टाचारी आहेत, असे मोरारजींनी उत्तर द्यावे– हे रस्त्यावरचे भांडण आहे. या भांडणाचा निकाल गाढवांची संख्या कुणाजवळ जास्त यावरच लागण्याची शक्यता जास्त आहे. एवढेच न व्हावे की, त्रयस्थपणे हे भांडण पाहत बसणाऱ्या इंदिराजींनी यांतील काही गाढवे चोरून न्यावीत! पण तेच होण्याची शक्यता जास्त आहे. चारित्र्यवान मूर्ख माणसापेक्षा चारित्र्यशून्य हुशार माणूस आपले भले करील असे जर कुणाला वाटू लागले, तर त्यात चूक कोणाची?

(२७ ऑगस्ट, १९७८)

-०-०-०-

२३

जनता पक्षातील बदलाची नांदी

गेल्या महिन्या-दीड महिन्यात भारतीय राजकीय मंचावर किती तरी महत्त्वाचे फेरबदल झाले. पाँडिचेरीतील राष्ट्रपती राजवट, केरळच्या मंत्रिमंडळातील बदल, अकाली-निरहंकारी द्वंद्व, अलिगढमधील दंगल, जनता पक्षाचे अधिवेशन, इंदिराजींचा परदेश दौरा– खरे तर ही नोंद तशी पुष्कळ करता येण्यासारखी आहे. सगळ्याच गोष्टींचा 'सोबत'मध्ये मी परामर्श घेत नसलो (मतपत्राला आणि त्यातही साप्ताहिकाला ते शक्यही नसते) तरी दीर्घकाळ परिणाम घडविणाऱ्या घटना नोंदवण्यावाचून भागतही नसते. परंतु मध्यंतरी दिवाळी निमित्ताने तीन अंक बंद राहिल्याने अनेक विषयांचा बॅकलॉग तयार झाला.

ह्या सर्व भारतीय स्वरूपाच्या घटनांप्रमाणेच काही स्थानिक स्वरूपाच्या घटनाही तितक्याच महत्त्वाच्या होत्या. महाराष्ट्रातील सहकारी कारखान्यांच्या निवडणुका बऱ्याच कालावधीनंतर नुकत्याच पार पडल्या. पार्लमेंटमध्ये आणि असेंब्लीत जनता पक्षाचा जो प्रभाव आहे, त्याचा विचार करता; ह्या सहकारी साखर कारखान्यांच्या आणि बँकांच्या निवडणुकांत जनता पक्षाला म्हणण्याजोगे काहीही यश आलेले नाही. सहकारमहर्षींना त्यांच्या परंपरागत सत्तास्थानांवरून हलवण्याच्या बाबतीत हे जे अपयश आले, त्याची कारणे उघड आहेत. अशा निवडणुका घेण्याचे ठरल्याबरोबर सर्व सामर्थ्यानिशी जनता पक्षाने ह्या सर्व निवडणुकांत भाग घ्यायला हवा होता. परंतु प्रत्येक ठिकाणी वेगवेगळी तत्त्वे लावून, पॅनेल्सबाबत घोळ

करून अत्यंत विस्कळीतपणाने स्थानिक जनता नेत्यांनी ह्या निवडणुकांत भाग घेतला आणि सपाटून मार खाल्ला. काँग्रेसमध्येच झालेल्या फाटाफुटीमुळे, काही सहकारी संस्था जनता पक्षाच्या अधीन आहेत असे वाटते, पण ते मुळीच खरे नाही. साऱ्या सहकारी संस्थांवर कोणत्या ना कोणत्या तरी पूर्वाश्रमीच्या काँग्रेसवाल्याचेच प्रभुत्व आहे. एखादा-दुसरा कारखानाच जनता पक्षाच्या ताब्यात आला. सहकारी संस्थांच्या राजकारणाचे महत्त्व अजूनही जनता पक्षाला कळलेले दिसत नाही. मुंबई, कोकण, पुणे यांसारख्या काही खास विभागांतील यशावर जनता पक्ष संतुष्ट आहे. आपल्याला खेड्यापाड्यांपर्यंत पोहोचले पाहिजे, शेतकीप्रधान असलेल्या आपल्या देशात राजकीय यशापयशाचे गणित ग्रामीण विभागातच सोडवले जाते, याचा जनता पक्षाला बोध झालेला नाही. पक्ष म्हणून जनता पक्षाला अजूनही दर्जा नाही. ग्रामीण भागात तर ज्या-ज्या पक्षाच्या हातांत किंवा व्यक्तींच्या हातांत थोडीफार सत्ता आहे, ती तशीच अबाधित राहिलेली आहे. तेथे कोणतेही परिवर्तन घडून आलेले नाही आणि ते येण्यासाठी काही प्रयत्नही झालेले नाहीत. आज ह्या गोष्टीचा परिणाम तितकासा जाणवत नाही, पण पुढील सर्व निवडणुकांत या गोष्टीकडे दुर्लक्ष केल्याबद्दल पश्चात्ताप झाल्याशिवाय राहणार नाही. शोषित, अल्पसंख्याक, हरिजन-गिरिजन यांच्या उद्धाराची भाषा सतत काढूनही त्या वर्गाचे प्रेम जनता पक्षाने संपादन केले आहे, असेही दिसत नाही. हळूहळू सूक्ष्म गतीने का होईना, जनता पक्षाबद्दलची ओढ कमी झालेली आहे, असा दुर्दैवी निष्कर्ष काढावा लागतो. एक निवडणूक जिंकायची आणि पुढील निवडणुकीसाठी तयारी करत राहायचे, हे तर लोकाशाहीत प्रत्येक राजकीय पक्षाचे उद्दिष्ट असते. निवडणुका जाहीर झाल्या की, एकदम मूर्च्छेतून जाग आल्याप्रमाणे उमेदवार शोधायला लागायचे, प्रचार-साहित्य बनवायचे– हा असला खेळ आता जनता पक्षाच्या कामाला येणार नाही.

ह्या असल्या घाईगर्दीच्या लोकशाही खेळात शेवटी जुन्याच नेत्यांचे पाय धरावे लागतात. कारण सराईत बदमाशाला निवडणुकीतील खऱ्या-खोट्या मार्गांचा अनुभव असतो, पैशाच्या दुरुपयोगाचे रस्ते ठाऊक असतात आणि त्यांच्याजवळ पोसलेल्या कार्यकर्त्यांचे तयार जाळे असते. वास्तविक, लोकमतातील परिवर्तन पंधरा-वीस दिवसांच्या प्रचाराने होते, हा किती भाबडा समज आहे! ती एक अखंड चालणारी प्रक्रिया नको काय? ज्याप्रमाणे भाद्रपदात सारी कुत्री चेकाळतात, तसेच निवडणुकीच्या वेळेला राजकीय नेते चेकाळतात. निवडणूक ही जर लोकशाहीतील अपरिहार्य घटना आहे, तर ह्या निवडणूकीची यंत्रणा प्रत्येक

पक्षाजवळ कायमची असायला नको काय? उलट, निवडणुक म्हटले की, जनता पक्षाला अलीकडे भीती वाटू लागली आहे. कोणत्याही निवडणुकीमुळे अगोदरच विस्कळीत असलेला जनता पक्ष अधिकच विस्कळीत होतो. बंडखोरांचे पेव फुटते. पक्षात अंतर्गत गटबाजी सुरू होते. कोणी कोणाचे ऐकत नाही. अखेरच्या घटकेपर्यंत उमेदवारांची नावे जाहीर करता येत नाहीत. मुळात घटक पक्षांत कटुता आहेच; ती अशा वेळेला आणखीन उफाळून येते. दुसऱ्याच्या आदराच्या स्थानांना मुद्दाम डिवचले जाते.

परवा जनता पक्षाच्या उज्जैन येथील कार्यकारणीच्या सभेत पूर्वीच्या काँग्रेस अधिवेशनाप्रमाणे राष्ट्रीय स्वयंसेवक संघाच्या कार्यावर हिरिरीने शिंतोडे उडविण्यात आले. मोरारजी, चंद्रशेखर यांनाच संघाची बाजू उचलून धरावी लागली. हे सारे पाहिले की, जनता पक्षाला कोणत्याही स्वरूपाची शिस्त नाही किंवा कोणत्याही समान श्रद्धा नाहीत याची जाण येते. मन आपोआप खिन्न होते. जनता पक्षाला मागील दोन्ही निवडणुकांत जे घवघवीत यश मिळाले, ते अर्थातच इंदिरा विरोधामुळे– ऐतिहासिक निर्णयाच्या गरजेमुळे शहाणपण दाखवून सर्व पक्ष एका छत्रखाली आले, त्यामुळे. वास्तविक, त्या वेळेस कोणाच्याही चारित्र्याची किंवा पूर्वेतिहासाची भारतीय नागरिकांनी चौकशी केली नाही. तीस वर्षांच्या काँग्रेस राजवटीविरुद्ध असणारा संताप तेव्हा व्यक्त झाला. जनता पक्षातील आजच्या श्रेष्ठ नेत्यांनी आपल्या कर्तृत्वामुळे हे यश मिळाले, असा भ्रम बाळगायला सुरुवात केली आहे. त्यातूनच परस्परांच्या चारित्र्यहनाचा उद्योग सुरू झाला. वास्तविक, नियतीने ह्या सर्व नेत्यांचे निमित्त केले; पूर्वेतिहास धुऊन काढायला मदत केली, याचा ह्या सर्वांना विसर पडलेला दिसतो. जनता पक्षाच्या ऐतिहासिक निर्मितीचा कोणताही दीर्घकालीन लाभ आम्ही उठवू शकलो नाही.

इंदिरा गांधींच्या चिकमंगळूरमधील विजयामुळे तरी काही धडा आम्ही शिकावा की नाही? अजून आमचा शहरी शहाणपणावर फार विश्वास आहे. वृत्तपत्रीय प्रचारातून आम्ही फार मोठे निष्कर्ष काढले. दक्षिणेत तर जनता पक्षाने आपली प्रतिमा उजळण्याऐवजी मलिन केली आहे. त्यामुळे उत्तर विरुद्ध दक्षिण, शहरी विरुद्ध ग्रामीण– असले काही विचित्र संकट जनता पक्षापुढे न येवो म्हणजे मिळवली. काही प्रांतांत मित्रपक्षांचे राज्य आहे. तिथे तर जनता पक्षाला कवडीचीही किंमत नाही. एक ऐतिहासिक सुसंधी आपण फुकट घालवणार, असाच त्याचा निष्कर्ष काढला तर काही चूक नाही.

बरे, शहरांतील नागरिक तरी जनता पक्षाचा निर्विवाद पुरस्कार करतात

म्हणावे, तर तेही फारसे खरे नाही. मुंबई हा जनता पक्षाचा बालेकिल्ला. पार्लमेंटच्या आणि असेंब्लीच्या एकूण एक जागा देऊन जनता पक्षाला मुंबईने प्रतिष्ठा दिली, पण मुंबई महानगरपालिकेच्या निवडणुकीत जनता पक्षाला साधे बहुमतसुद्धा मिळवता आलेले नाही. काँग्रेसबरोबर महाराष्ट्र राज्यात केलेली युती बरीच महाग पडली असावी. गेल्या असेंब्लीच्या निवडणुकीच्या वेळेस शेतकरी- कामकरी पक्षाबरोबर अर्धीमुर्धी तडजोड झाली, तीही जनता पक्षाला महाग पडली. महाराष्ट्र राज्यातील संयुक्त मंत्रिमंडळात त्या बोलभांड पक्षाला अवाजवी महत्त्वाच्या जागा दिल्या गेल्या, तेव्हाही जनता पक्ष लाचार आणि आशाळभूतपणे गप्प राहिलेला आहे. मुंबईतील उमेदवार निवडतानाही कोणतेही निकष लावले गेले नाहीत. शांती पटेलसारख्या बेभरवशाच्या माणसावर मुंबईसारखी महत्त्वाची निवडणूक का सोपवली गेली, हे समजण्यासारखे नाही. प्रचाराच्या नावाने तर सारी बोंबच होती. तरीही बहुसंख्य नागरिकांनी पक्षाला डोळे झाकून मते दिली, म्हणून चिकमंगळूरमध्ये झालेला अपमान थोडासा धुऊन निघाला.

नेहमीप्रमाणे या वर्षी दिवाळीत आवश्यक वस्तू दुर्मिळ झाल्या नाहीत किंवा त्यांचा काळाबाजाराही झाला नाही, या एकाच गोष्टीचे भांडवल करून जनता पक्षाला मुंबईत किती तरी अधिक मते मिळवता आली असती. पण कल्पक आणि प्रतिभाशाली प्रचार करणाऱ्यांची फार मोठी उणीव जनता पक्षाकडे असावी. पक्षातील बेबनाव निस्तरण्याच्या कामात जनता पक्षातील तमाम पुढारी गुंतलेले होते. काही चिकमंगळूरमध्ये अडकून पडले होते आणि काही हॉस्पिटलमध्ये वार्धक्याला कुरवाळत होते. परिणामी, जेथे जनता पक्ष केवळ बहुमताने नव्हे तर पूर्णार्थाने निवडून आला असता, तेथे तो फक्त अब्रूनिशी बचावला. शिवसेना मुंबईतून झपाट्याने अस्तंगत होऊ लागली, ती शिवसेनेच्या दरिद्री नेतृत्वामुळे. यासाठी जनता पक्षाने काही प्रयत्नपूर्वक योजना केलेली नाही. इंदिरा काँग्रेसचेही एवढ्या प्रमाणात उमेदवार मुंबई पालिकेत निवडून यावेत, ही जनता पक्षाला शरमेची गोष्ट आहे. ह्याचा अर्थ इतकाच आहे की, जनता पक्षाच्या बालेकिल्ल्यालासुद्धा आता खिंडारे पडू लागली आहेत.

जनता पक्षाचे उज्जैन येथे झालेले अधिवेशनसुद्धा अधिक बोलके आहे. पक्षाचे अध्यक्ष जेव्हा पक्षाच्या शासनावर असंतुष्ट असतात, तेव्हा जनता पक्षाच्या विरोधकांनी त्याचे भांडवल का करू नये? केन्द्रीय शासनातील एक मंत्री फर्नांडिस हेसुद्धा पक्षधोरणाच्या अपयशाची कबुली देतात. ह्याच अर्थ असा का समजायचा की, जनता पक्षाची शासनावर काहीच हुकूमत नाही? शासनाबाहेर

असे जनता पक्षाचे मोठे नेते आहेतच कोण? सारी बडी धेंडे शासनात गुंतवल्यामुळे शासन म्हणजेच पक्ष अशी दुर्दैवी स्थिती नशिबी येते, हे काय ह्या शहाण्या लोकांना समजत नाही? परंतु परिवर्तन फक्त सत्तेनेच होते, हा काँग्रेसने जोपासलेला सिद्धांतच जनता पक्षही अमलात आणीत आहे. जे काँग्रेसचे झाले, ते जनता पक्षाचे होण्यास मुळीच वेळ लागणार नाही.

आज चरणसिंग-मोरारजी वाद संपुष्टात आल्यासारखा दिसतो. निदान त्याची जाहीर वाच्यता तरी आता होईनाशी झाली आहे. फेब्रुवारीपर्यंत ठरल्याप्रमाणे जनता पक्षाच्या निवडणुका झाल्याच, तर तेव्हा हे सारे वाद पुन्हा उफाळून आल्याशिवाय राहणार नाहीत. परवा मोरारजींनी जनता पक्षाच्या अधिवेशनात पक्षाची गरज असेल तर मी राजीनामा देईन, असे सूचित केले आहे. ही त्यांच्या मनातील भावना जर खरी असेल, तर कृतकृत्य झालेल्या मोरारजी-चरणसिंग आणि जगजीवन रामबाबू ह्या तिघांनीही एकाच वेळेस एकदिलाने शासनातून बाहेर पडावे, हेच उत्तम आणि तेही पक्षाच्या निवडणुका होण्यापूर्वी. त्या तिघांचेही ऐतिहासिक कार्य केव्हाच संपले आहे. आपली उर्वरित शक्ती जनता पक्षाची प्रतिमा निर्मळ करण्यासाठी व दक्षिणेत जनता पक्षाचा प्रभाव वाढविण्यासाठी त्यांनी खर्ची करावी. इंदिराजींच्या एकाधिकारशाहीला खराखुरा विरोध करायचा असेल, तर नवे तडफदार नेतृत्व अत्यावश्यक आहे. ते काम म्हाताऱ्या-कोताऱ्यांकडून होणार नाही. लोकशाहीत कोणासाठीही गाडा अडून राहता कामा नये, हे तत्त्व पाळले जायला हवे. ज्येष्ठ नेत्यांनी आपल्या हयातीतच स्वखुशीने केलेला सत्तात्याग एकाधिकारशाहीला परस्पर शह देईल, यात मुळीच शंका नाही. मग जॉर्ज फर्नांडिस पंतप्रधान होवोत किंवा अटलबिहारी पंतप्रधान होवोत; त्यांपैकी कोणीही पंतप्रधान झाले तरी त्यांना इंदिराजींशी मुकाबला करणे सोपे जाईल. पण असला सद्विचार वर्षानुवर्षं काँग्रेसमध्ये राहिलेल्या माणसांच्या मनांत येईल, असे मानणे कठीण आहे.

ह्या एवढ्या अवाढव्य देशात नाना तऱ्हेचे प्रश्न निर्माण होत राहणारच. धर्म, जाती, प्रांतीयता यांनाही तोंड द्यावे राहणार. कामगारांच्या मागण्या वाढणार. संप, मोर्चे, गोळीबार याही गोष्टी घडत राहणार. कधी महापूर, कधी अवर्षण याही गोष्टी घडत राहणारच. हे नित्याच्या कारभारात येणारे प्रश्न आहेत. विरोधी पक्ष ह्या सर्व गोष्टींचा फायदा उठवणार. या सर्वांना तोंड देण्यासाठी जनता पक्षाचे शासन आणि जनता पक्षाचे कार्यकर्ते ह्यांनी एकदिलाने उभे राहायला पाहिजे. शोषित वर्गाबद्दल उगाच कळवळा काढून

रडण्याने त्यांचे प्रश्न सुटत नाहीत किंवा कितीही ठराव केले तरी त्यांची अंमलबजावणीही होत नाही. उलट, हे प्रश्न सोडवण्याबाबतची आपली असमर्थता मात्र सारखी जगजाहीर होत राहते. आपली सर्व साधनसामग्री वापरून समाजाचे संतुलन कसे करता येईल, याचा कृतिशील कार्यक्रम हाच यावर उतारा आहे. मराठवाडा, अलिगढ किंवा अकाली-निरहंकारीसारख्या दंगली थोपविण्यासाठी पोलीस आणि लष्कर यांचे बळ वापरले, तर जनतेची प्रतिक्रिया फार उलट होते. तिथले-तिथले जनता पक्ष-कार्यकर्ते काय झोपा काढतात? का तेच ह्या चळवळीत भाग घेतात? पक्षाध्यक्षांना बेजबाबदार कार्यकर्ते हाकलण्याचा अधिकार हवा. वापरता येईल एवढी समर्थ संघटना पक्षाला उभी करायला हवी. पक्षातील विश्वासू आणि प्रामाणिक कार्यकर्त्यांना छोटे-छोटे सार्वजनिक प्रकल्प करण्यासाठी साधनांची उपलब्धता दिली पाहिजे. सरकारी पैशातूनच सहकारसम्राट निर्माण झाले आणि त्यांनीच काँग्रेस मजबूत केली. चार म्हाताऱ्या-कोताऱ्या नेत्यांची प्रतिष्ठा म्हणजे पक्षाची प्रतिष्ठा नव्हे, तर देशभर विखुरलेल्या कार्यकर्त्यांची प्रतिष्ठा हीच पक्षाला तारणहार होते. निवडणुकीसाठी जर जनता पक्षसुद्धा कोट्यवधी रुपये निर्माण करू शकतो, तर दहा हजार पूर्णवेळच्या कार्यकर्त्यांना जगविण्यासाठीही पक्षाला पैसा उभा करता येईल. पक्ष ही काही अचेतन वस्तू नाही. तिला विचाराचा आत्मा जसा हवा, तसेच कार्यकर्त्यांचे शरीरही हवे.

इंदिराजींच्या अनेक पापांपैकी महत्त्वाचे पाप त्यांनी त्यांच्याच पक्षातली लोकशाही नष्ट केली, हे आहे. जनता पक्षाने पक्षात लोकशाही अजून निर्माणच केली नाही; मग लोकशाही माध्यमातून जनता पक्षाची निर्मिती होणार कशी? चार वेगवेगळ्या राजांनी आपापली सैन्ये घेऊन युद्धभूमीवर हजर राहावे, तसे आजचे चार घटक पक्ष आपापली सैन्य घेऊन युद्धावर हजर होतात. सेनापतीचे कोणी ऐकतच नाही. कोणतीही व्यूहरचना एकमताने होत नाही. म्हणून फारसे सामर्थ्य नसणारा इंदिरा-राक्षससुद्धा लहान-मोठ्या चकमकीत जिंकल्यासारखा वाटतो. हे असे फार काळ चालले, तर वेगवेगळ्या पलटणींवर वेगवेगळे हल्ले करून व सरदारांना वेगवेगळे गाठून मूठभर इंग्रजांनी सारा भारत देश गिळून टाकला, तसे करणे इंदिराजींना सोपे जाईल. आज तरी जनता पक्षातील बेबनाव हे इंदिराजींचे भांडवल आहे आणि विस्कटलेली काँग्रेस हे जनता पक्षाचे भांडवल आहे. केवळ दुसऱ्याचे दौर्बल्य म्हणजे शक्तिसंचय नव्हे. येती दोन-तीन वर्षे जनता पक्षाला फार सावधगिरीने

वागायला हवे. या देशातील दुबळ्या लोकशाहीला प्रामाणिक आणि निग्रही कार्यकर्त्यांची फार गरज आहे. लोकशाहीच्या अवाजवी प्रदर्शनाच्या नादात आपण एकमेकांची वैरे करत बसू, विचारस्वातंत्र्याच्या नावाखाली नको त्या गोष्टी बरळत राहू आणि संधीची वाट पाहणाऱ्या हुकूमशहाचा रस्ता मोकळा करून देऊ. लोकशाहीच्या रक्षणासाठीच लोकशाहीतील स्वातंत्र्याच्या वापरावर अंकुश हवा. जनता पक्षातील विदूषकांना, अहंकारी माणसांना आणि एकांतिक माणसांना लगाम घातला, तरच हे काम होणार आहे.

(३ डिसेंबर, १९७८)

-०-०-०-

२४

नेते आहेत, पण अनुयायी नाहीत

जनता पक्षाची प्रतिमा ढासळू लागली आहे. तिच्यात बदल करण्याच्या कामी आजचे वृद्ध नेतृत्व मुळीच उपयोगी नाही जयप्रकाशजींनी ज्या संपूर्ण क्रांतीचा विचार समाजापुढे ठेवला, त्याचा स्पर्शसुद्धा आजच्या राज्यकारभाराला नाही. आजवरच्या तीस वर्षांच्या काँग्रेसच्या राज्यकारभारापेक्षा काही आमूलाग्र बदलांची अपेक्षा जनता करीत आहे. शासकीय लाल फीत अजूनही कोठे कमी झाली नाही. प्रश्न चिघळवणे, उत्तरे देण्याची टाळाटाळ करणे– उगाचच दारिद्र्य हटवण्याची भाषा बोलणे, भ्रष्टाचाराला प्रतिबंध न करणे, हे पूर्वीसारखे आजही चालू आहे. त्यात भरीला भर म्हणून लोकसंपर्काच्या नावाखाली आमचे सारे मंत्री सारखे लोकांच्याच गराड्यात असतात. हे व्यासंग केव्हा करणार, फायली केव्हा पाहणार, अधिकाऱ्यांवर दबाब कसा ठेवणार– हे खरोखरीच समजत नाही. परवा एका पत्रकाराने लिहिलेल्या पुस्तकात एक मंत्री त्यांच्याकडे येणाऱ्या आठ हजार पत्रांपैकी बहुतेक सर्व पत्रे डोळ्यांखालून घालतो, असे विधान त्यांच्या सांगण्यावरूनच केलेले आहे. आठ हजार पत्रे केवळ डोळ्यांखालून घालणे, ही क्रियासुद्धा शारीरिक दृष्ट्या किती वेळ खाणारी आहे; मग त्या पत्रांतील तक्रारींचे निवारण किती अवघड आहे, हे सहज लक्षात येईल. शिवाय निवडणुकांत प्रचाराचे करावे लागणारे काम, वेगवेगळी उद्‌घाटने व त्यानिमित्त केलेले दौरे, शिष्टमंडळाच्या भेटी, जनता पक्षाचे किंवा त्यांच्या घटक पक्षांच्या कार्यकर्त्यांबरोबर चर्चा– हे

सारे कितीही कार्यक्षम असला तरी कोणताही मंत्री समाधानकारकरीत्या करू शकणार नाही. एखादी व्यवस्था आमूलाग्र बदलायची असते, तेव्हा किती अंगांनी तिचा अभ्यास करावा लागतो, हे काही नव्याने सांगायला पाहिजे असे नाही.

जनता पक्षाच्या मंत्रिमंडळाने समजा काही निर्णय घेतले, तरीही त्या निर्णयाची अंमलबजावणी अखेरीस सरकारी खात्याच्या मार्फतच करायची आहे. अजूनही सरकारी अधिकारी जबाबदारीच्या अभावामुळे किंवा त्यांच्या हक्कांवर सारखे अतिक्रमण होत असल्यामुळे कारभारविषयक तत्परता दाखवू शकलेले नाहीत. केवळ लाच खाल्ली म्हणजेच सरकारी अधिकाऱ्यावर ठपका ठेवायचा, हे बरोबर नाही. एखाद्या अधिकाऱ्याजवळ असलेल्या अधिकारांचा वापर करून त्याने किती प्रकरणांचा निकाल लावला व निर्णय घेतले, यावरच त्याची कार्यक्षमता आणि उपयुक्तता अवलंबून आहे. कोणत्याही नव्या विचारसरणीला असंतुष्ट गट विरोध करणारच. त्या सर्वांना काबूत ठेवून निर्णयांची अंमलबजावणी करण्याची हिंमत सरकारी अधिकारी दाखवू शकत नाहीत; कारण त्यांच्या विरुद्ध आंदोलने उभी राहतात आणि मंत्रीही कार्यक्षम अधिकाऱ्यांच्या पाठीशी उभे राहण्याऐवजी त्यांच्या चौकशीचा घोळ घालतात. कोणत्याही पक्षाला शासकीय यश मिळायला हवे असेल तर शासनावर जशी त्यांची पकड हवी, तसेच शासनाला संरक्षणही द्यायला हवे. हे संरक्षण कित्येकदा स्थानिक जनता, पक्ष-कार्यकर्त्यांनीही द्यायला हवे. कलेक्टर, पोलिस कमिशनर यांसारखे अधिकारीसुद्धा धास्तावलेल्या परिस्थितीत वावरत आहेत व त्यामुळे किती तरी निर्णयांना विलक्षण विलंब लागतो. आमदार-खासदारांचा हस्तक्षेप हेही या विलंबाला पुष्कळदा कारणीभूत होते. सरकारने कोणताही जनहितदक्ष निर्णय घेतला तरी विरोधी पक्षाकडून केवळ चळवळीसाठी चळवळ केली जाते. जनता पक्षातील अपयशात हेच महत्त्वाचे कारण आहे. कोणत्याही शासनाचे यश हे लोकसभेतील भाषणबाजीवर किंवा सचिवालयातील सरकारी हुकूमांवर अवलंबून नसते. ते यश तलाठी, मामलेदार, कलेक्टर किंवा कॉन्स्टेबल, इन्स्पेक्टर, पोलीस कमिशनर यांच्या कारभाराशी संबंधित असते. आपले नेते प्रामाणिक आहेत किंवा वर्तनाने पुष्कळच शुद्ध आहेत, यावरच जनतेचे प्रेम फारसे अवलंबून नसते. त्याला मामलेदार, कलेक्टर, इन्स्पेक्टर ही मंडळी शुद्ध चारित्र्याची आणि कर्तव्यदक्ष हवी असतात.

ज्या चार-सहा मंत्र्यांची आज लोकांमध्ये प्रशंसा होते– ते मधू दंडवते, जॉर्ज फर्नांडिस, अटलबिहारी वाजपेयी, अडवाणी यांच्या खात्यांत थोड्याफार

प्रमाणात का होईना शासकीय चांगुलपणा वाढलेला आहे. जनता पक्ष-कार्यकर्त्यांनी जर आपापल्या पातळीवर सरकारी धोरणाला यशस्वी करण्यात हातभार लावला, तरच जनता पक्षाचे भवितव्य उज्ज्वल होईल. पण जनता पक्षाजवळ कार्यकर्तेच नाहीत. आहेत ते सगळे नेतेच. प्रत्येकाचे लक्ष कुठल्या ना कुठल्या तरी लहान-मोठ्या खुर्चीवर. या खुर्च्या मिळविण्यासाठी किंवा सांभाळण्यासाठी बदनाम झालेल्या कॉंग्रेसवाल्यांशी सहकार– पूर्वीसारखीच डामडौलाची राहणी– जनतेचे प्रश्न सरकारने सोडवायचे असतात अशी समजूत– आपलेच सरकार असल्यामुळे आंदोलन करायची अडचण, त्यामुळे आपापसांत बसून आपल्या स्पर्धकाला नेस्तनाबूत करण्याचे उद्योग चालू असतात, स्थानिक महत्त्वाच्या प्रश्नावर लोकांना एकत्र करण्याचे सारे प्रयत्न आता संपले आहेत. आज महाराष्ट्रातील जितक्या ठिकाणी मी गेलो, तिथे जनता पक्षाजवळ कोणताही कार्यक्रम नव्हता. कोणतेही आंदोलन नव्हते. कोणतेही प्रकल्प निर्माण करण्याची ईर्षा नव्हती. सर्वत्र होत्या फक्त चर्चा आणि त्या चर्चाही एकमेकांच्या उखाळ्या-पाखाळ्या काढणाऱ्या. घटक पक्षवाद जर खऱ्याखुऱ्या अर्थाने अस्तित्वात असता, तरी एक प्रकारे बरे झाले असते. कारण आपला पक्ष अधिक मोठा आहे, हे ठरविण्यासाठी तरी त्या-त्या घटक पक्षांनी काम केले असते. काही चळवळी केल्या असत्या. लोकांना दिलासा वाटेल अशी चळवळी प्रतिमा टिकविली असती. तेही कार्य आज कोणी करत नाही. पूर्वी जेव्हा वेगवेगळे घटक पक्ष होते, तिथे काही ना काही तरी चळवळी चालू असायच्या. आज जनता पक्षाच्या कार्यालयांना मृत्यूचे पास फाडून देणाऱ्या म्युनिसिपालिटीच्या कचेरीची कळा आली आहे. त्यातून एखादा पूर्वाश्रमीचा जनसंघीय किंवा समाजवादी चार लोक जमवून अगदी स्वत:च्या पुढारीपणाच्या स्वार्थासाठी का होईना– काही चळवळी करू पाहील, तर त्याला विरोध इंदिरा कॉंग्रेसचा होत नाही किंवा कम्युनिस्टांचाही होत नाही; विरोध होतो तो जनता घटक पक्षाचाच. म्हणून कोणीच काम करत नाही. पूर्वाश्रमीचा घटक पक्ष म्हणूनही कोणी काम करत नाही, जनता पक्ष म्हणूनही नाही.

या चमत्कारिक अवस्थेत विरोधी पक्ष कोणत्या का कारणाने होईना, पण चळवळी करत आहेत. त्यांच्या चळवळीचा रोख लोकांचे लक्ष वेधून घेण्याइतकाच आहे. आजपर्यंत कॉंग्रेसने सत्ताधीशाची भूमिका बजावली. त्यामुळे जनतेच्या चळवळी रस्त्यावर येऊन करण्याचे शास्त्रच तो विसरून गेला होता. कृतिशील चळवळीपेक्षा संहारक चळवळींचा अवलंब त्यांच्या हातून आज होतो आहे, पण काही झाले तरी त्यांचे नाव वृत्तपत्रांत सारखे येत राहते आहे.

एका बाजूला जनता पक्षातील भांडणे आणि आपल्याच पक्षाबद्दलचे नैराश्यजनक उद्गार आणि दुसऱ्या बाजूला विरोधी पक्षांच्या आक्रमक चळवळी आंदोलने यांचा जनमानसावर काय परिणाम होतो, याचेही जनता नेत्यांना काहीच भान नसावे? बरे, काल-परवापर्यंत ही सर्व मंडळी लोकांची भांडणे रस्त्यावर नेण्यात कुशल म्हणून वाखाणली गेली होती. त्या वेळचे लहान-लहान घटक पक्षसुद्धा सरकारवर केवढा दबाव ठेवू शकत होते! मग त्यांच्या मागची प्रचंड जनशक्ती, त्यांचे चैतन्यदायी नेतृत्व जनता पक्ष कार्यकर्त्यांत आजकाल जाणवत कसे नाही? ज्या लक्षावधी लोकांनी जनता पक्षाला मते दिली, ते लक्षावधी लोक कणाकणाने असंतुष्ट होत चालले आहेत. त्यांना परत कसे आकर्षित करून घेता येईल, याचा विचारच चालू नाही. निवडणुकीतही जनता पक्षाची मते घटत चालली आहेत. याची अखेर काय होणार? गेल्या निवडणुकीत इंदिराविरोधी मत म्हणून जनता पक्ष निवडून आला; आता जनताविरोधी मत म्हणून इंदिरावाद्यांची संख्या वाढत आहे. दर खेपेला मतदारांना लाटेवर स्वार होऊ द्यायचे काय? ही कसली लोकशाही? जनता पक्ष म्हणून पक्षाला संघटना नसेल आणि इंदिरा गांधींनाही त्यांच्या व्यक्तित्ववादी नेतृत्वामुळे संघटना नसेल, तर मग या देशात भांडण कशाचे चालले आहे? कोणाचे चालले आहे? ह्यात कोण जिंकणार आहे?

हा एक नवा गोंधळ जनता पक्षीय नेते आपल्या वर्तनाने निर्माण करीत आहेत. जनता पक्षाजवळ सर्वमान्य एकही नेता नाही व नजीकच्या काळात तो निर्माण होईल असे दिसत नाही आणि इंदिरावाद्यांजवळ एकमताने पाठिंबा असलेला एकच एक नेता आहे. जनता पक्षाचे पवित्रे समजत नाहीत, पण इंदिराजींचे समजतात. आणीबाणीत चुका झाल्या म्हणून काल-परवापर्यंत क्षमा मागत हिंडणाऱ्या इंदिराजी 'पुन्हा वेळ आली तर मी आणीबाणी पुकारीन', असे आव्हान देतात आणि या देशात संप, दंगली, अत्याचार, शासकीय अपव्यवहार आणि दिरंगाई यांमुळे गोंधळलेल्या समाजाला पुन्हा एकदा एकाधिकारशाहीकडे वळवू इच्छितात.

मुळातच आपल्या देशातील लोकशाही फार कमकुवत आहे. सत्ता आणि संपत्ती यांचा तिच्यावरचा प्रभाव कोठेही कमी झालेला नाही. जातीयता आणि प्रांतीयता यांनी तिला अधिकच दुबळे केले आहे. तरीही त्या लोकशाही मूल्यांनी अकल्पित सामर्थ्य दाखवून एकदा येथे निर्माण झालेल्या हुकूमशाहीचा पाडाव केला. त्या जागृत लोकशाहीला आपण काय न्याय दिला? ती लोकशाही जागी

ठेवण्यासाठी आपण कोणती काळजी वाहिली? आपल्या डोळ्यांदेखत हुकूमशाहीची पावले उमटू लागली आहेत. तिचा शाब्दिक धिक्कार करण्यापलीकडे आपण दीड वर्षात काही केले नाही.

जनता पक्षाचे नेते म्हातारपणी वेळ घालवायला हवे तर खुशाल भांडू देत, कारण त्यात भारतीय जनतेला काही रस नाही. जनता पक्षाचे नेते एकमेकांचे पाय ओढण्यासाठी वाटेल ती उद्दाम किंवा नैराश्यजनक भाषा वापरू देत; कारण आम्हाला माहीत आहे की, त्या उद्दामपणाच्या मागे शक्ती नाही किंवा नैराश्यामागे चिंता नाही. चिंता वाटते ती एकच– की, एवढा प्रचंड लोकांचा पाठिंबा असूनसुद्धा जनता पक्षाला इथली हुकूमशाही चिरडून टाकता आली नाही. एकदा रोगाची साथ आम्ही जालीम उपायांनी आटोक्यात आणली, पण रोगजंतूंचा मुळापासून नायनाट केला नाही. त्यामुळे एक तर आमच्या प्रतिबंधक उपायांना हे जंतू (इम्यून) सरावलेले आहेत किंवा आमच्या उपायांची त्यांना तमा वाटत नाही. पुन्हा एकदा हा साथीचा रोग बळावणार आणि तो आवरण्यासाठी मात्र आमच्या जवळच्या चालू उपाययोजना प्रभावी ठरणार नाहीत. गेल्या लोकसभेच्या निवडणुकीत जनतेने जे अलौकिक धैर्य आणि शहाणपण दाखवले, ते फक्त लोकशाहीच्या इतिहासातील एक सुवर्णपान ठरणार आहे; पण पुढे काय? पुढे-मागे एक काळीकुट्ट सावली या देशाच्या इतिहासातील काही पाने व्यापून टाकणार आहे, अशी चिन्हे जाणवू लागली आहेत.

(२४ डिसेंबर, १९७८)

-०-०-०-

२५

एक घर मोडणार आहे

अजून २० मार्च १९७७ या दिवशी देशात उसळलेला आनंद-कल्लोळ माझ्या कानांत स्पष्ट ऐकू येतो आहे. या देशातील बहुसंख्य जनता आपल्या अभूतपूर्व पराक्रमाने स्वत:वर बेहद्द खूश झाली होती आणि आपल्या मुक्तीच्या निमित्ताने तिने या पुढाऱ्यांना डोक्यावर घेऊन नाचवले. नसलेल्या व असलेल्या सर्व गुणांचा या नेत्यांवर वर्षाव झाला. गांधीवादी मोरारजींचे चारित्र्य व साधेपण, बाबूजींचा दलित समाजावरील अधिकार व योग्य वेळी केलेला जनता-प्रवेश, चरणसिंगांचा या देशातील महत्त्वाच्या प्रांतांतील अनुयायी-वर्ग– हे सारेच त्या वेळी लोकांच्या कौतुकाचे विषय होते. पुढाऱ्यांनी काहीही मागावे आणि लोकांनी ते द्यावे– असा तो कालखंड होता. हिशेबी व्यापाऱ्यांनी आपल्या थैल्या मोकळ्या सोडल्या होत्या, सावध मध्यमवर्गाने बचत खात्यातील पैसा काढून दिला आणि दरिद्री लोकांनीसुद्धा आपण स्वत: नागडे होऊ हे माहीत असताना आपली लंगोटी त्यांना देऊ केली. लोकांचे प्रेम म्हणजे काय असते, हे आमच्यासारख्या सामान्य कार्यकर्त्यांनीसुद्धा अनुभवले आहे; मग लोकनायकांची ती काय कथा! निवडणुकीचा खर्च करून उरेल एवढा पैसा गोळा झाला. लोकांची एक पुराणी इच्छा पुरी होत होती. एक भूक भागत होती, एक स्वप्न खरे होत होते. गेल्या तीस वर्षांच्या काँग्रेसच्या राजवटीचा पाडाव व्हावा, भ्रष्टाचारी राजवटी नष्ट व्हाव्यात, लहान-मोठे हुकूमशहा परास्त व्हावेत आणि एक

लोकाभिमुख राजवट निर्माण व्हावी, हेच ते स्वप्न. केवळ राजवट बदलली म्हणजे आपल्या अंगावर झुळझुळीत कपडे येतील किंवा आपल्या पुढ्यात भोजनाची थाळी येईल, असे कोणी मानले नव्हते. रागावलेल्या असंतुष्ट जनतेला हवा होता कंसवध. लोकांनी आपली सारी ताकद त्या वेळी एक केली. साऱ्या लहान-मोठ्या नेत्यांनी आपापल्या वेगळ्या चुली मोडल्या. घराघरांतील भिंती पाडून टाकल्या. वयोवृद्ध माणसाला कुटुंबप्रमुखाचे अधिकार दिले. सत्त्वशील वृद्धांना आशीर्वादासाठी पाचारण केले. प्रत्येकाची करांगुली लागली, म्हणून एक महाकाय गोवर्धन पर्वत फुलासारखा हलका झाला.

अजून हे सारे डोळ्यांसमोर दिसते आहे. परस्परांच्या शत्रुत्वात ज्यांची हयात गेली, तेच भाऊबंद गुण्यागोविंदाने एकत्र आले, एका पंक्तीत बसले आणि एक विचाराने घराचा कारभार करू लागले. एका चुलीवर या सर्वांचा स्वयंपाक सुरू झाला आणि त्या भरल्या घरातील साध्या जेवणाची गोडी किती वाढली म्हणून वर्णावी! लहानसहान मुले, बाया-बापड्या, नववधू, दीर-नणंदा– सारे जण हा सोहळा आनंदाने पाहत होते. भविष्याची स्वप्ने ते रंगवू लागले. 'आमचेच चुकले होते' असे क्षमादर्शक उद्‌गार आणि दुसऱ्याची प्रशस्ती याने सारे वातावरण भारून गेले होते.

या घरावर आता परत कधी परचक्र येणार नाही, असे वाटू लागले. पुन्हा राक्षस कधी मातणार नाहीत आणि सद्‌भावनेने निर्माण झालेले हे मोठे घर कधी धोक्यात येणार नाही– अशी सर्वांची खात्री झाली. आज्ञा झेलण्यासाठी घरातील सारा परिवार उत्सुक होता. काय करू अन् काय नको, असे सर्वांनाच झाले होते. भाजी-भाकरीचे जेवण पक्वान्नासारखे गोड वाटत होते. आनंदाने लेकी सुस्तावल्या होत्या, मुले चेकाळली होती, प्रौढ माणसे गालातल्या गालांत हसत होती. एक आनंदनिधान यमुनेच्या तीरी निर्माण झाले होते.

पण सुखालासुद्धा दृष्ट लागते. वयामुळे माणसाला शहाणपण येते म्हणून घराचा सारा कारभार ज्या म्हाताऱ्या-कोताऱ्यांनी हाती घेतला होता, त्यांचे मूळचे पीळ कायम होते. आज वाट्टेल तसे उर्मटपणाने बोलता येत नव्हते. पोराबाळांना झोडपता येत नव्हते, कारण एकमेकांचा एकमेकांना धाक होता. पूर्वी ज्याच्या-त्याच्या सवत्या घरात जो-तो स्वच्छंदी कारभार करीत होता. तसा आता करता येत नव्हता. एकमेकांना मोठेपणा द्यावा लागत होता. एकमेकांशी बरोबरीने चर्चा करावी लागत होती. त्यामुळे त्यांना चुकल्या-चुकल्यासारखे वाटणे स्वाभाविक होते. जरी वयोवृद्ध माणसांकडे घराचे नेतृत्व दिले, तरी त्यांचे ऐकण्यात

कमीपणा वाटू लागला. माझी बायको अधिक खानदानी आहे, माझी मिळकत जास्त आहे, माझ्या मुलांचा अपमान होतो– अशा तऱ्हेचा रुसवा-फुगवा सुरू झाला. हा रुसवा-फुगवा अर्थात खरा नव्हताच. एकत्र नांदण्यात स्वत:चे मन:पूत वागण्याचे स्वातंत्र्य गेले, याचे प्रत्येकाला दु:ख होते. भाऊ-भाऊ भांडायला लागताच हे लोण त्यांच्या बायकांत आणि मुलांतही पसरले. जो-तो आपापला गोतावळा जमवून दुसऱ्याचा पाणउतारा करण्याची इच्छा बाळगू लागला. एकदा ही संशयाची कुजबुज सुरू झाल्यावर सारेच वातावरण बिघडून गेले. एक पंगत होईनाशी झाली. प्रत्येक जण तोंड चुकवायला लागला. आपले पूर्वीचे एकारलेले दिवस आठवून जो-तो हळहळू लागला. मुले खेळताना भांडू लागली, बायका स्वयंपाकघरात भांडू लागल्या, बाप्ये शेतावर भांडू लागले. नको ते एकत्र घर– असे प्रत्येकाला वाटू लागले आणि मग पुन्हा एकदा भिंती घालण्याची भाषा सुरू झाली. भिंती घालण्यासाठी मजुरांच्या टोळ्या बोलावल्या गेल्या. दमदाट्यांना आरंभ झाला. ज्या बाहेरच्या शत्रूच्या भयाने ही माणसे एकत्र आली, त्या शत्रूशी संगनमत करण्याचे प्रयत्न सुरू झाले. आपले नेसूचे फिटले तरी चालेल, पण दुसऱ्याला नागडा करीन– अशा प्रतिज्ञाही घेतल्या गेल्या. गावात फाटाफुटीचा पुन्हा बभ्रा झाला. फाटाफूट वगैरे काही नाही, अशी आश्वासनेही अधून-मधून दुसऱ्याला फसवण्यासाठी दिली जाऊ लागली. एकतेचे प्रदर्शन करण्यासाठी पुन्हा प्रीति-भोजने देऊन झाली. पण आता पूर्वीचा जिव्हाळा उरला नव्हता. आता ही प्रीति-भोजने राहिली नव्हती, तर भीति-भोजने झाली होती. एकमेकांची शक्ती अजमावण्याचा खेळ चालू झाला होता. घर मोडणार, म्हणून मुले कावरीबावरी झाली. त्यांच्याकडे पाहून आपले मतपरिवर्तन होईल, म्हणून म्हाताऱ्यांनी त्यांना बाहेर हाकलले.

"आता आपली पूर्वीसारखी वेगवेळी घरे करू या", असा प्रस्ताव एकाने उघडपणे मांडला. त्याला पुष्कळ समजावून सांगण्याचा प्रयत्न करण्यात आला, परंतु "शत्रूचे आता काही भय नाही, तुमची दादागिरी आम्ही चालू देणार नाही. आम्ही वेगळे होणार", अशी तुच्छता दाखविण्यात आली. बरे झाले– आपण आपल्या शत्रूला पूर्णपणे पराभूत केले नाही ते, असा होळकरी कावा उघड-उघड व्यक्त केला जाऊ लागला. आपल्या भाऊबंदांच्या विरुद्ध पडते मागायला एक शत्रू आपण शिल्लक ठेवला हे किती शहाणपणाचे झाले, असा टेंभाही मिरविण्यात आला.

आता हे घर मोडणार, हे अखेरीस नक्की झाले. या गोकुळात यादवी

निर्माण होणार... एका विशाल घराची आता लहान-लहान कोंदट घरे होणार... शब्दांवरून भांडणे, भिंतीवरून भांडणे, बांधावरून भांडणे... अशी आता एक भांडणांची लांबलचक यात्रा सुरू होणार.

आपापसांत लढून हे सारे भाऊबंद केव्हा एकदा अर्धमेले होतील, याची लांब नाकाचा एक कावळा झाडावर बसून वाट पाहत आहे. त्याने पुष्कळ कावळे जमवले आहेत. त्यांना सर्वांना मेजवानीचे आश्वासन दिले आहे. त्याला हव्या आहेत जखमा, त्याला हवी आहेत प्रेते. तो उत्कंठतेने वाट पाहतो आहे– त्याचे सुखाचे व मेजवानीचे दिवस आता येऊ लागले आहेत. या मोठ्या थोरल्या घरामुळे त्याचा जीव घाबराघुबरा झाला होता. या घरातील सारी मुले गंमत म्हणूनसुद्धा ज्याच्याकडे कधीमधी धोंडा फेकायची, तेव्हा प्राणाच्या भयाने बिचाऱ्याला अंधाराचा आडोसा घ्यावा लागायचा. पण आता कावळ्याचा दिवस सुरू होणार आहे. गरुडांचे दिवस संपले; हंसाचे दिवस संपले. चकोर, चातक बिचारे मरगळून कुठल्या कुठे दिसेनासे झाले आहेत! एक भयंकर अंधार निर्माण होतो आहे. कामधंदा, उद्योग सोडून घरातील बाकीची मंडळी पुढे काय होणार या चिंतेत कुजबुजत आहेत आणि झाडावर वाट पाहत बसणारा कावळ्यांचा थवा काव-काव करीत आहे. कावळ्यांचे साथीदार कोल्हे आणि गिधाडे हेही हळूहळू जमा व्हायला लागले आहेत.

पण घरातील भांडणे रंगात आलेली आहेत. शेवटच्या क्षणी तरी शहाणपण सुचून घरातील सुंदोपसुंदी संपेल, आशी अशा घरातील तरुण माणसांना वाटत होती; पण भांडण बसणाऱ्या आपल्या बापाला, काकाला बंद खोलीत कोंडून टाकण्याचे आणि घराचा कारभार आपल्या ताब्यात घेण्याचे शहाणपण व धैर्य कोणाजवळ नव्हते. कावळ्याच्या शापाने गाई मरत नाहीत, पण म्हातारे बैल मरतात; निदान मरायला हवेत, म्हणजे घर शाबूत राहणार असते. मुले-लेकरे सुखात राहणार असतात. घरावरचे अरिष्ट टळणार असते. हे शहाणपण या घराला कोणी शिकविलेच नसते.

मग या घराच्या सर्वनाशाची तयारी पूर्ण झाली. लांडगे, गिधाडे, कावळे या घराभोवती ठाण मांडून बसले आहेत. त्यांच्या डोळ्यांत सूडाची ठिणगी लकाकते आहे. घर मोडण्याची ती वाटव पाहत आहेत आणि एकदा का घर मोडले की, ही सारी सैतानी भुतावळ घराचा मागमूससुद्धा ठेवणार नाही.

(३१ डिसेंबर, १९७८)

-०-०-०-

२६

'जरा' संधांना संपविल्याखेरीज यादवी थांबणार नाही!

हातून सत्ता गेल्यामुळे अस्वस्थ झालेल्या आणि त्यामुळे चिडलेल्या इंदिराजींच्या अनुयायांचे पवित्रे आता जगजाहीर झाले आहेत. 'अराजक' हा परवलीचा शब्द झाला आहे.

जनता पक्ष मोडला पाहिजे, यासाठी त्यांचे अटीतटीचे प्रयत्न सुरू झाले आहेत. कारण जनता पक्ष मोडल्याशिवाय इंदिराजींना पुनर्जन्म नाही. त्या निवडून येवोत वा खटल्यातून सुटोत– या देशातील सर्व विरोधी पक्ष एकत्र येऊन जन्माला आलेला जनता पक्ष त्यांच्या पुनरुत्थानातील फार मोठी धोंड आहे. म्हणून असत्य, गैरसमजुती किंवा मतभेद यांचा गदारोळ उठवून जनता पक्षातील नेतृत्वात फाटाफूट घडली पाहिजे, याविषयी इंदिराजी दक्ष आहेत. म्हणून तर चरणसिंगांना देवराज अरस भेटत आहेत, शरद पवारांना भेटत आहेत. जनसंघ आणि समाजवादी यांच्यातील वाढविण्याचा प्रयत्न चालूच आहे आणि त्याला पूर्वाश्रमीचे काँग्रेसवाले तणाव साथ देत आहेत. ही गोष्ट खरी आहे की, काँग्रेस पक्षाचे ऐक्य होवो किंवा न होवो– काँग्रेस पक्षावर इंदिराजींचाच प्रभाव आहे. इंदिराजींशिवाय काँग्रेस पक्षाला पर्याय नाही, असे समजण्यापर्यंत सर्वांची मजल गेली आहे. काँग्रेस 'वाय' गटाजवळ काही निश्चित भूमिकाच नाही... यशवंतरावांनी या बाबतीत आपल्या नेभळेपणाचे प्रदर्शन करून इंदिराजींचा वरचश्मा वाढू दिला आहे... त्यांचे सारे अनुयायी हळूहळू इंदिरावादी बनू लागले आहेत. कुंपणावर बसत असलेल्या यशवंतरावांना अखेरीस कुंपणच

खाऊन टाकणार, असे आता वाटू लागले आहे. इंदिरा गांधी आपले पाय हळहळू मजबूत करीत आहेत, हे सत्य कटु असले तरी स्वीकारले पाहिजे; म्हणजे त्यांच्याशी मुकाबला करणे सोपे जाणार आहे.

जनता पक्ष मजबूत आहे, असे पंतप्रधान सांगतात; नानाजी देशमुख सांगतात. एवढेच नव्हे, तर चंद्रशेखरसुद्धा सांगतात. वास्तविक, कोणत्याही नेत्याची इच्छा नसताना लोकांनी नेत्यांवर दबाव आणून जनता पक्ष निर्माण केला, ही वस्तुस्थिती आहे... जनता पक्षाच्या अनेक नेत्यांनी जनता पक्षामुळेच आपली गेलेली प्रतिष्ठा परत मिळवली. नाही तर मोरारजी आणखी एक हयात जगले असते, तरी या देशाचे पंतप्रधान होणे शक्य नव्हते. एका जातीपुरते आणि दोन-तीन प्रांतांत स्थान असणाऱ्या चरणसिंगांना गृहमंत्रिपदही मिळाले नसते किंवा ते भारतीय नेतेही झाले नसते. दंडवते, फर्नांडिस, वाजपेयी, अडवाणी यांना मंत्रालयाच्या जवळपाससुद्धा जाता आले नसते. तेवढेच कशाला, शंभर माणसांचा पक्षसुद्धा सांभाळण्याची कुवत नसलेल्या चंद्रशेखरांना या देशातील सर्वांत मोठ्या पक्षाचे अध्यक्षपद स्वप्नातसुद्धा पाहता आले नसते... परिस्थितीने या माणसांना मोठे केले व कालमाहात्म्याने त्यांना सत्ता बहाल केली. या सर्वांमागची महाशक्ती होती काँग्रेसबद्दल असणारा लोकांच्या मनांतील असंतोष. दोन वर्षे पुरी होण्यापूर्वीच 'महान' बनलेल्या या आमच्या नेत्यांनी हा सारा असंतोष विझवून टाकला. ज्या फांदीवर आपण बसलो, ती फांदीच मोडण्याचा उपद्व्याप या साऱ्या मंडळींना भोवणार आहे.

लोकांनी केलेल्या जयजयकारामुळे आमच्या नेत्यांची डोकी फिरली, एवढाच त्याचा अर्थ आहे. दोन वर्षांपूर्वी झालेल्या सत्तांतरात आपण फार महान कामगिरी केली, असे प्रत्येकाला वाटत आहे आणि त्या-त्या कामगिरीचे मोल वसूल करण्याची प्रत्येकाला घाई झाली आहे. मोरारजींना वाटते– आपण वयाने ज्येष्ठ, शिवाय अनुभवी व आपली संघटना-काँग्रेस हीच गोखले, टिळक, गांधी, नौरोजी यांची वारसदार काँग्रेस. वास्तविक, जी संघटना-काँग्रेस मृत झाली होती व जिला या देशात डिपॉझिट्स गमविण्यापलीकडे काही किंमत नव्हती, त्याच संघटना-काँग्रेसची आज त्यांनी किती किंमत मागावी? महाराष्ट्रातील शेतकरी-कामकरी पक्षाप्रमाणेच एक प्रांतिक पक्ष यापेक्षा भालोदला तरी काय किंमत होती? केवळ सोय म्हणून भालोदचे चिन्ह घेतले गेले, यामुळे जनता पक्ष हा भालोदची बटीक आहे, असे मानण्याचा उन्मत्तपणा चरणसिंग दाखवू शकतात आणि सर्कशीतील विदूषकाप्रमाणे वर्तन करून राजनारायण प्रेक्षकांकडून वाहवा

मिळवू इच्छितात. दहा लाखांचा किसान मेळावा म्हणजे दर खेपेस भीती दाखविण्यासाठी निर्माण केलेली भुतावळ आहे. आहेत, चरणसिंगांजवळ अनुयायी आहेत; नाही कोण म्हणतो? पण चरणसिंगांजवळ अशी कोणती विचारसरणी आहे की, ज्यावर श्रद्धा ठेवून निरक्षर दरिद्री शेतकऱ्यांनी त्यांची पाठराखण करावी? या देशात एकाधिकारशाही एका इंदिराजींचीच असते असे नाही, चरणसिंगांचीही असू शकते. इंदिराजींची भाषा रासवट आहे, तर चरणसिंगांची वागणूक रासवट आहे. लोकशाही म्हणजे लोकांचा जमाव– असा सोईस्कर अर्थ चरणसिंग घेत आहेत, बाकी तीही एकाधिकारशाहीच.

समाजवाद्यांचा तिसराच रस्ता. उंटाची चाल जशी तिरकी, तशीच समाजवाद्यांची चाल नेहमीच तिरकी असते. इंदिराजी जितक्या मनोभावे जनसंघाचे वैर करतात तितक्याच मनोभावे समाजवादीही जनसंघाचे वैर करतात. कोणत्याही कारणास्तव जनसंघाचा वरचश्मा वाढता कामा नये, एवढाच उद्योग समाजवाद्यांनी दीड वर्षात केला. मग जनसंघाऐवजी पूर्वाश्रमीच्या काँग्रेसवाल्यांना पुरोगामी म्हणून जवळ करणे त्यांना परवडते. शरद पवारांपुढे गोंडा घोळणे, हेही त्यांना रुचते. जर जनसंघ हा जनता पक्षातील एक घटक पक्ष आहे, तर कोणत्याही घटक पक्षाची शक्ती खच्ची करणे म्हणजे जनता पक्षाचीच शक्ती खच्ची करणे होय, एवढेही भान त्यांना उरत नाही. पुरोगामी कोण आणि प्रतिगामी कोण, या निष्फळ चर्चेत तेही स्वतः पुढे होत नाहीत आणि दुसऱ्यालाही पुढे जाऊ देत नाहीत... पुरोगामित्वाची झालर शाबूत ठेवण्यासाठी कोणाशीही शय्यासोबत करण्याची त्यांची तयारी आहे.

जनसंघाच्याही डोक्यात आपल्या संघटनेची हवा फार शिरलेली दिसते. आपण आणीबाणीच्या काळात तुलनेने खूपच मोठा त्याग केला, असे त्यांना नेहमी वाटते आणि म्हणून त्या त्यागाची किंमत वसूल करण्याचा त्यांचा पवित्रा पुष्कळ ठिकाणी त्यांनाच गोत्यात आणणारा ठरतो. आम्ही त्याग केला, आमचे संख्याबळ मोठे, हे उच्चरवाने म्हणत असताना; जनता पक्ष निर्माण झाला नसता तर त्यांना तीन राज्यांची मुख्यमंत्रिपदे मिळाली असती काय, या प्रश्नाचा विसर पडतो. त्यांची प्रतिमा आज अशी उजळलेली दिसते आहे, तशी जनता पक्षाशिवाय दिसली असती का? तीस वर्षे उपेक्षेत काढलेल्या संघ-जनसंघाच्या कार्यकर्त्यांना मुक्तपणाने आणि विपुलपणाने कार्य करण्याची संधी जनता पक्षाशिवाय मिळाली असती काय? संख्येला जरूर महत्त्व आहे; पण ती केवळ मेंढरांची संख्या असता कामा नये, तर विचारी माणसांची ती संघटना असायला पाहिजे. संघाची-

जनसंघाची प्रतिमा आज तरी पुरेशी उदारमतवादी नाही व या देशातील ऐंशी टक्के लोकसंख्या असणाऱ्या ग्रामीण भागात पोटाचा प्रश्न घेऊन संघटना करण्याइतपत लवचिक नाही. अजूनही संघ-जनसंघावर उत्तर भारतीय छाप आहे. या देशातील कोणत्याही पक्षाला या देशातील होणारी नवी अर्थांतरे नीट शब्दांत मांडता आली नाहीत, तर तो पक्ष देशावर प्रभुत्व दाखवू शकणार नाही. शिवाय संघ-जनसंघावर जे हल्ले केले जातात, त्यांना उत्तर देण्यासाठी त्यांच्याजवळ कोणतेही प्रचार-वाङ्मय नाही, अधिकृत धोरणे नाहीत व प्रसिद्धी-साधने नाहीत. त्यामुळे आपल्या शक्तीचा नुसताच दबदबा उत्पन्न करण्यावर जनसंघाचा भर दिसतो. नाही म्हटले तरी इंदिराजी, चरणसिंग यांच्याप्रमाणेच व्यक्ती-पूजनाची जनसंघातही आवड आहे. आज जरी हे व्यक्ती-पूजन हुकूमशाहीकडे वाटचाल करणारे नसले, तरी उद्या त्याचे स्वरूप काय असेल, याविषयी पुष्कळांच्या मनांत चिंता उत्पन्न होते आहे. अकारण गूढ आणि गुप्त संघटनेचे स्वरूप संघ-जनसंघाने बाळगलेले आहे.

या चार घटक पक्षांबरोबर जे अन्य घटक पक्ष जनता पक्षाशी सहकार्य करीत आहेत, त्यांनी आपल्या सामर्थ्याबद्दलचे अतिशयोक्तिपूर्ण उद्गार काढले नसले, तरी कोणत्या तरी घटक पक्षात त्यांचे तेवढ्यापुरते सोयरसंबंध चाललेले असतात. समाजवाद्यांशी बाबूजी जमवून घेतात, ते कोणत्याही तात्त्विक एकात्मतेमुळे नव्हे तर सौदेबाजीच्या राजकारणामुळे. डावे कम्युनिस्ट आपल्या प्रांतिक सत्तेवर खूश आहेत व तेथे ते इंदिराजींपेक्षाही आपल्या घटक पक्षांना कमजोर करण्याच्या मागे आहेत. या सर्वांना जनता पक्षातील सत्तेने बांधून ठेवले आहे, एवढेच. नाहीपेक्षा त्यांची धुणी रोजच चौकात येतील. एकमेकांबद्दलचे डावपेच, द्वेष–सारे काही मनात ठेवून जनता पक्षाची गेल्या दोन वर्षांची वाटचाल झाली आहे. या द्वेषालाच अधून-मधून काटे फुटतात आणि एकमेकांना रक्तबंबाळ करण्याचा आसुरी आनंद त्यांना वाटत आहे. चरणसिंग व राजनारायण यांनी मोरारजी व चंद्रशेखर यांच्यावर केलेले आरोप किंवा या आरोपांवरील मोरारजींच्या प्रतिक्रिया यांना कसलेही तात्त्विक अधिष्ठान नव्हते. आहे तो नागडा-उघडा व्यक्तिगत अहंकार. आपल्या शक्तीची चाचपणी. मधल्या आततायीपणामुळे चरणसिंग आणि राजनारायण आपली मंत्रिपदेच घालवून बसले, म्हणून सत्तातोल ढळला. मोरारजींचे प्यादे त्यामुळे अकारण पुढे सरकले व थोडे उन्मत्त झाले. किसान-मेळाव्यात मधू लिमये आणि अन्य जनता पुढारी उपस्थित होते. त्यात 'मोरारजी मुर्दाबाद' अशा घोषणा देण्यात आल्या. आपणच निवडलेल्या पक्षनेत्याच्या

बाबत 'मुर्दाबाद'च्या घोषणा देण्याची वेळ चरणसिंग, मधू लिमये कंपनीवर आली– यावरून जनता पक्षाची एकता काय लायकीची आहे, हे सिद्ध होते. मधू लिमये यांना जनता पक्षातून काढून टाकण्याची हिंमत जनता पक्ष दाखवू शकत नाही, यावरून पक्षाध्यक्ष चंद्रशेखर यांचीही लायकी लक्षात येते.

दुर्दैवाने आज अशी परिस्थिती आहे की, जनता पक्षातून काढून टाकण्याची हिंमत कोणी कोणाला दाखवू शकत नाही किंवा जनता पक्षातून बाहेर पडण्याची हिंमत कोणी दाखवू शकत नाही. आपल्यामुळे जनता पक्ष मोडला, हे अपयश जसे कोणाला नको आहे; तसेच जनता पक्षात कोणा एका व्यक्तीचे किंवा घटक पक्षाचे वजनही कोणाला नको आहे. आपण पक्ष सोडला म्हणून आजचा जनता पक्ष अडचणीत येत नाही, हे सर्वांना माहीत आहे. मग हात दाखवून अवलक्षण कशाला करायचे, एवढी सुबुद्धी प्रत्येकाजवळ आहे. याच कारणामुळे जनता पक्ष टिकून आहे. सत्तेच्या ढेपेला हे सारे मुंगळे घट्ट चिकटून बसतील आणि जावेच लागले तर जाता-जाता दुसऱ्याचे पाय मोडतील. प्रत्येक घटक पक्षाला आपण एकटे असलो तर आपली खरी किंमत काय आहे, हे मनोमन माहीत आहे. म्हणून जोडे खात, कधी खालच्या मानेने, कधी आदळ-आपट करून मारकुट्या नवऱ्याचा संसार करणाऱ्या अगतिक स्त्रीसारखी सर्व पक्षांची स्थिती आहे. नवरा बाहेर हाकलून देत नाही म्हणून पातिव्रत्याचा बोभाटा करायचा आणि नवरा सुखाने जगू देत नाही म्हणून त्याच्याविरुद्ध बोंबलत राहायचे, अशी आजच्या राजकारणाची स्थिती आहे.

आज ना उद्या जनता पक्षात एकमेकांच्या पायांत पाय गुंतलेले खेकडे आपापसांत भांडून शक्तिपात करून घेतील, या आशेवर इंदिराजींचे भवितव्य अवलंबून आहे. शासनाला अप्रिय करण्यासाठी त्या अराजकाला निमंत्रण देत आहेत. अराजकाला कंटाळलेली जनता आज ना उद्या आपल्या मागे येईल, असे त्यांना वाटते आहे. स्वहिताला जपणारा भेकड समाज हुकूमशहांचे कमानी उभारून स्वागत करतो, कारण स्वातंत्र्यापेक्षा संरक्षण त्याला मोहात पाडते. लोकांची स्वातंत्र्यलालसाही आम्ही जोपासली नाही किंवा त्यांना सुरक्षितपणाची भावनाही दिलेली नाही. याचाच अर्थ– आपण आपल्या मूर्खपणाने पुन्हा एकदा राक्षसांचे राज्य येऊ देणार आहोत.

जरासंधाच्या राक्षसी अत्याचारांना कंटाळून कृष्णाने सुरक्षित जागी द्वारकेची निर्मिती केली, पण तेथेही सत्तामदाने झिंगलेल्या यादवांनी आपापसांत लढाया करून सर्वनाश ओढून घेतला आणि कृष्णाची द्वारका समुद्रात बुडवली.

हुकूमशाहीपासून पळून जाऊन लोकशाहीचे रक्षण होत नाही; तर हुकूमशहांचे निर्दालन करून लोकशाहीची द्वारका जिवंत ठेवावी लागते, आणि हे काम अखंड करत राहावे लागते. आज जरासंध वेगवेगळी भीती दाखवतात. पण 'जरा'संध ते जरासंधच. गोकुळच्या मुरारीला जमले नाही, ते या सुरतच्या मुरारीला जमेल, असे मानण्यात काही अर्थ नाही. सोन्याची द्वारका निर्माण करायची आणि ती मोडायची, ही आपली परंपराच आहे. अहंकाराचे मुसळयुद्ध आता सुरू झाले आहे. या युद्धात ना मोरारजी, ना चरणसिंग, ना बाबूजी– कोणीच वाचणार नाही. त्यापेक्षा आपण या तिघांनाच बुडवून टाकले तर? या देशात स्वत:हून सिंहासने सोडण्याची पद्धत आहेच कोठे? चरणसिंग जर दहा लाखांचा विराट मोर्चा आणू शकतात, तर या देशातील तमाम जनतेने एक कोटीचा विराट जनता मोर्चा हस्तिनापुरात नेला पाहिजे आणि या तीनही वयोवृद्ध नेत्यांना सिंहासनावरून खेचून एखाद्या शांत ठिकाणी नजरकैदेत ठेवले पाहिजे. कोणाचे चूक, कोण बरोबर, कोणाच्या मागे किती शक्ती– याचा विचार करायला त्यांना उरलेले आयुष्य, नाही तरी पुरणारच नाही. कदाचित असे काही घडले तर चालू यादवी संपेल; इंदिरा गांधींना शिक्षा देण्याअगोदर जनता पक्षाने या तिघांची राजकीय महायात्रा काढावी, हे उत्तम. कारण यांचे राजकीय अस्तित्व संपले की, इंदिराजी आपोआपच गलितगात्र होतील. त्यांना निराळे मारण्याची आवश्यकता राहणार नाही. इंदिराजींना शिक्षा करण्यापेक्षा जनता पक्षातले 'जरा'संध प्रथम संपवावेत, हे काम सोपे आहे की नाही? –तर मग 'चलो दिल्ली'– 'जरा'संधाविरुद्ध आवाज उठवायला.

(७ जानेवारी, १९७९)

-०-०-०-

२७

कालचाच गोंधळ बरा होता...

गेल्या महिन्यापर्यंत चरणसिंग व मोरारजी यांच्यातील कलहाने राजकारणात चिंताग्रस्त परिस्थिती निर्माण झाली होती. कित्येक दिवस चर्चेला दुसरा विषय राहिला नव्हता. 'हेचि फल काय मम तपाला' असे म्हणण्याची दुर्दैवी परिस्थिती लोकनायक जयप्रकाशजी यांच्यावर आली होती. दादापुता करून अडेलतट्टू चरणसिंगांची समजूत घालण्यात जनता पक्षनेते यशस्वी झाले आणि 'अगं अगं म्हशी' या न्यायाने चरणसिंग मंत्रिमंडळात येऊन दाखल तर झाले. हे भांडण संपले तेव्हा लिहिलेल्या लेखाचे शीर्षकच मी असे लिहिले की, ही नव्या भांडणाची नांदी तर नव्हे? महिन्या-दोन महिन्यांच्या अवधीतच आमचे ते दुर्दैवी भाकीत खरे ठरावे, याचा मनस्वी खेद होतो. चरणसिंग मंत्रिमंडळात आले तेच मुळी आपली कलहशक्ती वाढविण्याच्या हेतूने. कारण नाही म्हटले तरी मंत्रिपदाचा फायदा मिळतोच. आपल्या आश्रितांना संरक्षण देता येते. गर्दी जमविण्यासाठी पैसा गोळा करता येतो. तेव्हा चरणसिंग मंत्रिमंडळात आले तेव्हा हर्षभरित झालेल्या जनता नेत्यांनी जो नि:श्वास टाकला, तो किती अजागळपणाचा होता याचे प्रत्यंतर आले.

चरणसिंग यांचा पूर्वेतिहास आणि त्यांची आजची कृती यांच्यांत एक सुसंवाद आहे. एक अत्यंत हलक्या कानाचे गृहस्थ म्हणून ते ख्यातनाम आहेतच, पण त्याहीपेक्षा सरंजामशाहीतील शक्तीच्या प्रदर्शनावर त्यांचा फार विश्वास आहे. जातीयवादाचा

आश्रय घेऊन त्यांनी आपले नेतृत्व उभे केले. किसानांच्या प्रेमाचा देखावा उभा करून त्यांनी मागासलेल्या उत्तर भारतातील किसानांच्या शक्तीचा संचय केला आणि हव्या त्या निसरड्या भूमीवर उभे राहून ते स्वत:चे महत्त्व वाढवत राहिले. त्यामुळे उत्तर प्रदेश, बिहार आणि हरियाणा, पंजाब या प्रांतांत त्यांनी आपले एक प्रचंड शक्तिकेन्द्र निर्माण केले आहे. इंदिराजींच्या भयामुळे जनता पक्ष आपले काही वाकडे करू शकणार नाही, ह्या एकाच पवित्र्यावर त्यांनी आपले राजकारण बेतलेले आहे. जनता पक्षाच्या आरंभीच्या अस्थिर अवस्थेत चरणसिंगांची मर्जी सांभाळण्यासाठी सर्वांनीच कसोशीने यत्न केले. त्यात पूर्वाश्रमीच्या जनसंघाचा वाटा जास्त होता. जनसंघ आणि भालोद यांच्या युतीमुळे भालोदला तीन आणि जनसंघाला तीन मुख्यमंत्रिपदेही मिळाली. चरणसिंगांशी केलेली ही युती देशघातक व पक्षघातक आहे याचा हळहळू प्रत्यय येऊ लागला. मध्यंतरी समाजवादी व अन्य घटक पक्ष भालोदच्या तीनही मुख्यमंत्र्यांच्या विरोधात अविश्वासाचा ठराव मांडू पाहत होते, पण तेथेही ऐनवेळेस पूर्वाश्रमीच्या जनसंघीयांनी भालोदच्या मुख्यमंत्र्यांना संरक्षण दिले आणि त्यांची मंत्रिमंडळे टिकवली. परंतु आपल्या शक्तीची विपरीत व उन्मत्त किंमत चरणसिंगांनी मागायला आरंभ केला आणि पक्षाध्यक्ष चंद्रशेखर व पंतप्रधान मोरारजी देसाई यांच्याच चरित्र्यहननाची मोहीम सुरू केली. भालोदपेक्षा जनता पक्ष मोठा आणि जनता पक्षापेक्षाही हा देश मोठा– यावर भालोदचा कधीच विश्वास नव्हता. प्रांतीय नेतृत्वाचा वकूब असणाऱ्या चरणसिंगांना जनता पक्षाच्या निर्मितीमुळे भारतीय स्तरावर नेतृत्व मिळाले, देशाचे गृहमंत्रिपद मिळाले, या गोष्टीचा त्यांना विसर पडला. सत्तेची नशा डोक्यात गेल्यामुळे आधीच अस्थिर बुद्धीच्या चरणसिंगांचे डोके फिरले आणि त्यांनी जनता पक्षाच्या एकत्वाला सुरुंग लावायला आरंभ केला. 'मी म्हणजेच पक्ष' हा अहंकार त्यांच्या मनात पंतप्रधानपदाची आकांक्षा निर्माण करू लागला. वास्तविक, ज्या राजनारायणाची जागा एखाद्या सर्कशीत मुख्य विदूषकाची असावयाची, त्या राजनारायणासारख्या बेजबाबदार माणसांच्या नादी लागून चरणसिंगांनी टाकलेले पवित्रे अर्थातच त्यांच्या अंगावर आले. मंत्रिपद तर गेलेच गेले, पण इज्जतही जायची वेळ आली. तेव्हा राजनारायण ह्यांनाचा सुद्धा बळी देऊन मंत्रिमंडळात येण्यावाचून चरणसिंगांजवळ पर्याय नव्हता. बेबनाव मिटल्याचे नाटक करून त्यांनी वेळ मारून नेली; परंतु ती नव्या संघर्षाची मुहूर्तमेढ होती, हे जाणकारांच्या तेव्हाच लक्षात आले होते.

भालोदच्या प्रभावाखाली असणाऱ्या तीनही राज्यांतील कारभार फारसा

समाधानकारक नाही. मध्यंतरी झालेल्या पोटनिवडणुकीत जनता पक्षाचा पराभव झाला, यालासुद्धा तिथला कारभार कारणीभूत आहे. कर्पूरी ठाकूरांच्या बिहार राज्यात तर मागासवर्गीयांच्या राखीव जागांच्या निमित्ताने इतक्या वेळा दंगली झाल्या आहेत की, त्यामुळे जनता पक्षाबद्दल अप्रियता निर्माण होणे स्वाभाविक आहे. घटक पक्षीय राजकारण करण्याच्या नादात रामनरेश यादवांनी उत्तर प्रदेशात अशीच आपली इज्जत घालवून घेतलेली आहे, आणि ह्या सर्व कारभाराबद्दल अनेकदा नापसंती व्यक्त होऊनही जनता पक्षाच्या रचनेमध्ये त्यांच्याविरुद्ध इलाज योजण्याची हिंमत पक्षाध्यक्ष चंद्रशेखर दाखवू शकलेले नव्हते. आज पक्षाध्यक्ष चंद्रशेखर यांची कडक आणि स्वच्छ भूमिका प्रगट झालेली दिसते. याचे एकच कारण की, आता चरणसिंगांच्या आशीर्वादाने भालोदने– म्हणजेच रामनरेश यादवांनी पक्षाविरुद्ध बंडाचा झेंडा उभारला आहे. पूर्वाश्रमीच्या जनसंघाच्या चार मंत्र्यांना बडतर्फ केल्याने, जनसंघाने चरणसिंगांचा जो पाठिंबा काढून घेतला, त्याबद्दलचा धडा शिकवण्याची चरणसिंग-पाठीराख्यांची इच्छा आता व्यक्त झाली आहे. आणखी तेरा मंत्र्यांचे राजीनामे स्वीकारले गेले आहेत. हा लेख प्रसिद्ध होईतोपर्यंत यादवांवरील विश्वासाचा ठराव निकालात निघालेला असेल. पैशाच्या आणि सत्तेच्या बळावर माणसे विकत घेण्याचा उद्योग सुरू झालेलाच आहे. राजनारायण प्राणांतिक धडपडीने यादवांच्या पाठीमागे उभे आहेत. यादवांची बहुतांशी इतिश्री झालेली असेल आणि नवा मुख्यमंत्री तोपावेतो निवडला गेला असेल. यादव जिंकले काय किंवा हरले काय– यादवी संपणारच नाही. कारण यादवांचे किंवा भालोदचे अस्तित्व हे असेच निसरडे राहणार. कदाचित राष्ट्रपती राजवटही आणायला लागेल. कदाचित पुन्हा निवडणुकाही घ्याव्या लागतील. आज तरी जनता पक्ष निवडणुकीला तयार नाही, म्हणून कदाचित थातुरमातुर तडजोडी सुचविल्याही जातील; परंतु ही एक भयसूचक घंटा वाजते आहे. उत्तर प्रदेशाचे भारतावर एक चमत्कारिक प्रभुत्व आहे. थोडीथोडकी नाही, जवळपास तीस वर्षे या प्रांताने भारताला प्रधानमंत्री दिलेला आहे. गोंधळ, पक्षाबद्दल लाचारी यांसाठी हा प्रांत प्रसिद्ध आहे. मुसलमानांचा अनुनय हा या प्रांताचा स्थायिभाव आहे. मुसलमानांच्या साऱ्या धार्मिक तेढीचे बीज इथेच निर्माण होते. या प्रांताइतकी राजकीय अस्थिरता क्वचितच दुसऱ्या प्रांतात असेल.

चरणसिंगांचा घातक पवित्रा केवळ जनता पक्षालाच अडचणीत आणणारा नाही, तर देशालाही अडचणीत टाकू शकेल. जनता पक्षाची निर्मिती ही मुळातच

साम्यापेक्षा वैधर्म्यावर आधारलेली आहे. त्यामुळे या पक्षातील घटक पक्षांचे मनोमीलन कधीच झाले नाही. या पक्षात जुन्या काँग्रेसवाल्यांचे वर्चस्व फार मोठ्या प्रमाणावर आहे आणि त्या जुन्या पक्षाचा दुहीचा वारसा त्यांनी जनता पक्षात आणलेला आहे. जनता पक्षात पूर्वीचे समाजवादी आणि जनसंघीय हे दोनच पक्ष सडलेल्या राजकारणापासून दूर आहेत. दोघांनीही पुष्कळ अवमान सहन केले आणि कष्ट उपसलेले आहेत. दुर्दैव हे आहे की, ह्या दोन्ही पक्षांना देशाचे भागधेय आपल्या युतीत आहे, हे अजून कळलेले नाही. जनसंघाच्या शक्तीचे आणि गुप्ततेचे समाजवाद्यांना भय वाटते, तर समाजवाद्यांच्या अतिरेकी व व्यवहारशून्य घोषणाबाजीचे जनसंघीयांना भय वाटते. हे दोन पक्ष आपापसांत कलह माजवितात व पूर्वाश्रमीच्या काँग्रेसवाल्यांना साह्यभूत होतात.

या विशिष्ट मानसिक अवस्थेचा फायदा घेण्याचे चरणसिंग आणि यादव यांनी ठरविलेले दिसते. संघावर प्रहार केला तर समाजवाद्यांना मनोमय आनंद होईल, काँग्रेसवाले तर मनात खूश होतील, दलित व मुसलमान हेही मनातल्या मनात खुशीची गाजरे खातील आणि इंदिरा गांधी तर हर्षभरितच होतील– हे ओळखूनच रामनरेश यादवांनी संघावर बंदी घालण्याचा फतवा काढला. या आपल्या फतव्याचे किती गंभीर परिणाम होतील, याची बहुतांशी अदूरदर्शी चरणसिंगांना कल्पना नसावी. संघावर बंदी घालू नका, नियंत्रण ठेवा– असे मानसिक परिवर्तन होणाऱ्या इंदिरा गांधींनासुद्धा संघबंदीच्या धोक्याची कल्पना आहे. नाही तर इंदिरा गांधींचे संघ हे नेहमीच सूडासाठी उद्दिष्ट असते... त्यांच्यातसुद्धा हा बदल व्हावा, याला इतिहास आहे. पण सूडाने उन्मत्त झालेल्या यादवांना मात्र यात धोका वाटत नाही. संघावर निर्बंध घालण्याचे प्रयोग यापूर्वी कधी झाले नाहीत का? पण उलट संघाला त्याचे फायदेच मिळाले. तोडलेले झाड दुप्पट वेगाने वाढते. खाली दाबण्याचा प्रयत्न केला तर ज्योत उसळून वर येते, हे सुभाषितकारांनी उगीच लिहून ठेवलेले नाही; लोकशाहीत तर अशा तऱ्हेच्या निर्बंधांचा फार विचित्र परिणाम होतो आणि ते सारे परिणाम चरणसिंगांना अखेर भोगावे लागणार आहेत.

वस्तुस्थिती अशी आहे की, संघासारख्या संस्थेवर निर्बंध घालून काही उपयोगच होत नाही. संघासारख्या संघटनांना मैदाने लागत नाहीत, इमारती लागत नाहीत, कार्यालये लागत नाहीत. अशा संघटना घरात, झोपडीत, देवळात, बखळीत– कोठेही वाढत राहतात. कारण माणसाला माणूस जोडत जायचे, अशी साखळी-संघटना केवळ एखाद्या अहंकारी नेत्याच्या वटहुकूमाने खंडित

होऊ शकत नाही. ही माणसे कोणत्या ओढीने एकत्र येतात, एकत्र नांदतात, आज्ञांचे बिनचूक पालन करतात, अपमान झाला तरी गिळून टाकतात– हे जोपर्यंत समजून घेण्याचा प्रयत्नच होत नाही तोपर्यंत हे निर्बंध कवडी किमतीचे राहतात. संघाने प्रसिद्धीची कधी हाव धरली नाही... प्रचारसाहित्यही निर्माण केले नाही, पत्रकार-परिषदा घेतल्या नाहीत; असे असूनही ह्या देशातली लक्षावधी माणसे एकत्र येतातच कशासाठी? कोणालाही हवेहवेसे वाटणारे संसारसुख नाकारूनही माणसे आजन्म ब्रह्मचारी राहतात कशी? डॉक्टर, वकील, इंजिनिअर अशा पदव्या मिळाल्या तरी नोकरी-उद्योगाचा लोभ न धरता धूळभरल्या रस्त्याने वाटचाल करून जिवाचा आकांत हे लोक का करतात, हे समजण्याची कुवत या देशातल्या कोणत्याही राजकीय पुढाऱ्याला नसावी, हे दुर्दैव आहे. संघटना करण्याचे ह्या देशात स्वातंत्र्य आहे आणि या स्वातंत्र्याचा उपयोग करून आपल्याला विचारांचा मागोवा घेणाऱ्या संघटना उभ्या करणे प्रत्येक विचारप्रणालीला शक्य आहे. म्हणून संघाला उत्तर प्रतिसंघ हेच आहे. आपल्या विचारांची लागण दुसऱ्यांच्या मनात करून माणसांची संघटना बांधणारी माणसे प्रतिगामी ठरवायची, कारण त्या शक्तीची भीती वाटते. आपण मात्र शक्तिसंचयाचा कोणताही प्रयत्न करायचा नाही, ही ह्या देशाची रीतच बनली आहे. दुसरी प्रभावी शक्ती निर्माण झाली, तर संघाचा प्रभाव ओसरेल याचे भानही कोणी दाखवीत नाही. निराकार, निरुद्देश आणि संभ्रमित अवस्थेत आपल्या मुलांना मोकाट सोडण्यापेक्षा संघात पाठविण्याशिवाय आज अन्य पर्याय आहेतच कोठे? समाजवादाची जाण असणारा निधर्मी वृत्ती बाणवणारा व लोकशाही निष्ठा बाळगणारा नागरिक निर्माण व्हायचा असेल; तर तो काय कोणी स्वर्गातून देवदूत येऊन निर्माण करणार आहे? हे काम माणसांनीच करायला हवे. हे काम केवळ भाषणबाजीने होण्यासारखे नाही किंवा दुसऱ्याच्या शक्तीविषयी असूया बाळगल्यानेही होण्यासारखे नाही. डॉक्टर हेडगेवारांसारख्या एखाद्या माणसाला जे स्वप्न पाहता आले, ते स्वप्न पाहण्याची हिंमत आणि कल्पनाशक्ती अन्य कोणाजवळही नसावी, हे दुर्दैव कोणाचे?

परवा बाळासाहेब देवरस म्हणाले की, एवीतेवी आमच्यावर तुम्ही राजकारणात लुडबुडण्याचा आरोप करता आणि आम्ही कितीही तळमळून सांगितले तरी त्यावर तुम्ही विश्वास ठेवायला तयार नाही; तेव्हा एकदा राजकारणात उघड- उघड प्रवेश करण्याची कल्पना आम्हाला सुचली, तर आश्चर्य वाटायला नको. हेतुशून्य केलेल्या आरोपांना भलतीच फळे लागतात, ती ही अशी.

उत्तर प्रदेशात सुरू झालेल्या त्या यादवीचे दीर्घकालीन परिणाम लवकरच

जाणवू लागतील. जे होणार असते, त्याला सामोरे जावे– हेच खरे. आणि पळून जाणार तरी कोठे? यादवी सुरू तर झालेली आहे. सोन्याची द्वारका जाळून टाकण्याचे सामर्थ्य या यादवीत आहे. जातीयवादाचे मुसळ या देशातील साऱ्या शिवशक्ती नष्ट करेल. सूडाच्या राजकारणात अखेर सत्यसुद्धा जळून जाण्याची शक्यता आहे. याच वेळेला देशावर प्रेम करणाऱ्या– मग ते कोणत्याही पक्षाचे असोत, कोणत्याही विचारसरणीचे असोत– त्यांनी या यादवीला आळा घातला पाहिजे...

नाही तर होईल काय की, यादवांनी उन्मत्त होऊन आपापसांत लढून नष्ट व्हायचे आणि कंसाचे राज्य पुन्हा सुरू व्हायचे!

(४ मार्च, १९७९)

–०–०–०–

२८

मधू लिमयांना झाले आहे तरी काय?

मराठीतील थोर विनोदकार, यशस्वी नाटकार आणि झुंजार पत्रकार कैलासवासी आचार्य प्रल्हाद केशव अत्रे यांची आम्हाला तीव्रपणे आठवण येत आहे. दै. 'मराठा'त त्यांनी मधू लिमये यांच्यावर 'अधू मेंदूचा मधू!' नामक जळजळीत अग्रलेख लिहिला होता. त्या वेळी त्या अग्रलेखाने महाराष्ट्रात विलक्षण खळबळ माजली होती. आम्ही तो अग्रलेख पुन: पुन्हा वाचला होता. त्या वेळी आमच्या काळजाला चटके बसले होते, यातना झाल्या होत्या. मधू लिमये यांच्यावरील त्या घणाघाती प्रहाराने आम्ही हळहळलो होतो. अत्र्यांच्या अंगार ओकणाऱ्या लेखणीने आम्ही स्तिमित झालो होतो.

संयुक्त महाराष्ट्र चळवळीचा वणवा महाराष्ट्रात पेटला होता, त्या वेळची ही गोष्ट होय! संयुक्त महाराष्ट्र समितीतून समाजवादी पक्ष बाहेर पडला होता आणि त्या समितीद्रोहाचे शिल्पकार अर्थात मधू लिमये हेच होते. मुंबई, बेळगाव, कारवार, निपाणी, बिदरसह मराठी भाषकांचे राज्य झाले पाहिजे– हे मराठी माणसांचे तेव्हा स्वप्न होते. आम मराठी माणसांच्या भावनेचे प्रतीक म्हणून आचार्य अत्र्यांनी आपल्या वाणीने व लेखणीने संपूर्ण महाराष्ट्र व मराठी माणूस प्रज्वलित केला होता; परंतु समाजवादी पक्ष व मधू लिमये यांना राष्ट्रीय व आंतरराष्ट्रीय पातळीवरचे प्रश्न महत्त्वाचे वाटल्याने त्यांनी समितीशी काडीमोड घेतला. निवडणुकांत स्वत:च्या पक्षाचे उमेदवार उभे केले. (सगळे

अनामत रकमा घालवून सणसणीत आपटले!) त्यांच्यासाठी स्वतंत्र प्रचार-मोहिमा आखल्या. या त्यांच्या सभांना श्रोत्यांचा दुष्काळ. अशीच एक जाहीर सभा– मधू लिमये प्रमुख वक्ते असलेली, मुंबईत भरली होती. अत्रे व समितीने ती उधळण्याची शिकस्त केली. मधू लिमये मोठ्या जिद्दीने, हट्टाने, चिकाटीने पहाटे तीन वाजेपर्यंत व्यासपीठावर बसून राहिले होते. अत्रे निदर्शकांना म्हणाले, ''मध्याची सभा उधळली, असे मी 'मराठा'त छापून टाकलेय्. आता घरोघर चला तुम्ही! 'अधू मेंदूचा मधू' या अग्रलेखामागली पार्श्वभूमी ही थोडी अशी आहे.

'अति शहाण्याचा बैल रिकामा' ही मराठीतील म्हण कदाचित बैलावर अन्याय करणारी असली तरी मधू लिमयांना संपूर्ण व सविस्तर न्याय देणारी आहे, याबद्दल आमच्या मनात तिळमात्र शंका नाही! जनता पक्षाचे सरकार दिल्लीत सत्ताधिष्ठित झाल्यापासून तो थेट परवाच्या लालकृष्ण अडवाणींच्या खात्यावरील जहरी टीकेपर्यंत मधू लिमयांची व्यक्तव्ये आणि पत्रके ही जनता पक्षात बेदिली व बेबनाव माजविणारी आहेत. पक्षातील घटकवादाचे मढे परत-परत उकरून काढण्याच्या कामी मधू लिमये यांना बिलकुल कंटाळा येत नाही!

संसदीय लोकशाही स्वीकारलेल्या देशातील राजकीय पक्षात– विशेषत: जनता पक्षासारख्या भिन्न-भिन्न विचारसरणींवर श्रद्धा असणाऱ्या पूर्वीच्या राजकीय पक्षांच्या आघाडीत पक्षशिस्तीच्या नावाखाली नेत्यांना मते आणि विचार मुक्तपणे व्यक्त करण्याचे स्वातंत्र जरूर असले पाहिजे. परंतु त्या स्वातंत्र्याचा उपयोग कुणी मूळ पक्ष व संघटना क्षीण करण्यासाठी केला आणि शासनातील दोष दाखविण्याच्या मिषाने इंदिरा गांधींच्या शिबिरातील जहरी टीका वापरली, तर त्याचे काय परिणाम होतील? मधू लिमये हे आज या पापाचे धनी होऊ पाहत आहेत!

पुण्यात कै. काकासाहेब गाडगीळ स्मारक व्याख्यानमालेत पहिले आणि त्यानंतर सेनापती बापट स्मारक व्याख्यानमालेत 'भारतीय लोकशाहीची वाटचाल' या विषयावर ओळीने तीन दिवस– अशी मधू लिमये यांची एकूण चार व्याख्याने ऐकण्याचा योग पुण्याच्या टिळक स्मारक मंदिरात आला. मधू लिमये यांची कुशाग्र बुद्धिमत्ता, गाढा व्यासंग, घटनेवरील व संसदीय कामकाजावरील अधिकार, आवाजाला भरपूर असणारा व्हॉल्यूम आणि प्रतिपादनातील धारदार स्पष्टपणा ही सारी वैशिष्ट्ये निर्विवाद होती. तरीही एक गोष्ट स्वच्छपणे सांगितली पाहिजे की, त्यांच्या विवेचनात विलक्षण शुष्क, रुक्ष आणि पोथीबंद असा कंटाळवाणा

कंठाळी सूर आढळला. अवतरणे आणि दाखले यांमुळे हा 'पीळ' श्रोत्यांचा अंत पाहतो. विवेचनात लालित्य नाही, नर्म विनोद नाही, कोपरखळ्या नाहीत, उपरोध-उपहास यांची कारंजी नाहीत. ते एक सोडा– पण एकूण त्यांच्या अलीकडच्या तीन भाषणांवरून त्यांची खंत आणि तक्रार जाणवली ती अशी– या देशात दुबळ्या, शोषित मागासवर्गाला न्याय आणि विकासाची संधी मिळविण्यासाठी आपल्या घटनेची चौकट, न्यायदानाची पद्धत, राज्यकारभार ज्यांच्या हाती आहे त्या वरील अधिकारी वर्गाची मनोवृत्ती, राजकीय पक्षांच्या नेतृत्वातील उच्चवर्णीयांचा भरणा, इंग्रजी माध्यमातील शिक्षणाचा व उच्चभ्रू समाजातील इंग्रजी रीतिरिवाजांचा पगडा, औद्योगिक क्षेत्रातील बावीस बड्या मक्तेदारी घराण्यांची मिरासदारी, रेडिओ-वृत्तपत्रे या जनसंपर्क साधनांची मुस्कटदाबी आणि या सर्वांहीपेक्षा भाषा, धर्म जाती, प्रदेश असे वेगवेगळे हितसंबंध व ताण यांमुळे एकजिनसी समाजाचा अभाव– या सर्वांमुळे राजकीय स्वातंत्र्य, आले, दुसरे स्वातंत्र्य आले, सप्त स्वातंत्र्ये आली; तरीदेखील सामाजिक न्यायाचे आणि समतेचे राज्य जोवर स्थापन होत नाही, तोवर समाजपरिवर्तन व स्वातंत्र्य ही अपूर्णच राहतील!

धनिकांचा आणि उच्च वर्णीयांचा– मग ते शहरातील असोत वा ग्रामीण– भागातील किंवा ते श्रीमंत शेतकरी, सावकार, व्यापारी, उद्योगपती कुणीही असोत– त्यांचा एकूण आपल्या सर्व स्तरांवर असणारा पगडा लक्षात घेता, मधू लिमये यांचे सर्वच विश्लेषण आणि निष्कर्ष निरर्थक म्हणता येणार नाहीत. इंदिरा गांधी पंतप्रधान असोत वा मोरारजी देसाई पंतप्रधान असोत, वसंतराव नाईक मुख्यमंत्री असोत वा शरद पवार मुख्यमंत्री असोत– या वर्गाच्या हितसंबंधांना बिलकुल धक्का लागत नाही; त्यांचा एक केसही वाकडा होऊ शकत नाही, ही आपणा सर्वांनाच शरमेची गोष्ट होय!

मधू लिमये यांनी रोग सांगितला, पण इलाज मात्र सांगितला नाही! राज्यकर्ते, शासकीय वरिष्ठ अधिकारी, वृत्तपत्रांचे मालक, बडे उद्योगपती, वित्तीय संस्था, न्यायालये आणि न्यायाधीश– सारेच परिवर्तनविरोधी, 'जैसे थे'वादी तसेच सामाजिक न्याय आणि समता, मागास, दलितवर्ग व अविकसित भागाच्या कल्याणाच्या योजना हाणून पाडणारे! मग यांवर उपाय काय? तोडगा काय? आणि या सर्वांना पर्याय काय? संघ आणि जनसंघावर तोंडसुख घेऊन मधू लिमये हा पर्याय देणार आहेत काय?

जयप्रकाश नारायण यांनी एक वर्षाचा सबुरीचा सल्ला दिला होता,

म्हणून मधु लिमये एक वर्ष गप्प होते. ती मुदत संपली आणि त्यांना आता कंठ फुटला आहे. तो एवढा विषारी आणि एवढा दाहक आहे की, जनता पक्ष व सरकारवरील त्यांच्या टीकेमुळे इंदिरा गांधींचे काम खूपच हलके झाले आहे! राजीव, संजय यांप्रमाणे मधु लिमये हे पण आधी इंदिरा गांधींच्या पोटात व नंतर पदराखाली वाढलेत काय, अशी शंका येते. रोज उगवत्या सूर्याच्या किरणांच्या साक्षीने मधू लिमये यांनी वेड लागल्याप्रमाणे भसाभस वक्तव्ये, पत्रके, पत्रकार-परिषदा आणि मुलाखती यांची एकच धमाल चालविली आहे. राजनारायणांना लाजविण्याचा त्यांनी जणू चंग बांधला आहे! संघ-जनसंघावर आसूड ओढण्याचा सपाटा चालविला आहे.

विविध राजकीय पक्षांच्या वेगळाल्या राहुट्यांमुळे काँग्रेसविरोधी मते विभागतात; तेव्हा कृपया सर्व विरोधी पक्षांनी किमान समान कार्यक्रमावर देशव्यापी व्यासपीठ निर्माण करून काँग्रेसला पर्याय निर्माण केला पाहिजे, असा गळा काढून देशभर हेच मधू लिमये जनता पक्षाच्या जन्मापूर्वी कोकलत हिंडत असल्याचे आम्हाला माहिती आहे! या कामाला तयार नसणाऱ्यांची मधू लिमये यांनी प्रच्छन्न टर उडविली होती. स्वतंत्र पक्षाच्या एके काळच्या समाजवादी मिनू मसानी यांची 'झारीतील शुक्राचार्य' अशी संभावना पुण्याच्या वसंत व्याख्यानमालेत याच मधोबांनी केल्याचे आम्ही आमच्या कानांनी ऐकले आहे!

मागल्या वर्षीच्या चरणसिंगांच्या वाढदिवसाला इंपोर्टेड टेपरेकॉर्डर त्यांना भेट देणारे मधू लिमये हे पूर्वी स. का. पाटलांनी इंदिरा गांधींना हापूस आंब्याची भेट दिली म्हणून टवाळी करीत होते, हे ते सोईस्कररीत्या विसरले असतील; पण हे आमच्या पक्के लक्षात आहे. 'किसानांचा हृदयसम्राट' असा चरणसिंगांना मस्का मारणारे मधू लिमये हे पूर्वाश्रमीचे समाजवादी की भालोदवाले?

ज्या चरणसिंगांचा कुडता मधू लिमयांनी आज एवढा पकडला आहे, त्या चरणसिंगांच्या उत्तर प्रदेशात आजही दलितांसाठी पाऊलवाटा वेगळ्या आहेत! सानेगुरुजी आणि एसेम यांची शपथ घेऊन मधू लिमये चरणसिंगांना 'दलित सेवक' का बनवीत नाहीत? मराठवाड्याच्या जातीय दंगलीच्या वेळी 'मागासवर्गीयांना ठोकून काढा– गय करू नका साल्यांची' असे चरणसिंगांनी शरद पवारांना खासगीत सांगितले होते, असे समजते. याची मधू लिमये यांनी जरूर शहानिशा करून घ्यावी. कारण चरण आणि शरद दोघेही मधू लिमये यांचे चांगले स्नेही आहेत!

मागासवर्गीयांना ठोकून काढा म्हणणारे चरणसिंगांचे हे कसले समाजपरिवर्तन?

तेव्हा लखनौला एक आणि पुण्याच्या टिळक रोडला एक– असला दुटप्पी व्यवहार मधू लिमयांनी त्वरित बंद करावा! बिहारच्या राखीव जागांबाबत जीभ लांब करून पुण्यात बोलण्याऐवजी पाटण्याला बोलावे. पुणेकरांना हे केव्हाच पटले आहे; प्रश्न आहे तो बिहारीबाबूंना पटण्याचा! चरणसिंगांचे वय व प्रकृती लक्षात घेऊन कदाचित त्यांचा राजकीय वारस होण्याचा मधू लिमये यांचा मनसुबा असेलही; परंतु त्यासाठीदेखील कृपया त्यांनी सध्याचा कुऱ्हाडीचा दांडा गोतास काळ होण्याचा व जनता पक्ष क्षीण करण्याचा उद्योग सोडावा, तोवर त्यांना 'अधू मेंदूचा मधू' म्हटले पाहिजे.

(१८ मार्च, १९७९)

-०-०-०-

२९

यादवीपेक्षा राक्षसांचे राज्य बरे असते काय!

जयप्रकाश नारायण आणि आचार्य कृपलानी हे दोघे नेते वृद्धावस्थेमुळे विकलांग आहेतच. महंमद अली छागला हेही वयोवृद्ध आहेत. यांच्यासारखी ज्ञानवृद्ध माणसेच जनता पक्षाच्या स्थापनेला खऱ्या अर्थाने कारणीभूत झाली. सत्ता किंवा मानसन्मान यांपैकी कशाचीही क्षिती वाटावी अशी यांपैकी कोणाचीही मनोवृत्ती नाही. या देशात वर्षानुवर्षं राज्य करणाऱ्या काँग्रेस पक्षाला पर्यायी पक्ष निर्माण झाल्याशिवाय या देशात सत्ता-बदल होणार नाही, अशी या देशातील अनेकांची समजूत होती आणि ती खरीही ठरली. परंतु पर्यायी पक्ष चिरस्थायी होण्यासाठी काही किमान नैतिक भूमिका असावी लागते, इकडे मात्र दुर्लक्ष झाले. घाई-गर्दीत जनता पक्ष निर्माण झाला आणि अत्यंत प्रतिकूल परिस्थितीतही त्याने काँग्रेस पक्षाचा धुव्वा उडविला. हा पक्ष दीर्घकाल टिकेल, असे मात्र आता वाटेनासे झाले आहे.

सुदैवाने काँग्रेस पक्षही दुहीने पोखरलेला आहे म्हणून बरे आहे, नाही तर जनता पक्षाची काही धडगत नव्हती. प्रदीर्घ परंपरा असलेला काँग्रेस पक्ष ज्या कारणामुळे मोडून गेला, त्या व्यक्तिवादाच्याच कारणामुळे जनता पक्षाची एकसंधताही होऊ शकली नाही. या देशात एक अभूतपूर्व रक्तहीन क्रांती झाली, परंतु या क्रांतीतून फक्त गोंधळच निर्माण झाला आहे. या देशातील राज्य नेमक्या कोणत्या पद्धतीने चालते किंवा चालावे, यासंबंधी फक्त शब्दांचे खेळ चालू आहेत. लोकशाही आहे म्हणून लोकरंजन

अपरिहार्य आहे. अल्पसंख्याकांच्या मतांसाठी अनेक फाजील सवलती द्याव्या लागत आहेत. आपण स्वत: लोकशाही आणली, त्यामुळे कालच्या लोकशाहीभक्षकांनासुद्धा प्रस्थापित कायद्यांच्या साह्याने जमले तर आपण शिक्षा करणार आहोत. अनेक सामाजिक गुन्हेगार नव्याने मिळालेल्या स्वातंत्र्याचा दुरुपयोग करीत आहेत. आपण त्या गुन्हेगारांना शिक्षा करण्यास असमर्थ आहोत. देशातील सर्व संघटित शक्ती, विरोधी पक्ष, कामगार संघटना, अल्पसंख्याक आपापल्या शक्तीचे रौद्र प्रदर्शन करून लोकशाही शासन अडचणीत आणीत आहेत. ते थांबविण्यासाठी शक्ती वापरावी तर राजवट जुलमी ठरते, न वापरावी तर सर्वसामान्य माणसाच्या दृष्टीने शासन कमकुवत ठरते. लोकशाहीच्या रक्षणासाठीच लोकशाही धोक्यात जाण्याची शक्यता आज जाणवू लागली आहे.

श्री. मोरारजी देसाई, चरणसिंग किंवा बाबूजी ही काही अशी तरुण मंडळी नव्हेत की, ज्यांच्याकडून काही नव्या गोष्टींची आम्ही अपेक्षा करावी. गेली अनेक वर्षे हे तीनही नेते राजकारणात आहेत आणि काँग्रेसच्या प्रतिगामी व जातीय राजवटीत सत्ताकेन्द्रात वावरले आहेत. ज्या काँग्रेस पक्षाच्या रचनेमुळे इंदिराजींसारखी राक्षसी महत्त्वाकांक्षा असलेली एकाधिकारशाही गाजविणारी व्यक्ती निर्माण होऊ शकते, त्याच काँग्रेसचे हे समर्थक आणि शिल्पकारसुद्धा आहेत. जयप्रकाशजी, कृपलानी, छागला यांसारख्यांनी नि:स्वार्थीपणाने जनता पक्षाचे पालनपोषण केले, तशी काही या त्रयीची भूमिका नाही. बोलून-चालून ह्यांचे स्वार्थ बुडत होते, म्हणून तर हे जनता पक्षात आले आणि इंदिरा गांधींच्या पाडावासाठी या इंदिराविरोधकांना जवळ करण्यावाचून पर्यायही नव्हता. मोरारजी तुरुंगात टाकले गेले नसते किंवा अपमानित झाले नसते, तर ते नेहरूकन्येच्या विनाशार्थ मुळीच झटले नसते. बाबूजी आणि चरणसिंग यांच्याही अधिकारक्षेत्राला इंदिराजींनी मर्यादा घातल्या नसत्या, तर हे नेते जनता पक्षात येण्याचा प्रश्नच निर्माण झाला नसता. अद्यापही इंदिरा गांधींचे थोडेफार भय आहेच, म्हणून ही आवळ्या-भोपळ्यांची मोट कशीबशी टिकून आहे. उद्या इंदिराजी पूर्णपणे अपराधी ठरून तुरुंगात गेल्या, तर या त्रयीची तीन तोंडे तीन दिशांना व्हायला मुळीच वेळ लागणार नाही. वास्तविक, सर्व मानसन्मान उपभोगून झाल्यानंतर केव्हा तरी माणसाला विरक्ती येते, असे म्हणतात. परंतु या तिघांचेही दुराग्रह आणि अहंकार एखाद्या जहांबाज, फटकळ आणि माथेफिरू तरुणालाही लाजविणारे आहेत. इंदिराजींच्या अहंकारात आणि या तिघांच्या अहंकारांत तसा म्हणण्यासारखा नाही. फरक असलाच तर एका ठिकाणी असलेला अहंकार तिघांच्यात वाटला

आहे, इतकेच!

आमच्यासारखी सामान्य माणसे गोंधळलेलीच आहेत; परंतु जयप्रकाशजी, कृपलानी यांसारख्या माणसांनासुद्धा आपण निर्माण केलेल्या पर्यायी पक्षाची वाताहत होत असलेली पाहून अतीव दु:ख होत असणार. मृत्यू जवळ आलेला असतानासुद्धा केवळ इच्छाशक्तीच्या बळावर जयप्रकाशजींनी त्याला परतवून लावले. छागलांच्या भेटीच्या वेळी जयप्रकाशजी म्हणाले, ''अजून थोडे काम बाकी आहे.'' हे कोणते बरे काम असेल? निदान आपल्याबरोबर या तीन सत्तापिपासू माणसांना घेऊन जायचे तर त्यांच्या मनात नसेल? आपल्यामागे ही माणसे घनघोर अराजक निर्माण करतील, याविषयी त्यांच्या मनात खात्रीच असणार.

एक गोष्ट मात्र लक्षात ठेवली पाहिजे की, उत्तर हिंदुस्थानात जेवढे गोंधळाचे वातावरण आहे, तेवढे दक्षिणेत नाही. यादव गेले आणि बनारसीदास आले तरी उत्तर प्रदेश अजून अस्वस्थ आहे. कर्पूरी ठाकूर यांचेही मंत्रिमंडळ गडगडले. हरियाणा, हिमाचल प्रदेश, मध्य प्रदेश येथे काही ना काही सनसनाटी प्रकरण रोज उजेडात येत आहे. एक ज्योती बसूंच्या नेतृत्वाखाली असणारे बंगालमधले मार्क्सवादी सरकार सुस्थिर आहे. बाकी विंध्याचलाच्या पलीकडे कोण नेता, कोण अनुयायी याचा काही पत्ताच लागत नाही.

जनता पक्षासारखा प्रचंड पक्ष पाहण्याची सवय नसल्यामुळे पक्षाचे एक चिटणीस मधू लिमये यांना अलीकडे फार अस्वस्थ वाटू लागले आहे. चौदा अनुयायी आणि पंधरा नेते अशा पक्षात त्यांचा जन्म गेला, त्यांना जनता पक्षाचे एवढे व्यापक स्वरूप कसे झेपणार? केव्हा एकदा जनता पक्ष फुटतो, असे त्यांना झाले आहे. एकदा जनता पक्षाचे वाटोळे झाले की, मग एखादा दहा अनुयायांचा 'प्रचंड' पक्ष ते काढतील व तेव्हाच त्यांना खरे सुख वाटेल. राजनारायण यांचे मन:स्वास्थ्य तर फारच बिघडले आहे. त्यांच्या विक्षिप्त, विचित्र वागण्याला सोईस्कर असा पक्ष जगात असूच शकत नाही. आज राजनारायण हाच एक 'पक्ष' बनला आहे. एक कर्णा, एक हिरवे फडके आणि समोर थोडे श्रोते असले की, राजनारायण फार सुखात असतात. मंत्रिपद, दौरे, फायली, मोर्चे, योजना वगैरे गोष्टी त्यांना मनापासून आवडत नाहीत. खरे म्हणजे, डोक्याचे आणि संघटनेचे काम करण्याची सवय नसल्यामुळे त्यांना पक्षीय दडपण आवडत नाही. खरे तर जनता पक्षातील बहुतेक सर्वच पुढाऱ्यांची आज मोठी पंचाईत झाली आहे. पूर्वी इंदिरा गांधींसारख्या महामायेशी एकाकी लढण्यात

यादवीपेक्षा राक्षसांचे राज्य बरे असते काय! / १६५

जी हौतात्म्याची मजा होती, ती तर आता संपुष्टात आली आहे. या देशात ज्यांनी संहाराची आणि असंतोषाची चळवळ केली, त्यांना रचना आणि संतोष या दोन्ही गोष्टी अप्रिय असल्या तर नवल नाही.

आंध्र आणि कर्नाटक येथे तर इंदिरावाद्यांचेच राज्य आहे. विरोधी पक्ष म्हणून जनता पक्षाला तेथे करता येण्यासारखे पुष्कळ आहे. निदान इंदिरावादी लोक जनता राज्यात जे उपद्रव देत आहेत, त्याचे उट्टे काढायला कर्नाटक आणि आंध्रात खूप संधी आहे; परंतु जनता पक्षातील घटक पक्षवाद एवढा प्रबळ आहे की, जनता पक्षाच्या नावाने कोणीही चळवळ सुरू केली तरी ती चळवळ इंदिरावादी सरकारला मोडावीच लागत नाही; जनता पक्षातील अन्य घटक पक्षच ती मोडून टाकतात. त्यामुळे आंध्र आणि कर्नाटकातील राज्ये फार सुखात चालली आहेत. तमिळनाडूचा प्रश्नच नाही, कारण तेथे काँग्रेसही नाही आणि जनताही नाही. तेथे आपले निराळेच राजकारण चालू असते आणि उत्तर भारतीय वर्चस्व असलेल्या जनता पक्षाला बोट सरकवायलाही संधी मिळत नाही. केरळचीही गत तशीच.

जनता पक्षातील पूर्वाश्रमीच्या काँग्रेसवाद्यांच्या आशीर्वादाने महाराष्ट्रात मात्र काँग्रेसची राजवट आज चालू आहे. बहुमत 'जनता'चे आणि राजवट काँग्रेसची– हा जो एक फार्म्युला आज मध्यवर्ती सरकारात आहे, त्याचीच ही एक छोटी प्रतिकृती आहे. अवघ्या तीस-पस्तीस आमदारांच्या बळावर महाराष्ट्रात यशवंतरावांचा मानसपुत्र शरद पवार सुखाने राज्य करीत आहे. ह्यात यशवंतरावांचे चातुर्य किती, जनता-पक्ष प्रतिनिधींची गद्दारी किती, एकूणच काँग्रेसवाल्यांच्या राजकीय सराईतपणाचे प्रात्यक्षिक किती– ह्याचा अंदाज ज्याचा त्याने घ्यावा.

राजकारण अशा काही अवस्थेला येऊन पोहोचले आहे की, सरळ मार्गाने विचार करणाऱ्याला उत्तरच सापडत नाही. तर्क नावाची गोष्ट दुर्मिळ झाली आहे. निष्ठा उरल्या आहेत त्या फक्त स्वार्थावर. कोण कोणाशी मैत्री करील, याचाही भरवसा उरलेला नाही. मधू लिमये आणि संजय गांधी यांचा उद्या एकत्र फोटो पाहिला तरी आश्चर्य वाटणार नाही. इंदिराजींना माताजी म्हणून राजनारायण नमस्कार करीत आहेत, असेही चित्र असंभवनीय वाटत नाही. वसंतदादा पाटील आणि राजारामबापू पाटील यांच्या प्रीती-भोजनाची आम्ही वाट पाहत आहोत. शिवाजी आणि अफझलखान उद्या व्याही-व्याही झाले, तर आश्चर्य वाटण्याचे कारण नाही. कारण बाळ ठाकरे आणि बनातवाला यांचेही सहजीवन सुरू झालेच आहे. 'संघासारखी प्रामाणिक आणि सेवाभावी संघटना नाही आणि

बाळासाहेब देवरसांसारखा पुरोगामी व कर्तृत्वशाली नेता नाही' असे काल-परवा म्हणणारे आमचे समाजवादी मित्र आज संघाला आणि देवरसांना अस्पृश्य मानू लागले आहेत. त्यामुळे सर्वसामान्य माणसाचा फार गोंधळ होतो. या देशातील थोर समजली जाणारी मंडळी अलीकडे इतकी खुजी वाटू लागली आहेत की, यांच्या हाती देशाचे नेतृत्व देण्यापेक्षा भले इंदिराजी कशाही असोत, त्यांनाच परत बोलावावे– असे सामान्य माणसास वाटू लागले आहे. हीच आमच्या लोकशाही युद्धाची सांगता व्हावी, या कर्माला काय म्हणावे! यादवीपेक्षा राक्षसांचे राज्य बरे, असे का म्हणायचे?

(२९ एप्रिल, १९७९)

-०-०-०-

३०

समझोते, तडजोडी आणि आघाड्या!

भारतीय राजकारणात समझोते, आघाड्या, तडजोडी काही नव्या नाहीत. जनता पक्ष हीसुद्धा तशा अर्थाने एक आघाडीच आहे. काल उचित असेल, परंतु भिन्न-भिन्न माणसांनी एकत्र येऊन स्थापलेला हा पक्ष म्हणजे एक सोईस्कर आघाडीच आहे. कोणत्याही वैचारिक एकतेशिवाय खऱ्याखुऱ्या अर्थाने एकसंध पक्षाची निर्मिती होत नाही. काँग्रेसमध्ये भिन्न मतांचे लोक एकत्र आले होते; तरी पूर्वपरंपरा, दीर्घकालीन सत्ता आणि मध्यममार्गी आर्थिक विचार यांयोगे काँग्रेसला पक्षप्रतिमा प्राप्त झाली होती. सदुसष्टच्या निवडणुकीत काँग्रेस पुष्कळ ठिकाणी पराभूत झाली आणि निरनिराळ्या प्रांतांत आघाड्यांची सरकारे निर्माण झाली, परंतु ती अल्पजीवी ठरली. काँग्रेसविरोधकांना राज्य करण्याची संधी लाभूनही त्या संधीचा फायदा घेण्याची कुवत त्या आघाड्यांत नव्हती. म्हणून काँग्रेस पुन्हा प्रभावित झाली व त्यामुळे सर्व पक्ष नैराश्यग्रस्त झाले. त्यातूनच काँग्रेसमध्येही एकाधिकारशाही वाढली आणि अखेरीस काँग्रेस राजवटीचे एका हुकूमशाहीत रूपांतर झाले.

इंदिरा गांधींच्या अहंतेमुळे काँग्रेस पक्षातील लोकशाहीही संपुष्टात आली. पक्षातील लोकशाही शाबूत ठेवून इंदिरा गांधींना एकाधिकारशाही राबवता आली असती, पण ती बुद्धी त्यांच्याजवळ नव्हती. काँग्रेसविरोधी सर्व पक्ष त्या वेळेस एकत्र आले असते, तरीही अखंड काँग्रेसला पराभूत करणे फार कठीण गेले असते.

खुद्द काँग्रेसच खऱ्याखुऱ्या अर्थाने फुटली आणि विरोधी पक्षीयांच्या साह्याने त्यांनीच जनता पक्ष स्थापन केला. जनता पक्षात जेवढ्या विभिन्न शक्ती सामील झाल्या आहेत, तेवढी वैचारिक भिन्नता आजपर्यंतच्या कोणत्याही राजकीय पक्षात नव्हती. आणीबाणीच्या कालखंडात विरोधी पक्षीय तर भरडले गेले होतेच, पण काँग्रेस पक्षातील मातबर नेतेही अवमानित झाले होते. समान संकटामुळे ही सारी मंडळी एकत्र आली आणि म्हणूनच जनता पक्षाने नेत्रदीपक यश मिळविले. ही मंडळी फार काळ एकत्र राहतील, असे तेव्हाही कोणाला वाटले नव्हते आणि आता तर ही शक्यता जवळपास दुरावलीच आहे. जोपर्यंत इंदिरा गांधींचे संकट भीतिदायक वाटत आहे व जोपर्यंत अपूर्व अशी सत्ता भोगायला लाभत आहे, तोपर्यंत जनता पक्ष कसाबसा अस्तित्वात राहील. तूर्त तरी सत्ता सोडायची कोणाला इच्छा नाही किंवा निवडणुकींनाही सामोरे जाण्याची शक्ती नाही म्हणून सत्ता आणि जनता पक्ष सुरक्षित आहे. एरवी जनता नावाचा कोणी एक पक्ष अस्तित्वात आहे, असेसुद्धा म्हणता येणार नाही. ज्या पक्षाजवळ कोणतीही संघटना नाही किंवा जो पक्ष लहान-सहान स्वार्थ साधण्यासाठी प्रसंगी शत्रूशीही सहकार्य करण्याची भाषा बोलतो, त्याला पक्ष तरी कसे म्हणावे?

भारतीय स्तरावरील जनता पुढाऱ्यांची मनोवृत्ती आणि भांडणे जगजाहीर झाली आहेत. परस्परांचे चारित्र्यहनन करून स्वत:चा आणि पक्षाचा शक्तिपात करून घेण्याची पुढाऱ्यांची क्षमता अवर्णनीय आहे. असाही एक सूर अधून-मधून उमटतो– तो म्हणजे, इंदिराजींच्या एकाधिकारशाहीविरुद्ध मुकाबला करणे हे सर्वांचे समान धोरण आहे. या आकांक्षेतही फारसे तथ्य नाही. यशवंतराव चव्हाण विरोधी पक्षाचे नेते होते, त्यांचे ते नेतृत्व टिकविण्यासाठी काही जनता खासदारांना यशवंतरावांची बाजू घेणे शक्य नव्हते काय? इंदिरा गांधींना सर्वार्थाने पराभूत करणे हेच जर जनता पक्षाचे उद्दिष्ट असेल, तर मग तेव्हाही राजकीय डाव खेळणे सहज शक्य होते. इंदिराजी जणू काही एकमेव शत्रू आहेत, ही भूमिका मुळातच चूक आहे. इंदिराजींची हुकूमशाही मानणारे त्यांचे सर्व सहकारी इंदिराजींइतकेच गुन्हेगार आहेत. आज एकाधिकारशाहीला विरोध करणारे यशवंतराव, शरद पवार, शंकरराव चव्हाण– ही सर्व मंडळी लोकसभेच्या निवडणुकीच्या वेळेस इंदिराजींचा आणि आणीबाणीचा पुरस्कार करणारी होती. त्या सर्वांना पवित्र करून घेता आले, तर इंदिराजींनी तरी काय पाप केले आहे? ज्यांनी आणीबाणीचा कधीही पुरस्कार केला नाही किंवा इंदिराविरोधाची किंमत दिली आहे, तेच खऱ्या-खुऱ्या अर्थाने जनता पक्षाचे नेते असू शकतात; बाकीचे

संधिसाधू व सत्तेच्या लोभाने जनता पक्षात आलेले.

वास्तविक, महाराष्ट्रात जनता पक्ष सर्वाधिक मतांनी निवडून आला. परंतु मुख्यमंत्री कोणी व्हायचे, ह्या भांडणापायी प्रांताध्यक्ष श्री. एस. एम. जोशी यांनी राज्यपालांची भेट घेण्यात दिरंगाई केली. पूर्वाश्रमीचे काँग्रेसचे राजारामबापू जर निवडून आले असते तर म्हणे, जनता पक्षापुढे काही पेचप्रसंग नव्हता. जनता पक्षाला स्वत:च्या घटक पक्षांतून मुख्यमंत्री निवडणे कठीण झाले. जणू काही कोणी तरी काँग्रेसवाला दत्तक घेतल्याशिवाय महाराष्ट्राचे राज्य चालणारच नाही. महाराष्ट्र राज्याच्या जनता पक्षाच्या नेतेपदाची निवडणूक झाली आणि त्यात उत्तमराव पाटील बहुमताने निवडून आले. उत्तमराव पाटील कसेही असोत; ते जर मुख्यमंत्री झाले असते, तर काय आकाश कोसळणार होते? एके ठिकाणी लोकशाहीवर विश्वास असल्याचा बकवास करायचा, दुसरीकडे लोकशाहीने दिलेला निर्णय धुडकावून शत्रुपक्षातील माणसाला सत्तेवर बसवायचे, हे जनता पक्षाचे धोरण अनाकलनीय आहे.

व्यक्तिश: शरद पवार कार्यक्षम असतील– अगदी परमेश्वर असतील; पण जनता पक्षाच्या बळावर त्यांनी सत्तेवर यावे, आपल्याला हव्या त्या पद्धतीने खात्याचे वाटप करावे, सर्व सत्ता आपल्या पक्षाची शक्ती शक्ती वाढविण्यासाठी वापरावी– ह्यात जनता पक्षाची अब्रू कशी काय शिल्लक राहते? एस. एम. जोशी परवा शनवारवाड्याच्या सभेत म्हणाले की, पुलोदमुळे महाराष्ट्रात स्थिर सरकार आले. महाराष्ट्राला स्थिर सरकार देण्याची जनता पक्षाची लायकी नाही, एवढाच त्याचा अर्थ होतो. पूर्वाश्रमीच्या काँग्रेसवाल्यांच्या आश्रयाने भिक्षेसमान मिळणारी सत्तास्थाने स्वीकारून जनता पक्ष म्हणे आपली प्रतिमा उजळ करणार आहे! त्यापेक्षा जनता पक्ष विसर्जित करून टाकून सर्वांनी संघटना काँग्रेसमध्ये प्रवेश केलेला काय वाईट? सतरंज्या घालण्याचे वा स्वागताच्या कमानी उभारण्याचे सवयीचे काम जनसंघ आणि समाजवादी मंडळी चांगले करतील. अनुभवी व बनेल राज्यकर्त्यांची त्यामुळे चांगली सोयही होईल. यदाकदाचित शरद पवारांचे मंत्रिमंडळ पडले, तर मुख्यमंत्री काही निहाल अहमद किंवा उत्तमराव पाटील होणार नाहीत; कोणत्याही आघाडीत शरद पवार असणारच आणि समजा नसतील तर राजारामबापू पाटील आहेतच. पुळका येऊन तेही या आघाडीत सामील होतील आणि वरून मोरारजी देसाई, चंद्रशेखर यांचाही त्यांना पाठिंबा मिळू शकेल. अखेरीस ते सारे काँग्रेसवाले आहेत. कोणी ढवळे असतील, कोणी पवळे असतील, कोणी एकमेकांशी बेइमानही झाले असतील; परंतु काँग्रेस पक्ष

टिकविण्याच्या बाबतीत त्या सर्वांचे एकमत आहे.

जनसंघ आणि समाजवादी या दोघांनी या काँग्रेसवाल्यांकडून गेली अनेक वर्षे तुरुंगवास, मारहाण सहन केली आहे, पण आज काँग्रेसवाल्यांच्या पदरी आश्रिताप्रमाणे राहण्याची त्यांच्यावर वेळ आली आहे आणि त्यात त्यांना चूकही दिसत नाही. लहान-सहान रेशमी वस्त्रांच्या झुली अंगावर चढल्या तरी त्यांची द्वाररक्षकाची भूमिका काही बदलत नाही.

मृतावस्थेत गेलेली संघटना काँग्रेस सत्तेच्या स्पर्शाने किती समर्थ झाली आहे पाहा. काँग्रेसमधील नाराज गट इंदिराजी-विरोधाच्या संजीवनीने आज पुन्हा पूर्वीइतकाच माजला आहे. गेल्या निवडणुकांत आपण कोणाविरुद्ध झगडलो याचेही भान आज जनता पक्षाला राहिलेले नाही. उद्या जरी सैतानाने 'मी इंदिरा-विरोधी आहे' असे म्हटले, तरी जनता पक्ष सैतानाच्या गळ्याला मिठी मारायला कमी करणार नाही. लोकशाहीचा ज्यांनी खिमा केला, त्या सर्व काँग्रेसवाल्यांपुढे आज जनता पक्ष झुकलेला आहे. 'भीक मागण्यासाठी मिळालेले कटोरे आमच्या हातून काढून घेऊ नका', अशी विनवणी करण्याचेच तेवढे आता राहिले आहे. ज्यांनी तीस वर्षांच्या काँग्रेसच्या झुंडशाहीविरुद्ध झुंज दिली किंवा काँग्रेसच्या राज्यात निर्माण झालेल्या इंदिरासुराकडून हाल–अपेष्टा भोगल्या, त्यांची आज केविलवाणी स्थिती झाली आहे आणि ज्यांनी या देशातील लोकशाही शक्तींना ठोकण्यासाठी इंदिराजींशी सहकार्य केले, त्या व्यक्तींची आज चलती आहे.

महाराष्ट्रात 'पुलोद' नामक एक आघाडी निर्माण झाली. पुरोगामी लोकशाही दल म्हणजे नेमकी कोण मंडळी? काँग्रेसच्या भ्रष्ट कारभारात सराईतपणे वाढलेले शरद पवारांचे छत्तीस सहकारी आणि त्यांच्याबरोबर अगतिकपणे वाहवत गेलेले– काँग्रेसवाल्यांनी प्रतिगामी आणि तोंडाळ ठरविलेले– जनता पक्षाचे शंभर आमदार. सत्ता मिळविताना 'पुलोद'ला प्रतिगामी जनसंघाचे संख्याबळ चालते. जनता पक्षाला अडचणीत आणणाऱ्या चरणसिंगांच्या कृपेमुळे मंत्रिपद मिळालेल्या शांती नाईकांचे सहकार्य चालते. ज्या समाजवाद्यांनी काँग्रेसला सधन बागाईतदारांची बटीक म्हणून सतत छेडले, त्या समाजवाद्यांचेही सहकार्य चालते. 'इंदिरा गांधी उदार आहेत, म्हणून त्यांनी तुम्हाला जिवंत ठेवले एरवी तुम्हाला गोळ्याच घातल्या असत्या!' असे म्हणणारे शंकरराव चव्हाण या आघाडीत चालतात. ही आघाडी पुरोगामी तर नाहीच, पण लोकशाहीवादीही नाही; चाळीस सराईत गुंडांनी भाबड्या शंभर गुंडांना दहशतीच्या जोरावर गप्प बसविले आहे, इतकेच. गेल्या विधानसभेच्या निवडणुकांत जनता पक्षाने आपल्या अतिसावधपणामुळे

शे. का. पक्षाकरवी आपला पाणउतारा करवून घेतला. त्याचबरोबर महाराष्ट्रात काँग्रेस खच्ची करण्याऐवजी काँग्रेसच्या शक्तीची वाढ होऊ दिली. आता जिल्हा परिषदांच्या निवडणुकांतही काँग्रेस पक्षानेच आपला फायदा करून घेतला आणि जनता पक्षाची अधिकच बेअब्रू झाली. पुणे महानगरपालिकेत 'पुलोद'शी सहकार्य करण्यापेक्षा नागरी संघटनेशी सहकार्य करणे अधिक नैतिक होते. परंतु नैतिकता हवी आहे कोणाला! पाट लावलेल्या स्त्रीने पातिव्रत्याचा बोभाटा करावा, तसा 'पुलोद' युतीचा बोभाटा जनता पक्ष आज करीत आहे. आणीबाणीच्या पूर्वी काँग्रेस पक्षाची जी ताकद होती त्या ताकदीत गेल्या दोन वर्षांत वाढच झाली, हे महाराष्ट्रातील जनता पक्षाचे खास कर्तृत्व म्हटले पाहिजे.

(१७ जून, १९७९)

-०-०-०-

३१

एक समाजवादी निमंत्रण

फर्नांडिस यांनी बोलाविलेल्या समाजवादी घटक पक्षाच्या परिषदेचे वृत्त सर्वत्र जाहीर झालेलेच आहे. मधू लिमये यांनी लावलेल्या कडू वृक्षाची फळे इतक्या लवकर पक्व होतील, असे वाटले नव्हते. समाजवाद्यांनी पूर्वपरंपरेनुसार जनता पक्षापुढे यक्षप्रश्न निर्माण केला आहे. पक्षाच्या छिलक्या उडवणे, हा त्यांचा अंगभूत गुणधर्म. दोन वर्षांपर्यंत तरी जनता पक्षात समाजवादी सुखाने कसे नांदले, याचेच आम्हाला आश्चर्य वाटते. तथाकथित पुरोगामी प्रतिमा आणि अ-वाजवी बडबड याचे त्या पक्षाजवळ फार मोठे बळ आहे. चालत्या गाड्याला खीळ घालणे, हा त्यांचा मनोधर्म आहे. जनता पक्ष निदान पुढील निवडणुकीपर्यंत तरी सुखरूप राहील, असे समजणाऱ्या सर्व लोकांना समाजवादी करणीचे कर्तृत्व माहीत नसावे, एवढेच फार तर म्हणता येईल. नेहमीप्रमाणेच पक्ष फोडण्याचे हेही यश (!) समाजवाद्यांच्या आजपर्यंतच्या लौकिकात भर घालणार आहे.

जनता पक्ष म्हणजे तरी काय? कालपुरुषाने मागणी केलेली एक अत्यावश्यक गरज. त्या गरजेमुळे एकमेकांना पाण्यात पाहणारी माणसे एकत्र आली. सौजन्यमूर्ती जयप्रकाशजी यांनी ही अजब किमया घडवली. पूर्वी जेव्हा विरोधकांची संयुक्त मंत्रिमंडळे देशात अस्तित्वात होती, तेव्हाही समाजवाद्यांनी ती पराभूत करण्याचे कौशल्य पणाला लावले. बाहेर राहून जास्त उपद्रव देतील म्हणून जॉर्ज फर्नांडिस आणि राजनारायण यांची मंत्रिपदावर नियुक्ती

करण्यात आली. मधू लिमयांनाही असेच मंत्रिपदात गुंतविले असते, तर कदाचित दोन वर्षांपूर्वीच जनता पक्ष सत्तेवरून खाली खेचला गेला असता व समाजवादी आणि जनसंघी– दोघेही फाटक्या वहाणा घालून किंवा अनवाणी– रस्त्यावरून चालायला लागले असते. परंतु काँग्रेसची शकले होण्याइतपत समाजवादी थांबले, हेही त्यांचे या देशावर उपकारच आहेत. समाजवादी मंडळींच्या डोक्यातील भरलेली हवा सत्तेमुळे कमी होईल, ही अपेक्षा फलद्रूप होऊ शकली नाही.

आपल्या अल्पशा संख्याबळावर समाजवादी मंडळी या देशात खूप धामधूम उडवू शकतात. प्रत्येक गोष्टीचे एक शास्त्र असते, तसेच मोडतोडीचेही शास्त्र आहे. समाजवाद्यांसारखी या शास्त्रातील तज्ज्ञ मंडळी अन्यत्र कोठेही सापडणार नाहीत. यांना दु:ख तर बोचतेच, पण सुखसुद्धा बोचते. आपल्याला नेमके काय हवे आहे, हे खुद्द समाजवाद्यांनाही सांगता येणार नाही. जनता पक्ष शासनातून हाकलला जावा, हे आज तरी या मंडळींचे उद्दिष्ट दिसते. ज्यांच्या हातांत थोडीफार सत्ता आहे– आणि ज्यांना ती गमवायची नाही, अशा काही समाजवाद्यांमुळे समाजवादी मंडळी तूर्त तरी जनता पक्षातून बाहेर पडणार नाहीत; ती म्हणे, पक्षात राहूनच लढा देणार आहेत. लढा कोणाविरुद्ध, तर जनता पक्षातील घटक पक्षाबरोबर– जनसंघाबरोबर. तूर्त जनता पक्षात समाजवाद्यांची शक्ती किती आहे याचा विचार करण्याची त्यांना गरज वाटत नाही. त्यांचा भरवसा मुळी पक्षातील सभासदांवर नाहीच आहे. जनसंघावर दबाब आणण्यासाठी ते बाहेरच्यांचीही मदत घेणार आहेत. एके काळचे समाजवादी राजनारायण हे तरी त्यांचे या कामातील मुख्य सहकारी. काँग्रेसच्या कोणत्याही तुकड्याचे त्यांना सहकार्य चालणार आहे– अगदी इंदिरा काँग्रेसचेसुद्धा. काय वाटेल ते करून जनसंघाचे वर्चस्व संपविण्याचा त्यांचा निर्धार आहे. दुसऱ्याला नागवे करताना आपण स्वत:ही नागावे झालो तरी चालेल, अशी नतद्रष्ट भूमिका आज त्यांनी घेतलेली दिसते.

एवढेच जर होते, तर इंदिराजींचे राज्य उलथून टाकण्यासाठी दोन वर्षांपूर्वी एवढी यातायात कशासाठी केली? खरे तर बहुतेक जनसंघीय नेते इंदिराजींचा पाहुणचार घेत तुरुंगात बंदिस्त होते. समाजवाद्यांनी त्यांच्याबरोबर तुरुंगात राहायचे सोडून सांगितला होता कोणी त्यांना दुसऱ्या लोकशाही युद्धाचा प्रयोग करायला? तुरुंगात जनसंघ आणि समाजवाद्यांचे किती छान जमले होते! संघात त्यागी आणि प्रामाणिक लोक आहेत, बाळासाहेब देवरस हे देशभक्त आणि उत्तम संघटक आहेत, अशी त्यांची त्या वेळची धारणा होती. देवरसांच्या

वाढदिवसाच्या निमित्ताने किती तरी समाजवाद्यांनी गौरवाचे किती तरी लेखही खरडले होते. तेच बाळासाहेब देवरस, संघ आणि जनसंघ अवघ्या दोन वर्षांच्या अवधीत समाजवाद्यांच्या दृष्टीने जनताद्रोही झाले आहेत. या दोन वर्षांच्या अवधीत संघ-जनसंघवाले देश विकायला तर निघाले नाहीत? त्यांनी फितुरी करून देश विकायला तर काढला नाही? संप, घेराव, मोर्चे, कलागती लावून त्यांनी औद्योगिक उत्पादन तर बंद पाडले नाही? जनता पक्षाची प्रतिमा मलिन व्हावी अशी चरणसिंग, राजनारायण, मधू लिमये यांच्यासारखी बेछूट भाषणबाजी तर, त्यांनी केली नाही? चरणसिंगांचे जावई आणि बाबूजी व मोरारजी यांचे पुत्र ज्याप्रमाणे आपल्या नात्याचा लाभ उठवितात, तसा जनसंघीयांपैकी कोणी उठविल्याचे समाजवादी वृत्तपत्रांतूनही प्रसिद्ध झालेले नाही?

या दोन वर्षांत संघ-जनसंघाने असे केले तरी काय? सत्तास्थानी असल्यामुळे अधिकारपदाचा दुरुपयोग करून जनसंघीयांनी आपले भाईबंद अधिकारपदांवर गुंतविले आहेत, असाही आरोप आजपर्यंत कोणी केलेला नाही. उलटपक्षी, मधू दंडवत्यांप्रमाणेच आपल्या खात्याचा चोख कारभार वाजपेयी-अडवाणी यांनी केला, असाच पुकारा त्यांच्या शत्रूंनाही करणे भाग पडले. दोन वर्षांत जनसंघाची गुन्हेगारी तरी काय झाली? जनता पक्षाने ज़े-जे कार्यक्रम हाती घेतले, त्या कोणत्या कार्यक्रमाला संघ-जनसंघाने विरोध केला? आणि समाजवाद्यांनी त्यांतले कोणते कार्यक्रम राबविण्यासाठी स्वतःला जुंपून घेतले? व्याख्याने, शिबिरे, परिसंवाद, घोषणा यालाच जर कार्यक्रम म्हणावयाचे असेल; तर समाजवाद्यांनी पुष्कळच केले म्हटले पाहिजे. मराठवाड्यात दंगल झाली त्यात चूक कोण, बरोबर कोण याचा निवाडा सवडीने करू या; पण या दंगलीला निमित्त समाजवादीच झाले, ही गोष्ट लपवायची असे जरी ठरविले तरी कशी लपविणार? गोविंदभाई श्रॉफ, अनंत भालेराव, कुरुंदकर ही काही जनसंघाची माणसे नव्हेत. जेथे जेथे जनता पक्षाबद्दल समाजात अप्रियता निर्माण झाली, त्या अप्रियतेचे बहुतेक ठिकाणचे जनक समाजवादीच आहेत.

एकीकडे लोकशाहीचा जयजयकार करायचा आणि दुसरीकडे लोकशाहीचे निर्णय धाब्यावर ठेवून 'हम करे सो कायदा' या पद्धतीने मागण्या करायच्या, ही समाजवाद्यांची नीती आहे. शरद पवारांचे म्हणजे काँग्रेसचे राज्य आणायला एस. एम. जोशी– समाजवादीच कारणीभूत झाले. लोकशाहीत संघटनेला महत्त्व आहे, माणसे जोडण्याला महत्त्व आहे; परंतु या दोनही गोष्टी समाजवाद्यांना मान्य नाहीत. इंदिरा गांधींप्रमाणे त्यांचेही म्हणणे असे आहे की, लोकांना काही

अक्कल नाही, आम्ही शहाणे. आम्हाला सर्वच विषयांतले सर्व काही कळते. दुर्बल घटकांचे आम्ही एकमेव प्रतिनिधी आहोत. लोकांचा कौल काहीही असो; आम्ही तो मानीत नाही! इंदिरा गांधी व समाजवादी यांच्यांत तसा काही फारसा फरक नाही.

पक्षात नव्हेच, तर या देशातही त्यांच्यामागे कितीसे बळ आहे? पक्षावर हुकूमत हवी असेल तर पक्षकार्य केले पाहिजे व पक्ष-सभासदांचीही नोंदणी केली पाहिजे, ही गोष्ट त्यांना मान्य नाही. दुसऱ्या कोणी अशी संघटना केली, तर त्यांना ती फॅसिस्ट पद्धतीची गमक वाटते. कोणताच पक्ष चांगला चालविण्याचा त्यांचा लौकिक नाही. समाजवादी पक्षाची लक्तरे अजूनही सर्वत्र पसरलेली आहेत. समाजवादी, पी. एस. पी. –लोहियावादी आणखी अनेक– आपला दुबळेपणा झाकण्यासाठी दुसऱ्याच्या शक्तीची टिंगल-टवाळी करण्यावाचून त्यांना पर्याय नाही. सेवादलाला अवकळा का आली?

या दोन वर्षांत संघ-जनसंघाचा एक गंभीर गुन्हा येथे नोंदविला पाहिजे. तो गुन्हा आहे एकजुटीचा. मतभेद होत नाहीत, तो लोकशाहीवादी पक्ष कसा असेल– असा समाजवाद्यांचा प्रश्न आहे. जर संघ-जनसंघाचे तुकडे झाले असते, त्यांच्यांत अनेक बंडखोर निर्माण झाले असते व वृत्तपत्रांना त्यांनी जर चविष्ट भानगडी पुरविल्या असत्या तर समाजवाद्यांचा एवढा राग झाला नसता. काही विचारांवर श्रद्धा ठेवून वर्षानुवर्षं समर्पित वृत्तीने एवढी मंडळी एकत्र राहतातच कशी? कोणतीही महत्त्वाकांक्षा पुरी करण्यासाठी हे आपल्या नेत्यांचे आणि सहकाऱ्यांचे पाय का ओढत नाहीत? मुलाखतीत किंवा भाषणात हे नेहमीच न्यायाच्या आणि नीतीच्या गोष्टी का बोलतात? छे– छे! समाजवाद्यांच्या दृष्टीने हा महाभयंकर गुन्हा आहे, आणि या गुन्ह्याचे प्रायश्चित्त संघ-जनसंघाने घेतलेच पाहिजे! पुन्हा इंदिरा गांधींचे राज्य आले तरी चालेल, पुन्हा आणीबाणी आली तरी चालेल, लॉरेन्स फर्नांडिसला मरे-मरेपर्यंत मारले तरी चालेल, मृणाल गोरेला वेड्यांच्या संगतीत कैदेत ठेवले तरी चालेल! स्नेहलता रेड्डी पुन्हा मेली तरी चालेल! शर्माचे आणखी एक आत्मदहन झाले तरी चालेल... जनसंघाचा बीमोड करण्यासाठी काय वाटेल ते घडले तरी चालेल; पण जनसंघ संपला पाहिजे. देशावर प्रेम करणारे, स्वतःचे व्यक्तिपूजन न करणारे, वेळी-अवेळी टिपेच्या आवाजात घसा फोडून डरकाळ्या न फोडणारे हे जनसंघीय भारतीय लोकशाहीत पचण्यासारखे नाहीत. लोकशाही टिकविण्याची जबाबदारी समाजवाद्यांव्यतिरिक्त कोणावर असणार? आज भारतात म्हणण्यासारखे दहा-

वीस पक्ष आहेत. भारतीय लोकशाहीला हे लांच्छन आहे. एवढ्या पक्षांनी या देशातील लोकशाही कशी चालणार? म्हणून प्रत्येक पक्षाचे किमान दहा-पंधरा तुकडे पाडणे आवश्यक आहे. महर्षी एस. एम. जोशी, आचार्य मधू लिमये, शीघ्रकोपी जॉर्ज फर्नांडिस आणि या नव्या महाभारताचे शकुनीमामा राजनारायण या सर्वांची मर्जी जर संपादन करावयाची असेल; तर देवरस, वाजपेयी, नानाजी वगैरे मंडळींनी आपापले सवते सुभे स्थापन केले पाहिजेत. एकमेकांची निंदानालस्ती केली पाहिजे. हे जमेल काय जनसंघीयांना? नाही? मग घ्या लेको म्हणवून प्रतिगामी, फॅसिस्ट वगैरे वगैरे वगैरे...

(२२ जुलै, १९७९)

-०-०-०-

३२

फितूर घरभेद्यांचे राज्य आले!

गुरुवार, दिनांक २६ जुलै. भारतीय लोकशाहीच्या इतिहासातील एक काळाकुट्ट दिवस.

या वार्ता गेले दहा-पाच दिवस येत आहेतच. गुरुवारी संध्याकाळी राष्ट्रपतींनी चरणसिंगांना मंत्रिमंडळ बनविण्यासाठी पाचारण केले, तिथेच एका नव्या अशुभ कालखंडाची सुरुवात होत आहे.

राष्ट्रपतींनी त्यांच्या समोर असलेल्या परिस्थितीनुसार जो निर्णय घेतला, याबद्दल त्यांना फारसे दोषी धरता येत नाही. कारण एका गोंधळाच्या परिस्थितीचे तेही बळी आहेत. आणीबाणीच्या हुकूमावर सही करणारे फक्रुद्दीन अली अहमद जसे अगतिक होते, तसेच संजीव रेड्डीही अगतिक ठरले आहेत. दोघांचेही निर्णय तितकेच दुर्दैवी आणि घातक आहेत. या दोन्ही निर्णयांची किंमत सारख्याच प्रमाणात भारत चुकवेल. वरवर दिसायला चरणसिंगांना निमंत्रण देण्याचा राष्ट्रपतींचा निर्णय लोकशाहीवादी दिसेल, पण एका नव्या झोटिंगशाहीचा उदय त्यातून होणार आहे, यात कसलीच शंका नाही.

वास्तविक, विरोधी पक्षनेते यशवंतरावजी चव्हाण यांना संधी देऊन झाल्यानंतर लोकसभेतील सर्वांत मोठा गट म्हणून जनता पक्षालाच परत बोलावणे, हे नैतिक व कायदेशीर ठरले असते. केवळ मोरारजींबाबत द्वेषभावनेमुळे ही गोष्ट घडून आलेली नाही. राष्ट्रपतींच्याही मनात पंतप्रधानकीची स्वप्ने घोळत असावीत,

अशी शंका कोणाला आली, तर ती फारशी चूक ठरू नये. जनता पक्षापेक्षाही मोरारजींच्या विरुद्ध असणारा अनेकांचा राग या निमित्ताने गोळा झाला. जनसंघ हा अशा वेळेला नेहमीच बळी ठरविण्याची प्रथा आहे. या वेळेस मोरारजींना दिलेल्या पाठिंब्याची किंमत जनसंघाला भोगायला लागली आहे. चरणसिंगांच्या हेकट, जातीय आणि अराष्ट्रीय धोरणामुळे जनसंघाला चरणसिंगांचा पाठिंबा काढून घ्यावा लागला आणि त्यामुळे भालोद गटाची अप्रतिष्ठा झाली. सूडबुद्धीचेच राजकारण या देशात चालत असल्यामुळे 'इंद्राय स्वाहा... तक्षकाय स्वाहा' या न्यायाने मोरारजींबरोबर जनसंघही बळी जाताना दिसतो आहे.

खरी गोष्ट आशी आहे की, मोरारजी जसे पूर्वी होते तसे आजही आहेत. पंतप्रधानकीची वस्त्रे पेहरल्यापासून आक्षेप घ्यावा असे त्यांच्या हातून फारसे काही घडलेले नाही. पंतप्रधान होताना त्यांच्याबरोबर जे दुर्गुण होते, त्यांत काही वाढ झाली आहे अशातलाही काही भाग नाही. ज्या राजनारायणांनी पक्षनेता म्हणून मोरारजींचेच नाव सुचविले, त्यांनीच मोरारजींचे सरकार उलथून टाकावे अशी प्रतिज्ञा करावी आणि बरे-वाईट सर्व मार्ग वापरून ती प्रतिज्ञा खरी करून दाखवावी– यामागे केवळ वैयक्तिक सूडबुद्धी याशिवाय दुसरे कोणतेही कारण नाही. मोरारजी आणि चरणसिंग ह्यांच्यांत तुलनाच करावयाची असेल; तर चरणसिंग हे अधिक संधिसाधू, हलक्या कानाचे व दुष्ट प्रवृत्तीचे गृहस्थ आहेत. मोरारजी हे फार थोर गृहस्थ आहेत व त्यांच्या पायाचे तीर्थ घ्यावे, असे आमचे मुळीच म्हणणे नाही. परंतु अखेरीस जेव्हा तुलनेचाच प्रश्न येतो आणि दोन बदमाशांतून एकाची निवड करावयाची असते, तेव्हा मोरारजींचीच बाजू घ्यावी लागेल, ह्यात कसलीच शंका नाही.

चरणसिंगांचा पूर्वेतिहास म्हणजे स्वार्थी आणि सत्तांध माणसाच्या कुटिल कारवायांनी भरलेला आहे. त्यांनी कितीदा पक्ष बदलले, राजीनामे दिले, चालत्या गाड्याला खीळ घातली– हे पाहिले म्हणजे, भारतातील पंतप्रधानपदासाठी आपण किती नालायक माणसाची निवड केली आहे, हे लक्षात यावे. एरवी उत्तर प्रदेशाच्या राजकारणात घालमेली करण्यात ज्याची हयात गेलेली आहे, त्याला केवळ जनता पक्षाच्या निर्मितीमुळे भारतीय राजकारणात प्रवेश मिळाला. भारतीय राजकारणात वावरण्याची या माणसाची कधीच कुवत नव्हती. आंधळी भक्ती आणि इमानदारी असणाऱ्या सरंजामशाहीतील जाट जातीचा हा राजा. त्याची वागणूकही त्याच सरंजामशाहीच्या काळातली. ह्याच्या हातात देशाचे नेतृत्व गेले, याचा अर्थ एका पुंडपाळेगाराच्या हातांत सत्ता गेली, असा आहे. शेतकऱ्याच्या

हातांत देशाची सूत्रे गेली म्हणून काही लोकांना फार आनंद झाला आहे. पण ह्या आनंदातही कौतुकापेक्षा चेष्टाच अधिक आहे. कारण राज्य कोणत्या व्यावसायिकाच्या किंवा जातीच्या हातांत गेले याला खरोखरच काय महत्त्व आहे? ते चांगल्या शासकाच्या हाती गेले की नाही, हाच काय तो खरा प्रश्न. शासक म्हणून चरणसिंगांचा लौकिक जगद्विख्यात (!) आहे. भारत सरकारचे गृहमंत्री म्हणून त्यांनी घेतलेले निर्णय किती घातक ठरले, हेही आपण पाहिले आहे. इंदिरा गांधींची अटक व त्यांची लगोलग झालेली सुटका हा गृहमंत्री चरणसिंग यांच्या नालायकीचाच पुरावा आहे. केवळ मोरारजींच्या द्वेषापायी आज आपण एका नालायक माणसाच्या हातांत देशाची सूत्रे देत आहेत. मोरारजींच्या राज्यकारभारावर मीही टीका केली आहे. मोरारजी आणि चरणसिंग यांच्या वादाच्या वेळेस दोघांनीही राजीनामे द्यावेत, अशा तऱ्हेच्या सभाही मी आयोजित केल्या. या घटकेला सत्तालालसेने डोके फिरलेल्या एका माणसाला आपण अशा जागेवर नेऊन बसविले आहे की– तो स्वत:चे हसे तर करून घेईलच, पण आपल्या देशाचेही हसे करील.

या देशातही अनवस्था प्रसंग प्राप्त झाला, ह्याला कारण यशवंतराव चव्हाण हे होत. ज्या वेळेस जनता सरकारवर अविश्वासाचा ठराव त्यांनी मांडला, तेव्हा त्यांना आपल्या कृत्याचे काय परिणाम होतील याची काहीच कल्पना नव्हती. त्यांना फुकटाफुकटी मिळालेले विरोधी पक्षनेतेपद त्यांनी अत्यंत गैरमुत्सद्दीपणाने वापरले. आपल्यात मंत्रिमंडळ बनवण्याची कुवत नाही, एवढेही त्यांना कळू नये? ही यांची मुत्सद्देगिरी? जनता पक्षाचे शासन मोडण्यासाठी केलेला हा उपद्व्याप फुटीर जनता नेत्यांनाच सत्ता देईल, हेही त्यांना कळू नये? 'एकाधिकारशाहीविरोधी' लंब्याचवड्या गप्पा मारणाऱ्या काँग्रेसच्या सर्वच नेत्यांना जनता पक्ष पाडण्यासाठी उन्मत्त अशा इंदिरा गांधींचे पाय धरावे लागले, यावरून त्यांची लायकी सिद्ध होते.

चरणसिंगांच्या गळ्यात आता लगाम आहे तो इंदिराजींचा. ह्या साऱ्या प्रकारात आनंद झाला असेल तो इंदिराजींनाच. इंदिराजींच्या मागे लागलेले न्यायालयाचे शुक्लकाष्ठ आता जवळपास संपुष्टात आले आहे असे समजण्यास हरकत नाही. मोरारजींचा अस्त झाला हा आनंद चरणसिंग, राजनारायण, मधू लिमये यांना फार काळ भोगायला मिळेल, असे वाटत नाही. कारण बाटलीत बंद करून ठेवलेला इंदिराराक्षस मधू लिमयांच्या मूर्खपणामुळे परत मुक्त झालेला आहे. आपले खरे शत्रू कोण आणि मित्र कोण यांचा विवेक सुटलेल्या या

विदूषकांना इंदिराजी नक्कीच वठवणीवार आणतील. तेव्हा पुरोगामी-प्रतिगामी या शब्दांचा घोळ त्या घालत बसणार नाहीत. हा विजय खरा तर इंदिराजींचा आहे. जनता पक्ष फोडण्याची त्यांची प्रतिज्ञा आता खरी झाली आणि त्यांचे मनसुबे मार्गी लागले आहेत. विस्कळीत 'जनता' हेच इंदिराजींचे भांडवल होते. भुंकण्यासाठी इतके दिवस राजनारायण-मधू लिमये यांचे तोंड मोकळे होते. बघू या आता ही भुंकणारी कुत्री किती काळ भुंकतात ते? अखेरीस इंदिराजींचेच पाय चाटण्यात त्यांचा जन्म जाणार आहे. खुद्द चरणसिंगांच्याच घरातून चरणसिंगांच्या जयजयकाराबरोबर इंदिरा गांधींचाही जयजयकार झाला. ज्या इंदिराजींच्या पराभवामुळे राजनारायणांना देशात वेगळी प्रतिमा प्राप्त झाली, त्याच इंदिराजींच्या पुनरुत्थानाचेही शिल्पकार तेच आहेत.

आज सर्व पक्षांची मोडतोड झाली आहे. विश्वासाचे आणि निष्ठांचे राज्य संपले. फितूर आणि घरभेदी यशस्वी झाले. सूडाने पेटलेली माणसे सत्तेवर जाऊन बसली. हे सूडचक्र एवढ्यावरच थांबणार नाही. चौकात जाऊन पाच-पन्नास माणसे गोळा करून आणावीत, तशी चरणसिंगांनी माणसे गोळा करून आणली व सेक्युलर जनता पक्ष स्थापला. कोणाचा मोरारजी-द्वेष, कोणाचा जनता पक्षाचा, कोणाचा असंतुष्टपणा, कोणाची मनोविकृती– अशीही दळभद्री माणसे एकत्र आलेली आहेत; ही कसली राज्य करणार आहेत? दोन पंतप्रधानांना धुळीला मिळविण्याचे भाग्य राजनारायणांना मिळाले. आता तिसऱ्या पंतप्रधानांची वेळ आहे. तो दिवस फार दूर नाही. चरणसिंगांचा हा इमानदार सेवक राजनारायण– चरणसिंगांचाही गळा घोटल्याशिवाय राहणार नाही. आज भारतीय राजकारणावर एक काळी छाया पसरली आहे– अराजकाची! आवळ्या-भोपाळ्यांचे मंत्रिमंडळ कोणत्याही राष्ट्रीय प्रश्नाला हात घालू शकणार नाही. इंदिराजींवरचे खटले काढून घेतले, तर फर्नांडिस सोटा उभारून उभे आहेत. रेल्वे-कामगारांना बोनस मिळाला नाही तर देशव्यापी संप उभा ठाकलेला आहे. देशाची अर्थव्यवस्था आधीच बिघडलेली आहे. धर्मस्वातंत्र्य बिल आजच्या परिस्थितीत पास झाले, तर चरणसिंग काय करणार आहेत? दलित, अल्पसंख्याक यांच्या विरुद्ध असणारे चरणसिंग त्यांची अस्वस्थता रोखू शकणार आहेत? देशाला एका एकसंध, मजबूत पक्षाच्या शासनाची आवश्यकता असताना बारा गावचे बारा जण राज्यकारभार करू म्हणताहेत. चरणसिंगाच्या वाट्याला आलेले औट घटकेचे राज्य त्यांना आयुष्यातून कायमचे उठवू शकले, तर तेही देशावर उपकार होतील. इंदिरा गांधींच्या राजवटीपेक्षाही अभद्र अशी राजवट या देशावर येऊ

पाहत आहे. कारण आता विदूषकी, हुकूमशाही आपले चाळे दाखवील. सभ्यता, पक्षानिष्ठा आणि योजनाबद्धता या साऱ्या गोष्टी आता कायमच्या हद्दपार झाल्या आहेत.

जनता पक्षाचा पराभव झाला, याहीपेक्षा जनताद्रोही माणसांचा जय झाला हे दुःख मोठे आहे. दोन-अडीच वर्षे आळसात दिवस काढणारी जनता आता पुन्हा रस्त्यावर येईल. पुन्हा एकदा लोकशाहीच्या युद्धाला आरंभ होणार आहे.

फितूर, घरभेद्या आणि नादान लोकांना कायमचे चेचण्यासाठी चला पुन्हा लोकशाही युद्धासाठी. कामगारांनो, किसानांनो, कारकुनांनो, वकील-डॉक्टरांनो, शिक्षक-गुमास्त्यांनो– पुन्हा एकवार कंबर बांधली पाहिजे आणि फितूर-घरभेद्यांना कबर दाखवली पाहिजे.

(५ ऑगस्ट, १९७९)

-०-०-०-

३३

'वाढ गं माय, पाठिंबा वाढ!'

दिल्ली येथील 'सागर अपार्टमेंट्स'च्या बाल्कनीत इंदिरा गांधी येणार आहेत. चरणसिंग व चरणदास यांचा घोळका गलका करीत खाली उभा आहे. 'इंदिरा माय' केव्हा बाल्कनीत येते याची चरणसिंग वाट पाहत आहेत. गरुडासारख्या नाकाची, घारीसारख्या डोळ्यांची आणि घुबडासारख्या मनोवृत्तीची 'इंदिरा माय' दिसू लागते; तेव्हा चरणदासांचा गलका एकदम थांबतो आणि केविलवाण्या स्वरात चरणसिंग याचना करतात, 'वाढ गं माय, पाठिंबा वाढ! लोक तुला दुवा देतील. नारायण तुझ्यावर प्रसन्न होईल. देव तुझे आणि तुझ्या लेकरांचे रक्षण करील. किती वर्षांचा मी उपाशी आहे... पोटाला वाढ गं, माय!'

इंदिराजींना प्रसन्न करण्यासाठी चरणसिंग याचना करताहेत, हे दृश्यच विलक्षण आहे. जनता सरकार हे नपुंसकांचे आहे, कारण ते इंदिरा गांधींना शिक्षा करू शकत नाही– असे आव्हान देणारे हेच का ते चरणसिंग? पोरकटपणाने इंदिराजींना अटक करून त्यांना सोडायला भाग पाडलेले हेच का, कारभारदक्ष 'चरणसिंग? जनता पक्षात सामील होऊनही आपला भालोद पक्ष सुरक्षितपणे राखणारे व किसान संमेलनाची दुहेरी निष्ठा दाखविणारे हेच का हो, चरणसिंग? चरणसिंग नव्हे चेअरसिंग' असे ज्यांना राजनारायण म्हणाले, तेच हे चरणसिंग? पंतप्रधानकीसाठी कुणालाही विकायला निघालेले हेच का ते चरणसिंग? जावयाच्या भ्रष्टाचाराला पाठीशी घालणारे हेच ते चरणसिंग. राजनारायण व माझा संबंध

संपला, असे जाहीर करणारे हेच ते चरणसिंग!

चरणसिंगांचे पोवाडे गाण्यासाठी कोणाही शाहिराची लेखणी कमी पडेल, असे त्यांचे कर्तृत्व गहन व गूढ आहे. जाट लोकांच्या जातीय वृत्तीला खतपाणी घालून एखाद्या संस्थानिकाप्रमाणे स्वतःभोवती आरत्या ओवाळून घेण्यात चरणसिंगांची हयात गेली. दिल्ली आसमंतातील दोन-तीनशे मैलांच्या टापूत माहीत असणारा हा एक सामान्य प्रांतीय नेता– केवळ जनता पक्षाच्या निर्मितीमुळे अखिल भारतीय राजकारणात आला आणि सत्तेचा खेळ खेळण्याची जन्मभराची खोड मग त्याच्या डोक्यातली हवा वाढवू लागली. मग पंतप्रधानकीची स्वप्ने पाहणे, हा त्यांचा उद्योग झाला. खरे तर जनता पक्ष निर्मितीच्या वेळेसच पंतप्रधानपदाची त्याला हाव सुटली होती. पण आपण आताच जर या लढतीत भाग घेतला, तर आपला जन्मोजन्मीचा शत्रू बाबूजी हाच पंतप्रधानपद बळकावून बसेल, या भीतीने त्याने माघार घेतली आणि मोरारजींचे नेतृत्व स्वीकारले. उपपंतप्रधानकी लुबाडण्यासाठी हॉस्पिटलमध्ये आजारी असताना स्ट्रेचरवरून धावत-पळत जाऊन त्याने शपथ घेऊन टाकली. हाच तो राक्षसी महत्त्वाकांक्षा असलेला माणूस या देशाचा आज पंतप्रधान झालेला आहे. जनता पक्षात दिलेला ध्वज परत मिळविण्याची कारवाई यानेच केली होती. जनता पक्षात हा कधीही स्थिर बुद्धीने नांदला नाही. कारण जनता पक्षात नांदायचे म्हणजे बाबूजी, मोरारजी, अटलजी व चंद्रशेखर या सर्वांच्या बरोबरीने वागावे लागणार. हे करण्याची ह्या माणसाची कधीच प्रवृत्ती नव्हती. मध्यंतरी, राजनारायण ह्यांच्याबरोबर मंत्रिपदाचा राजीनामा देण्याचे नाटक त्याने करून पाहिले. त्यात ह्या माणसाची इभ्रत फारच गेली आणि 'अगं, अंग म्हशी' या न्यायाने दादापुता करून त्यांना मंत्रिमंडळात यावे लागले, कारण 'चेअर' नसलेला चेअरसिंग ही कल्पनाच त्याला सहन होण्यासारखी नव्हती. खरे तर ह्या माणसाची तेव्हाच जनता पक्षातून हकालपट्टी करावयास पाहिजे होती. पक्ष टिकावा या सद्भावनेने शिस्तभंगाचे कठोर हत्यार त्या वेळेस उपसले गेले नाही, ही फार मोठी चूक झाली आणि त्याचीच फळे आज जनता पक्षाला भोगावी लागत आहेत.

जनता पक्षात काही कच्ची मडकी सामील झालेली आहेत. स्वतःबद्दल अवास्तव कल्पना असणाऱ्या ह्या असंतुष्ट माणसांनी देशाचा अनेकदा घात केला आहे. मधू लिमयांसारखी काही विक्षिप्त व विकृत माणसेही जनता पक्षाला परिस्थितीमुळे स्वीकारावी लागली. सर्वांचे पूर्वायुष्य पुसून टाकूनच जनतेने ह्या लोकांना निवडून दिले. घटक पक्षांतील सर्वांचे दुर्गुण व पापमय जीवन जनतेला

पूर्णपणे ज्ञात होते. समाजवाद्यांची बडबड, बढाई आणि अतिरेकी तत्त्वज्ञान लोकांनी पाच वर्षांपुरते विसरायचे ठरविले होते. जनसंघाची दुहेरी निष्ठाही सर्वज्ञात होती. भ्रष्टाचारी काँग्रेसवालेही लोकांना पूर्णपणे माहीत होते.

इंदिरा काँग्रेसचे खजिनदारच बाबूजी होते; तेव्हा तो पापाचा पैसा जमा कसा झाला, हेही लोकांना अज्ञात नव्हते. हे सर्व समजून-उमजून लोकांनी पाच वर्षांच्या कराराने या देशाचे सिंहासन या नेत्यांच्या स्वाधीन केले होते. 'जुनी भांडणे विसरून जा– नवी भांडणे करा' एवढी साधी अपेक्षा लोकांनी त्या वेळेस बाळगली होती. लोकांना सप्त स्वातंत्र्ये परत हवी होती. इंदिराजींना शिक्षा व्हायला हवी होती आणि दैनंदिन जीवन थोडे सुखाचे जावे, असे वाटत होते. यापेक्षा आणखी काहीही ह्या गरीब जनतेला नको होते. शोषणमुक्तीचा लढा, गरिबांचे राज्य, रामराज्य, सामाजिक समता वगैरे शब्दांच्या खेळावर गेली तीस वर्षे भुलविला गेलेला हा समाज... त्याला साधे लोकविहित कल्याणकारी स्थिर राज्य हवे होते. दुहेरीच काय, पण चौपदरी निष्ठा असल्या तरी लोकांची अजिबात कुरकुर नव्हती. पंतप्रधानपदी मोरारजी, चरणसिंग, बाबूजी हवेत– अशीही लोकांची मागणी नव्हती. लोकांना कोणताही पंतप्रधान चालला असता आणि चालेल. खरे तर लोकांना ह्या पुढाऱ्यांच्या या खुळांशी वा भांडणाशी काहीही कर्तव्य नाही. नेहरू-इंदिराजी राज्यापेक्षा कमी भ्रष्टाचार, थोडी स्वस्ताई आणि कमी बडबड असणारे एक बऱ्यापैकी राज्य जनता पक्षाने करून दाखविले असते; तर या देशातील जनतेने दुवा दिला असता आणि पुन्हा एकदा जनता पक्षालाच निवडून दिले असते. चरणसिंग अर्थमंत्री होईपर्यंत देशातील महागाई रोखलेली होती. ग्रामीण जनतेचे कल्याण करण्याच्या नावाखाली ह्या माणसाने अनेक गोष्टींवर कर लादले आणि महागाई आणली. आजच्या पुढाऱ्यांच्या भांडणात नागरिकांना कोणताही रस नाही. कोणत्याही तत्त्वनिष्ठेच्या देखाव्याखाली केलेल्या बेइमानीला म्हणूनच क्षमा होणार नाही. दिलेल्या शब्दानुसार जनता पक्षाने पाच वर्षे हे राज्य चालवून दाखवायला हवे होते आणि मग पुन्हा मतदारांकडे जाताना हवे तर दुहेरी निष्ठांचा वाद उकरून काढायला हवा होता. शाब्दिक भूलभुलैय्यात न सापडता जनतेने या बेइमान लोकांना कडी सजा फर्माविली पाहिजे.

खरी गोष्ट अशी आहे की, दुहेरी निष्ठेचा वाद हेच मुळी थोतांड आहे. काही समाजवाद्यांना संघाची आणि जनसंघाची ॲलर्जी आहे. याचा फायदा घेऊन राजनारायण यांनी असंतुष्ट मधू लिमयांना हाताशी धरले आणि मधू लिमयांनी

फर्नांडिसांना भारून टाकले. आपल्या देशात अजूनही 'बाबा वाक्यम् प्रमाणम्' ही वृत्ती आहेच. एकचालकानुवर्ती म्हणून संघाची टिंगल करणे सोपे आहे; पण या देशातील सारे पक्ष व उपपक्ष एकचालकानुवर्तींच आहेत. फर्नांडिस यांनी सूर्य पश्चिमेला उगवला म्हटले की, मृणाल गोरे म्हणणार– बरोबरच आहे. सारेच व्यक्तिपूजक. मग कोण कोणाला नावे ठेवणार, हाच प्रश्न आहे.

त्यांतल्या त्यात एक गोष्ट बरी आहे की, सारेच समाजवादी एकसारखे नाहीत. परिस्थिती शहाणपण शिकविते. संघवालेही काही शिकू पाहत आहेत, तसेच समाजवादीही काही शिकू पाहत आहेत– एवढीच काय ती त्यांतल्या त्यात चांगली गोष्ट आहे. सहिष्णुता हा लोकशाहीचा प्राण आहे– ही जाणीव देवरस, वाजपेयी जशी दाखवितात तशीच जाणीव मधू दंडवते, एस. एम. जोशी, चंद्रशेखर यांसारखीही माणसेही दाखवितात. चरणसिंग, राजनारायण, मधू लिमये, फर्नांडिस यांसारख्या हेकट व आत्मकेंद्रित लोकांच्या हातांत देशाचे भाग्य नाही; ते आहे विवेकी, संयमी व सहिष्णु लोकांच्या हातांत– एवढीच आशा आता करता येण्यासारखी आहे.

पण ह्या साऱ्या गदारोळात आजपर्यंत पिंजऱ्यात कोंडून ठेवलेली 'नरभक्षक वाघीण' आता चवताळून बाहेर पडली आहे आणि तिचे पहिले भक्ष्य चरणसिंग, राजनारायण, फर्नांडिस हेच असेल. भिकेचा कटोरा घेऊन इंदिराजींच्या दरवाज्याशी उभ्या असणाऱ्या चरणसिंगांना इंदिराजी लाथ कशी मारतात, हे आता पाहायचे आहे. लोकसभेत येणाऱ्या विश्वासदर्शक ठरावाच्या वेळेस चरणसिंगांना पाडून जनता पक्षाने त्यांना हौतात्म्य देऊ नये. त्यांचे तेच पडणार आहेत– लाजिरवाण्या पद्धतीने पडणार आहेत. त्यांच्या आयुष्याची विलापिका करू नये, तर 'ट्रॅजेडी' होऊ द्यावी. जनता पक्षाने सत्तारूढ पक्षाला पाडले, असा दुर्लौकिक मिळवू नये. मोडक्या व दुबळ्या पायांवर उभे असणारे सिंहासन आपोआपच पडण्याचे दृश्य पाहण्यासाठी जनता पक्षाने विवेक दाखवावा. सत्ता मिळविण्याच्या स्पर्धेला लोक कंटाळले आहेत. सत्ता आपोआपच जनता पक्षाला मिळेल. पण त्यासाठी घिसाडघाई करू नये. लोकांचा राग निवून त्यांना विचार करण्यासाठी थोडा अवधी मिळाला पाहिजे. त्यासाठी बाबूजींची महत्त्वाकांक्षा उफाळून येऊ नये, एवढीच आमची प्रार्थना आहे.

(१९ ऑगस्ट, १९७९)

-०-०-०-

३४

लिमयांचे राक्षसाला निमंत्रण

या देशातील आजच्या स्थितीला काय नाव द्यावे, हे परमेश्वरालासुद्धा सांगता येत नाही. राज्य आहे ते कोणत्या पक्षाचे, त्या पक्षाचे तत्त्वज्ञान तरी काय आणि त्या पक्षाला पाठिंबा देणारे तरी कोण कोण– याचा एकत्रित विचार केला म्हणजे, या सर्व प्रकाराला यादवी असेच नाव देता येईल. आज देशाला स्थिर असे शासन नाही आणि नजीकच्या काळात ते मिळेल, ही शक्यताही नाही. म्हणून निर्नायकी अवस्थेत यापूर्वी होता तसाच हा देश पुन्हा बेदिलीने पोखरला गेलेला आहे. कोण मित्र गळा कापेल याचा भरोसा नाही व शत्रू आपले शत्रुत्व मिटवून केव्हा गळ्यात गळा घालतील, हे सांगता येत नाही. विचारप्रणाली, ध्येयवाद, शब्दांची किंमत, देशाचे हित ह्या साऱ्या गोष्टी आता अस्तंगत झालेल्या दिसतात. तरीही या देशात एक किमान शासनव्यवस्था चालू आहे, ही आपल्यावर ब्रिटिशांनी केलेली कृपा आहे. त्यांनी निर्माण केलेली नोकरशाही आपण पूर्वीइतकी कार्यक्षम ठेवू शकलो नाही, तथापि आपण ती पूर्णपणे मोडीतही टाकू शकलो नाही. त्यामुळे येथे रेल्वे, टपाल, न्यायदान अशी काही तरी व्यवस्था शिल्लक आहे.

राजकीय कार्यकर्ते स्वत:च्या आणि पक्षाच्या स्वार्थासाठी ह्या न्यायव्यवस्थेत खूप ढवळाढवळ करतात व त्यामुळे प्रामाणिव अधिकाऱ्यांनाही कर्तव्य बजावताना अडचणी येतात. कोणी एखादा अधिकारी नेकीने वागू पाहील व कायद्याचे राज्य करील, तर राजकीय नेते हातांत असलेल्या सत्तेच्या बळावर त्याला काम करू देत नाहीत.

त्याचा हुरूप गळून जातो. मग तोही कायद्यावर बोट ठेवून काम करू लागतो व केवळ नोकरी टिकविणे, हेच त्याचे उद्दिष्ट राहते. एक तर तो कोडगा बनतो, लाचार बनतो; नाही तर भ्रष्टाचारात सामील होतो. सुव्यवस्था राखणारे पोलीस खाते हे दहशतवादी संघटना व गुंड ह्यांनाच साह्यभूत होते. कारण हे गुंड किंवा समाजकंटक राजकीय पुढाऱ्यांना हरतऱ्हेचे साह्य करीत असतात. मटका, हातभट्टी, स्मगलिंग, काळाबाजार किंवा सर्व सामाजिक गुन्हे मोठ्या प्रमाणात चालू आहेत. ते बंद करण्याच्या घोषणा अनेकवार करून झाल्या. पण त्या समाजकंटकांचे राज्य सुखाने चालू आहे, ते पोलिसांच्या सहकार्याशिवाय कसे चालू शकेल? पोलीस खात्यालाही हे सहकार्य राजकीय पुढाऱ्यांच्या दडपणामुळेच द्यावे लागते.

भ्रष्टाचाराबद्दलही आपण उगाच वल्गना करतो. बेकायदा काम करण्यासाठी लाचलुचपत द्यावी लागते, असा जो समज आहे; तोही खोटा आहे. कायद्याने जगू पाहणाऱ्यालासुद्धा जगायचे असेल, तर कोणत्या पातळीवर लाच ही द्यावी लागतेच. जेव्हा समाजामध्ये एखादा आचारधर्म रूढ होतो, तेव्हा तो सदाचारच मानला जाऊ लागतो. या देशाच्या लोकशाही निवडणुकीत एक हजार कोटी रुपयांपेक्षा अधिक रक्कम खर्ची पडते आणि ह्या रकमेवर जर ह्या देशाची लोकशाही अवलंबून असेल, तर आपला भ्रष्टचाराविरुद्धचा ओरडा खोटा असला पाहिजे. काही मंडळी स्वार्थासाठी पैसा खात नाहीत असा बोभाटा करतात व आपण केवळ पक्ष चालविण्यासाठी पैसा जमा केला, असा युक्तिवाद करतात. पक्षाला पैसा लागतोच आणि तो कुठून तरी येऊनच सर्व राजकीय पक्ष चालतात. सभासदांच्या वर्गणीतून पक्ष चालविणे, ही गोष्ट सर्वथा अशक्य आहे. पक्ष चालविणे हासुद्धा एक स्वार्थ आहे, कारण त्यामुळेच अनेक सत्तास्थाने मिळतात आपली व आपल्या परिवाराची स्थिती सुधारते. आज सदाचारी समजले जाणारे अनेक पुढारी अनेक संस्थांशी संबंधित आहेत. या संस्थाही पापमार्गातून आलेल्या पैशातूनच चालतात. ज्याला काहीच करावयाचे नाही, त्याला कदाचित चारित्र्यसंपन्न राहणे शक्य आहे; पण ज्याला पक्षीय यंत्रणेतून काही करावयाचे आहे, असा मनुष्य कळत-नकळत भ्रष्टाचारात गुंतलेला असतो. उद्योगपती वा व्यापारी हे कोणत्याही पक्षाला जेव्हा सढळ हाताने पैसे देतात, त्या वेळेस त्यांच्या अपेक्षा अगदी साध्या असातात. कोणताही उद्योगधंदा आज अनेक कायद्यांमुळे आणि अनिश्चित धोरणामुळे केव्हाही अडचणीत येऊ शकतो. परवाने, लायसेन्स, राष्ट्रीयीकृत बँकांची कर्जे, विस्तार व वितरण यांवरील निर्बंध या सर्वांतून उद्योगपती आणि व्यापारी यांना मुक्तता हवी असते. सभेत उद्योगपती आणि व्यापारी यांच्या विरुद्ध आरडाओरडा करणारे पुढारी ह्या धनिकांचे दासच असतात. ते आपली

प्रतिमा जास्तीत जास्त निष्पक्ष व न्यायी ठेवण्याचा प्रयत्न करतात आणि धनिकांची कामे गुपचुपपणे एखाद्या चपराशाप्रमाणे करतात.

लोकशाहीत संघटनेला महत्त्व आहे, निवडणुकीला महत्त्व आहे आणि हे तर सारे प्रचंड पैशाचे खेळ आहेत. पापाच्या पैशावर चालणारे राज्य कधीही शुद्ध असू शकत नाही. समाजवादी किंवा लोकशाही हे परवलीचे शब्द आता सडलेले आहेत, कारण या शब्दांचा उदो-उदो करण्यासाठी घेतल्या जाणाऱ्या सभासुद्धा धनिकांच्या पैशावरच घेतल्या जातात.

या देशात अनेक धंद्यांचे राष्ट्रीयीकरण झालेले आहे– खरे तर हे सरकारीकरण झाले आहे; ते पैसा मिळविण्याचे नवे कुरण निर्माण झाले, एवढेच. राष्ट्रीय भावनेशिवाय राष्ट्रीयीकरण शून्य किमतीचे असते, हे तथाकथित पुरोगाम्यांना समजत नाही, असे थोडेच आहे? ते अजूनही अधून-मधून राष्ट्रीयीकरणाच्या घोषणा करतात. राष्ट्रीयीकरण करून ताब्यात घेतलेल्या धंद्यात आपली किंवा पक्षाची माणसे घुसविता येतात. सरकारी कारखान्यात तोटा झाला तर विचारणारे कोणी नसते. सरकारी प्रकल्पातील रकमेत किमान दुप्पट रोजगारी निर्माण करता येईल.

स्वत:चा स्वार्थ साधूनसुद्धा कामगारांना अधिक सुविधा मिळाल्या असत्या व सरकारलाही कररूपाने अधिक प्राप्ती झाली असती. राष्ट्रीय भावना, समर्पित वृत्ती, कामावरील प्रेम, स्थिर व घट्ट भूमिका असलेले शासन यांच्या बळावर राष्ट्रीयीकरण यशस्वी होते. आज राष्ट्रीयीकृत कारखाने ही पुढाऱ्यांना हुंदडण्याची जागा झाली आहे. (ज्यांच्यामुळे दोनशेहून अधिक माणसे मृत्यू पावली व ज्यांनी लक्षावधी रुपयांचा अपहार केला.) चार-दोन कामगारांना योग्य कारणासाठी काढून टाकले, म्हणून श्री. मोहन धारिया यांनी मंत्रिपदाच्या तोऱ्यात पिंपरी योथील राष्ट्रीयीकृत हिंदुस्थान अँटिबाटिक्स या कारखान्याच्या अत्यंत कार्यक्षम अशा स्वामिनाथन् या अधिकाऱ्याचा चारचौघांत अपमान केला. परिणाम इतकाच झाला की, त्या कार्यक्षम अधिकाऱ्याने राजीनामा दिला आणि पाचपट अधिक पगारावर तो अमेरिकेत निघून गेला.

सहकारक्षेत्राचीही अवस्था हीच आहे. सहकार चळवळीतले सारे चैतन्य सरकारीकरणामुळे नष्ट झाले. सहकार चळवळीत प्रचंड प्रमाणात सरकारी पैसा वापरला जातो. अर्थातच नको तितक्या प्रमाणात आमदार-खासदार यांचा तिथे हस्तक्षेप असतो. भ्रष्टाचारी माणसांना केवळ ते 'आपले' म्हणून संरक्षण मिळते. सहकार चळवळीतील पैसा पक्षकार्यासाठीही वापरतात. परिणामी, सहकार चळवळी आता पक्षीय चळवळी झाल्या आहेत. तेथेही भ्रष्टाचार हाच परवलीचा शब्द झाला आहे.

भ्रष्टाचार या देशात इतका खोलवर रुजला आहे की, त्याचे अनैतिक

स्वरूपच आता नष्ट झाले आहे. ग्रामपंचायतीपासून लोकसभेपर्यंत प्रत्येक लोकप्रतिनिधीच्या मताची आज रुपयांत किंमत मोजता येते. प्रत्येक माणूस काही ना काही पैसे खाणार, हे गृहीतच धरले जाते. प्रमाणाबाहेर पैसे खाल्ले, तरच गवगवा होतो. त्यामुळेच चारित्र्यसंपन्न म्हणवून घेणारे पुढारी, म्हणजे पक्षासाठी प्रमाणित पैसे खाणारे लोक– एवढाच अर्थ मानायचा. साधेपणा हासुद्धा हळूहळू दुर्गुण होत चालला आहे. पुढाऱ्यांचा प्रवासासाठी लागणारा खर्च, त्यांना पोसावी लागणारी माणसे, प्रसिद्धी मिळविण्यासाठी लागणारा खर्च, पक्षांची शिबिरे-अधिवेशने-बैठका यांसाठी होणारा खर्च, यामुळेच 'भ्रष्टाचार' अपरिहार्य आहे. फक्त आपला पक्ष काय ते तो करत नाही, असे म्हणायचे असते. मनोमन सर्वांना माहीत असते– कोणताही पक्ष गैरव्यवहारावाचून चालवताच येत नाही. पक्ष म्हटला की, बहुमत हवेच. पैसे वाटून व मते विकत घेऊन बहुमत मिळविता आले नाही, तर निवडून आलेल्यांना पैसे देऊन विकत घेता येते. पाठीराख्यांची संख्या एका रात्रीत कशी वाढते, याचे रहस्य सहज समजून घेण्यासारखे आहे. मतभेदासाठी आपण पक्ष सोडला, असे म्हणणाऱ्यांच्या बँक खात्यात त्याच्या योग्यतेनुसार भर पडलेली असते. वसंतदादांचे मंत्रिमंडळ निर्माण झाले तेव्हा काय किंवा शरद पवारांचे मंत्रिमंडळ आले तेव्हा काय– केवळ तत्त्वपालनासाठी (!) किती रक्कम खर्ची पडली, हे पाहणे मोठे गमतीचे ठरेल. कधी कधी तर पैसे दिले नाहीत, तर संतापून पक्ष सोडणारे लोक असतात. प्रत्यक्ष पैसाच द्यावा लागतो असे नाही, तर पैसा मिळवून देणारे एखादे अधिकारपदही चालते. आज दिल्लीत पक्ष सोडण्यासाठी लक्षावधी रुपये इकडच्या तिकडे होताहेत. हे सारे पैसे, नको असलेले सरकार पाडण्यासाठी धनिक मंडळींच्या खिशातूनच सुटत असतात. धनशहांच्या नावाने आक्रस्ताळेपणाने कितीही ओरडा चालू असो, देशातल्या राजकारणाची उलथापालथ तेच करत असतात. अशांच्या भ्रष्टाचाराला तत्त्वज्ञान देण्याचे काम मधू लिमयांसारखे विचारवंत करत असतात. कोणत्याही उपायाने प्रसिद्धीच्या झोतात राहण्याची इच्छा असणारे पुढारी ह्या विळख्यात आपणहून जाऊन पडतात आणि मग केवळ शब्दांचा खेळ चालू होतो. सर्वसामान्य माणसे खरोखरच काही तरी मतभेद आहेत म्हणून कावरीबावरी होतात. त्यांना झुलवणे, हाच लोकशाहीतील मौल्यवान धर्म असतो.

आपली लोकशाही नासलेली आहे याचे मुख्य कारण त्यामागे उभा असलेला अनर्थकारी व्यवहार हेच होय. अगोदर अनेक वर्षे गुलामगिरीत वावरल्यामुळे येथील नागरिकाला स्वाभिमान नाही. कुणाला तरी पुढारी मानून त्याच्यावर

अवलंबून राहण्याची या देशातील सर्वांची वृत्ती आहे. जात, धर्म, प्रांत असे विघटनाचे सर्व प्रकार उपलब्ध आहेत. त्यात भाषिक द्वेष ही आपली नवी पैदास आहे. परदेशात पाहिलेली प्रत्येक नवी गोष्ट विचार न करता येथे आणून राबवण्याचा गुलामी उत्साह आपल्याजवळ भरपूर आहे. त्याचा परिणाम इतकाच होतो की, या देशाचे नेमके काय करावयाचे आहे याची इथे कुणालाही कल्पना नाही. संस्कृतिवाद्यांना सर्वच टिकवायचे आहे आणि पुरोगाम्यांना सर्वच मोडावयाचे आहे. बुद्धिवंतांना या देशात योग्य मान दिला जात नाही, म्हणून ते एकांतिक अशी नवी नवी खुळे निर्माण करून आपले महत्त्व वाढविण्याचा प्रयत्न करतात. 'नेहरू मूर्ख होत, असे चरणसिंगांनी आणि 'गांधी हे कालबाह्य आहेत' असे इतरांनी म्हणावेत यात विचारांचा भाग थोडा–व्यक्तिगत अहंकार मोठा.

या देशातील लोकांची प्रवृत्ती, त्यांचे गुण-दोष, देशातील साधन सामग्री, मतपरिवर्तनाचा मानसशास्त्रीय वेग, निसर्गाचा नियम या सर्वांतून निर्माण झालेली या देशाची नेमकी गरज शोधून काढल्याशिवाय आपल्या तरणोपाय नाही. पण अस्थिर राज्यकर्ते हे करूच शकत नाहीत, कारण त्यांचे सारे लक्ष स्वत:चे आसन टिकविण्यातच खर्च होते. लोकशाहीचा पराभव नाकर्तेपणाच आहे आणि या नाकर्तेपणातूनच लोक झोटिंगशाहीला शरण गेले, तर त्यांना दोष देण्यात काहीच हशील नाही. जे आफ्रिका आणि आशिया खंडात घडते आहे, त्याच हुकूमशाही राजवटीची जणू काही आपण प्रतीक्षा करतो आहोत. नेभळ्या लोकशाहीपेक्षा अन्यायी हुकूमशाही लोक कदाचित सुखाने स्वीकारतील, असे दिसते. भुकेने कासावीस झालेल्यांना राजवट कोणती हा विचार करण्याचे कारण नाही. अस्थिर अवस्थेत लोकमानस नेहमीच लोकशाहीविरोधी बनते. आज देशापुढे ज्यांनी ही परिस्थिती आणली; त्यांना कदाचित हे माहीतही नसेल की, ते हुकूमशहाला निमंत्रण देताहेत– मग तो हुकूमशहा इंदिरा गांधी असेल, ज्योती बसू असेल किंवा देवरस असेल. परंतु आज ज्यांनी जनता पक्ष फोडला, त्यांच्यावरच या संकटाची जबाबदारी येऊन पडणार. तत्त्वामागे एक तर सत्याचे बळ असावे किंवा शक्तीचे. भेकड आणि निसरडे तत्त्व म्हणजेच अराजकाला निमंत्रण. संधीची वाट पाहणारे हुकूमशहा अशा वेळी ताबडतोब पुढे येतील. आज पायघड्या घालून मधू लिमयांनी या देशातील एका राक्षसाला निमंत्रण दिले आहे. फर्नांडिस, मृणाल गोरे यांनी कमानी उभारून दिल्या आहेत. आता फक्त आपण रंगमंचावर कोण आसुरी शक्ती येते, याची वाट पाहायची.

(२६ ऑगस्ट, १९७९)

लिमयांचे राक्षसाला निमंत्रण / १९१

३५

धारियांचे वचनभंगाचे राजकारण

'जाणार-जाणार' असे म्हणत असलेले मोहन धारिया अखेरीस जनता पक्ष सोडून गेले.

गेले दोन महिने धारिया एका मानसिक गोंधळाच्या अवस्थेत होते, परंतु निर्णय घेण्याची त्या वेळेस त्यांच्याजवळ शक्ती नव्हती. त्यामुळे आपण काही तरी विशेष तत्त्वांच्या आग्रहासाठी अस्वस्थ झाल्याचा देखावा त्यांनी केला. बुडू लागलेल्या बोटीतून उंदीर पळ काढतात, कारण त्यांचे सहावे इंद्रिय त्यांना ती सूचना देते म्हणतात. मोहन धारिया यांना जनता पक्ष हळूहळू बुडू लागलेला आहे याची जाणीव असल्यामुळेच ते पक्ष सोडण्याची तयारी करू लागले होते. त्यासाठी काही नैतिक आणि तात्त्विक भूमिकाही शोधण्याचा त्यांनी प्रयत्न केला. आता जनता पक्षात राहून खासदार होता येणे शक्य नाही, हे त्यांच्या लक्षात आले असावे. पुणे मतदार संघाशिवाय कोणत्याही मतदारसंघात उभे राहण्याची त्यांच्यात हिंमत नाही. पुण्यातील स्थानिक परिस्थिती पाहता, जनता पक्षाला मातब्बर उमेदवार मिळाला, तरच यशाची संधी आहे. एरवी पक्षनिष्ठा दाखवून जनता पक्षात पक्षाने ठरविल्याप्रमाणे, पुण्यातून उमेदवारी जाहीर करावी लागणार असल्यामुळे व्यवहारचतुर मोहन धारियांनी जनता पक्षातून पळ काढण्याचे ठरविले आहे.

जनता पक्षाची लाट होती व अन्यत्र दोन-दोन लाख मतांनी जनता उमेदवार निवडून आले, त्या वेळेससुद्धा मोहन धारिया पुण्यासारख्या जनता पक्षाच्या बालेकिल्ल्यात अवघ्या

पन्नास हजार मतांनी निवडून आले होते. मोहन धारियांच्या मागे कोणताही पक्ष नाही. जोपर्यंत ते काँग्रेसमध्ये होते, तोपर्यंत काँग्रेस पक्षाचा सारा संच त्यांना राबवता आला. आता जनता पक्षाच्या सदिच्छा आणि सर्वसामान्य विचारी माणसांचा पाठिंबाही मोहन धारिया गमावून बसले आहेत. आपण कोणत्याही पक्षात सामील झालो नाही आणि लढवलीच तर स्वतंत्रपणे निवडूक लढवू, असे त्यांनी जाहीर केले आहे. अजून राजकीय चित्र तितकेसे स्पष्ट झालेले नसल्यामुळे त्यांनी स्वतंत्र राहण्याचा पवित्रा घेतला आहे. तो त्यांच्या राजकीय कपटविद्येचा एक भाग आहे. आता अन्य कोणत्याही पक्षाचा पाठिंबा मिळविण्यासाठी त्यांनी आपली पाटी कोरी केली आहे. इंदिरा काँग्रेस वा जनता एस. यांपैकी कोणाचाही पाठिंबा ते आयत्या वेळेस घेतील, यात शंका नाही. अन्य पक्षांजवळ तसा कोणी मातब्बर उमेदवार नाही, असा मोहन धारियांचा कयास त्यांच्या या स्वतंत्र भूमिकेत असला पाहिजे. त्यातही इंदिरा काँग्रेसचा पाठिंबा घेऊन किंवा इंदिरा काँग्रेसमधे प्रवेश करून ते आपली खेळी पुरी करतील, असे वाटते. तसे त्यांचे- इंदिराजींचे संबंध अजूनही शाबूत आहेत.

तरुण तुर्कांनी मागे जे काँग्रेसमध्ये बंड केले, त्याचाच फायदा घेऊन इंदिराजींनी सर्व विरोधकांना नेस्तनाबूत करून एकाधिकारशाही प्रस्थापित केली. काँग्रेसची इमानेइतबारे सेवा करणाऱ्या अनेकांना त्या वेळेस अंधारात जावे लागले. तनखेबंदी आणि बँक राष्ट्रीयीकरण या दोन फसव्या मुद्द्यांवर इंदिराजींची प्रतिमा उजळ करण्यात मोहन धारिया अग्रभागी होते. पण पुढे त्याच इंदिराजी हुकूमशहा बनल्या, तेव्हा हे आपण भलतेच काय केले, असा प्रश्न तरुण तुर्कांच्या पुढे पडला. अलाहाबाद हायकोर्टाचा निर्णय लागल्यानंतर इंदिराजींनी पंतप्रधानवरून दूर व्हावे, म्हणून काँग्रेसअंतर्गत खासदारांनी इंदिराजीविरोधी भूमिका घेतली. काँग्रेस खासदारांची बैठक भरवून इंदिराजींना विरोध करण्याचा धारिया वगैरे तथाकथित तरुण तुर्कांनी प्रयत्न केला. त्यामुळे इंदिराजींना आणीबाणी पुकारण्यावाचून गत्यंतर राहिले नाही, जेव्हा कधी आणीबाणीचा सविस्तर आणि शास्त्रशुद्ध इतिहास लिहिला जाईल, तेव्हा इंदिराजींना पुरोगामी प्रतिमा देणारे तरुण तुर्क आणीबाणीला तशा अर्थाने जबाबदार होते, हे नमूद करावे लागेल.

प्रत्येक राजकीय परिस्थितीचा स्वतःच्या प्रतिमेसाठी उपयोग करून घेण्याचे मोहन धारियांचे कौशल्य वादातीत आहे. इंदिराजी वचनपूर्तीचे राजकारण करीत नाहीत, म्हणून मोहन धारियांनी काँग्रेसचा राजीनामा देऊन हौताम्य मिळवले होते. पुढे अज्ञातवास, कारागृहवास हे त्यांच्या आयुष्यात घडल्यामुळे पुण्याहून

त्यांना उमेदवारी देणे अपरिहार्य झाले. त्या हौतात्म्याच्या बळावर ते निवडूनही आले. या निवडणुकीच्या वेळेससुद्धा, 'मीच उभा आहे असे समजून तुम्ही धारियांना मते द्या', असे रामभाऊ म्हाळगी यांना पुणे इथे येऊन सांगावे लागले. जनसंघ गटाला धारिया कधीही विश्वासपात्र गृहस्थ वाटलेले नव्हते; तरीही काँग्रेसचा उमेदवार पाडणे, हे राष्ट्रीय कर्तत्व मानून जनसंघ गटासकट सर्वांनीच त्यांच्यासाठी प्रचाराची शर्थ केली. मोहन धारियांना त्या काळी मिळालेल्या मतांत जनसंघ गटाचा फार मोठा वाटा होता, हे त्यांनीही कबूल केले आहे. जनसंघ गटाला अलग करण्याची जी राष्ट्रीय प्रक्रिया चालू आहे, तिचा आपल्याला फायदा मिळवता येईल किंवा काय, असा धारियांचा डाव आहे. म्हणून त्यांनी 'दुहेरी निष्ठा आणि घटकवाद' याचे नाव घेऊन जनता पक्षाचा राजीनामा दिला आहे.

मोहन धारिया यांच्याजवळ पुढारीपणाला लागणारे अनेक गुण आहेत. त्यांचे बोलणे आर्जवी आहे. व्यक्तिमत्त्व आकर्षक आहे. ते तडफदार वक्ते नसले तरी समोरच्या श्रोत्यांच्या अपेक्षेबरहुकूम हव्या त्या पट्टीत बोलण्याची त्यांची शैली आकर्षक आहे. डामडौल किंवा विलासी जीवनक्रम ते आचरताना दिसत नाहीत. त्यांच्याशी बोलताना काँग्रेसवाल्यांचा कळकटपणा कधीही जाणवत नाही. निवडणुकीच्या तंत्रात तर ते वाकबगार आहेतच. अतुर संगतानीसारख्या धनवान माणसाकडे त्यांची निवडणूक-यंत्रणा असते. ते स्वत: हवे तितके पैसे उभे करू शकतात व इतरांच्या निवडणूक फंडालाही साह्य करू शकतात याचा मी स्वत: अनुभव घेतलेला आहे. प्रामाणिकपणाचा ते इतका देखावा करतात की, सावध माणसेसुद्धा त्यांना सहज वश होतात. पुरोगामित्वाचे त्यांनी एक वलय निर्माण केले आहे व योग्य त्या वेळेस त्याचा उपयोग करायला ते कधीही मागे-पुढे पाहत नाहीत. इतके सारे गुण असूनसुद्धा मंत्री म्हणून ते कोणत्याही कालखंडात फारसे यशस्वी झाले नाहीत. अशक्य व स्वप्नाळू योजना राबण्याचा त्यांना मोह होतो आणि त्यांचे व्यवहारी सहकारी त्यांच्या या योजनांना म्हणून साथ न देता हास्यास्पद ठरवून टाकतात.

जनता पक्षाच्या शासकीय कारभाराबद्दल ज्यांच्याविरोधी मला प्रथम लिहावे लागले, ते म्हणजे मोहन धारिया हेच होत. 'भाषणे पुरेत, कृती हवी' अशा तऱ्हेचा एक लेख तेव्हा मी 'सोबत'मध्ये लिहिला होता. जीवनोपयोगी वस्तूंच्या वाटपासंबंधीचे महत्त्वाचे खाते त्यांच्या हातांत होते. पण ते खाते त्यांनी समाधानकारकपणे चालवले नव्हते. ज्या सामाजिक वितरणाचा त्यांनी गाजाबाजा

केला, ती स्वस्त किमतीची पन्नास हजार दुकाने कधी प्रत्यक्षात अस्तित्वात आलीच नाहीत आणि त्यांतल्या स्वस्त किमतीच्या वस्तू तर केवळ काल्पनिकच होत्या. पन्नास हजार दुकाने एकदम काढणे, ही काही सोपी गोष्ट नाही. कमीत कमी लाख-दोन लाख प्रामाणिक माणसे, उद्योगपतींवर दबाब आणून त्यांच्याकडून योग्य दरात वस्तू मिळविण्याची यंत्रणा व या सर्व योजनेला लागणारे प्रचंड भांडवल याची काही तरतूद न करता त्यांनी ही योजना जाहीर करून टाकली. त्यांना समक्ष भेटीत 'देशातल्या राज्यांच्या राजधान्यांपुरतीच जर ही योजना तुम्ही राबवली असती, तर कदाचित ती यशस्वी होण्याची शक्यता होती.' असे मी विचारले, त्यावर ते नुसते हसले होते. कारण प्रत्यक्षात ही योजना यशस्वी होईल किंवा व्हावी, अशी त्यांना सुतराम खात्री नव्हती. वृत्तपत्रांत हेडलाईन यावी, एवढीच त्यांची महत्त्वाकांक्षा होती. त्याप्रमाणे वृत्तपत्रांनी या योजनेला अवास्तव प्रसिद्धी दिली, अग्रलेख लिहिले; परंतु थोड्याच दिवसांत लक्षात आले ते हे की, त्यांची पन्नास हजार दुकाने म्हणजे चालू असलेल्याच दुकानदारांना त्यांनी दिलेली मान्यता होती. आणि तेथेही फक्त दोन-तीन वस्तूच उपलब्ध झाल्या. त्यांचाही आठ-दहा दिवसांत तुटवडा पडला आणि ही योजना प्रत्यक्षात येण्याच्या आधीच विरघळून गेली. जनता पक्षाच्या एरवीच्या चांगल्या कारभाराला काही शब्दशूर माणसांनी जे गालबोट लावले, त्यांत दुर्दैवाने आमचे मित्र मोहन धारिया हेही होते; म्हणून जनता पक्षाचे राज्य लोक कौतुकाने न्याहाळत असतानाच धारियांच्या विरुद्ध हा लेख तेव्हा लिहावा लागला होता.

आता ही गोष्ट खरी आहे की, असल्या योजना तडकाफडकी यशस्वी होत नाहीत. लोकशाहीत कोणत्याही रचनात्मक कार्याची गती मंद असते. ही गती लक्षात ठेवूनच पुढाऱ्यांनी शब्दांचा वापर संयमाने करायला हवा, नाही तर लोकांचा अपेक्षाभंग होतो. वचनपूर्तीच्या राजकारणाबाबत धारिया नेहमी बोलतात; पण त्यांच्या हे लक्षात आले नाही की, नेत्यांनी वचन देण्यापूर्वी दहादा विचार करावा, साधनांची जुळवाजुळव करावी, शक्यतांचाही विचार करावा– मगच त्यांनी वचन द्यावे. एका भिकाऱ्याने दुसऱ्या भिकाऱ्याला लाख मोहरा देण्याचे वचन दिले, तर केवळ शब्दांची हौस भागते. असल्या वचनांची पूर्तता होणार कशी? राजकीय धोरणे काय ठरतात यापेक्षा या धोरणांच्या अंमलबजावणीसाठी कोण किती खर्ची पडते, यावरच ज्याच्या-त्याच्या कर्तृत्वाचा विचार करायला पाहिजे. धारिया अयशस्वी झाले, हेच त्यामुळे उत्तर निघते.

धारिया जनता पक्षातून गेले. ते आज ना उद्या जाणारच होते, कारण

त्यांच्या डोक्यात संघ-जनसंघ द्वेषाचा किडा पूर्वीपासून वळवळत होता. इतरांचे एक ठीक आहे, पण धारियांच्याबाबत आमच्या काही अपेक्षा आहेत. धारिया वकील आहेत, चांगल्यापैकी लेखक आहेत, म्हणण्यासारखा कोणताही भ्रष्टाचाराचा गुन्हा त्यांच्या हातून घडलेला नाही. (निवडणुकीतील पैसे कसे जमवायचे व कसे खर्च करायचे, हा प्रश्न सोडूनच द्यायचा. कारण त्यात भारतातील सर्वच पुढारी गुन्हेगार ठरतील) म्हणून धारिया जेव्हा घटकवाद व दुहेरी निष्ठा असले प्रश्न काढतात, तेव्हा त्यांच्याकडून काही सुसंगत आरोपपत्रांची मागणी करावीशी वाटते. संघ-जनसंघाची देशभक्ती, शिस्त, समर्पित वृत्ती एका बाजूला आणि इतरांच्या म्हणण्याप्रमाणे त्यांचा हिंदुराष्ट्रवाद दुसऱ्या बाजूला आहे असे जरी मानले; तरी या देशापुढे हिंदुराष्ट्रवादाचे संकट खरोखरीच आज उभे राहिले आहे काय? पाकिस्तानप्रमाणे इथल्या मुसलमानांची कत्तल केली जाते काय? त्यांच्या मिळकती लुटल्या जातात काय? आज देशाला प्रामाणिक, त्यागी माणसांची गरज आहे– भले त्यांच्या हिंदुराष्ट्राच्या काव्यात्मक कल्पना असतीलही– अशा वेळेला या माणसांना अलग पाडून देशाचे हित होईल की अहित? इंदिरा गांधी, चरणसिंग, राजनारायण, मधू लिमये असल्या निसरड्या माणसांच्या हातांत सत्ता जाणे खरोखरच धारियांना इष्ट वाटते काय? खरोखरच संघाची हिंदुराष्ट्राविषयीची कपोलकल्पित मागणी उद्या आक्रमक आणि हिंसक झाली, तर धारियांनी प्राणपणाने संघ जनसंघाविरुद्ध उभे राहावे; पण साप म्हणून भुईला धोपटणे कितीसे शहाणपणाचे आहे? प्रजा-समाजवादी पक्ष सोडून धारिया काँग्रेसमध्ये गेले, ते म्हणे काँग्रेससारख्या महाकाय संघटनेला समाजवादी करण्यासाठी. केवढी बरे ही महत्त्वकांक्षा! मग संघालाच सेक्युलर करण्याची महत्त्वाकांक्षा बाळगून धारिया जनसंघात का जात नाहीत? संघाला नेस्तनाबूत करून क्षणाक्षणाला इमान विकणाऱ्या मूर्ख माणसांचे राज्य या देशात यावे, अशी तर धारियांची इच्छा नाही?

ज्या घटकवादाचा धारिया यांना उमाळा आलेला आहे, त्यात धारियांचे हात तरी स्वच्छ आहेत काय? सुभाष सर्वगौड वास्तविक शिवसेनेचे! त्यांना आमदारकीचे तिकीट मिळवून देण्यासाठी धारियांनी कोणत्या कारणासाठी प्रयत्न केला? धारियांचे निवडणूक-अधिकारी अतुर संगतानी यांना कौन्सिलरपद कसे मिळाले? पुणे जिल्ह्याच्या आणि कॉर्पोरेशनच्या निवडणुकांचे तिकीटवाटप धारियांनी निष्पक्षपातीपणे केले, असे ते तरी म्हणू शकतील काय? सर्व राज्यपालपदे मोरारजींनी संघटना काँग्रेसच्या माणसांना दिली, तेव्हा त्या वेळेस मोहन धारिया यांनी आवाज उठवल्याचे ऐकले नाही. निवडून आलेल्या आमदारांच्या संख्येच्या

बळावर अगदी लोकशाही मार्गाने उत्तमराव पाटील महाराष्ट्राचे मुख्यमंत्री होत होते, ते न होऊ देण्यासाठी ज्यांनी खटपट केली; त्यांत मोहन धारिया अग्रभागी होते. आपली माणसे महत्त्वाच्या जागांवर यावीत यासाठी प्रत्येकाने आपापल्या परीने खटपट केली आहे. यात मागे-पुढे कोणीही नाही. उगाचच आपण तेवढे उदार आणि दुसरे तेवढे संकुचित, अशी भूमिका घेण्यात अर्थ नाही. ही गोष्ट खरी आहे की, जनसंघवाले त्यांतल्या त्यात एकत्र असतात, ते एकमेकांचे पाय ओढत नाहीत; अनुभवी, वरिष्ठ नेत्यांच्या आज्ञा ते मानतात– म्हणून त्यांच्या सौदेबाजीची शक्ती वाढते. लहानपणी घेतलेले समाजवादाचे धडे धारियांना विसरता येत नाहीत, तेव्हा लहानपणी संघस्थानावर जाऊन घेतलेले संघभावनेचे धडे जनसंघवालेही विसरू शकत नाहीत– हे त्यांच्या कसे लक्षात येत नाही? अगदी जनसंघाने संघाशी फारकतनामा लिहून दिला, म्हणून धारिया वगैरे लोकांचा त्यावर विश्वास बसणार आहे काय?

जनता पक्षाला जेव्हा लोकांनी मते दिली, तेव्हा जनता पक्षात जनसंघ हा गट सामील झालेला होता, हे त्यांनी गृहीत धरलेले होते. आणि जनसंघाची जी काही मते आहेत, ती मतदारांना ज्ञात होती. त्यांनी मते दिली, त्या क्षणापासून जनसंघाने काही नवा बखेडा निर्माण केला असल्यास याबद्दल नागरिक जाब विचारू शकतात. सर्वसामान्य माणसाच्या दृष्टिकोनातून पाहिले, तर संघ-जनसंघाबद्दल चालू असलेला हा आरडाओरडा या घटकेला तरी त्यांना निरर्थक वाटतो. उलटपक्षी, गेल्या चोवीस-पंचवीस महिन्यांतील जनसंघांची भूमिका जनता पक्षाला उपकारकच आहे. सरसंघचालक बाळासाहेब देवरसांची अनेक वक्तव्ये संघातील बदलाची सूचक आहेत, म्हणून या सर्व घटनांचे स्वागत करायला हवे. त्याऐवजी संघ-जनसंघाला अलग करण्यात संघ-जनसंघात होणारी बदलाची क्रिया आपण खंडित करतो, याचेही या लोकांना भान नाही. बंदी, आरोप किंवा अलग करण्याचे डाव हे नेहमीच संघासारख्या संघटनेला फायदेशीर होतात; कारण त्यांची एकजूट वाढते. त्या संघटनेतील बंडखोरांना शह बसतो व संघटना परंपरावाद्यांच्या हातांत जाते. आमचे शब्दशूर लोहियावादी दुर्दैवाने संघ-जनसंघाला अधिक एकसंध करीत आहेत, असेच म्हणता येईल.

देशाच्या काही विलक्षण काही अवस्थेत आपण विभिन्न मतांची माणसे एकत्र आणली, हे विसरून कसे चालेल? तो आपत्काल संपून पुन्हा एकदा सारे स्थिरस्थावर झाले असते म्हणजे मग निवांतपणे संघ-जनसंघ यांच्यावर काय आरोप करायचे, ते करता आले असते. इंदिराजींची एकाधिकारशाही नष्ट करण्याचे तर

राहोच, पण दुबळी करण्याचेसुद्धा आपल्याला जमले नाही; उलट एका आपत्काळातून तावून-सुलाखून इंदिराजींची एकाधिकारशाही नव्या अवसानाने बाहेर आली आहे. आणीबाणीतील अत्याचार, बन्सीलाल-शुक्ल यांची मुजोरी, वृत्तपत्रस्वातंत्र्याचा संकोच यांबद्दल काल-परवापर्यंत इंदिराजी शरमिंद्या होत्या, अधून-मधून त्या दिलगिरीही व्यक्त करीत होत्या. आता त्या उन्मत्तपणाने आपल्या साऱ्या पापांची तरफदारी करू लागल्या आहेत. याचाच अर्थ, इंदिरा गांधींचे पारिपत्य करण्यासाठी लोकशाही शक्ती पुन्हा एकदा जाग्या कराव्या लागणार आहेत. हातांतले काम अर्धवट सोडून भलत्याच प्रश्नात लक्ष घालून जनतेला दिलेले अभिवचन लोहियावाद्यांनी पूर्णपणे मोडलेले आहे. वचनपूर्तीच्या राजकारणाचा गवगवा धारिया नेहमी करतात. जनतेला त्यांनी वचन तरी कोणते दिलेले होते? संघाचा बंदोबस्त करण्याचे काय? का देशात राष्ट्रपती राजवट आणण्याचे? त्यांचे वचन होते एकाधिकारशाहीच्या नाशाचे, स्थिर सरकार देण्याचे, लोकांचे दारिद्र्य आणि हाल-अपेष्टा कमी करण्याचे. अगदी संघ-जनसंघाच्या दुहेरी निष्ठा गृहीत धरल्या आणि संघवाले अगदी जातीय आहेत असेही गृहीत धरले, तरी जनता पक्षाने कबूल केलेले काम करण्याचे सोडून हा भलताच उद्योग आताच हाती घेण्यात आला! मग सांगा धारियाजी, तुम्ही वचनपूर्ती केलीत, का वचनभंग केलात? शब्दांची कसरत करून तुम्ही लोकांना किती फसवणार? या देशातील राजकीय इतिहासात तुमची नोंद काय म्हणून करायची? काँग्रेसला कधी नव्हे तो एक पर्यायी पक्ष निर्माण होण्याची शक्यता झाली होती. तो पक्ष उद्ध्वस्त करून तुम्ही इंदिराजींचे हात मजबूत केलेत, का जनता पक्षाला मोडून काढून इंदिराजींचेच हात बळकट करण्याची तुमची मनीषा होती? एकदा तुम्ही इंदिरा गांधींना असेच डोक्यावर घेतले होतेच. त्यांच्या डोक्यात हवा भरली होती आणि त्यांच्याकरवी मोरारजी, निजलिंगप्पा, रेड्डी हकालपट्टी केली होतीत. नंतर त्याच प्रतिगामी मोरारजींच्या हातांखाली मंत्री यांची म्हणून वावरताना तुम्हाला अवघडल्यासारखे झाले नाही. आता मोरारजी गेले तेव्हा कुणाच्या हाताखाली परत काम करावे, हा तुमच्या पुढे प्रश्न आहे. अशा वेळेला तुम्हाला माताजींची आठवण होणे स्वाभाविक आहे, कारण तुमचे जुने नाते तुमच्या पक्के लक्षात आहे. आमच्याही आहे.

(३० सप्टेंबर, १९७९)

-०-०-०-

३६

एका राजकीय 'गोंधळ्या'चा उदे-उदे!

जनता पक्षापुढे पुन्हा एकदा पेचप्रसंग उभा आहे. जनता संसदीय पक्षाचे अध्यक्ष जगजीवन रामबाबू दोलायमान मन:स्थितीत आहेत.

हेमवतीनंदन बहुगुणा यांनी केलेल्या फितुरीबद्दल जर इंदिराजींनी त्यांना योग्य ते पारितोषिक दिले असते, तर जगजीवन रामबाबू इंदिरा गोटात केव्हाच दाखल झाले असते.

इंदिराजी स्वत: कोणाला प्रलोभने दाखवीत नाहीत, पण त्यांच्या सहकाऱ्यांमार्फत भिन्न-भिन्न पक्षांतील व्यक्तींना प्रलोभने दाखवून मोहात पाडीत आहेत आणि त्यांनी देऊ केलेले आमिष खरे वाटावे, असे धोरण इंदिराजी आखीत आहेत.

संरक्षणमंत्र्यांची जागा त्यांनी रिकामी ठेवली आहे बाबूजींनी संरक्षण मंत्रालयाचा कारभार उत्तम रीतीने केला, अशी जाहिरात त्यांच्या गोटातून केली जाते. या सर्वाचा परिणाम आधीच अस्वस्थ असलेल्या बाबूजींना अधिक अस्वस्थ करण्यात होतो आहे. जनता पक्ष सोडून नवा पक्ष स्थापन करावा, म्हणजे बरोबरीच्या नात्याने इंदिरा काँग्रेसमध्ये प्रवेश करता येईल किंवा निदान आपले स्वातंत्र्य अबाधित ठेवून सत्ताही मिळवता येईल, असा विचार त्यांच्या मनात आला होता. पण स्वतंत्र पक्ष काढून चरणसिंगांचेही भले झाले नाही किंवा वेगळा गट स्थापन करून बहुगुणांचेही भले झाले नाही, म्हणून त्यांनी विचार पालटला. या घटकेला तरी डावे कम्युनिस्ट आणि जनता पक्ष याशिवाय कोणत्याही पक्षाला

विरोधक म्हणून काही प्रतिष्ठा मिळणार नाही. म्हणून त्यांनी नवा पक्ष काढण्याचा बेत तहकूब केला असावा. जगजीवन रामबाबूंबद्दल गेले कित्येक दिवस अनेक बातम्या उठत होत्या आणि बाबूजी त्या खोट्या असल्याची ग्वाही देत होते. राजकारणात आरोप आणि इन्कार यांचे असे नाटक चालत असते.

परंतु बाबूजी हे भरवशाचे गृहस्थ कधीच मानले गेले नाहीत. निवडणुकीचा ज्वर वाढू लागलेला असतानाच ७७ च्या निवडणुकीत त्यांनी इंदिरा काँग्रेस सोडून सी. एफ. डी. स्थापन केली आणि जनता पक्षाशी सहकार्य केले, कारण त्या वेळेस इंदिरा गांधी पडतील– निदान पडाव्यात– असा त्यांचा राजकीय अंदाज होता. सत्ताचक्रात सत्तेचा तोल ज्या बाजूकडे ढळतो तिकडे बाबूजी जातात आणि सत्तेतील महत्त्वाचा वाटा काबीज करतात. 'हुकमी दलित मतांच्या पाठिंब्यावर' त्यांनी सर्वांत जास्त वर्षे अधिकारपदे भोगली. सत्तेशिवाय राहणे त्यांना फार जड जाते. बाबूजींचा पाठिंबा म्हणजे हरिजन खासदारांचा पाठिंबा, असे त्यांचे एके काळी विशेष स्थान होते. त्यांच्या स्थानाला वेळोवेळी शह देण्याचे अनेक प्रयत्न झालेले आहेत, परंतु त्यांनी ते चातुर्याच्या बळावर आजपर्यंत हाणून पाडले. दलित समाजाचा म्हणावा तितका पाठिंबा एक तर आता उरलेला नाही आणि जातीय राजकारणाच्या मर्यादासुद्धा सर्वांच्या लक्षात येऊ लागल्या आहेत. बाबूजींची साथ मिळाली तर हरिजनांचा कैवारी अशी पक्षप्रतिमा मिळवणे एके काळी सोपे जात होते. आपले नेतृत्व आता ओसरले आहे, हे देशात कोणीच व कधीच मान्य करीत नाही; तसेच बाबूजीही मान्य करीत नाहीत. आपल्यामागे आपल्या जमातीचे खूप बळ आहे, हे दाखवण्याचा चरणसिंगांनी काय कमी प्रयत्न केला? पण एखाद्या जाती-जमातीच्या बळावर या विशाल देशाचे नेतृत्व करता येत नाही, ही गोष्ट आता उघड होऊन चुकली आहे आणि बाबूजींच्या मागे त्यांची जमातसुद्धा एकदिलाने उभी नाही.

जगजीवन रामबाबू जेव्हा जनता पक्षात आले, तेव्हा ते पंतप्रधानकीची गाजरे मनातल्या मनात खात होते. मोरारजी नकोत म्हणून बाबूजी चालतील, अशी भूमिका त्या वेळेस काही जणांनी घेतली; पण चरणसिंग आडवे आले. चरणसिंग आणि बाबूजी यांच्या भांडणात मोरारजींचा फायदा झाला, एरवी मोरारजी कोणालाच नको होते. चरणसिंग किंवा बाबूजी यांच्यापैकी कोणीही पंतप्रधान झाला असता, तर जनता पक्ष दोन वर्षेसुद्धा टिकला नसता इतके चरणसिंग आणि बाबूजी यांचे वैर तीव्र आहे. हे दोघेही सत्तालोभी, स्वार्थी आणि जातीय राजकारणात मुरलेले आहेत. देशाचा समग्र विचार करण्याची आणि

सर्वांना घेऊन पक्ष चालविण्याची या दोघांचीही कुवत नव्हती, म्हणून थोड्या नाखुशीने पंतप्रधान म्हणून मोरारजी मान्य झाले. मोरारजी मूळ स्वभावधर्माशी चिकटून राहिले असते, तर जनता पक्षात कदाचित एवढे पेचप्रसंग निर्माण झाले नसते. आपण एका नाजूक स्थितीत पंतप्रधानपद स्वीकारले आहे याची त्यांना सदोदित जाणीव होती आणि म्हणूनच कोणतेही घट्ट निर्णय त्यांना घेता आले नाहीत. घाई-गर्दीने इंदिरा गांधींना केलेली अटक आणि कोर्टाने केलेली त्यांची सुटका हा दुर्दैवी प्रसंग प्रत्येक मंत्र्याला दिलेल्या फाजील स्वातंत्र्यातून घडला. वास्तविक, बाबूजींच्या मनात तेव्हाच पंतप्रधान व्हायचे होते. ती इच्छा अतृप्त राहिली आणि म्हणून ते मनाने जनता पक्षाशी एकरूप कधीच झाले नाहीत.

एकट्या मोरारजींच्या हातांत जनता पक्ष आणि जनता शासन असते तर कदाचित जनता पक्षाची वाताहत झाली नसती. मोरारजींचे निर्णय थोडे अरेरावी आणि उर्मट असतात, असा एके काळी प्रवाद होता; परंतु शासकाला काही निर्णय तसेच घ्यावे लागतात. लोकशाहीच्या चुकीच्या आणि भोंगळ विचारपद्धतीमुळे जनता पक्षात वेगवेगळ्या गटांचे वर्चस्व कायम राहिले आणि हे वर्चस्वच जनता पक्षाच्या विनाशाला कारणीभूत झाले. जनता पक्षनेते भांडत होते त्यामागे काही तात्त्विक अधिष्ठानेही नव्हती आणि त्या भांडणात पक्षाचा इतका वेळ गेला की, देशाने दिलेल्या अभूतपूर्व संधीचा कोणताही फायदा जनता पक्षाने मिळविला नाही. इंदिरा गांधींना सत्ता मिळविण्यासाठी काही करावेच लागले नाही. फक्त जनता पक्ष आपापसांत भांडून दुबळा होईपर्यंत थांबावे लागले, इतकेच आणि हस्ते-परहस्ते या भांडणाची प्रक्रिया त्या वाढवीत राहिल्या. जनता पक्षाचे अस्तित्व पुसून टाकणे, हे त्यांचे आजचे पहिले उद्दिष्ट आहे. जनता पक्ष म्हणजे काँग्रेसविरोधात जमा झालेल्या संघटित शक्ती– असे समीकरण आहे. आज जनता पक्ष विघटित झालेला आहे, ही गोष्ट खरी असली तरी सर्व विरोधकांनी एकत्र येण्याची कल्पना अजून नष्ट झालेली नाही. या कल्पनेवर घाव घातल्याशिवाय इंदिराजींचे आसन स्थिर होणार नाही, असे त्यांना वाटते. बाबूजींसाठी लावलेला सापळा यासाठीच होता आणि अजूनपर्यंत या सापळ्यापासून दूर राहिलेले बाबूजी कायमचेच दूर राहतील.

इंदिरा काँग्रेसमध्ये प्रवेश करून आज फायदा मिळविण्याची काही शाश्वती नाही. स्वत:ला इमान देणाऱ्या इंदिराभक्तांना सोडून बाबूजी, बहुगुणा यांसारख्या बेइमान माणसांना त्या तरी काय म्हणून जवळ करतील? उत्तर प्रदेशातले राजकारण हे बेइमानीचेच राजकारण आहे आणि ते इंदिरा गांधींना माहीत नाही,

असे थोडेच आहे? म्हणून बाबूजी द्विधा मन:स्थितीत आहेत. बाबूजींच्या या द्विधा मन:स्थितीवर मात करण्याकरता निवडणुकीपूर्वीच जनता पक्षाने बाबूजींना पंतप्रधानकीची वस्त्रे नेसविली होती. त्यामुळे जनता पक्षाने सवर्णीयांची मते मात्र गमावली. पण या बिनबुडाच्या जनता संसद पक्ष-प्रमुखाला टिकवून धरण्यासाठी जनता पक्षाने ती किंमत दिली.

या देशात जेव्हा कोणाला पक्ष सोडायचा असतो, तेव्हा संघ आणि जनसंघ हे साधन वापरायचे– हा आता प्रघातच पडला आहे. खरे तर सर्वच काँग्रेसवाल्यांना आणि समाजवाद्यांना संघ नेहमीच शत्रू वाटत आला आहे. सोईनुसार जनसंघाला जवळ करायचे आणि अडचणी उत्पन्न झाल्या की, त्यावर दुगाण्या झाडायच्या –या पद्धतीचाही आता आपल्याला परिचय आहे. संघ-जनसंघाच्या शक्तीचा द्वेष हे तर महत्त्वाचे कारण आहेच. पुरोगामी, निधर्मी वगैरे शब्दांचा खेळ करताना संघ-जनसंघाला झोडपणे सोपेही जाते. जनसंघ हा काही साधू लोकांचा गट नव्हे. तेव्हा जनसंघाने फक्त धोतरे बडवावीत, नेत्यांसाठी सतरंज्या अंथराव्यात आणि 'की जय'च्या घोषणा द्याव्यात, अशी अपेक्षा करणे मूर्खपणाचे आहे. आपापल्या शक्तीनुसार आपापले हक्क मिळावेत व सत्ता मिळवावी अशी जर इच्छाच नसेल, तर राजकारणात यायचेच कशाला? जनसंघ राजकारणात उतरला तो उघडपणे सत्ता-संपादन करण्यासाठीच. सत्ता-संपादन करण्यासाठी केवळ शब्द पुरतात, असे समाजवाद्यांना वाटते आणि केवळ अनुभव पुरतो असे काँग्रेसमधल्या सर्व घटकांना वाटते. या देशात संघटनेचे महत्त्व फक्त कम्युनिस्ट आणि संघ यांनाच समजले आहे. शक्ती संपादन करणारा पक्ष म्हणून जनसंघ प्रतिगामी आणि कम्युनिस्ट देशद्रोही– अशी प्रचाराची राळ उडवून हे दोन्ही पक्ष मरणार नाहीत; संघटनाच अखेरीस या देशात विजयी होईल– मग ती जनसंघाची का कम्युनिस्टाची, हा प्रश्न फक्त उरेल. संघटना ही माणसांची खरी, पण अखेरीस ती विचारांची असते. ज्या विचारांची ताकद मोठी, तो विचार या देशात जिंकणार यात शंकाच नाही. काँग्रेसने ग्रामीण अर्थकारणावर आपली संघटना उभी केली आणि ती अर्थव्यवस्था उघड-उघड सरंजामशाहीला पोषक आहे. तरीही काँग्रेस आपल्याला समाजवादी म्हणवते आणि जनसंघाला धनिकांची बटीक मानते. समाजवाद्यांचा तर प्रश्नच नाही. कारण वैयक्तिक अहंकार आणि अतिरेकी क्रांतिकारक शब्दयोजना यांमुळे या देशात परिवर्तन होईल, यावर ते विश्वास ठेवून आहेत. गरिबांचा कळवळा दाखवणाऱ्या या पक्षांना लोकांना आकृष्ट करता येत नाही, याचे मर्म काय असावे?

आज बाबूजींच्या मनात नेमके काय चालले आहे, हे कळणे कठीण आहे. जनता पक्षात त्यांना राहायचे नाही, इंदिरा काँग्रेसमध्ये त्यांना कोणी मानाने घेत नाही व स्वतंत्र पक्ष काढून काहीच पदरात पडणार नाही. यामुळे ते नाकर्तेपणाची आणि गोंधळ माजविण्याची भूमिका घेऊ पाहतात. संघ-जनसंघाने जनता पक्षाविरुद्ध इंदिरा काँग्रेसला साह्य केले, अशीसुद्धा निर्लज्ज भूमिका घेण्याचे त्यांना धाडस होते. स्वत:चा कमकुवतपणा, फितुरी आणि वैचारिक दारिद्र्य लपविण्यासाठी सर्वांप्रमाणे बाबूजीही आता संघ-जनसंघाचा बळीचा बकरा करू पाहताहेत. पुराव्याची काहीच जबाबदारी न घेता सारखे आरोप करीत सुटायचे, ही रीतसुद्धा आता फार वेळा वापरून झाल्यामुळे उपद्रवता घालवून बसली आहे. जनता पक्षातून जनसंघ गेला तर मागे काय उरेल याचा तरी विचार बाबूजी आणि इतर जनता पक्षनेते करतील की नाही? सर्वच विरोधकांस मातीत गाडून टाकण्यासाठी टपून बसलेल्या इंदिराजींना आपण मदत करीत आहोत, एवढेही भान या सत्तालोभी म्हाताऱ्यांना असू नये, हे देशाचे दुर्दैव आहे. आज इंदिराजींचे सहायक काँग्रेसमध्ये नाहीत; तेथे आहेत फक्त गुलाम. त्यांचे खरे सहाय्यक लोकदलात आहेत, लोहियावाद्यांत आहेत; एवढेच नव्हे, तर जनता पक्षातसुद्धा आहेत. शत्रुपक्षातल्या सैन्यांच्या मदतीने शत्रुपक्षाला गारद करणाऱ्या इंदिराजी या पहिल्याच सेनापती असतील.

(९ मार्च, १९८०)

-०-०-०-

३७

निराशेतून बाहेर पडणार केव्हा?

जनता पक्षाच्या विघटनांतर इंदिराजींना सत्तेचा मार्ग मोकळा झाला आणि अपेक्षेबरहुकूम त्या सत्तेवरही आल्या. त्या सत्तेवर येणार, हे दिसू लागताच काँग्रेसमधील सर्व गटांतून इंदिराजींकडे जाण्याची पळापळ सुरू झाली. इंदिराजींबरोबर प्रतिकूल अवस्थेतही जे होते, त्यांना लगोलग सत्तेत भागीदार होता आले; परंतु जे नव्याने इंदिरा काँग्रेसमध्ये गेले आहेत किंवा जात आहेत, त्यांना काही काळ हनुमंताचीच भूमिका बजावणे भाग पडणार आहे. उरलेला जनता पक्ष जरी खंबीरपणे उभा राहिला असता, तरी इंदिराजींकडे वळणारी संख्या नियंत्रित झाली असती. परंतु दुर्दैवाने जनता पक्षातील फाटाफूट पराकाष्ठेला पोहोचली. प्रथम लोकदल, मग लोहियावादी, मग काँग्रेसवादी आणि आता जगजीवन रामबाबू जनता पक्ष सोडून जात आहेत. प्रजासमाजवादी, जनसंघ, संघटना काँग्रेस आणि काही स्वतंत्रतावादी लोक आता जनता पक्षात राहिले आहेत.

पूर्वी जनता पक्ष अभंग होता, तेव्हा जनसंघाचे प्राबल्य जनता पक्षात होतेच; आता ते प्राबल्य अधिक वाढले आहे. जनसंघाचे निमित्त करून ज्यांनी पक्ष फोडला, त्यांनीच जनता पक्ष जनसंघाच्या स्वाधीन करण्याचे पाप केले आहे. बरे, हे सर्व करून त्यांनी नेमके काय मिळवले, हे त्यांचे त्यांनासुद्धा कळत नाही.

जनता पक्ष सोडून गेलेल्यांची भूमिकाही इंदिरा गांधींच्या एकाधिकारशाही विरोधाचीच होती व आजही आहे. तरीही त्यांच्या

कृतीमुळे जनता पक्ष मोडला आणि इंदिरा गांधी सत्तेवर आल्या, ही गोष्ट स्पष्टच आहे. आता पुन्हा 'जनता पक्ष' म्हणून कोणी सत्तेवर येईल असे वाटत नाही आणि जनता पक्ष म्हणजे तरी काय– तर एकाधिकारशाहीविरोधात जमा झालेले विभिन्न पक्ष! एकाधिकारशाहीचा पुरता पाडाव होण्यापूर्वीच दुहेरी निष्ठांचे निमित्त करून ही एकजूट मोडणारे जे कोणी आहेत, त्यांच्या राजकीय मूर्खपणामुळेच इंदिराजींना पुनर्जन्म मिळाला आहे. लोक जनता पक्षाच्या विघटनामुळे इतके गोंधळले की, त्यांनीच दोन वर्षांपूर्वीच नाकारलेल्या इंदिराजींच्या गळ्यात सत्तेची माळ घातली. वास्तविक, जनता पक्षातील घटक पक्ष जनतेला कधीच प्रिय नव्हते; त्यांना प्रिय होती ती विरोधी पक्षांची एकजूट आणि म्हणून चरणसिंग, बाबूजी, मोरारजी, बहुगुणा–अशा पूर्वाश्रमीच्या काँग्रेसवाल्यांच्या सर्वच पापांना क्षमा करून लोकांनी जनता पक्ष विजयी केला होता. ज्या वेळेस लोकांचा हा विश्वासभंग झाला, त्याच क्षणी इंदिरा गांधींचा विजय नक्की झाला. भारतातील जनता इथल्या पक्षाचे जाहीरनामे पाहत नाही किंवा पक्षाची ध्येय-धोरणेही पाहत नाही, तर निश्चयी नेतृत्वाबद्दल तिच्या काही खास अपेक्षा असतात. जनता पक्षाचे नेतृत्व ठिसूळ आणि दुहीने पोखरलेले आहे, हे लक्षात येऊ लागले. आपण परस्परांची निंदा करून जनता पक्षाचे अवमूल्यन करीत आहोत, याचेही भान शेवटी कुणाला राहिले नाही. जनता पक्षाला नेतृत्वच उरलेले नाही, असे लक्षात आल्याबरोबर भारतीय जनता बिथरू लागली होती.

मधू लिमयेसारख्या कलिपुरुषाला नेमके काय अभिप्रेत होते, हे समजणे खरोखरीच कठीण होते. राजनारायण आणि चरणसिंग यांची क्षुद्रता समजू शकतो, कारण व्यक्तिपूजक अशा उत्तर भारतातील काही प्रांतांत त्याचे कर्तृत्व-यशापयश घडले आहे. भारतीय जनतेशी तशी यांची ओळख झाली नव्हती. राजनारायणांसारख्या सामान्य माणसाला इंदिरा गांधींचा पराभव करणारा म्हणून अवाजवी महत्त्व आले आणि चरणसिंगांना पंतप्रधानकीची स्वप्ने पडू लागली. मोरारजी नाही तर आपल्याशिवाय कोण आहे, या वेडाने ते पछाडले. दुर्दैवाने या दोघांनाही आपल्या बळाची नीटशी कल्पना नव्हती. एवढेच नव्हे, तर भारतीय जनतेच्या मानसशास्त्राची ही नीटशी कल्पना नव्हती. लहान-सहान स्थानिक पातळीवर यांचे प्रभुत्व होते, ही गोष्ट खरी. पण जनता पक्षाचा विजय हा मुळातच सामुदायिक विजय होता, इकडे त्यांचे दुर्लक्ष झाले. पण मधू लिमये आणि फर्नांडिस यांच्यासारख्या समाजवादी चळवळीत वावरणाऱ्या आणि लोहियांचे नाव लावणाऱ्या नेत्यांनी आत्मघातकी आणि देशघातकी असे निर्णय घ्यावेत, याचा

अन्वयार्थ कसा लावायचा?

इंदिराजींवरचा त्यांचा राग खोटा होता, असे मानावयाचे काय? का परकीय दडपणामुळे त्यांनी हे कृत्य केले? का इंदिरा गांधीपेक्षा जनसंघाचे प्रभुत्व अधिक देशघातक आहे, असे त्यांना वाटू लागले? मला असे वाटते की, यांतले काहीच खरे नसावे. सत्तेत सहभाग केल्यामुळे आपल्या व्यक्तिगत प्रतिमा पुसट होत चालत्या आहेत, असे त्यांना वाटत असले पाहिजे. रचनेपेक्षा विध्वंसन या दोघांनाही मनोमन प्रिय आहे. यंत्राची चाके फिरत ठेवण्यापेक्षा ती बंद पाडण्यात अधिक कर्तृत्व आहे, असे त्यांना वाटत असले पाहिजे. भारताची मिश्र अर्थव्यवस्था म्हणजे कळत-नकळत भांडवली अर्थव्यवस्थेला मदत करणे, असाही अनुभव त्यांना असण्याची शक्यता आहे. टाटा, बिर्ला, डालमिया, सिंघानिया यांसारखे भांडवलदार आता आपल्या डोळ्यांदेखत आपली साम्राज्ये वाढवीत आहेत आणि त्याचे खापर आपल्यावर फुटणार, असे त्यांना वाटू लागले असले पाहिजे. आपली भांडखोर आणि विद्रोही भूमिका सोडून आपण नकळत मध्यममार्गी, समन्वयवादी भूमिका स्वीकारात आहोत याचे त्यांना भय वाटू लागले. म्हणून प्रसंगी इंदिरा गांधींचे राज्य आले तरी चालेल, पण आपली उपद्रवशक्ती कायम ठेवली पाहिजे, हा विचार त्यांनी केला असला पाहिजे.

फर्नांडिस यांच्यासारखीच विचारपध्दती आणखी पुष्कळांची आहे आणि त्यात अनेक विसंगतीही घडलेल्या आहेत. भारतासारख्या कृषिप्रधान देशात क्रांतीपेक्षा उत्क्रांती-तत्त्वालाच फार स्थान आहे, हे त्यांच्या लक्षात येत नाही. या देशात एकदम कामगार-किसानांचे राज्य येणार नाही; पण कामगार-किसानांचा प्रभाव वाढत जाईल, अशी राज्यव्यवस्था निर्माण करणे शक्य आहे व तसा प्रयत्नही चालू आहे. हातांत असलेल्या राज्यकारभाराच्या परिवर्तनाची गती वाढण्याची उपयोग करून घेता येईल. विषमता व जातीयता नष्ट करण्याची क्रिया अधिक प्रभावाने अमलात आणता येईल म्हणून राज्यकारभाराला भिऊन चालत नाही. हव्या तितक्या त्वरेने समाजवादी व्यवस्था निर्माण करता येत नाही, म्हणून कारभारातून पळ काढणेही योग्य नाही. चैतन्यशून्य तत्त्वज्ञाने चैतन्यशील माणसाला लावून दाखवताना त्या-त्या भूमीचे संकेत, तिथल्या माणसांच्या मर्यादा आणि मागासलेली साधने यांचा विचार करणे अगत्याचे आहे. पण फर्नांडिससारख्या उतावळ्या माणसाच्या हातून यांतले काही होणार नाही आणि म्हणूनच जबाबदारी टाळण्यासाठी त्यांनी सत्तेपासून पळ काढला असला पाहिजे. आपल्या नाकर्तेपणाचे खापर कोणावर तरी फोडायला पाहिजे, म्हणून त्यांनी ते

जनसंघावर आग फोडले आहे, इतकेच.

पूर्वी इंदिरा गांधी, सुभद्रा जोशी या जनसंघावर पाखडत असत, कारण त्यांना त्यांच्या संघटित शक्तीचे भय वाटत होते. कम्युनिस्ट किंवा त्यांचे सहप्रवासी त्याच कारणासाठी जनसंघाला विरोध करीत होते. वास्तविक, मधू लिमये यांना तसा विरोध करण्याचे काही कारण नव्हते, कारण संघ-जनसंघाची शक्ती त्यांच्याच– म्हणजे जनता पक्षाच्याच स्वाधीन होती. तरीही त्यांनी संघ-जनसंघाच्या निमित्ताने पक्ष फोडला आणि इंदिराजींचा मार्ग सुकर करून दिला. आता इंदिराजींना या देशात कोणीही शत्रू राहिलेला नाही. आज ना उद्या या देशातील एकूण एक काँग्रेसवादी इंदिराजींचे नेतृत्व मानून त्यांच्या झेंड्याखाली जमा होतील आणि पूर्वीचे सर्व विरोधी पक्ष एकेकट्याने इंदिराजींशी लढत राहतील. सर्व विरोधी पक्षांनी एकत्र यावे, अशी कल्पना परत जेव्हा या देशात अस्तित्वात येईल तोपर्यंत इंदिराजींचे राज्य निष्कंटक आहे.

सर्व पक्षांवर एकाच वेळेला समान संकट आणण्याचा गाढवपणा त्या पुन्हा करणार नाहीत, तर एकेकाला वेगवेगळे गाठून त्या त्यांचा निकाल लावतील. त्या जाट व शिखांचे नवे नेतृत्व निर्माण करतील. ज्या कामगारशक्तीच्या बळावर फार्नंडिसची मस्ती चालू शकते, ते कामगारनेतृत्वही त्या ताब्यात घेण्याचा प्रयत्न करतील. कम्युनिस्टांशी लढण्यासाठी त्या राष्ट्रवादी शक्तींची मदत घ्यायला कमी करणार नाहीत. अशा वेळेला शिवसेना, डी. एम. के. अशांसारख्या प्रांतीय संघटनाही त्या चातुर्याने वापरतील. संघ-जनसंघाला बदनाम करण्यासाठी इतर सारे पक्ष तयार आहेतच. शिवाय अनेक जातीय दंगली त्या घडवून आणू शकतील व प्रसिद्धिसाधने त्यांच्या हातांत असल्यामुळे त्या दंगलींचे खापर जनसंघावर फोडतील. थोडक्यात, त्यांच्या सत्तेला आव्हान देऊ शकेल असे आज तरी कोणी दृष्टिपथात दिसत नाही. या देशातील सारा शहाणपणा लयास गेला आहे. दूरदृष्टीचा अभाव जाणवतो आहे. समग्र देशाचे ज्ञान किंवा देशाचा विचार करण्यासाठी कोणाला सवड नाही. सगळेच जण नैराश्याने खचलेले आहेत. करायला काय गेलो अन् झाले काय, या चिंतेत सारे जण मश्गुल आहेत. इंदिरा गांधींना विरोध करावा, त्यांना नेस्तनाबूत करावे व सत्ता काबीज करून मनाप्रमाणे देशाचा विकास करावा– ही आकांक्षा कोणाच्याही मनात उरलेलीच नाही. वेळोवेळी अवाजवी आरोप होत राहिल्यामुळे आणि बदनाम होत गेल्यामुळे जनसंघाच्या गोटातही खिन्नता दिसते आहे. नाही म्हणायला डावे कम्युनिस्ट या साऱ्या नैराश्यग्रस्त अवस्थेत थोडा दिलासा देत आहेत. नुकतीच

सत्ता मिळालेली असल्यामुळे आणि पराभवाचे उट्टे काढल्यामुळे इंदिराजींची मान उन्नत झालेली आहे. पक्षामध्ये तरी विरोध करण्याची कोणाचीही हिंमत नाही. १९७१ पेक्षाही त्यांची परिस्थिती आज चांगली आहे. त्यांच्या पक्षातील दडपणामुळेच त्यांना आणीबाणी आणावी लागली होती. म्हणून यापुढे आपल्याला विरोध करू शकेल, अशा माणसाच्या हातांत पक्षातील कोणतेही महत्त्वाचे स्थान त्या जाऊ देणार नाहीत.

आज संघ-जनसंघाची स्थिती थोडी चमत्कारिक झाली आहे. आज इंदिरा गांधी संघ-जनसंघावर नेहमीच्या आवेशाने तुटून पडताना दिसत नाहीत. जनता पक्ष टिकावा म्हणून वाजपेयी-अडवाणी यांसारख्या उदारमतवादी नेत्यांनी जी पुरोगामी भूमिका घेतली, त्यामुळे संघ-जनसंघाच्या बंदिस्त चौकटीला थोडा धक्का लागला आहे. संघ-जनसंघाची पूर्वी कठोर, निश्चयी आणि आग्रही भूमिका होती; तिला जनता पक्ष टिकविण्यासाठी अकारण तडा गेलेला दिसतो. आता पुन्हा एकदा पूर्वीचीच भूमिका स्वीकारली जाईल, का उदार भूमिका घेतली जाईल, इकडे सर्वांचे आहे. कोणी काहीही म्हटले, कितीही टीका केली, तरी आपली चाल न सोडणाऱ्या संघ-जनसंघाचा प्रभाव या नैराश्यग्रस्त काळात आपोआपच वाढणार आहे. त्यातल्या त्यात अधिक विश्वासपात्र अशी हीच संघटना आहे, असे मनोमन वाटते आहे. विचलित होण्याचा त्यांचा धर्म नाही. दारिद्र्यात राहणे त्यांना फारसे नवीन नाही. सत्तेपासून तर ते कित्येक योजने दूर होते. एकाकी आणि समर्पित वृत्तीने जगणाऱ्या माणसांचा मेळावा विसविशीत आणि पक्षबदलू माणसांच्या समूहात वेगळा दिसतो आहे. या बदलत्या भयानक परिस्थितीत कोठे काही आशादायक असले, तर ते संघ-जनसंघाच्या अबोल जनशक्तीतच आहे. पुढचा काळ याचा निर्णय देईल.

(१६ मार्च, १९८०)

-०-०-०-

३८

शेतकऱ्यांचे बंड सुरू झाले!

या देशातला बहुसंख्येने मोठा आणि महत्त्वाचा घटक हा शेतकरी किंवा शेतीव्यवसायावर अवलंबून असणारा नागरिक होय. नानाविध उद्योगधंदे निर्माण झाले, तरी भारतीय अर्थशास्त्रावरील शेतीव्यवसायाचा प्रभाव अजिबात कमी झालेला नाही. आपण शेतीव्यवसायातील समस्या नीटपणे सोडवू शकलो, तर देशाचे आर्थिक चित्र संपूर्णतया बदलून जाईल. स्वातंत्र्य मिळून तीस वर्षांहून अधिक काळ लोटला तरी या प्रश्नाबाबत निश्चित आणि ठाशीव असा दृष्टिकोन आपण घेऊ शकलो नाही, हे या देशाचे दुर्दैव होय.

आजचा भांडवलशाही दृष्टिकोन, नाकर्तेपणा, नियोजनातील गोंधळ यांमुळे भारतीय अर्थकारण मुळातच ठप्प झाले आहे. अशा अवस्थेत गुंतागुंतीचा असलेला शेतीमालाच्या किमतीचा प्रश्न सोडवण्याचा प्रयत्न केला, तर आहे ती अर्थव्यवस्था कोलमडून पडेल, अशी राज्यकर्त्या पक्षाला भीती वाटते आणि म्हणून काही तकलादू उपाय करून आपण शेतकऱ्यांचे कैवारी आहोत, असा देखावा नित्य केला जात आहे. कर्जमाफी, तगाई-माफी, अवकारी किंवा अन्य कर्जांत सूट हे कृषिव्यवसाय सुधारण्याचे मार्गच नव्हेत. उलट, यामुळे शेतकरी अधिकाधिक परावलंबी आणि भीकमागे होत आहेत. कृषिव्यवस्थेचा प्रश्न गुंतागुतीचे होण्याचे कारण परंपरागत शेतीपद्धती, अनियमित पाणीपुरवठा याहीपेक्षा शेतीमालाचे अनिश्‍चित भाव हे आहे. शेतीमालाचे भाव ठरविण्याचे

उत्तरदायित्व शेतकऱ्याच्या हातांत मुळीच नसते. उलट, सुगी झाल्यावर किंवा त्या आधीसुद्धा शेती-उत्पादन येईल त्या भावाने विकून टाकण्यावाचून शेतकऱ्याला पर्याय नसतो. थांबण्याची त्याची आर्थिक क्षमता नसते किंवा साठवणीला त्याच्याजवळ जागाही नसते. बाजारात माल नेल्यावर तो परत घरी नेणे त्याला शक्य नसल्याने व्यापाऱ्यांच्या विळख्यात त्याचा अगदी चेंदामेंदा होतो.

व्यापारीवर्ग हा नेहमीच सुसंघटित असतो. त्या वर्गात सामंजस्य असते. शेकडो व्यापाऱ्यांची मिळून एक प्रचंड साखळी असते. त्या साखळीतील प्रत्येक घटकाचा फायदा, त्या वस्तूची भारतीय बाजारात झालेली आवक आणि शेतकऱ्यांची नाडलेली अवस्था या सर्वांतून कृषिमालाचा भाव ठरतो. व्यापारी सहसा बुडत नाही, कारण सर्व संभाव्य, धोके विचारात घेऊनच ते मालाची किंमत ठरवीत असतात. काही अनपेक्षित कारणांमुळेच जर भाव कोसळले, तर दीर्घकाळपर्यंत मालाचा साठा सांभाळण्याची त्यांच्याजवळ ताकद असते. या वेळेस रिझर्व्ह बँकेने कितीही निर्बंध घातले तरी व्यापारीवर्गाला पुरेसा पैसा मिळू शकतो. त्यांची सहसा कोंडी होत नाही. नाडले जातात ते शेतकरी आणि शेतीमालाचे उपभोग घेणारे ग्राहक.

परंतु शेतीमालाची संपूर्ण खरेदी करून नियंत्रित भावाने ग्राहकांना वाजवी दरात माल पुरविणे हे काम सरकारने करावे, असे ज्यांच्या कोणाच्या डोक्यात असेल, त्यांना वेडा महंमदच म्हणावे लागेल. शेतीमालाच्या विक्रीचा जगड्व्याळ पसारा हाताळणे आजच्या निष्क्रिय सरकारी व्यवस्थेला अशक्य आहे. शिवाय या शेतीमालाची प्रत आणि मूल्य ठरविण्यात फार मोठी वशिलेबाजी चालणार. नाशवंत मालाच्या बाबतीत घ्यावयाचे निर्णय वेळेवर न घेतल्यामुळे सार्वजनिक संपत्तीचे नुकसान होणार. शेतीमालाच्या व्यापारात सरकारने उतरणे म्हणजे या देशातील समस्यांत आणखी भर घालणे. सोप्या आणि सुरक्षित धंद्याचे सरकारने राष्ट्रीयीकरण केले, त्यामुळे सर्वत्र सरकारवर अधिकच जबाबदारी वाढली. तेथेसुद्धा कार्यक्षम व्यवस्था उभी नाही. राष्ट्रीयीकरण याचा अर्थ– तो व्यवसाय व्यावसायिक तत्त्वावर न चालवण्याचा परवाना– असा झाला आहे. स्वत: शासकीय पक्ष हा अकार्यक्षमच आहेच; पण त्याहीपेक्षा शासकीय पक्षाला अडचणीत आणणारे विरोधी पक्ष राष्ट्रीयीकरण पराभूत करून टाकतात. विमाव्यवसायाचे राष्ट्रीयीकरण झाले तरी विमेदारांना कोणताच नफा मिळाला नव्हता. एवढेच नव्हे, तर ज्या प्रमाणात विमाव्यवसायातून सरकारला धनप्राप्ती व्हावी अशी अपेक्षा होती, ते प्रमाणही घसरत चालले आहे. तीच गोष्ट बँकेची, तीच गोष्ट रेल्वेची. म्हणजेच

अधिक अकार्यक्षम कारभार आणि सरकारवर पडलेले अवाजवी ओझे असे राष्ट्रीयीकरणाचे फलित सांगता येईल. राष्ट्रीयीकरणाला सर्वांचा विरोध नसतो, तर राष्ट्रीय चारित्र्याच्या अभावी केलेल्या राजकीय राष्ट्रीयीकरणाला सर्वांचा विरोध असतो. म्हणूनच आज कोणी शेतीमालाचे राष्ट्रीयीकरण करा असे सुचवितात ते देशापुढे नवे संकट उभे करणार आहेत, हे लक्षात ठेवले पाहिजे.

अजूनही शेतीला कोणी व्यवसाय मानत नाही. शेती करणारा उत्पादनासाठी जो खर्च करतो– त्यात बी-बियाणे, खते, पाणी, कीटकनाशके यांच्या खर्चाचा जसा विचार केला जातो तसा मनुष्यबळाच्या मूल्यांचा विचारच केला जात नाही. शेती हा जर व्यवसाय असेल, तर उत्पादन-खर्चाचे काही सूत्र ठरवावे लागेल आणि या उत्पादन-खर्चाच्या आधारे शेतीमालाला भाव द्यावे लागतील. कधी अवर्षण, कधी ओला दुष्काळ, तर कधी रोगराई यांमुळे पडणाऱ्या तुटीचीही तरतूद करावी लागेल; शेतीसारख्या या व्यवसायाला आज दैवाधीन राहावे लागते आहे. ज्या देशातील बहुसंख्य जनता केवळ दैवावर अवलंबून राहते, त्या देशाला भवितव्य नाही. विज्ञानाचा बकवास करणे सोपे असते व बुद्धिवादाची कास धरावी असा उपदेश केल्यामुळे टाळ्याही मिळतात. पण दैवाधीन असलेल्या जनतेचे शासन हे कधीही स्थिर पायांवर उभेच राहू शकणार नाही. आपण नव्याने निर्माण झालेल्या समाजव्यवस्थेची काही तत्त्वे हौसेने आणि उतावीळपणे स्वीकारली आहेत. समाजवाद, लोकशाही, नियोजन हे शब्द वापरताना आपण गरिबांच्या हिताचा कळवळा दाखवण्यात धन्यता मानतो. गरिबांची गरिबी कायमच राहावी, ते परावलंबी राहावेत आणि त्यांचे दास्य कधीच संपू नये– असे मानणाऱ्या सर्व पक्षोपक्षांच्या हातांत सत्ता आहे आणि ती तशीच राहणार आहे. भारतात सर्वांत मोठा मतदार– जो शेतकरी– त्याचे प्रश्न सुटले तर आपले कसे होईल, ही चिंता राजकारण्यांना आहे. परिणाम इतकाच झाला आहे की, शेतकऱ्यांची दुर्दशा संपत नाही आणि त्याच्या दास्याचे भांडवल करून राजकीय पक्षाला जिवंत राहता येते. शहरात काही उपद्रव नको म्हणून नागरी मागण्या ताबडतोब पुरवल्या जातात. संघटित कामगार आणि कर्मचारी यांच्यापुढे शासन सदैव शरण असते, कारण देशाच्या शासनाला त्यांना केव्हाही खिंडीत गाठता येते. कामगार, कर्मचाऱ्यांचे सारे प्रश्न समाधानकारकरीत्या सुटत गेले आणि आज या देशात तोच एक नवा शोषकवर्ग निर्माण झाला. सरकार, उद्योगपती ह्या नवनिर्मित वर्गाचेच चोचले पुरविताना दिसतात याचे एकच कारण– या देशातील ऐंशी टक्के शेतीवर गुंतलेला वर्ग संघटित नाही. हा ग्रामीण विभागातील नागरिक

जागा झाला, तर या शासनाचे बेगडी मुखवटे गळून पडतील.

शेतमजुराला साडेतीन रुपये द्यावेत का चार रुपये द्यावेत, यावर सरकार वर्षानुवर्षं घोळ घालीत बसते; पण तोट्यात चालणाऱ्या उद्योगधंद्यांना बोनस देताना अजिबात खळखळ करीत नाही. शहरातील उपद्रवांचा जेवढा बोभाटा होतो, तेवढा ग्रामीण भागातील असंतोषाचा होत नाही. खेड्यापाड्यांत मुळातच राजकीय पक्षांनी गटबाजीचे आणि जातीयतेचे विष पेरून ठेवले आहे, त्यामुळे शेतकऱ्यांचा आक्रोश मोडून काढताना सरकार कोणतेही मार्ग वापरू शकते. एका जातीविरुद्ध दुसरी जात उभी करताना निधर्मी सरकारला शरम वाटत नाही. साखर कारखाने चालू राहावेत म्हणून खटपट करणाऱ्या इंदिरा काँग्रेस सरकारच्याच कार्यकर्त्यांनी चालू होत असलेल्या एका कारखान्यात दंगल करून कारखाना चालू होऊ दिला नाही. हे पाहिले की, वाटते– शेतकऱ्यांनी याहीपेक्षा उग्र आंदोलनाची कास धरली पाहिजे.

इतर कोणत्याही पक्षापेक्षा काँग्रेस पक्ष खेड्यापाड्यांत जास्त पोचला आहे, असे आपण मानतो आणि ते खरेही आहे. पण याचा अर्थ काय? लोकसभेतून किंवा विधानसभांतून शेतकऱ्यांच्या प्रश्नांची कितपत चिकित्सा होते? शेतकऱ्यांचे प्रतिनिधी म्हणून निवडून आलेले लोकनेते लहान-मोठ्या मानापमानासाठी खेड्यापाड्यांतील आपल्या अनुयायांना गुलामासारखे दावणीला धरतात. भारतातील दारिद्र्य हे या सर्व लोकनेत्यांचे भांडवल आहे. इंदिरा गांधी किंवा चरणसिंग यांना शक्तिप्रदर्शनासाठी केवळ जेवू-खाऊ घालण्यावर खेड्यांतील लाखो माणसे शहरात आणता येतात. पण ह्या आपल्या ग्रामीण भागातील अनुयायांच्या घरांत रोज चूल पेटते किंवा नाही, ह्यांच्या अंगावर अंग झाकण्याइतके कपडे आहेत किंवा नाहीत याचा विचार करण्याचे कारण त्यांना नसते. उलट, अर्धनागड्या आणि भुकेल्या माणसांचे वखवखलेले इमान हेच त्यांचे भांडवल असते. या बळावर त्यांची डगडगती खुर्ची मजबूत होते. गरिबाच्या पोटातील भूक आणि डोळ्यांतील अश्रू हीच त्यांच्या लढाईची शस्त्रे असतात. ते आपणहून आपली शस्त्रे कशी नष्ट करतील? उलट–खेड्यांतील लोक अर्धपोटी असावेत, वखवखलेले असावेत आणि त्यांच्या अंगावर चार शिते फेकून त्यांना झुंजवता यावे, यासाठीच ते तळमळत असतात. माणसे जगूही नयेत आणि मरूही नयेत, अशा अर्धमेल्या अवस्थेत आम्ही खेडी जिवंत ठेवली आहेत. काही खास सुभेदारांना या ग्रामीण विभागातील अर्धपोटी माणसांना लुबाडण्याचा खास अधिकारही दिला आहे. त्यामुळे असे झाले आहे की, या देशात लुटारूंच्या

टोळीचे एक राज्यच निर्माण झाले आहे.

शेतकऱ्यांचे हितसंवर्धन करावे, या प्रामाणिक जाणिवेतून सहकार चळवळ निर्माण झाली. वेगवेगळ्या सहकार स्वरूपाच्या बँका, सहकार सोसायट्या, मार्केट यार्ड्स सहकार साखर कारखाने यांचे एक जाळे या देशात निर्माण केले गेले. या सहकार सोसायट्यांमध्ये प्रचंड प्रमाणात गुंतवणूकही करण्यात आली, पण हळूहळू या सहकार सोसायट्या राजकीय गुंडांचे अड्डे झाले. फारच थोड्या ठिकाणी सहकारतत्त्वाचे पालन करून या सहकार संस्था चालवल्या गेल्या. फारच थोड्या ठिकाणी लहानांतल्या लहान शेतकऱ्यांचा फायदा झाला. चार वतनदार दादालोकांनी या संस्था काबीज केल्या आणि सहकार चळवळीची उपयोगिता नष्ट केली. गटागटांच्या आणि पक्षोपक्षांच्या मारामाऱ्यांना ऊत आला. या सहकार संस्थांत अनेक प्रकारचे गैरव्यवहार चालतात, हे आता सरकारने अधिकृतरीत्या मान्यही केले आहे; परंतु त्यांपैकी थोड्या ठिकाणी अपराध्यांना शिक्षा झाल्या आहेत. सत्तारूढ गटात प्रवेश केला म्हणजे या अपराध्यांना क्षमा होते. म्हणून पक्षांतराची लाट प्रचंड प्रमाणावर येते. विरोधी पक्षांच्या नेत्यांना सामील करून घेतले तर गैरप्रकार उघडकीलाही येत नाहीत. केवळ सहकार चळवळीत गबर झालेल्यांची यादी कोणालाही दाखवता येईल. शेतकरी आहेत तेथेच आहेत. आकाशाच्या छपराखाली अर्धनागडे शेतकरी अर्धमेल्या अवस्थेत जिवंत आहेत. आपल्या शेजारचा शेतकरी बघता-बघता राजकीय सौदेबाजीने श्रीमंत झाला आणि आपण मात्र समाजातील सारी पत घालवून बसलो ही, खंत त्याला सदैव वाटते. आज ग्रामीण विभागात अशा खंतावलेल्या माणसांची संख्या प्रचंड प्रमाणात आहे. पैशाचा आणि सत्तेचा गैरवापर करणे यातील पाप केव्हाच संपून गेले आहे. मिळेल ते आपल्या ताटात ओढून घ्यायचे, हा सहकाराचा मूलमंत्र झाला आहे. वास्तविक, तीस वर्षांत सहकार चळवळीवर शासनाने जो खर्च केला, तो जर खरोखरच या देशातील शेतकऱ्यांच्या पदरात पडला असता, तर धान्याचे सुवर्ण-कठोर असणाऱ्या भारतात अन्नधान्ये, साखर, कापूस, खाद्यतेले ही आयात करावी लागली असती काय? परदेशातून वाटेल त्या दराने धान्य आयात करणाऱ्या सरकारने इथल्या शेतकऱ्याला दहा-वीस पैसे किलोमागे वाढवून दिले असते, तर या देशात धान्याची टंचाई कधीच निर्माण झाली नसती.

अति झाले की, माणसे चवताळून उठतात. आजपर्यंत निर्माण झालेल्या असंतोषाला कधी जातीयवादाने, तर कधी दंडेली करून सरकारने आजवर रोखून धरले; पण आता शेतकऱ्यांनाही संघटित होण्याची विद्या सापडली आहे.

शेतकऱ्यांचे बंड सुरू झाले! / २१३

आपल्यासाठी नाही तर आपल्या मुलाबाळांना दुपारची भ्रांत पडू नये, म्हणून या देशातील शेतकरी खडबडून जागा झाला आहे. या सोशिक आणि गरीब शेतकऱ्याला उद्या हिंसाचाराचा आश्रय घ्यावा लागला, तरीही त्याचे समर्थनच करावे लागेल. शेतकऱ्याला रात्रंदिवस कष्ट करून मरायचे आहे; मग केलेल्या कष्टाचे फळ मिळावे म्हणून मृत्यूला सामोरे जाण्याचे त्याला का भय वाटावे? कधी नव्हे ते या देशात नांगरांचे ब्रह्मास्त्र झाले आहे. ब्रह्मास्त्रापुढे शरण जाणे, हाच त्यापासून वाचवण्याचा एकमेव मार्ग असतो, हे सरकारला कळले तर बरेच होईच. अनेक वर्षांचे उसासे आणि हुंदके आता रणगर्जनांत रूपांतर पावत आहेत. त्यांचे नांगरलेले शेत त्यांना हाका मारील, कळवळलेल्या मुलांच्याही हाका त्यांना ऐकू येतील. घरात आणि रानात बांधलेली जनावरे त्यांना हंबरून बोलावतील. पण त्यांचे जर काळ्या मातीवर खरोखर प्रेम असेल, तर मातीचे वैरी असणाऱ्या या गुबगुबीत पांढऱ्या उंदरांचा त्यांनी कायमचा बंदोबस्त केला पाहिजे. आज शेतकऱ्यांचा आवाज रानातल्या मातीला ऐकू जात आहे आणि तीही आतून-बाहेरून फुलली आहे. शेतकऱ्यांच्या घामाचा सुगंध रानावनांत दरवळतो आहे. हे बंड यशस्वी व्हायचे असेल, तर हीच वेळ आहे; पुन्हा हा प्रसंग येणार नाही.

हे शेतकऱ्यांचे बंड यशस्वी होवो, म्हणून शहरांत राहणाऱ्या नागरिकांना काही दुःखे सोसावी लागतील. साखर मिळणार नाही, कदाचित दूध शहरात येणार नाही, भाजीपालाही शहरांपर्यंत पोचणार नाही, म्हणून शेतकरी-आंदोलनाबाबत त्यांनी मनात राग धरता कामा नये. इंग्रजांचे राज्य असताना साखर सोडली, परदेशी कपडा जाळून टाकला, आवडत्या वस्तूंचा त्याग केला; तसेच काही तरी आजही करावे लागेल. आज कधी नव्हे ते अचानक 'शरद जोशी'च्या निमित्ताने एक बंड उभे आहे. ते बंड केवळ शेतकऱ्यांचे बंड नव्हे, तर ते काळ्या मातीचे बंड आहे आणि या बंडात हस्ते-परहस्ते सामील होण्यासाठी या देशातील सारे भूपुत्र सज्ज झाले आहेत.

(२३ नोव्हेंबर, १९८०)

-०-०-०-

३९

दिल्लीत शेतकरी मेळावा

ज्याला अधिक माणसे जमवता येतात, तो नेता अधिक लोकप्रिय म्हणूनच कर्तबगार असे मानण्याची या देशात फार जुनी प्रथा आहे. गर्दी जमवणे हे एक खास तंत्र आहे. लोकशाही राजकारणाला त्याची नितांत आवश्यकता आहे. प्रचंड जमाव पाहिला की, जमावाबाहेरचे सर्वसामान्य लोकही गर्दीत मिसळून जाण्याचा प्रयत्न करतात आणि पर्यायाने आपल्या अनुयायांची संख्या वाढते. लोकशाहीत संख्येला फार महत्त्व आहे आणि हे संख्याबळ दाखविण्यासाठीच तर सभा, मोर्चे, दिंड्या, अधिवेशने घेतली जातात. भारतीय जनता पक्षाने प्रथम मुंबईत एक शिस्तबद्ध अधिवेशन घेतले आणि त्याला सुमारे पन्नास हजार प्रतिनिधी हजर होते. त्यानंतर जनता पक्षाने शहादा येथे अधिवेशन घेतले. त्यालाही तीस-चाळीस हजार लोक आले होते. या दोन्ही अधिवेशनांची दखल वृत्तपत्रांनी फार मोठ्या प्रमाणावर घेतल्यापासून इंदिरा काँग्रेस पक्षाला असे काही तरी करून दाखविण्याची जिद्द निर्माण झाली आणि त्यातूनच दिल्लीत भरणारा शेतकरी मेळावा सिद्ध झाला.

एरवी काँग्रेसची आणि त्यातही इंदिरा काँग्रेसची– शेतकी प्रश्नावरची भूमिका जगजाहीर आहे. सतत तीस वर्षे शासन ताब्यात असूनही शेतीमालाला भाव वाढवून द्यावा असे ज्या पक्षाला कधीही वाटले नाही, त्या पक्षाने आज एकदम शेतकरी मेळावा आयोजित करावा आणि आपण शेतकऱ्यांचे हितकर्ते

आहोत असे म्हणवून घ्यावे, हा खरोखरीच निर्लज्जपणा आहे. पण निर्लज्जपणा हेच ज्यांचे भांडवल आहे, त्या इंदिरा काँग्रेसला विचारांच्या उलट-सुलट कोलांट्या घ्यायला कधीही लाज वाटली नाही. काँग्रेसमध्ये शेतकरी होते, पण ते श्रीमंत बागाईतदार होते. विखे-पाटील, मोहिते-पाटील किंवा गावोगावचे काँग्रेसचे सर्व अण्णा-दादा असे सुभेदार हे काही सर्वसामान्य शेतकरी नव्हते, तर चांगले सधन आणि बलदंड शेतकरी होते. ग्रामीण अर्थव्यवहारात या दादांचा फार मोठा वाटा असतो आणि सर्वसामान्य शेतकरी अर्धपोटी राहण्यावरच या दादांचे तेथे ते स्थान अबाधित राहणार असते. शेतकऱ्यांच्या प्रश्नांकडे जी डोळेझाक केली गेली, तिच्यामागे एक जाणीवपूर्वक दृष्टिकोन होता– तो शेतकऱ्यांना दुबळे ठेवण्याचा. या देशातील कोरडवाहू शेती (आणि तसे कशाला, एकूण सर्व शेतीच) किफायतशीर नाही, हे भारतातल्या एकूणएक अर्थशास्त्रज्ञांना आणि राजकारणी पुढाऱ्यांना माहीत आहे. बहुसंख्य शेतकरी कर्जबाजारी आहेत, हे सांगण्यासाठी कोणत्याही सर्व्हेची गरज नव्हती. पण असे असूनसुद्धा शेतीमालाच्या किमतींत वाढ करण्याचे सर्व प्रस्ताव काँग्रेस सरकारांनी मोडून काढले. या देशातील गरीब शेतकरी हे साधन आहे, असे काँग्रेसने मानले आणि भुकेल्या पोटी ही 'शेतकरी साधने' अधिक उपयुक्त असतात, हे कोणी सांगायला नकोच. परावलंबी आणि दैवाधीन शेतकरी हा तिथल्या श्रीमंत दादांचा नेहमीच गुलाम राहिला आणि अशा गुलामांची फौज बाळगणे काँग्रेसला नेहमीच सोईचे वाटले. हेच काँग्रेसचे खरेखुरे मतदार. त्यांना शहाणे व समृद्ध होऊ न देणे, हे काँग्रेसचे धोरण होते. शिक्षणाचा थोडा-बहुत प्रसार होऊ लागला आणि नव्या विज्ञानाने खते, बियाणे, पाणीपुरवठा आदी गोष्टी खेड्यांपर्यंत येण्याची शक्यता निर्माण झाली. त्याबरोबर गावोगावच्या दादांचे राज्य धोक्यात येऊ लागले, कारण नवशिक्षित शेतकऱ्याला आपल्या दुर्दैवाचे खरे कारण समजू लागले.

शरद जोशी नावाच्या एका माणसाला ग्रामीण जीवनातील अस्वस्थतेचा शोध लागला आणि त्याने शेतीमालाच्या प्रश्नावर जनमत संघटित करण्यास आरंभ केला. कुणालाही कल्पना नव्हती, इतका लोकविलक्षण प्रतिसाद ह्या शेतकरी-आंदोलनाला मिळाला. तो पाहून धंदेवाईक राजकारणी लोक बुचकळ्यात पडले. एवढी ज्वालाग्राही जनशक्ती आपल्या इतक्या जवळ असून आपल्याला तिचा पत्ता लागू नये आणि या उपऱ्या माणसाने ती गोळा करून अनपेक्षितपणे आपल्या मुस्काटात मारावी; हे पाहून ही चळवळ एक तर ताब्यात घ्यावी किंवा निदान ही चळवळ मोडून तरी टाकावी, असे प्रयत्न सुरू झाले. शरद जोशींची

वैयक्तिक निंदानालास्ती होऊ लागली. एकंदर चळवळीबाबतचे खोटेनाटे आरोप भाडोत्री संपादकांकडून करण्यात येऊ लागले. शिवाय, त्याच वेळेला शेतीमालाचे भाव वाढविण्याची बोलणीही सुरू झाली. हे शेतकरी-आंदोलन एक राजकीय डावपेच म्हणून ताब्यात घेण्याचा अरस काँग्रेसने प्रयत्न केला आणि त्यातून शेतकरी-दिंडीचा जन्म झाला. अंतुल्यांनी या दिंडीच्या विरुद्ध पावले उचलली नसती, तर ही दिंडी निष्प्रभ ठरली असती; कारण अरस काँग्रेसचा विदर्भात मुळीच जोर नाही. तेथे गर्दी जमवणे त्यांनाही मोठे कठीण गेले. दिंडीच्या प्रत्येक वाटचालीत मुंबईहून नेलेले माथाडी कामगार तेवढे कायम होते. मुक्कामावर अरस काँग्रेसचे कार्यकर्ते येत होते– नाही असे नाही. एकूण, शेतकरी-दिंडी हा तसा मिळमिळीत मामला होता. निदान सरकारला भय वाटावे, असे त्यात काहीही नव्हते. मुख्यमंत्री या नात्याने स्वत: अंतुले या दिंडीला अवचितपणे सामोरे गेले असते, तर त्या दिंडीचा सारा फुगा सहज फुटला असता. नागपूरसारख्या गावात दोन-पाच हजार लोक जमवणे, ही गोष्ट अगदीच क्षुल्लक आहे आणि शरद पवारांनी ती गोष्ट करून दाखवली याचे काही फार मोठे कौतुक करण्यासारखे नाही, कारण पूर्वी कित्येक दिवस शरद पवार शासनात होतेच. एवढेच नव्हे, तर काही काळ ते मुख्यमंत्री पण होते. शरद पवार यांना शेतकरी-प्रश्नाचा हा पुळका आला आहे, तो उघड-उघड राजकीय आहे. यशवंतराव चव्हाणांनी तर सांगून टाकले की, विरोधी पक्षात आल्यामुळे आम्हाला या प्रश्नाचे गांभीर्य कळले. महाराष्ट्रातल्या या शेतकरी-आंदोलनाचा परिणाम इतकाच झाला आहे की, हिंदुस्थानात सर्वत्रच शेतकरी-उठाव होऊ लागले आहेत. तमिळनाडूमध्ये तर शेतकऱ्यांवर गोळीबार करण्यात आला. कर्नाटक, गुजरात येथे आंदोलनाने वेग घेतला आहे आणि शेतकरी आंदोलनाचे हे लोण आता भारतभर पसरणार, अशी लक्षणेही दिसू लागली आहेत.

त्याचबरोबर इंदिरा गांधी सावध झाल्या आणि त्यांनी शेतकरी मेळाव्याची घोषणाही करून टाकली. पूर्वी मोरारजींना शह देण्यासाठी चरणसिंगांनी आसपासच्या प्रदेशांतून दहा लाख किसानांना दिल्लीत आणून शक्तीचे प्रदर्शन केले होते. आज इंदिराजींना आपल्याही ताकदीचे प्रदर्शन करायचे होते. हिंदुस्थानात यापूर्वी भरला नाही एवढा प्रचंड शेतकरी मेळावा त्या दिल्लीत भरवणार होत्या. इंदिराजी आणि सरकार या दोन वेगवेगळ्या गोष्टी नाहीत. त्यामुळे इंदिराजींच्या मनात आले की, सारे सरकार एकदम हलू लागते.

भारतीय रेल्वेच्या वेगवेगळ्या विभागांतून सुमारे दीडशे रेल्वेगाड्या दिल्लीकडे

धाव घेत आहेत. एक तर हे शेतकरी फुकट जाणार किंवा काळ्या बाजारातून इंदिराजींना जमवलेल्या पैशाचा आधार घेणार. जाताना रेल्वे स्टेशनवर किंवा अन्यत्र जिथे जमेल तिथे हा जमाव लुटालूट करणार आणि इंदिराजींची ही वाह्यात सेना आवरणे कोणत्याही राज्याच्या पोलिसांना शक्य नाही. इतक्या दूरवरून दिल्लीपर्यंत हे बोजे वाहून न्यायचे, त्यासाठी नेहमीच्या प्रवाशांचे हाल करायचे, या गाड्या सोडल्यामुळे पुढील चार-दोन महिने कोळशाचा अपुरा पुरवठा असल्यामुळे गाड्या रद्द करायच्या– या प्रचंड संख्याबळाची जमवाजमव करून त्यांच्या राहण्याची, जेवणाची, पाण्याची, मलमूत्र-विसर्जनाची सोय दोन दिवसांसाठी करायची– हा सारा अनावश्यक उद्योग कोट्यवधी रुपयांच्या घरात जाणार. हे पैसे येणार कुठून? एक तर सरकारी साधने नेहमीप्रमाणे पक्षीय कामासाठी वापरून किंवा ज्या गुंडांच्या अनेक टोळ्या गेल्या वर्ष-दोन वर्षांत प्रभावित झाल्या आहेत, त्यांच्या साह्याने जनतेचा पैसा लुबाडून.

या साऱ्या अनावश्यक गदारोळामुळे किती तरी जीवनावश्यक सेवा बंद ठेवाव्या लागल्या. मातलेल्या लोकांचे अत्याचार सहन करावे लागले. सरकारी यंत्रणा वापरून तिचा दुरुपयोग करावा लागला. शेतकऱ्यांचेसुद्धा आपण रक्षक आहोत, हे दाखविण्याची धडपड इंदिराजी व्यक्त करीत आहेत. आपल्या पकडीतून आपले मतदार निघून जाऊन दुसऱ्याच्या शेतकरी चळवळीत सामील होऊ नयेत, म्हणून केलेला हा उफराटा उपाय आहे. शेतकऱ्यांना फुकट प्रवास व चार दिवस गोडधोड खायला मिळेल, शिवाय लाल किल्लाही पाहायला मिळेल; पण शेतकऱ्यांचे प्रश्न सोडविण्याची जादूची किल्लीही इंदिराजींजवळ नाही, आणि असे कोणते प्रश्न इंदिराजींनी सोडवून दाखवले आहेत, म्हणून त्यांच्याकडून आपण अपेक्षा कराव्यात? दिल्लीच्या शासनाला पेलणार नाही इतका शेतकरी मेळावा जमवून दिल्लीच्या नागरिकांना आणि देशोदेशीच्या वकिलातींना इंदिराजी आपली लोकप्रियता दाखवू इच्छितात. ठीक आहे. पण त्यांचे शासन महागाई कमी करू शकले नाही, मुस्लिमांच्या दंगली थांबवू शकले नाही, भ्रष्टाचार थोपवू शकले नाही; तरीही 'माझी लोकप्रियता कमी होऊ शकली नाही, हे लक्षात घेऊन मला विरोध करण्याचे सोडून द्या', असे त्यांना म्हणावयाचे असेल. लोकशाही रीतिरिवाज, सार्वजनिक पैसा वापरण्याचे नियम हे सारे इंदिराजींनी केव्हाच गुंडाळून ठेवले आहेत. हिंदुस्थान म्हणजेच इंदिरा असे त्यांनी उगीच नाही म्हणून घेतले! त्यांचे वागणेही तसेच आहे. त्या वाटेल तसे करतात आणि मागाहून मिळाल्यास त्याला कायद्याचा आधार शोधण्याचा प्रयत्न करतात.

तो मिळाला तर ठीकच आहे; पण नाहीच मिळाला, तर लोकांचे प्रश्न सोडविण्यासाठी कायदाच अपुरा आहे, अशी हाकाटीसुद्धा करू शकतात.

इंदिराजी, आपण एकटा शेतकरी मेळावाच का बरे बोलावता? आणखी एखादा कामगार मेळावा बोलवा, एखादा विद्यार्थ्यांचा मेळावा बोलवा, एखादा स्त्रियांचा मेळावा बोलवा! आदिवासींचा मेळावा बोलावा! धर्मगुरूंचा मेळावा बोलवा... या व अशा अनेक मेळाव्यांनी तुमची लोकप्रियता आपोआप सिद्ध होईल आणि विरोधकांना तुमच्याविरुद्ध बोलण्यास जागा उरणार नाही. देशविकसनाचा हा एक नवाच मार्ग तुम्हाला सापडला आहे. या मार्गाचा फायदा असा की, आपल्या सर्व कार्यकर्त्यांची परभारे उत्तम निगराणी होते. एकमेकांत ते भांडत होते, त्याऐवजी या असल्या कामात ते खुशीने गुंगून जातात आणि त्याहीपेक्षा विरोधी पक्षांच्या मानाने इंदिराजींची लोकप्रियता लक्षात आल्याने वेगवेगळ्या कारणांनी त्रस्त झालेले नागरिक काही काळ गप्प बसतात.

हा लेख प्रसिद्ध होईतो शेतकरी मेळावा हा संपन्न झाला असेल. प्रत्यक्ष उपस्थित असलेल्या शेतकऱ्यांचा आकडा आणि माहिती खात्याने फुगवलेला आकडा हे दोन्ही कळले असतील. दिल्लीकडे येताना आणि जाताना काय काय अनाचार घडले, त्याच्याही बातम्या येऊ लागल्या आहेत. या एवढ्या प्रचंड जनसमुदायाला आणण्यासाठी, जेवू-खाऊ घालण्यासाठी आणि परत मुक्कामाला नेऊन पोचविण्यासाठी किती कोटी रुपये खर्च पडले, याचेही आकडे हळूहळू प्रकाशात येतील. पोरकट आणि मूर्खपणाने ओतप्रोत भरलेली पुढाऱ्यांची भाषणे रेडिओ, टी. व्ही. आणि सरकारी पुस्तिका यांतून प्रसिद्ध होतील. शेतकऱ्यांचे यात काहीच नुकसान झाले नाही. इंदिराजींचे व इंदिरा पक्षाचे यात काहीच नुकसान झाले नाही. ज्या गरीब, निरपराध नागरिकांचे नुकसान झाले असेल; त्यांना प्रतिकार करण्याची ताकद येईपर्यंत हे ऐषारामी, निरर्थक मेळावे भरवले जाणारच. या शेतकरी मेळाव्याचे फलित एकच– सत्ता, संपत्ती आणि मस्ती या तिन्ही गोष्टी एकमेकांत गुंतल्या आहेत, हे सिद्ध झाले. त्याचा आपल्या हितासाठी वापर करून घेणारा या देशाचा पंतप्रधान होतो आणि ज्यांना या गोष्टीचे मानसशास्त्र माहीत नाही, ती माणसे शे-दोनशे गांधीवादी लोकांच्या मेळाव्यासमोर सूतकताईची प्रात्यक्षिके करीत गावोगाव हिंडत राहतात. राज्य करणाऱ्यांना आपल्यासाठी स्वत:चे नीतिनियम बनवावे लागतात. प्रचलित नीतिनियम त्यांना अतिशय गैरसोईचे असतात. निर्लज्ज्पणा आणि कोडगेपणा याची तर राजकारणाला नितांत आवश्यकता आहे. या देशात सरकारजवळ जेवढी प्रसिद्धि-साधने आहेत,

तेवढी अन्य कुणाजवळही नाहीत. जी काही अन्य प्रसिद्धि-साधने उपलब्ध आहेत, तीही सरकारला विकत घेता येतात किंवा धाकदपटशा दाखवून वाकवता येतात. त्यामुळे या अशा शेतकरा मेळाव्याचे जे दर्शन लोकांना घडणार आहे, ते म्हणजे भक्त परमेश्वराच्या पायांशी धावले आणि देवाला पाहून ते आश्चर्यचकित झाले अशा स्वरूपाचे. इंदिरा गांधींच्या देवतापदाला आणखी एक सोन्याची वीट लागली. त्यांचे झीलकरी त्यांच्या नव्या स्वरूपाच्या आरत्या गायला तत्पर आहेतच. शेतकरी-उद्धारक इंदिराजी, जनताजनार्दन इंदिराजी अशा नव्या आरत्या आता लिहिल्या जात असतील. इंदिराजींचे अनेक अवतार आपल्याला अजून पाहायचे आहेत. आपण जगलो-वाचलो, तर त्यांचे आणखी अवतार आपल्याला पाहायला मिळतील.

(१ मार्च, १९८१)

-०-०-०-

४०

सीमाप्रश्नाचा कुजलेला डाव

परवा शिवसेनेने सीमाप्रश्न सोडविण्यासाठी एक प्रचंड मोर्चा काढला. त्यात बरेच पक्षही सामील जाले. महाराष्ट्रातील सर्वच पक्षांना सीमाप्रश्नावर अधून-मधून लढे उभारण्याची उबळ येते. काही चळवळ हातांत नसली की, सीमाप्रश्न हाती घ्यायचा आणि त्यावर थोडी धूम मचवायची– असा सर्वच पक्षांचा प्रघात आहे. परंतु, कोणत्याही पक्षाला त्यात खराखुरा रस उरलेला नाही. भारतीय स्तरावर काम करणाऱ्या सर्व पक्षांना महाराष्ट्रात आणि कर्नाटकात आपापल्या पक्षाची बदनामी होऊ द्यावयाची नसल्यामुळे निर्णायक असा तीव्र लढा कोणीही केलेला नाही. संघटना काँग्रेस आणि मग इंदिरा काँग्रेसचे मध्यवर्ती शासन असूनही सीमाप्रश्न सोडविण्याची कोणतीही कारवाई काँग्रेस पक्षाने आजवर केली नाही. हा प्रश्न हळहळू विझत जाईल, यावर काँग्रेसचा विश्वास आहे आणि तो बऱ्याच अंशी खरा आहे. कारण हा प्रश्न आता जवळजवळ संपुष्टात आलेला आहे. कन्नडीगांचे सीमाभागातील संख्याबळ हळूहळू वाढते आहे. याचे कारण राज्य त्यांचेच आहे अन् महाराष्ट्र शासन उदासीन आहे. संयुक्त महाराष्ट्राचा प्रश्न सुटल्याकारणाने सीमाप्रश्नाच्या शेपटासाठी निर्णायक लढा देण्याची मराठी माणसाची इच्छा अस्तंगत झाली आहे. अधून-मधून सीमाप्रश्न उकरून काढणे व त्यावर पुन्हा एकदा निष्क्रिय झालेल्या आपल्या पक्षाची जाहिरात करून घेणे, हाच शिरस्ता सर्व जण पाळीत आहेत.

इतर पक्षांचे जाऊ दे; पण स्थानिक स्वरूपाचे शिवसेना आणि शेतकरी कामगार पक्ष– या पक्षांनीसुद्धा अटीतटीने हा प्रश्न लढविलेलाच नाही. किती तरी प्रश्न शिवसेनेने असेच अधांतरी सोडून दिलेले आहेत. निर्णायक म्हणून पुकारलेले लढे असे मधेच सोडून द्यावे लागतात, याचे मुख्य कारण अंतिम लढा अखेरीस शासनाविरुद्धच असतो. वसंतराव नाईक काय, वसंतदादा काय, शरद पवार काय– या सर्व मुख्यमंत्र्यांशी शिवसेनाप्रमुखांचे संबंध कोणत्या पातळीवर होते हे, आता सांगण्याची आवश्यकता नाही, इतके त्यांचे स्वरूप स्पष्ट आहे. आज तर शिवसेना म्हणजे जवळपास इंदिरा सेनाच होऊन बसलेली आहे. अंतुले एक थोर कार्यक्षम मुख्यमंत्री असून त्यांच्याकडून सर्व प्रश्नांना न्याय मिळेल, असे शिवसेनाप्रमुख म्हणतात (असे ते अन्य मुख्यमंत्र्यांबाबतही म्हणत असत, म्हणा); पण अंतुले यांची गोष्ट निराळी आहे. शासनाशी शत्रुत्व करावयाचे नाही, हे नक्की ठरविल्यानंतर चळवळीची दिशा आपोआपच ठरते. इंदिरा गांधींच्या महाराष्ट्र शासनाचे नाक मुंबईत दाबल्याशिवाय बंगलोरमध्ये कर्नाटक शासनाचे तोंड उघडणार नाही, हे अगदी नागडे सत्य आहे.

पण हे करावयाचे कोणी? शिवसेनाप्रमुख काही हे करू इच्छित नाहीत. जवळपास वीस-पंचवीस वर्षे होत आली, सीमाप्रश्न तसाच कुजत पडला आहे. निर्णायक म्हणून सीमाप्रश्नावर लढे पुकारण्याच्या वल्गना अनेकदा झाल्या, पण प्रश्न आहे तिथेच कुजत का पडलेला आहे? सीमा-भागातील मराठी माणसे आता नैराश्यग्रस्त झालेली आहेत. शिवसेनेने अनेक डरकाळ्या फोडल्या पण या डरकाळ्यांना ना कर्नाटक शासन भीक घालते, ना दिल्लीचे शासन. इंदिरा गांधींच्या संमतीशिवाय अंतुले हा प्रश्न सोडवू शकणार नाहीत आणि कर्नाटकमधल्या इंदिराभक्तांना इंदिराजी कधीच नाराज करणार नाहीत. हा प्रश्न सोडविण्याची खरीखुरी तळमळ असेल; तर अधून-मधून मोर्चे काढून आणि निवेदने देऊन हा प्रश्न सुटणार तरी कसा, हे एकदा सेनाप्रमुखांनी स्पष्ट सांगून टाकावे. शिवसेनेजवळ प्रत्यक्षात करण्यासारखे आज काही काम नाही. त्यामुळे सीमाप्रश्न पुन: पुन्हा उकरून काढण्यात येतो आणि शिवसेना आपली ताकद मुंबईकरांना दाखवते. या ताकदीचे अंतुल्यांना काहीच भय नाही. कारण अंतुले यांच्या संरक्षणासाठी अखेर ही ताकद वापरली जाईल. इंदिरा गांधींना या शक्तीचे मुळीच भय नाही, कारण ही ताकद आपल्या हितासाठी केव्हा वापरायची याचे आडाखे त्यांच्या मनात पक्के आहेत.

या शक्तीच्या प्रदर्शनामुळे एक फायदा होतो. तो म्हणजे, झोपलेला

मराठी समाज गदगदून जागा केला जातो. मुंबईवर असणाऱ्या परप्रांतीयांच्या वर्चस्वाला शिवसेना हा एक शह आहे आणि या शक्तीच्या प्रदर्शनाने त्या शक्तीच्या चाळ्यांना प्रतिबंध होतो. निमित्त सीमाप्रश्न सोडविण्याचे असले तरी अशा मोर्चाने शिवसेना जिवंत आहे व ती केव्हाही परप्रांतीयांना काटशह देऊ शकेल, या एकाच कारणासाठी याही मोर्चाचे स्वागत करण्यावाचून आमच्यासारख्यांना पर्यायच राहत नाही. परंतु, शिवसेना ही महाराष्ट्राच्या अस्मितेची संघटना होईल, अशी आशा आता आम्ही सोडून दिली. शिवसेनेचा जन्म झाला तेव्हा काही काळ असे वाटले होते की, तमिळनाडूमधील द्रविड मुन्नेत्र कळघम् ह्या तमिळ लोकांच्या संघटनेप्रमाणे महाराष्ट्रात खऱ्याखुऱ्या अर्थाने मराठी माणसांचे राज्य येईल. कोणत्याही भारतीय पक्षाला तमिळनाडूमध्ये आजपर्यंत विजय मिळविता आला नाही; तसाच महाराष्ट्रातही भारतीय पक्षांचा प्रभाव ओसरेल, पण शिवसेनेकडून ते कार्य होऊ शकले नाही. कारणे अनेक आहेत. त्याचा वेळोवेळी विचारही झाला आहे. या घटकेला फक्त मुंबईतच शिवसेना म्हणण्याजोगी कार्यक्षम आहे; अन्यत्र काही तरुण उत्साही आणि अविवेकी मुले शिवसेनेच्या नावावर चळवळी करतात. पण संपूर्ण महाराष्ट्राच्या मराठी मनावर शिवसेनेचा ठसा उमटू शकला नाही, हे सत्य स्वीकारताना कोणीही खळखळ करू नये. शिवसेनेत मध्यमवर्गीय बुद्धिवादी समाजाचा वर्ग मोठ्या आशेने सामील झाला होता. यातील मोठा वर्ग राष्ट्रवादी विचारसरणीचा होता. शासनाशी वेळोवेळी जमवून घेतल्यामुळे व इंदिरा गांधींना सतत पाठिंबा देत राहिल्यामुळे या वर्गाचा सतत भ्रमनिरास झाला. मुंबईतील रोजगारीचे प्रश्न किंवा मराठी माणसावरील होणाऱ्या अन्यायाचे प्रश्न सोडविण्यासाठी आपल्या शक्तीनुसार शिवसेनाप्रमुख यत्न करीत असतात. काही कामगार संघटनाही शिवसेनेच्या हातांत आहेत. म्हणून परवा एवढे तरी शक्तीचे प्रदर्शन शिवसेनाप्रमुखांना करता आले. महाराष्ट्रात बहुसंख्य मंत्री मराठी भाषक आहेत, तरीही या राज्यात मराठीला कवडीची किंमत नाही किंवा मराठी माणसाला पुरेसा सन्मान मिळत नाही; या एकाच कारणामुळे शिवसेनेचे अस्तित्व आजपर्यंत टिकून आहे. एरवी, तिचा इसाळ संपलेला आहे.

शिवसेनेने आजपर्यंत अनेकदा सीमाप्रश्न हातात घेतला, निर्णायक लढाईची घोषणा केली; तरी कसलेही यश शिवसेनेला मिळालेले नाही. शिवसेनेच्या मोर्चाला मुख्यमंत्री अंतुले सामोरे जातात आणि विशाल गोमंतक हा जणू काही शिवसेनेने सुचविलेला पर्याय आपल्याला मान्य आहे असे जाहीर करतात, याचा अन्वयार्थ सहज समजण्याजोगा आहे. शिवसेनेने हा जो मोर्चा आयोजित केला,

त्याला अंतुल्यांचा पाठिंबा तर होताच; पण आतल्या गोटात सीमाप्रश्नावर शिजून काही तरी तयार झाले असावे. ते जाहीर करायला काही तरी निमित्त असावे, म्हणून मोर्चाचे आयोजन केलेले असावे. एरवी, आजच या मोर्चाचे प्रयोजन काय, असा प्रश्न कोणालाही पडावा. मुंबईत शक्तिप्रदर्शन करून सीमाप्रश्न कसा सुटणार? एरवी, कोणत्याही विराट मेळाव्यास मुख्यमंत्री सामोरे गेल्याचे ऐकिवात नाही; याच वेळेस मुख्यमंत्र्यांना लोकांना सामोरे जावेसे वाटले यातील रहस्य आपण समजावून घेतले पाहिजे. शेतकरीप्रश्नाबाबत अंतुल्यांनी दिरंगाई केली, ती त्यांना महाग पडली. ग्रंथ-पारितोषिकांच्या क्षुल्लक निमित्ताने अंतुले सरकारने कारण नसताना सर्वांचा रोष आपल्यावर ओढवून घेतला. सहकारी मंत्र्यांच्या बाष्कळ वर्तनाने अंतुल्यांच्या शासनातील गलथानपणा अनेकदा सिद्ध झाला. सीमाप्रश्नाच्या निमित्ताने अंतुले यांनी आपली प्रतिमा उंचविण्याचा प्रयत्न केला आणि त्याला त्यांचे जुने मित्र बाळासाहेब ठाकरे व प्रमोद नवलकर यांनी साह्य केले, तर ते आजवरच्या परंपरेस शोभून दिसणारेच आहे.

शिवसेनेच्या परवाच्या मोर्चात जी लुटालूट आणि मोडतोड झाली, त्याची अंतुले सरकार न्यायालयीन चौकशी करणार आहे. परंतु अशा संदर्भात ज्या न्यायालयीन चौकशी होतात, त्यांचा प्रत्यक्षात काहीही फायदा नसतो. जनतेचा असंतोष थोपविण्यासाठी ती एक शासकीय लबाडी असते. यांतले कित्येक निर्णय इतक्या उशिरा प्रसिद्ध होतात आणि कित्येक तर प्रसिद्धच केले जात नाहीत की, त्यामुळे पुढे दंगली करणाऱ्यांना चांगले संरक्षण मिळते. या दंगलीच्या चौकशीचा निर्णय सर्वसामान्यत: असा असेल– तो म्हणजे, 'दंगल शिवसैनिकांनी केली नाही; शिवसेनेला बदनाम करणाऱ्या समाजकंटकांनी दंगल केली'! अशा चौकशीचा उपयोग काय? उलट, शिवसेनेत एकही समाजसकंटक नाही असा निष्कर्ष मग आपोआप काढावा लागेल. सरकारी पैशाची उधळपट्टी करण्यासाठी या चौकश्या नेहमीच उपयोगी पडतात. परवा पन्नास हजारांचा शेतकरी मोर्चा विधानसभेवर नेण्यात आला. भारतीय जनता पक्षाचे एक प्रचंड अधिवेशन मुंबईत भरले. एवढ्या प्रचंड गर्दीतही कोठे दंगल झाली नाही, कोणाची दुकाने लुटली गेली नाहीत आणि शिवसेनेच्या प्रत्येक मोर्चात किंवा सभेनंतर लुटालूट होते, याचा अर्थ काय? नागरिकांना, दुकानदारांना, कारखानदारांना शिवसेनेच्या गर्दीचे भय वाटावे व त्यांनी पटापट दुकाने बंद करून घ्यावीत, हे काही शिवसेनेला शोभादायक नाही. हरताळाचा आदेश दिला असता व दुकाने बंद न करणाऱ्या दुकानदारांविरुद्ध धूमधाम झाली असती, तर ते एकवेळ

समजण्यासारखे आहे; पण आपल्या मागण्या शासनाला सांगण्यासाठी काढलेल्या मोर्चात लुटालूट का व्हावी? शिवसेनेची प्रतिमा असल्या कृत्यांमुळे डागाळली जाते, एवढ्यासाठी तरी शाखाप्रमुखांना आदेश देऊन शिवसेनाप्रमुखांनी लोकशाहीला शोभेल असा मोर्चा काढण्याची दक्षता घ्यावी. अशा दंगलीमुळे केवळ शिवसेनाच बदनाम होत नाही; तर मराठी माणूसही आडमुठा आहे, दांडगा आहे, असा ग्रह परप्रांतीयांत निर्माण होतो.

विशाल गोमंतकाचा तोडगा सीमाप्रश्न सोडविण्यासाठी कोणीही काढलेला असो– हा तोडगा राबवावयाचा कसा, याचा कोणीच विचार करीत नाही. हलवायाच्या घरावर तुळशीपत्र ठेवावयास कोणाचेच काही जात नाही. मागे एकदा गोव्याने महाराष्ट्राविरुद्ध कौल दिलेला आहे आणि पुन्हा एकदा सार्वमत घेतले, तर तो कौल महाराष्ट्राच्या विरुद्धच जाईल. जिल्ह्याएवढ्या एका भूभागाला स्वतंत्र राज्याचे स्थान मिळाल्यानंतर तो आपले स्थान आणि सवलती सुखासुखी सोडायला तयार होणार नाही. आज गोवेकरांना स्वत:चे राज्य आहे. त्यांचाच मुख्यमंत्री आहे. छोट्या आकारामुळे त्यांच्या सांस्कृतिक विश्वात ढवळाढवळ होत नाही. मध्यवर्ती शासनाकडून त्यांना प्रचंड प्रमाणावर पैसा मिळत गेलेला आहे व या पैशाचा उपयोग करून त्यांनी गोव्याचा सर्वांगीण विकास करायला आरंभ केला आहे. उद्या विशाल गोमंतक निर्माण करण्याचा प्रयत्न झाला, तर त्याला गोवेकर कडाडून विरोध करतील; कारण आजच्या गोव्यातील सवलती पुष्कळ प्रमाणात कमी होतील आणि आहेत त्या सवलतींत पुष्कळ वाटेकरीही निर्माण होतील. अशा परिस्थितीत विशाल गोमंतक आपण जबरदस्तीने त्यांच्यावर लादणार आहोत काय? भले अंतुल्यांना हा तोडगा मान्य असेल आणि उद्या कदाचित गुंडुरावांनीही तो मान्य केला तरी गोव्यातील जनतेचे मत अजमावल्याशिवाय हा तोडगा आपण कशा तऱ्हेने राबवू शकू? हे असले विचित्र तोडगे काढण्यापेक्षा गोवा महाराष्ट्रात विलीन करावा, कारण तो महाराष्ट्राचा अविभाज्य भाग आहे. तेथे सार्वमत घेणेच चूक होते. पण ती चूक दुरुस्त केली पाहिजे. संस्कृती टिकविण्याच्या मूर्ख धोरणामुळे नेहरुंनी काही घटकांची अहंता अकारण जोपासली आहे. इतकी लहान परपुष्ट राज्ये राहू देणे चुकीचे असल्यामुळे विशाल गोमंतकसारख्या धेडगुजरी तोडग्याऐवजी बेळगाव, कारवारसकट सर्व सीमाभाग आणि गोवा, दमण महाराष्ट्रात विलीन व्हायला हवे.

विशाल गोमंतक हा एक फसवा तोडगा आहे. त्याला कोणाचीही मान्यता मिळण्याची शक्यता नाही. पण तो जर राबवायचेच ठरले, तर कर्नाटकचा प्रदेश

विशाल गोमंतकामध्ये अधिक मोठ्या प्रमाणावर सामील करण्याचा प्रयत्न होईल. कोकणी भाषेचे महत्त्व ज्यात राहील, अशा तऱ्हेने विशाल गोमंतक झाले तर चालेल काय? बेळगाव, कारवार आणि वेंगुर्ला अशा त्रिकोणात राज्य निर्माण होणार असेल, तरच त्याला काही अर्थ आहे. मराठी भाषकांचे दुसरे राज्य म्हणून त्याचे महत्त्व आपल्याला वाटायला हरकत नाही. मध्यवर्ती केंद्रावर अवलंबून राहणारे दुबळे राज्य ही भूमिका जर विशाल गोमंतकाने पार पाडू नये अशी इच्छा असेल, तर सांगली, कोल्हापूर आणि दक्षिण रत्नागिरी हे जिल्हे त्यात समाविष्ट केले जावेत. म्हणजे मध्यवर्ती राजधानी म्हणून कोल्हापूरचा आपोआपच उपयोग करता येईल. पण मुळातच हे सारे मृगजळ आहे. भाषावार प्रांतरचना ह्या गोंडस कल्पनेखाली आपण भारतीय एकात्मतेला धक्का लावलेलाच आहे आणि भाषिक प्रांतात पुढाऱ्यांचे अहंकार तृप्त होत असल्यामुळे भारतीय स्तरावर काम करण्याच्या योग्यतेचे नेते हळूहळू कमी होत चालले आहेत. हिंदी ज्यांची मातृभाषा आहे ते लोक सोडून दिले, तर हिंदी लोकांना देव-घेवीसाठी आवश्यक असणाऱ्या हिंदी आणि इंग्रजी भाषा चांगल्या वापरता येत नाहीत. मध्यवर्ती सरकारात मंत्री होण्यापेक्षा राज्यपातळीवर मुख्यमंत्री होणे किंवा कॅबिनेट मंत्री होणे पुष्कळांना सोईचे वाटू लागले आहे. भारत या राष्ट्राला म्हणूनच यापुढे भारतीय नेतृत्व मिळणे कठीण होणार आहे. इंदिराजींच्या अलीकडील दोन्ही मंत्रिमंडळांत भारतीय लोकांना माहीत असणारे कितीसे मंत्री होते? पुष्कळांना भारतीय प्रश्नांचे ज्ञानही नव्हते. केवळ राज्यस्तरावर त्यांचा उपद्रव नको, म्हणून त्यांना खासदार करण्यात आले. भाषिक राज्य निर्माण करण्यामागे राज्यव्यवहार सुकर आणि सुलभ व्हावा, हा विचार होता; तोही फारसा यशस्वी झालेला नाही. द्विभाषिक किंवा त्रैभाषिक राज्ये अधिक उदार व कार्यक्षम होती. महाराष्ट्राचे उदाहरण घ्यायचे झाले, तर गुजराती मंत्र्याचा दबाव इथल्या जातीय राजकारणावर होता व कर्नाटकचेही चार जिल्हे महाराष्ट्रात असल्याकारणाने एकमेकांविषयीचा जिव्हाळाही तेव्हा जाणवत होता. आज महाराष्ट्रातील राजकारणावर एकाच जातीचा प्रभाव जाणवतो, तो तेव्हा निश्चितच नव्हता.

बेळगाव, कारवार व इतर सीमाप्रदेश हे कर्नाटकात राहिले तरी ते अखेरीस भारतात राहणार आहेत आणि मध्यवर्ती शासन जर समंजस व समावेशक असेल, तर तिथल्या मराठी भाषकांवर अन्याय होतो या म्हणण्याला फारसा अर्थ राहत नाही. या भागातील मराठी भाषकांवर अन्याय होणार नाही, अशी काहीच तरतूद करता येणार नाही का? या विभागातील नगरपालिकांचा कारभार मराठीत

चालवावा, तेथील शाळा-कॉलेजेस एखाद्या मराठी विद्यापीठास जोडावीत, या विभागात मराठी जाणणारे अधिकारी नेमावेत व लोकसंख्येच्या प्रमाणात नोकऱ्यांचे आश्वासन द्यावे. हे किंवा असे तोडगे काढून हा प्रश्न सोडविता येणार नाही काय? लोकशाहीप्रधान सार्वभौम देशात कोणाला असुरक्षित वाटत असेल, तर ते निश्चितच शोभादायक नाही. मूळचे कन्नड-प्रांतीय दुष्ट किंवा आप्पलपोटे नाहीत. आज पंचवीस वर्षे वैराची भावना चेतविल्यामुळे कानडी आणि मराठी भाषकांत अकारण द्वेष निर्माण झाला. कुठल्याही वादात अखेरीस शासनाशी वाद जाऊन भिडतो, तेव्हा अल्पसंख्याकांची ससेहोलपट होते. गेली पंचवीस वर्षे मराठी भाषकांनी खूप काही सहन केले. बेळगाव, कारवार हे भाग महाराष्ट्रात आले नाहीत तरी चालतील; पण सीमाभागातील मराठी भाषकांना आता अधिक काही सहन करायला लागू नये. तुरुंग, रक्तपात, मोर्चे, हरताळ ह्या गोष्टींनाही लोकशाहीत एक मर्यादा आहे. सरकारपुढे किंवा वेगवेगळ्या कमिशन्सपुढे आपण आपली बाजू मांडताना फार हयगय केली. आपल्याविरुद्ध काही निकाल लागले की, आपल्याला जाग येते. सीमाभाग महाराष्ट्रात येऊ नये असे का आम्हाला वाटते? न्यायतत्त्व हे कितीही गोंडस असले तरी त्यासाठी द्यावी लागणारी किंमत फार मोठी असते. मराठी माणूस आता या प्रश्नासाठी पेटेल, असे वाटत नाही. ग्वाल्हेर, इंदूर, बडोदा, हैदराबाद, बेंगलोर या भागांत फार मोठ्या प्रमाणावर मराठी भाषक सुखाने नांदत आहेत. पुष्कळ ठिकाणी पेशव्यांच्या आक्रमक हालचालींच्या काळी मराठी माणसांनी महाराष्ट्राबाहेर जाऊन वस्ती केली. मिरजेच्या पलीकडचा भाग मूळचा कर्नाटकाचाच होता. पण राज्यकर्त्या मराठ्यांमुळे खूप मोठ्या प्रमाणावर मराठी भाषिकांची वस्ती तेथे झाली. संयुक्त महाराष्ट्र निर्माण होण्यापूर्वी या सीमाभागात शांततापूर्ण सहजीवन चालू होते. काही महत्त्वाकांक्षी पुढारी किंवा पराभूत विरोधी पक्ष यांच्या अस्तित्वासाठी सीमाभागातील मराठी बांधवांचे रक्त सांडावे, ही गोष्ट निष्ठुरपणाची आहे.

तीन-चार वर्षांपूर्वी बेळगाव येथे टिळक जयंतीच्या निमित्ताने मी व्याख्यानासाठी गेलो होतो. महाराष्ट्र एकीकरण समितीचे बाबूराव ठाकूर, सायनाक यांसारखे सर्व पुढारी सभेला हजर होते. त्यांना न रुचणारा बेळगाव-कारवारचा प्रश्न मी व्याख्यानात आणला नव्हता. परंतु व्याख्यानानंतर एका श्रोत्याने मला या प्रश्नावर बोलण्याची विनंती केली. तेव्हा मी म्हणालो, "या म्हाताऱ्या पुढाऱ्यांच्या हातांत सीमाप्रश्नाचा झेंडा आहे, तो झेंडा ते मरेपर्यंत सोडणार नाहीत. ते मेल्याशिवाय तडजोड होणार नाही. हा प्रश्न सोडविण्याची तळमळ कोणाही राजकीय पक्षाला

उरलेली नाही. म्हणून इथल्या तरुणांनी स्वतंत्रपणे या गोष्टींचा विचार करून (त्या वेळचे मुख्यमंत्री) देवराज अरस यांच्याशी सामोपचाराची बोलणी करावीत आणि हा प्रश्न सोडवून घेण्याचा यत्न करावा.'' या सभेत मी आणखीनही पुष्कळ स्पष्ट, परखड बोललो. सभेतील श्रोत्यांनी या विचाराला मन:पूत दाद दिली. एवढेच नव्हे, तर बेळगावच्या पत्रकारांनी माझ्या सूचनेचे स्वागत करून पूर्वनियोजित कार्यक्रम रद्द करायला लावून माझ्या सन्मानार्थ एक पार्टी आयोजित केली. या लढ्याला लोक आता किती कंटाळले आहेत, याचा तो पुरावा होता. मराठी भाषकांना आज असुरक्षित वाटते म्हणून एकीकरण समितीच्या पुढाऱ्यांचे ते नाइलाजाने ऐकतात, पण त्यांच्या मनीच्या व्यथा वेगळ्याच आहेत. अजूनही एकीकरण समितीच्या उमेदवाराला खूप मते मिळतात, सभांनाही खूप गर्दी होते व लढा पुकारलाच तर लोक लढ्यातही उतरतात. पण आता आपण सीमा-भागातील मराठी माणसांचा अधिक अंत पाहू नये. ह्यात आपण सीमाभागातील तरुणांवर अन्याय करतो, कलहांनाही अधिक उत्तेजन देतो. म्हणून सीमाप्रश्न सोडविण्याचा यापुढचा मार्ग आव्हानांचा नसावा, तर आवाहनांचा असावा. चळवळीचा नसावा, तर तडजोडींचा असावा. रस्त्यावर आलेला प्रश्न आता परत सचिवालयात घेऊन जावा. इंदिरा गांधींच्याच आज्ञेत राहणारे महाराष्ट्र आणि कर्नाटक या राज्याचे मुख्यमंत्री हा प्रश्न इंदिराजींच्याच सहकार्याने सहज सोडवू शकतील.

...त्यासाठी आरोळ्या, गर्जना यांचा आता काही उपयोग नाही.

(२१ मार्च, १९८१)

-०-०-०-

४१

शिवसेना, 'मार्मिक' आणि ढेऱ्यांचे संशोधन

'मार्मिक' हे साप्ताहिक अलीकडे मी सहसा वाचत नाही, कारण आता ते स्वतंत्र विचाराचे मतपत्र राहिलेले नसून ते शिवसेनेचे मुखपत्र झाले आहे. एक काळ असा होता की, आपल्या उपहासगर्भ व्यंग्यचित्रांनी साप्ताहिक म्हणून ते स्वतंत्रपणे लोकप्रिय होते. धों. वि. देशपांडे, द. पां. खांबेटे आदी विचारी लोकांचे मार्गदर्शन आणि लेखन त्यातून होत असे. पण पुढे-पुढे ज्या राजकीय कोलांटउड्या सेनाप्रमुखांनी घेतल्या, त्यामुळे 'मार्मिक'ला ध्येय-धोरणाचा ठसाच उरला नाही. एके काळी बाळासाहेब ठाकरे, 'मार्मिक' हे साप्ताहिक व शिवसेना हिंदुत्वाचे संरक्षण करतील आणि तथाकथित हिंदूविरोधी कारवायांना प्रतिबंध करतील, अशी आशा उत्पन्न झाली होती. पण हिंदुत्वाचे भगवे रंग फिके झाले आणि आता तर सर्वधर्म समभाव संप्रदायात ते सामील झाले आहेत.

मुसलमानांच्या आक्रमक आणि कित्येकदा हिंसक अशा कारवायांना पायबंद घालण्याच्या कामी शिवसेनेची शक्ती उपयोगी पडेल, असा भ्रम विक्रम सावरकर आणि इतर हिंदू महासभावादी नेते यांना एके काळी झाला होता; पण त्यांचाही भ्रमनिरास झाला असावा. आज साऱ्या हिंदुस्थानात आणि महाराष्ट्रातसुद्धा परकीय शक्तीच्या साह्याने मुसलमानांनी एक आक्रमक पवित्रा घेतला आहे. हिंदुस्थान मुस्लिम राष्ट्र करण्याचा इरादा त्यांनी जाहीर केला आहे. एका धर्मांतरासाठी दहा हजार रुपये अशी लालुच

दाखवून दारिद्र्यात खितपत पडलेल्या दलित समाजाला त्यांनी आंजारायला-गोंजारायला प्रारंभ केला आहे. ठिकठिकाणी जमिनी, इमारती विकत घेऊन नवी उपद्रवस्थळे निर्माण करण्याचे कार्य त्यांनी चालू केले आहे. कोकणपट्टीत स्मगलिंगचा व्यवसाय करून श्रीमंत झालेल्या मुसलमान समाजाची संघटित शक्ती वाढत आहे. आळंदीसारख्या शांत आणि पवित्र तीर्थक्षेत्रात कधी नव्हते ते तीस-चाळीस मुसलमान येऊन राहिले आहेत आणि त्यांनी मशिदीसाठी जमीनही खरेदी केली आहे.

असे वाटले होते की, प्रथम हिंदू मग मराठी– अशी अस्मिता दाखवणारी शिवसेना आपल्या शक्तीचा उपयोग करून इस्लामी आक्रमण रोखण्याचे शिवाजीचे अपुरे कार्य हाती घेईल. त्याऐवजी शिवसेनेविरुद्ध कोणी काही लिहिले की, त्याला ठोकून काढणे, वृत्तपत्रांची गाडी जाळणे किंवा मोर्चा, सभा, मिरवणुका या निमित्ताने भयभीत वातावरण निर्माण करणे– या कार्यावर शिवसेनेने संतुष्ट राहावे, याबद्दल आम्हाला खंत वाटते. काही चांगली मूल्ये जतन करीत असताना क्वचित शक्तीचे अवाजवी प्रदर्शन होते, तेव्हा तिकडे दुर्लक्ष करावे लागते. कम्युनिस्टांच्या राष्ट्रद्रोही कारवायांविरुद्ध अपवादप्रसंगी मराठी हिसका दाखवणे, हे समजण्यासारखे आहे. परंतु केवळ दहशतीच्या राजकारणाला अर्थ नाही, हे ज्या दिवशी शिवसेनेला उमगेल; तेव्हा शिवसेनेला पूर्वीचे वैभव प्राप्त होईल.

कोणत्याही मूल्यांसाठी जेव्हा लढा करायचा असतो– मग ते मूल्य हिंदुत्वाचे असो, मराठी माणसाच्या अस्मितेचे असो किंवा कामगार चळवळीत शिरलेल्या हिंसाचाराविषयी असो– अंतिम लढा हा शासनाशीच असतो. पण शासनाशी लढा पुकारायचा नाही असे एकदा ठरले, म्हणजे मग कोणत्याही प्रश्नाची तड लागत नाही. मुख्यमंत्र्यांची मैत्री आणि समाजावर दहशत यांच्या बळावर काही किरकोळ प्रश्न सुटल्यासारखे वाटतात, परंतु मूळ प्रश्न तसेच लोंबकळत राहतात. रक्तदान, रुग्णवाहिका, व्याख्यानमाला, नोकऱ्या यांसारखे प्रश्न सुटतही असतील; पण सर्वांना गिळून टाकणारे प्रश्न भारतीय समाजापुढे आणि मराठी समाजापुढे उभे आहेत. त्यांचे काय? राखीव जागांविरोधी भूमिका बाळासाहेब ठाकरे यांनी घेतली, ती त्यांना कायम टिकवता येईल काय? सीमाप्रश्न सोडवण्याच्या अनेक वल्गना करून झाल्या, पण हातांत काय पडले? एक तर असल्या मोठ्या प्रश्नात किंवा राजकारणात लक्ष घालण्याचे शिवसेनेने सोडून देऊन नागरी सुविधा, मराठी माणसांचे प्रश्न आणि स्थानिक संस्था एवढ्यांवरच आपले लक्ष केंद्रित करावे. शिवसेनेमुळे इंदिरा काँग्रेस निवडून

आली, असे बाळासाहेब ठाकरे यांनी विधान केले आणि मित्रप्रेमामुळे अंतुले यांनी ते विधान खोडून काढले नाही; पण खरोखरच शिवसेनेची ताकद एवढी मोठी आहे काय? शिवसेनेची जेथे नावनिशाणीसुद्धा नाही, तेथेही इंदिरा काँग्रेस प्रचंड मतांनी निवडून आली; ते कसे काय? शिवसेनेने पाठिंबा दिलेले आदिकांसारखे उमेदवार पडले, ते कसे? या अशा अतिरेकी बोलण्यामुळे राजकीय जगात केवळ हसू निर्माण होते.

शिवसेनेकडून अपेक्षा कराव्यात आणि शिवसेनेने अपेक्षाभंग करावा, असे अनेक दिवस चालले आहे. तरीही शिवसेना जी टिकून आहे त्याचे मुख्य कारण मराठी माणसाला मुंबईत अलीकडे फार असुरक्षित वाटू लागले आहे. कामगार चळवळीत फार मोठा हिंसाचार सुरू झाला आहे. आपल्या गल्लीत पाच-पंचवीस संघटित मुले असावीत, असे असुरक्षित समाजाला वाटते. मग ती संघटित मुले थोडा वांडपणा करत असतील, कधी-कधी अन्याय करत असतील, तरीही चालेल– अशी आपोआप धारणा होते. परप्रांतीय गुंड रोखण्यासाठी या मुलांचा उपयोग होईल, अशी भावना त्या-त्या विभागातील लोकांत निर्माण झाली आहे. शिवसेनेच्या आजच्या अस्तित्वाचे महत्त्वाचे कारण ही असुरक्षितता आहे. नाही म्हटले, तरी अमराठी उद्योगपतींच्या नोकरभरतीच्या वेळी उपद्रव टाळण्यासाठी का होईना पण काही मराठी माणसांची भरती होते. आपली शक्ती आणि मर्यादा या दोघांचा मेळ घालून शिवसेनेने आपले कार्यक्षेत्र ठरवले पाहिजे. तसे जेव्हा होत नाही, तेव्हा शिवसेनेशी वाद होतात. वाद झाले की, वाद करणाऱ्यांविरुद्ध दुराग्रही भूमिका घेतली जाते. शिवसेनेविरुद्ध तुमचा आकस आहे– बाळ ठाकऱ्यांविरुद्ध तुमचा पूर्वग्रह आहे– असा प्रचार केला जाऊ लागतो आणि मग कोणाचे तरी थोबाड बंद करण्याची भाषा सुरू होते. वास्तविक, शिवसेनेवरील टीकेने एवढे हळवे होण्याचे कारण नाही. कोणाच्याही टीकेने अशा संघटना नष्ट होत नाहीत. त्या होणारच असत्या, तर त्यांच्या चुकीच्या पवित्र्याने नष्ट होतील. हिंदुत्व वा मराठी बाणा यांविषयी ममत्व असणाऱ्या लेखकांकडून जेव्हा टीका होते, तेव्हा आत्मसंशोधन करून आपलेच काही चुकते किंवा काय, याचाच विचार करणे आवश्यक आहे आणि शक्य असल्यास सुधारणा करणे, हा त्यावरचा उपाय आहे. टीकाकारच संपवून टाकणे, हा काही उपया नव्हे. दुसरी सर्व माणसे अप्रामाणिक आहेत आणि आपणच काय ते एकमेव सत्याचे पुजारी आहोत, हा भ्रम सोडून देणे चांगले. असला भ्रम निर्माण झाला म्हणजे काय होते, याची उत्तम उदाहरणे समोर आहेत. हिटलरचे काय

झाले, हे विख्यात आहेच; पण आपल्या देशातही अशी उदाहरणे खूप आहेत.

मध्यतरी बाळासाहेब ठाकरे आपल्या सर्व विरोधकांना व्यक्तिश: भेटले. 'शिवसेना जेव्हा रस्त्यावर येते' हा लेख मागे माधव मनोहरांनी 'सोबत'मध्ये लिहिला होता, तरीही आपण होऊन बाळासाहेब ठाकरे त्यांच्या घरी गेले. माझे आणि बाळासाहेब ठाकऱ्यांचे वैर आहे, असा पुष्कळांचा गैरसमज आहे. पण त्या मधल्या काळात बाबूराव पटेल आणि बाळासाहेब ठाकरे या दोन मराठी संपादकांच्या भांडणाचा शेवट व्हावा म्हणून मी मध्यस्थी करत असताना ते मला भेटण्यासाठी माझ्या निवासस्थानी आले होते. कोणाकडे जाण्यात वा चर्चा करण्यात कसलाही कमीपणा नाही. विशेषत: ज्याच्याजवळ कसल्याही स्वरूपाची सत्ता असते, त्यानेच मोठेपणा दाखवून हा समन्वय साधला पाहिजे. संपादक, साहित्यिक, विचारवंत यांनी परस्परांना भेटण्यात कसला आला आहे कमीपणा? शक्तीपेक्षा युक्तीनेच प्रश्न अधिक मिटतात, हे मी सांगायला पाहिजे असे नाही. मराठी माणसाच्या अस्मितेच्या रक्षणासाठी संघटना उभी करायची, तर महाराष्ट्रातील बुद्धिवादी समाज वाऱ्यावर सोडून कसे चालेल? जमावानेच सर्व प्रश्न सुटत नाहीत. शत्रुत्व जेव्हा माणसांतील असते, तेव्हा गोष्ट वेगळी; पण विचारात जेव्हा मतभेद होतात, तेव्हा ते हाताळण्याची पद्धत वेगळी असावी, याचा सेनापती बाळासाहेब ठाकरे यांनी कधी विसर पडू देऊ नये. ते स्वत:ला कोणीही समजत असले तरी अनेक प्रश्नांत ते अनभिज्ञ आहेत आणि तज्ज्ञ माणसांचा सल्ला घेतल्याशिवाय कोणतीही चळवळ कधीच शास्त्रीय पायांवर उभी शकत नाही. प्रबोधनकार ठाकरे किंवा वि. मा. दी. पटवर्धन यांच्यासारखी माणसे आता ठाकरे यांच्या परिवारात उरलेली नाहीत. शक्तीला विवेकाचा लगाम नसेल, तर शक्ती स्वैराट वागू लागेल.

'मार्मिक'च्या १९ एप्रिल १९८१ च्या अंकात राजा राजवाडे यांनी एक लेख लिहिलेला आहे. त्यांच्या सदराचे नावच मुळी 'खमंग आणि खरमरीत' असे आहे. परंतु दुर्दैवाने या लेखात खमंग आणि खरमरीत असे काही नसून, जे आहे ते लेखन शिवराळ आणि गलिच्छ आहे. राजा राजवाडे नेहमी काही असले लेख लिहीत नाहीत. पण केवळ 'मार्मिक'साठी लिहायचे म्हणून तर त्यांनी असे लिहिले नसेल ना? राजा राजवाडे विचाराने कम्युनिस्ट आहेत. ते धारदार लिहितात, पण त्यांनी गलिच्छ लेखन केलेले मी तरी वाचलेले नाही. याच वेळेला असे काय झाले आहे, ते कळत नाही. कोणाच्या सांगण्यावरून तर

त्यांनी हे लेखन केले नाही? तसे असेल, तर ते फारच निंद्य आहे. ते लेखन जर त्यांनी स्वत:च्या प्रेरणेने लिहिले असेल, तर त्यांची आता कीवच करायला पाहिजे. हा लेख कामाच्या गडबडीत कदाचित ठाकऱ्यांनी वाचला नसेल किंवा ज्या व्यक्तीवर हा लेख लिहिला आहे, ती व्यक्ती रा. चिं. ढेरे– यांच्याबद्दल त्यांना काहीही माहिती नसेल. रा. चिं. ढेरे हे इतिहासाचार्य राजवाडे यांची परंपरा सांगणारे व्यासंगी आणि चिकित्सक अभ्यासक आहेत. रुग्णावस्थेत आणि दारिद्र्यात राहून त्यांनी मराठी सारस्वताची महान सेवा केली आहे. संशोधनातील किती तरी प्रश्न त्यांनी आपल्या प्रज्ञेने आणि प्रतिभेने सोडविले आहेत. इतर विद्वानांप्रमाणे रुक्ष आणि कंटाळवाण्या भाषेत ते आपले लेखन करीत नाहीत. त्यांची भाषा ललितप्रधान, प्रवाही आणि वेध घेणारी आहे. त्यांची चिकित्सक वृत्ती आणि व्यासंग लक्षात घेऊनच पदवी पास झालेली नसतानाही विद्यापीठाने त्यांना डॉक्टरेट ही पदवी अर्पण केली. तो सन्मान अपुरा वाटल्यामुळेच की काय, पुन्हा विद्यापीठाने त्यांना डी. लिट्. ही पदवी दिली व दोन वर्षांची अभ्यासवृत्तीही त्यांना देवविली.

या अशा ज्येष्ठ अभ्यासकाने आपल्या नित्याच्या संशोधनकार्यात मूर्तिशास्त्राच्या आधाराने पंढरपूर आणि माढा येथील मूर्तींच्या संबंधात एक संशोधनपर निबंध तीन-चार महिन्यांपूर्वी 'केसरी'तून प्रसिद्ध केला. राजा राजवाडे दुसऱ्या परिच्छेदात ज्यांचा गौरवाने उल्लेख करतात, त्या इतिहासाचार्य राजवाडे यांनीच माढा येथे अस्सल मूर्ती असण्याची शक्यता व्यक्त केली होती. अफझलखानाच्या किंवा अन्य मुगल सेनापतींच्या स्वाऱ्यांच्या वेळी अनेक देवळांतील मूर्ती फोडल्या जाण्याची शक्यता होती. काही मूर्ती फुटल्या, काही मूर्तींची विटंबना झाली, काही मूर्ती पुजाऱ्यांनी विहिरींत टाकून दिल्या किंवा अन्य सुरक्षित जागी लपवून ठेवल्या. मूर्तिभंजकांच्या भीतीने आपल्या मूर्ती भग्न झाल्या, भ्रष्ट झाल्या किंवा अन्य सुरक्षित ठिकाणी पळवून न्याव्या लागल्या, याची आपल्याला काहीच शरम वाटत नाही. उलट, अशी एखादी मूर्ती अन्य एखाद्या ठिकाणी लपवून ठेवल्यामुळे सुरक्षित राहिली, असे संशोधनाने कधी सिद्ध केले; तर अशा संशोधकाचे हात छाटण्याची धमकी त्या संशोधकाला द्यावी, हा अजब मामला आहे. काशी विश्वेश्वराचे मंदिर उद्ध्वस्त करून त्या ठिकाणी मशीद उभारणारा औरंगजेब आणि उद्ध्वस्त झालेले सोरटी सोमनाथाचे मंदिर पुन्हा उभारून दाखवणारे वल्लभभाई हे दोन्ही सारख्याच मापाने मोजणाऱ्या माणसांकडून असे अन्याय होतात. असा लेख लिहून राजा राजवाडे यांनी काय साधले, कोण

जाणे!

ढेरे यांचे संशोधन हा मुळात ज्ञानाचा विषय आहे. 'खमंग आणि खरमरीत' असल्या पोरकट लेखाचा विषय नव्हे. असला लेख लिहिण्यापूर्वी एखाद्या जाणकारानेसुद्धा दहादा विचार केला असता, पण जाणकारानेच! अडाणी माणसांना काय– लोकांच्या भावनांना आवाहन करणारे लेख लिहून सवंग लोकप्रियता मिळविण्याचे त्यांचे काम. जेथे शहाणी माणसे प्रवेश करण्यास धजावणार नाहीत तेथे मूर्ख माणसे बिनदिक्कत प्रवेश करतात, असे सुभाषितच आहे. ढेरे हे काही परमेश्वर नाहीत, माणूसच आहेत. ते चुकू शकतात. पण त्यांची चूक दाखविण्याचे मार्ग धमकी किंवा तुच्छता हे नव्हेत. त्यांचे सशोधन सर्वांनी काही स्वीकारलेले नाही. ग. ह. खरे यांच्या अध्यक्षतेखाली भारत इतिहास संशोधक मंडळात या संशोधनावर चर्चा करण्यासाठी सभा झाली व ढेरे यांच्या संशोधनावर कडाडून टीका झाली. अशी टीका व्हायलाही हवी. संशोधनाच्या क्षेत्रात कोणी कोणाच्या आज्ञा पाळत नाहीत किंवा सांगावेही धाडत नाही. रा. चिं. ढेरे यांचे संशोधन कदाचित उद्या चूकही ठरेल; पण ते चूक ठरवणारे लेखक राजा राजवाडे, बाळासाहेब ठाकरे, प्रमोद नवलकर किंवा ग. वा. बेहेरे नसतील– ती मंडळी संशोधनक्षेत्रातली असतील. त्यांना काय ठरवायचे ते खुशाल ठरवू दे. पण उगाच कोणाला चिथवून ढेरे यांच्या अंगावर सोडणे म्हणजे धडधडीत त्यांच्या खुनाचा प्रयत्न आहे, हे लक्षात ठेवले पाहिजे, आणि हा खून एका व्यक्तीचा असणार नाही; तर तो ज्ञानाचा, प्रतिभेचा आणि प्रयत्नांचा असेल. ज्या देशात प्रतिभावंतांचे आणि ज्ञानवंतचे रोज असे खून होतात, ते देश कम्युनिस्ट वा फॅसिस्ट असतात. कसलीही सिद्धी किंवा समृद्धी यांची आशा न बाळगता जी माणसे आपल्या काळोख्या खोलीत जुन्या कागदपत्रांचा अभ्यास करीत असतात, त्यांच्यावर मारेकरी सोडण्याइतकी जी सत्ता राक्षसी असते, त्या सत्तेचे आपण पाठीराखे व्हायचे आहे काय?

राजा राजवाडे, तुम्ही तर स्वतःला कम्युनिस्ट म्हणवता! तुम्हाला पंढरपूरचा काय किंवा माढ्याचा काय– कोणता विठोबा खरा, यात काय स्वारस्य आहे? धर्माला अफूची गोळी मानणाऱ्या कोणाही कम्युनिस्टाच्या दृष्टीने दोन्ही मूर्ती म्हणजे दगडच नाहीत का? आणि साध्या दगडात अस्सल आणि नक्कल काय असणार? अफझलखानाने साऱ्या मूर्ती भरडून काढल्या असत्या तरी बरे झाले असते, असे तुमचे तत्त्वज्ञान सांगते. तुम्हाला पंढरपूरच्या विठोबाबद्दल एवढी आपुलकी वाटावी, हे त्या विठोबाचेच भाग्य मानले पाहिजे. आज गेली कित्येक

शतके महाराष्ट्र देशातील बुद्धिमत्ता आणि कर्तृत्व या विठोबाच्या पायांवर लीन झाले आहे. महाराष्ट्राच्या या आदिदैवतावर मराठी माणसांची श्रद्धा पिढ्यान् पिढ्या गुंतून राहिलेली आहे. या श्रद्धाळू वारकऱ्यांना तुम्ही धर्मसंस्थेचे गुलाम मानीत आला आहात. त्या वारकऱ्यांच्या मनांतला भक्तिभाव तुम्हाला समजला तरी कसा, हे एक गूढच आहे. पंढरपूरची मूर्ती अस्सल नाही, असे म्हणणाऱ्या ढेऱ्यांच्याविरुद्ध वारकऱ्यांनी उठावे आणि त्यांचे हात तोडावेत, अशी शिकवण त्यांना शिवाजीमहाराजांनी दिली असे तुम्ही लिहिता, या साऱ्या विधानातील भयंकर अर्थ तुमच्या कधी ध्यानात आला आहे काय? शिवाजीमहाराजांची तुम्ही ही केवढी बदनामी केली आहे, हे समजून घेण्यासाठी तुम्हाला शिवाजीमहाराजांचे चरित्र पुन्हा वाचावे लागेल. गागाभट्टाने शिवाजीला समंत्रक राज्यभिषेक केला. त्या राज्याभिषेकाविरुद्ध एका सामान्य मांत्रिकाने निषेध नोंदविला, म्हणून शिवाजी-महाराजांनी त्याचा शिरच्छेद केला नाही; तर तांत्रिक मार्गाने त्याच्याकडून पुन्हा एकदा राज्याभिषेक करून घेतला व त्याचे समाधान केले. ते शिवाजीमहाराज हे ज्ञानवंत संशोधकाच्या संशोधनाप्रीत्यर्थ त्याचे हातपाय तोडतील– असले शिवाजीचे वर्णन वाचून तुम्हालाच धोका संभवतो.

शिवाय, देवाला देवत्व कशाने येते, हे तुम्हाला समजले आहे कोठे? कोणता विठोबा अस्सल आणि कोणता नक्कल यावर पंढरपूरचे माहात्म्य अवलंबून नाही. मूर्तीच्या रंग-रूपाकडे, नव्या-जुन्याकडे किंवा अस्सल-नक्कलपणाकडे देवत्व नसते. मूर्ती झिजतात, भंगतात किंवा कालपरत्वे रूप गमावून बसतात; तेव्हा नव्या मूर्तीची प्रतिष्ठापना अनिवार्य असते. भक्तांच्या अंत:करणातील भक्तिभाव जुन्या मूर्तीतील देवत्व नव्या मूर्तीत आणत असतो. पंढरपुरातून गेलेली मूळची मूर्ती कदाचित माढ्याला राहिलीही असेल. पण त्या मूर्तीतील देवत्व चंद्रभागेच्या तीरावरील मूर्तीत केव्हाच अवतीर्ण झाले आहे. मूर्तीचे अस्सलपण आणि नक्कलपण हा मुळात भक्तीचा विषयच नाही; हा विषय आहे मूर्तिविज्ञान किंवा पुराणवस्तुविज्ञान अशा व अमानिक शास्त्रांचा. शास्त्रीय पंडितांनी मूर्तीचे प्राचीनत्व ठरवायचे आहे ते भक्तिभावासाठी नव्हे, तर मूर्तिज्ञानामुळे काळ ठरवता येतो व त्या काळातल्या इतिहासाचे धागेदोरे जमवता येतात, म्हणून. पण जाऊ दे, हे खरे ज्ञानाचे विषय आहेत. एकदा ज्ञानाचा द्वेष करायचे ठरवले म्हणजे सगळे विकृत दिसू लागते. मग सडपातळ असणाऱ्या ढेऱ्यांच्या नावावरून त्यांचे संशोधनसुद्धा ढेरपोटे दिसू लागते. 'महाराष्ट्राच्या मानबिंदूवर चिखलफेक करणाऱ्या उपद्व्यापी विद्वानांचा मुखभंग करण्यास किंवा

त्यांना उलटे बसवून त्यांची गाढवावरून धिंड काढण्याचा पुरुषार्थ तुम्ही का करत नाही?' हा प्रश्न तुम्ही वाचकांना विचारला आहे! मग वरच्याच परिच्छेदात आगरकरांची प्रेतयात्रा काढणे किंवा र. धों. कर्वे यांच्यावर शेणाचे गोळे मारणे– या गोष्टी तुम्हाला पुरुषार्थाच्या वाटतात, असा त्याचा अर्थ होईल. तुम्ही लिहिता 'या संशोधक दु:शासनाला वेळीच दणका द्यायला हवा. हे संशोधक-यवन आपली सगळी श्रद्धास्थाने भ्रष्ट केल्याशिवाय राहणार नाहीत.' यवनांनी देवळे भ्रष्ट केली हे, राजवाडे, एकूण तुम्हाला मान्य आहे; तर मग यवनांनी भ्रष्ट केलेली आपली देवळे आपण शुद्ध करू या आणि त्या ठिकाणी बांधलेल्या मशिदी उद्‌ध्वस्त करू या आणि मग ढेऱ्यांचे काय करायचे ते पाहू. तुम्ही बाळासाहेब ठाकरे यांचे परममित्र अ. र. अंतुले, तुमचे कम्युनिस्ट सहप्रवासी हे सर्व जण प्रथम यवनांनी मंदिरे पाडून बांधलेल्या मशिदींच्या विध्वंसनाचे कार्य हाती घ्यावे म्हणजे तुमचा प्रामाणिकपणा तरी आम्हाला समजेल. विठ्ठलभक्त रा. चिं. ढेरे यांचे रक्षण करायला विठोबा केव्हाही समर्थ आहे.

(७ जुन, १९८१)

-०-०-०-

४२

स्वत:भोवती बांधलेले तुरुंग फोडणार केव्हा?

माणसाला जे आयुष्य मिळालेले आहे, त्याची जाणीवपूर्वक आखणी करणे त्याला जमतेच, असे नाही. कधी कधी आयुष्याला विलक्षण कलाटणी मिळते, बेतलेले अंदाज विस्कटून जातात आणि भलत्याच दिशेने आयुष्याचा प्रवास सुरू होतो. ज्या वेळेस जीवनाची सारी दारे आपल्यासाठी सताड उघडली जातात, तेव्हा कोणत्या दालनात प्रवेश करावा याबद्दल मन गोंधळून जाते. कधी कुणाच्या सांगण्यावरून, तर कधी तत्कालीन परिस्थितीच्या रेट्यामुळे किंवा योग्य ती निवड न करता आल्यामुळे, दिसेल त्या दरवाज्याने आपण वाटचाल सुरू करतो. अंगात रग असते, डोळ्यांत स्वप्ने असतात आणि ऐहिकाची हाक ऐकू येत असते. केव्हा आपल्या अपेक्षा आणि साध्य यांची झटापट होते, कधी जखमा होतात; नाही असे नाही. परिस्थितीवर मातही करता येते, तर कधी पराभूत होऊन खालच्या मानेने नियतीच्या इशाऱ्याला शरण जावे लागते.

पहिली कोवळी दहा-पंधरा वर्षे घरातून, शाळेतून, भोवतालच्या मित्रांतून किंवा हाती लागलेल्या ग्रंथांतून माणूस घडत राहतो. समाजवादी व्हायचे का संघवाले व्हायचे, हे आपण ठरवत नाही– हे लहानपणीचे संस्कार ठरवतात. समाजाबद्दलचे, संस्कृतीसंबंधीचे किंवा एकंदर मानवी व्यवहाराबद्दलचे आपले ज्ञान हे तसे उसने असते. आपली वाढती ग्रहणशक्ती आणि आपला रक्तधर्म यांचाही परिणाम आपल्या जीवनहेतूवर होतो. मग अचानक

एक दिवस एखादे भारून टाकणारे व्यक्तिमत्त्व आपल्या जीवनात येते. ते काही काळ आपल्याला भलत्याच दिशेला खेचून नेते. वयाच्या वीस ते तीस या कालखंडात आपली मते घट्ट होतात आणि या मतांच्या समर्थनार्थ आपण पुरावे गोळा करीत बसतो. मागेही जाता येत नाही, म्हणून आपण थोडे हट्टी बनतो आणि आपल्यात अकारण कडवेपणा येतो.

तुमच्यावर लोहियांचा परिणाम झाला, तर लोहिया न मानणारे समाजाचा घात करीत असतात, अशी विचारासरणी पक्की होते आणि मग दुसऱ्यांची त्यांना परिपूर्ण वाटणारी तत्त्वज्ञाने उद्ध्वस्त करण्याचा उद्योग आपण करू लागतो. एखाद्याच्या कोवळ्या आयुष्यात कोणी तरी उत्तेजक असा डांगे-फर्नांडिस यांच्या सारखा एखादा आक्रमक सूर घेऊन येतो आणि मग आपली भाषा बदलून जाते. मग समर्पित जीवन जगणारे डॉ. हेडगेवार, एकनाथजी रानडे किंवा बाळासाहेब देवरस यांसारखी माणसे शत्रुस्थानी वाटतात. कोवळ्या वयात संघाचे संचलन पाहायला मिळाले, तर मात्र नुसते भाषाशूर असणारे समाजवादी हास्यास्पद वाटू लागतात. पण जर कोणी गांधीजींबद्दल तुच्छेतेने बोलणारा आडदांड माणूस यौवनाच्या प्रभाती आयुष्यात आला, तर गांधीजी हे आपल्या आयुष्यात फक्त करमणुकीचे साधन होते.

जगाचे कल्याण करणारा इस्लाम हा एकमेव मार्ग आहे, असे हेकटपणे म्हणून भारतीय समाजाशी हटवादीपणाने वागणारे फक्त मुसलमानच असतात, असे नाही. प्रत्येक जणच हटवादी असतो. मार्क्स, गांधी, हेडगेवार, आंबेडकर या व अशा नेत्यांच्या अनुयायांची परिस्थिती एकच आहे. त्यांनाही वाटते, जगाचा तारणहार फक्त आपला नेता आहे. वास्तविक, या जगाचा व्यवहार एका माणसाच्या कवेत मावण्याइतका लहान नाही. समाजाला मार्क्सही हवा असतो, आंबेडकरही हवे असतात, गांधीजीही हवे असतात, त्याचप्रमाणे हेडगेवारही हवे असतात. वेगवेगळ्या गरजा निर्माण होत गेल्या की, एकाच समाजवृक्षाच्या वेगवेगळ्या फांद्यांवर वेगवेगळी सुंदर फुले लागतात, आणि या प्रत्येक फुलाचे मूल्यमापन दुसऱ्या फुलाच्या संदर्भात करावयाचे नसते.

मी स्वत: हिंदुत्ववादी आहे, म्हणजे मी गांधींचे वैर केलेच पाहिजे किंवा मधू लिमये लोहियावादी आहेत, म्हणून त्यांनी रोज सकाळ-संध्याकाळ डॉ. हेडगेवारांचा उद्धार केलाच पाहिजे, याची खरोखरच गरज नाही. गांधीजींनी दिलेल्या काही गोष्टींचा स्वीकार अगदी हिंदुत्वनिष्ठ असलो तरी मला करता येतो किंवा मधू लिमयांनासुद्धा हजारो माणसे शिस्तीने व समर्पित वृत्तीने कशी जगू

शकतात याचा शोध घेता येईल. पण त्यासाठी आम्ही आमचे तुरुंग फोडले पाहिजेत. आम्ही स्वत:च आमच्याभोवती केवढ्या प्रचंड भिंती बांधून ठेवल्या आहेत आणि या देशात अशा लहान-मोठ्या किती तरी तुरुंगांची निर्मिती आम्ही केली आहे! सामाजिक अस्पृश्यतेपेक्षा ही राजकीय अस्पृश्यता भयानक आहे. या राजकीय अस्पृश्यतेपायी या देशात अकारण द्वेषाचे आणि शत्रुत्वाचे विषवृक्ष आम्ही लावले आहेत. असल्या विषवृक्षाचे नासके फळ म्हणजे कसलेच तत्त्वज्ञान नसलेल्या इंदिरा गांधींची लोकप्रियता होय. आम्ही मार्क्सला बदनाम केले, गांधींजीची कुचेष्टा केली, सावरकरांना आयाळ नसलेला सिंह म्हटले आणि हेडगेवारांना मेंढपाळ म्हटले. थोडक्यात, या देशातील किंवा देशाबाहेरील सर्वच कर्तृत्ववान माणसांचे पाय आम्ही तोडून टाकल्यामुळे पाय नसलेल्या इंदिराजी फार मोठ्या वाटतात. समाजातील सुंदर फुले आम्ही पायदळी तुडविली आणि मग वास वा रंग नसलेल्या फुलांना आपोआप भाव आला.

म. गांधी, लोहिया, हेडगेवार, सावरकर यांनी स्वत:चे रस्ते स्वत: बांधलेले आहेत. त्यांनी कोणत्या दिशेने जायचे, हे प्रयत्नांती ठरविलेले आहे. किती झाले तरी माणसापेक्षा समाज मोठा, असे मानणारी ही माणसे. त्यांच्या चुका ह्यासुद्धा या देशाच्या मस्तकावरील किरीट होते. रस्ता चुकल्याने बिघडत नाही, कारण मनुष्यजात चालत राहते. योग्य त्या वेळेला दिशा बदलून प्रवास अखंडपणे करता येतो. पण ज्या शक्तीला कुठे जायचेच नाही आणि जिला मानवसमूहापेक्षा क्षणजीवी व्यक्ती महत्त्वाची वाटते, अशा व्यक्तीच्या हातांत आपण या देशाची सर्व सूत्रे दिलेली आहेत. त्या व्यक्तीच्या मागे जायचे, म्हणजे कुठेच जायचे नाही. इंदिराजी स्वत:भोवती फिरत आहेत आणि आपण त्यांच्याभोवती फिरत आहोत.

भारतीय जीवनाचा प्रवास या घटकेला तरी ठप्प झालेला आहे. राजवट कुणाची, याला माझ्या लेखी काहीच महत्त्व नाही. कारण अशा राजवटी क्षणजीवी असतात आणि त्यांच्या मृत्यूबरोबर त्यांचे माहात्म्याही संपते. पण मानवसमूह चिरंतन असतो आणि त्याला अमर्याद आयुष्य असते. या मानवसमूहाच्या आकांक्षा त्या समाजाचे नियंत्रण करीत असतात. तोच त्यांचा प्राणवायू असतो. राग इंदिराजींच्या अहंकाराबाबत नाही, तर व्यक्तिगत आकांक्षेपायी या देशातील मानवसमूहाची आकांक्षा आणि जिद्द त्यांनी नष्ट केलेली आहे, याबद्दल आहे. सुखदायी वर्तमानाचे आकर्षण प्रत्येकालाच असते; पण उज्ज्वल भवितव्याची आकांक्षा असली, तरच मानवसमूहाला वाटचाल करता येते. मानवाशिवाय सृष्टीतील कोणत्याही चैतन्याला ही आकांक्षा नसते. आज या भारतातील मानवसमूहाला कसलीही आकांक्षा उरलेली नाही.

या देशात होऊन गेलेल्या स्वप्नाळू माणसांच्या स्वप्नांची आज समाप्ती झालेली आहे. देश नावाच्या एका अमूर्त कल्पनेसाठी माणसांनी आपल्या आयुष्याच्या कळ्या कशासाठी कुरतडून टाकल्या? परधर्माच्या भयामुळे या देशातील स्त्रियांनी जोहार का केले? भाषिक राज्याच्या निर्मितीसाठी लोक हुतात्मे का झाले? 'वंदे मातरम्' नावाच्या एका कवितेच्या चरणासाठी लोकांनी फासाचे दोर गळ्यांत का अडकवून घेतले? आज इंदिराजींच्या राज्यात आम्ही राहतो आणि राष्ट्र, धर्म, परंपरा, हौतात्म्य, बलिदान, बंदिवास या साऱ्यांची आज चेष्टा केली जात आहे. व्रतस्थ माणसाला मूर्ख ठरविले जात आहे. या साऱ्यांचा अन्वयार्थ नीट समजून घेतला पाहिजे. इंदिराजींना कितीही मोठे व्हायचे असेल तर ते त्यांना खुशाल होऊ दे; पण त्यासाठी गांधी, हेडगेवार, सावरकर ही आमच्या डोळ्यांतील स्वप्ने चिरडून टाकण्याचे त्यांना कारण नाही. पाच-दहा वर्षांत इंदिराजी योग्य त्या ठिकाणी जातील; पण जाताना या साऱ्या स्वप्नांची मंदिरे उद्ध्वस्त करून जातील, ही भीती वाटते. मग अशा वेळेला ज्यांच्याकडे पाहावे, हरखून जावे आणि आयुष्याचा अर्थ समजून घ्यावा– असे या देशात काय उरेल?

त्यातल्या त्यात आमच्या काळात एक गोष्ट बरी होती की, भूल पडावी असे अनेक रस्ते होते. सावरकरांच्या दाहक डोळ्यांचे, गांधीजींच्या वत्सल शब्दांचे, हेडगेवारांच्या व्रतस्थ जीवनाचे, लोहियांच्या अग्निफुलांसारख्या काव्यशैलीचे निमंत्रण आम्हाला येत होते. आणि आयुष्याला कुठले तरी प्रयोजन आहे, या नादात आम्ही चार पावले चालत होतो. यांतील कोणतीही माणसे एकमेकांची वैरी नव्हती; आमच्यातील स्वार्थी लोकांनी त्यांना एकमेकांचे वैरी केले. त्यांच्यात नसलेली युद्धे आम्ही घडवून आणली. त्यांना तर आम्ही मारून टाकलेच, पण आम्हीही मरणोन्मुख झालो. आता या कुरुक्षेत्रावर फक्त गिधाडे उरली आहेत– अर्धमृत माणसांचे लचके तोडणारी, त्यांच्या रक्तबंबाळ देहांवर टोचे मारणारी. या गिधाडांच्या टोळीमुळे अर्धमृत हळूहळू गतप्राण होऊन जातील. या देशात हळूहळू माणसे उरणारच नाहीत. आता आहेत ती गिधाडे– लावसट, हावरट, आणि रक्तपिपासू. कुणाला अन्न मिळत नाही म्हणून यांना दुःख नाही, कारण अन्न न मिळाल्यामुळे भुकेकंगाल झालेली माणसे हेच तर या गिधाडांचे अन्न असते. या देशात प्रेतांचा खच पडावा आणि आपली चंगळ उडावी, असे त्यांना वाटणे बरोबरच आहे. या गिधाडांना मारू शकणाऱ्या साऱ्यांना आपण केव्हाच गाडून टाकले आहे. आता एक तर आपण कुरकुर न करताना मेले पाहिजे किंवा गाडून टाकलेल्या आपल्या बापजाद्यांना जिवंत तरी केले पाहिजे. जर का पुन्हा

या मातीतून महात्माजी जिवंत झाले, तर त्या नंग्या फकिरापुढे इंदिरीजींची आजची सारी धन-दौलत मान खाली घालील. इंदिराजींचे लाचार हुजरे, शिपाई आणि सैनिक त्या टीचभर उंचीच्या माणसाला घाबरून पळ काढतील. सावरकरांची तेजस्वी आकाशवाणी या खंडात पुन्हा ऐकू येऊ लागली, तर या गिधाडांचे सारे आवाज लुप्त होतील. लोकसभेत लोहिया नुसते उठून उभे राहिले तर पापांत आकंठ बुडून गेलेले इंदिरा-शासन पांढरेफटक पडेल. कर्मयोगी डॉ. हेडगेवार जाऊन आज चाळीस वर्षे झाली, तरीही त्यांच्या आठवणीने इंदिराभक्तांचे कासोटे फिटतात; ते प्रत्यक्षच येऊन उभे राहिले, तर सफदरजंग हे निवासस्थान खाली करून या देशातील पांढऱ्या पायाचे दुर्भाग्य परदेशात आश्रयाला जाईल.

पण हे होणार नाही, कारण आमच्या हातांनीच या देशातील उज्ज्वल तारे आम्ही विझवून टाकले आहेत. त्यामुळे या देशातील काजव्यांची महती वाढली आहे. हे काजवेच आपल्याला चंद्र-सूर्य समजू लागले आहेत. त्यांच्या अपुऱ्या प्रकाशात जगणे आमच्या नशिबी आले आहे. दोष काजव्यांचा नाही, दोष आमचाच आहे. आपल्या हातांनी ज्याने घरे पेटविली, त्यानेच सावली गेली म्हणून विव्हळण्यात अर्थ नाही. आम्ही स्थापन केलेले गणपती आम्हीच बुडवून टाकले. साऱ्या विघ्नहर्त्यांना आम्ही निरोपाचे विडे दिले. या देशातील मंगलमूर्तींचे आम्ही विसर्जन केले आणि आता जे असुर माजले आहेत, त्यांच्यापासून आमची मुक्तता करा असे आम्ही कोणाला विनवीत आहोत? त्यांतल्या त्यात एक गोष्ट बरी आहे की, आम्ही बुडविलेले गणपती मातीचे नव्हते, ते स्वयंभू होते; आम्ही त्यांना जन्माला घातलेले नव्हते. तेव्हा त्यांना आम्ही बुडविले, हेही तितकेसे खरे नाही. ते आजही आहेतच. ते आमच्या श्वासांत आहेत, देशाच्या मातीत आहेत, हिमालयाच्या शिखरांत आहेत. खूप खाऊन सुस्तावलेल्या गिधाडांना संपवून टाकणे त्यांना केव्हाही कठीण जाणार नाही. पण मातीची इच्छा अखेरीस माणसांनाच पुरी करावी लागते. असुरांचा वध करण्यासाठी आकाशस्थ इच्छांना मानवी हातच हवे असतात. मनुष्य परमेश्वराला आवाहन करतो ते त्या हातांना चैतन्य यावे म्हणून. एरवी, माणसांचे प्रश्न माणसांनाच सोडवावे लागतात. माणसेच पृथ्वीचा स्वर्ग किंवा नरक करतात. आपली भूमी इतकी वांझ झालेली नाही की, दैत्यांचा संहार करण्यासाठी आपण देवांना हाक मारावी! इथली माणसेच इथल्या गिधाडांचा समाचार घेण्यासाठी सिद्ध होतील. भगवान श्रीकृष्णालासुद्धा शिशुपालाचे शंभर अपराध होईपर्यंत वाट पाहावी लागली; मग आपल्याला तोपर्यंत थांबायला नको काय?

(४ ऑक्टोबर, १९८१)

४३

खऱ्याखुऱ्या स्वातंत्र्याची पहाट कधी होईल?

केरळमध्ये कम्युनिस्ट आघाडीचे सरकार कोसळल्यानंतर मंत्रिमंडळ बनविण्याचा प्रयत्न अन्य गट करीत आहेत. परंतु कम्युनिस्टविरोधातील सर्व गट एकत्र आल्याशिवाय मंत्रिमंडळ बनविणे शक्य नाही. एरवी, अस्पृश्य मानल्या जाणाऱ्या भा.ज.प.शी सहकार्य करण्याचा केरळमध्ये प्रश्नच नाही. एका परीने ते बरे आहे. कारण तसे असते, तर ती युती समाजवादी मंडळींनी होऊ दिली नसती– हा आपल्याला अनुभव आहेच.

समाजवादी व तथाकथित पुरोगामी यांना जातीयवादी मुस्लिम लीगशी केलेली युती गोड वाटते, परंतु भाजपशी युती करणे त्यांच्या जिवावर येते. भाजपची शक्ती वाढली तर भविष्यकाळात आपल्याला कायमचा एक धोका निर्माण होईल, या भीतीने भाजपशी घरोबा करणे तथाकथित डाव्या विचारसरणींना सहन होऊ शकत नाही. त्यापेक्षा ज्या इंदिरा काँग्रेसने या देशातील लोकशाहीच्या नरड्याला नख लावले, त्या इंदिरा काँग्रेसशी केव्हाही सहकार्य करायला ही पुरोगामी मंडळी सिद्ध असतात. या फडतूस मंडळींचे सहकार्य इंदिरा काँग्रेस सहसा मागत नाही. केरळमध्ये त्यांचा नाइलाजच आहे. कार्यकारिणीचा निर्णय धाब्यावर बसवून तिथल्या जनता काँग्रेसने इंदिरा काँग्रेसशी चुंबाचुंबी केलीच आहे. कारण त्यांना माहीत आहे की, पराभूत मन:स्थितीतील मंडळी आज ना उद्या स्वगृही परत येणारच आहेत. कम्युनिस्ट किंवा भाजप हे दोन्ही पक्ष पराभूत झाले तरी राजकारणात हरत

नाहीत, कारण प्रत्येक निवडणूक ही जनतेचे मतपरिर्वतन करण्याचा एक मार्ग म्हणूनच निवडणुकींकडे पाहण्याची त्यांची वृत्ती आहे. यश मिळाले तर उत्तमच, नाही तर आपल्या तत्त्वज्ञानाचा प्रसार होतो, ही भूमिका त्यांनी स्वीकारली आहे. पण निवडणूक हे सत्तेच्या जवळ जाण्याचे साधन एवढाच निवडणुकीचा अर्थ लावणाऱ्यांच्यात निवडणुकीतील पराभवामुळे विलक्षण नैराश्य पसरते. म्हणूनच जनता पक्ष किंवा संघटना काँग्रेस नैराश्यजनक परिस्थितीत वावरत आहेत.

जनता पक्षाचे अध्यक्ष चंद्रशेखर पुण्यात आले असताना पत्रकारांजवळ त्यांनी आपल्या पक्षाच्या दारुण अवस्थे वर्णन केले. पक्षाची कोणीतीही यंत्रणा नाही, अनुयायी नाहीत; एवढेच नव्हे, तर अखिल भारतीय समजल्या जाणाऱ्या पक्षपुढाऱ्यांच्या सभांना गर्दीसुद्धा होत नाही. जनता पक्षाने भारतीय जनतेची घोर विटंबना केली आहे. ती विसरायला अजूनही लोक तयार नाहीत, एवढाच त्याचा अर्थ आहे.

इंदिरा गांधींच्या एकाधिकारशाहीला कंटाळून किंवा सत्तेत वाटा न मिळाल्यामुळे ज्या काँग्रेसजनांनी समाजवादी काँग्रेस, संघटना काँग्रेस किंवा जनता पक्ष यात प्रवेश केला होता; त्यांनाही सत्तेच्या प्रवाहापासून दूर राहिल्याबद्दल खंत वाटते आहे. यशवंतराव चव्हाणांनी ही खंत मोकळेपणाने बोलून दाखविली. इतर जण ती बोलून दाखवत नाहीत, इतकेच. इंदिरा काँग्रेसपासून वेगळे राहण्याचे प्रयोजन केव्हाच संपुष्टात आले आहे. पण इंदिरा गांधींना ज्यांची गरज नाही, अशा या वाट चुकलेल्या काँग्रेसवाल्यांना 'करावे तरी काय?' असा प्रश्न भंडावतो. इंदिरा काँग्रेसमध्ये जाण्याचे वेगवेगळे मार्ग काढून पुष्कळ जण या आधीच काँग्रेसमध्ये समाविष्ट झाले. आता जे काही थोडे-फार उरलेत, त्यांची 'न घर का-ना घाट का' अशी स्थिती झाली आहे. ज्यांनी स्वगृही प्रवेश केला, त्यांनाही इंदिराजींनी चांगली वर्तणूक दिली नाही म्हणून आपले वेगळे अस्तित्व टिकविण्याचा ही मंडळी प्रयत्न करत आहेत. पण या लोकांना ह्या देशात कसलेही भवितव्य नाही. कशाही असोत– इंदिराजींशिवाय काँग्रेस नाही आणि काँग्रेसशिवाय भूतपूर्व काँग्रेसवाल्यांना अन्य आधार नाही.

फारच पूर्वी जेव्हा इंदिराविरोधात असणारे काँग्रेसवाले आपला डाव हरले, तेव्हाच त्यांनी काँग्रेसमध्ये प्रवेश करून एकसंध काँग्रेस केली असती; तर त्यांची आजची दारुण अवस्था तरी टळली असती. सत्तेत राहिलेल्यांना सत्तेशिवाय राहणे किती मुश्किल होते, हे यशवंतरावांनी आपली मनोव्यथा बोलून दाखविली तेव्हाच स्पष्ट झालेले आहे. ह्या मंडळींना सत्तेशिवाय जगताच येत नाही, कारण

सत्ता हा त्यांचा प्राणवायू आहे.

समाजवाद्यांचा प्रकार निराळाच आहे. त्यांच्या चटपटीतपणामुळे आणि आक्रमक भूमिकेमुळे यांना सत्तेत अनेकदा संधी मिळाली. कोणालाही आपली पुरोगामी प्रतिमा उजळून घ्यायची असेल, तर त्यांनी चार समाजवादी टाळकी बिनीचे स्वार म्हणून धाडावीत. हे असा काही आरडाओरडा करतात की, लोकांना वाटते– आता समाजवादी विचारसरणीचा जय होणार! समाजवाद्यांच्या मागे खूप शक्ती आहे, असा भ्रम निर्माण करण्यात ही मंडळी कुशल आहेत. पण समाजवाद्यांच्या साह्याने कोणताही पक्ष, युती, आघाडी स्थापन करा; तिचा अपमृत्यू हा ठरलेलाच. ज्या कोणाला पक्ष मोडायचा असेल, त्यांनी समाजवाद्यांना– विशेषत: लोहियावाद्यांना– आमंत्रण द्यावे. बरीच वर्षे एकत्र कुटुंबात एका समाजवाद्याचा प्रवेश झाला की, त्या घरात चार चुली व्हायला वेळ लागत नाही, आणि त्या चार चुली एकमेकांचे एवढे वैर करतात की, त्या विनाशकाली वैरामुळे कोणाच्याही घरात चूल पेटत नाही. रामाला सीतात्याग करायला लावणारा धोबी हा बहुतेक समाजवादीच असावा. रावणाच्या दरबारातून पळून रामाची साथसंगत करणारा बिभीषण हाही त्या काळच्या समाजवादी गटातील असला पाहिजे.

कोणतीही भागीदारी मोडायची असली, तर मधू लिमयांवर ते काम सोपवायला हरकत नाही. मधू लिमये इंदिरा काँग्रेसमध्ये गेले असते, तर किती बरे झाले असते! कारण त्यांनी इंदिरा गांधी, संजय गांधी, मेनका गांधी ह्या सर्वांत एवढे प्रचंड भांडण पेटवले असते की; इंदिरा गांधी ह्या देशाच्या सत्तेवर कधीच येऊ शकल्या नसत्या. मनुष्य भांडण्यासाठीच जन्माला आलेला असतो, यावर या मंडळींची प्रामाणिक श्रद्धा आहे. त्यामुळे ज्याला भांडता येत नाही किंवा फाटाफुटी करता येत नाही, अशा माणसांना थैलीशहाचे हस्तक किंवा प्रतिगामी म्हणून संबोधण्याची त्यांची प्रथा असते.

सर्व काँग्रेसवाल्यांनी एक व्हावे, असे तर मी फार पूर्वीच लिहिले आहे. त्यामुळे विरोधी पक्षीयांच्या प्रतिमा थोड्या उजळ होतील आणि त्यांचा लढा अधिक स्वच्छ होईल. शिवाय पक्ष म्हणून काँग्रेसला स्थैर्य येईल. अशा स्थैर्याची देशाला गरजही आहे. इंदिरा गांधी ह्या फार दुष्ट आहेत आणि इतर काँग्रेसवाले फार सदाचारी आहेत, असेही मानण्याचे कारण नाही. काँग्रेस हा पक्ष नसून ती एक वृत्ती आहे. त्यामुळे कोणाची भलावण करावी आणि कोणाला धिक्कारावे, हा प्रश्नच पडतो. सत्तेच्या मिठाईभोवती घोटाळणाऱ्या ह्या माश्या असल्यामुळे सगळ्यांचेच पोट भरावे, अशी एक उदार वृत्ती त्यांच्याजवळ आहे. त्यामुळे

सर्वांच्याच पापाला संरक्षण लाभते.

अंतुले यांच्या इंदिरा प्रतिष्ठानबाबत केवढा तरी गदारोळ विरोधी पक्षीयांनी उठविला; तरीही आपल्या पूर्वीच्या मुख्यमंत्र्यांनी तशाच तऱ्हेची अनेक प्रतिष्ठाने निर्माण केली होती, तिचे तपशील काही अंतुले यांनी लोकांना सांगितले नाहीत. वास्तविक, शालिनीबाई पाटील मुख्यमंत्र्यांच्या विरोधात उभ्या राहिलेल्या असूनही तितक्याच भ्रष्ट असलेल्या जिजामाता ट्रस्टबद्दल सरकारी गोटातून माहिती बाहेर पडलेली नाही. काँग्रेसवाल्यांची एक नीती असते. ह्या नीतीमुळेच काँग्रेसवाल्यांची पापे लपून राहतात. सातारा जिल्हा बँकेत लक्षावधी रुपयांचा घोटाळा झाला व ऑडिटरनी तो लक्षातही आणून दिला होता. त्यावर काँग्रेसच्याच दुसऱ्या मुख्यमंत्र्याने काही इलाज योजण्याऐवजी त्या जिल्हा बँकेचे ऑडिट पुन्हा करून घेऊन भ्रष्टाचारात गुंतलेल्यांना अभय दिले व त्यांना आपल्या गटाकडे वळवून घेतले. धुळे जिल्ह्यातील व्यंकटराव धोबी, शिवाजीराव पाटील ह्यांच्या अनेक गैरव्यवहारांना शरद पवारांनी संरक्षण दिले. याचे कारण आजचे विरोधक उद्याचे सहकारी असतात, यावर काँग्रेसवाल्याची नितांत श्रद्धा आहे. काँग्रेसवाल्यांची जी विभिन्न गटांत फाटाफूट दिसते, त्यामागे कसलेही तात्त्विक अधिष्ठान नाही. आणीबाणी-नंतरच्या काळात संजय गांधींच्या कृपेमुळे जे धटिंगण आज इंदिरा काँग्रेसमध्ये जागा अडवून बसले आहेत, त्यांना हे पूर्वीचे काँग्रेसवाले नकोत, एवढाच त्याचा अर्थ आहे. सर्व काँग्रेसवाले एक झाले, तर आज जी सत्तास्थाने आपल्याला मिळालेली आहेत ती जातील, अशी नवागतांना भीती वाटते.

तरीही सर्व काँग्रेसवाल्यांनी एकत्र येऊन राजकारणाला नवी दिशा देण्याची आवश्यकता आहे, असे मला वाटते. काँग्रेसची नीती कशीही असली तरी या देशात खोल पाळेमुळे रुजलेला हा पक्ष सर्वथा पराभूत करणे कोणत्याही एका पक्षाला किंवा विरोधी पक्षांच्या युतीला शक्य नाही. इंदिरा गांधी काही अमरपट्टा घेऊन आलेल्या नाहीत. त्यांच्यानंतर ह्या देशाचा कारभार कसा चालणार, ह्याचा विचार इतर पक्षांपेक्षा काँग्रेसवाल्यांनाच करावा लागेल.

या देशात संघसंस्कार घेऊन निर्माण झालेला भारतीय जनता पक्ष आणि रशिया किंवा चीन ह्यांच्या आश्रयाने वाढणारे कम्युनिस्ट हे उद्याचे महत्त्वाचे दोन राजकीय पक्ष आहेत. कम्युनिस्ट विचारसरणीतही मध्यंतरीच्या काळात खूप फाटाफूट झाली. स्वतंत्र कम्युनिस्ट पक्षाला या देशात काही स्थान नाही; तेव्हा इंदिरा गांधींशी सहकार्य करून आपण पक्षाचे अस्तित्व टिकवावे, असे वाटणारा डांगे गट आज तरी हतप्रभ झालेला आहे. केरळ आणि बंगाल या प्रांतात

मार्क्सवाद्यांचे प्राबल्य आहे. परंतु संपूर्ण भारताचा विचार केला, तर या पक्षाला भारतात अजून पाय रोवता आलेले नाहीत, असाच निष्कर्ष काढावा लागेल. अकाली दल, गणतंत्र परिषद, डी. एम. के. ह्यांसारखे स्थानिक पक्ष कुठल्या तरी भारतीय पक्षाशी हातमिळवणी करून आपले स्वतंत्र अस्तित्व टिकवितात आणि मिळणाऱ्या सत्तास्थानांचा लाभ उठवितात.

भारतीय स्तरावर काम करणाऱ्यांत सर्वाधिक मोठा पाठिंबा असणारा काँग्रेस पक्ष त्या सर्व गुणावगुणांसकट विचारात घ्यावाच लागतो. रशिया किंवा चीन ह्यांचा पाठिंबा असूनही कोणताही कम्युनिस्ट गट ह्या देशात कम्युनिस्ट विचारांचा प्रभाव वाढवू शकलेला नाही. जगातल्या किती तरी राष्ट्रांत कम्युनिस्टांचा प्रभाव वाढलेला असूनही भारतासारख्या दरिद्री देशात कम्युनिस्टांबद्दल जिव्हाळा निर्माण झाल्याचे जाणवत नाही. सर्व डाव्या शक्तींची एकजूट होण्याच्या कामात अनेक अडसर असतात. त्यांतला मुख्य अडसर समाजवादी विचारसरणीचे लोक. व्यक्तिस्वातंत्र्याचा संकोच करणारी कम्युनिस्ट जीवनपद्धती तर नको– पण मार्क्सवादाचा प्रभाव असणारी चळवळ तर हवी, अशा काही विचित्र संभ्रमात डावी विचारसरणी वावरते आहे.

भारताची समाजरचना, इथली जातिव्यवस्था आणि भारतीय परंपरांचे भारतीयांवर असलेले प्रभुत्व याचा कोणताही विचार न करता केलेली चळवळ या भूमीत फलदायी ठरलेली नाही. राजकारणात यशस्वी झाले ते टिळक, गांधी, नेहरू आणि पराभूत झाले ते सावरकर, लोहिया, डांगे– हे ऐतिहासिक सत्य आहे आणि ह्या सत्यापासून काहीही धडा न घेतल्याकारणानेच प्रतिगामी असूनही काँग्रेस सत्तेवर आहे. काँग्रेसने समाजवादाचा आणि पुरोगामित्वाचा तोंडावळा स्वीकारला आहे, परंतु प्रत्यक्ष कारभार मात्र ह्या देशातील जुनाट परंपरांनुसारच केला आहे. पुढाऱ्यांना धर्म नको असला तरी जेव्हा बहुसंख्य जनतेला धर्म हवा असतो; तेव्हा धर्माची कुचेष्टा करून भागत नाही, तर धर्मालाच लोकशाही तोंडावळा देऊन त्याचा साधन म्हणून उपयोग करावा लागतो. या देशात तोंडदेखली का होईना, लोकशाही आहे आणि ती टिकविण्याचा आपला प्रयत्न चालू आहे. अशा परिस्थितीत लोकांचे पारंपरिक जीवन उद्ध्वस्त करून लोकशाही मार्गातून सत्ता मिळविणे शक्य नाही, हे इंदिराजींनी बरोबर ओळखले आहे. म्हणून देव-धर्मावर श्रद्धा ठेवून, कर्मकाण्डे करून किंवा शंकराचार्यांना शरण जाऊन इंदिराजी पुरोगामी ठरू शकतात आणि पुरोगामित्वाचा नारा वाजवूनही समाजवादी लोहियावादी चरणसिंगांसारख्या प्रतिगामी नेत्याची बाहुली बनतात.

भारतीय जनता पक्षाने आपल्यावर झालेल्या संघ-संस्कारांचा उच्चार अनेकदा केला आहे. संघ मुख्यत्वे हिंदूंच्या संघटनेसाठी निर्माण झालेली संघटना आहे. ह्या देशाची परंपरा त्यातील काही उणिवा काढून टाकून टिकविली पाहिजे, असे संघाला आणि म्हणूनच संघप्रणीत सर्व संस्थांना वाटते. संघाला किंवा संघप्रणीत संस्थांना जातीय म्हणून शिव्या देण्याची एक मोहीम आखली जात आहे. संघाला जातीय म्हणण्यापेक्षा 'नॉन-सेक्युलर' म्हणणे जास्त बरोबर ठरेल. हिंदू धर्मातील सर्व जाती-जमाती एकत्र करून त्यांचे बल वाढविण्याची प्रतिज्ञा करणाऱ्या संघाला आक्रमक अशा इस्लामी संकटाशी मुकाबला करावा लागेल; म्हणून फार तर संघ हा निधर्मी नाही, असे म्हणता येईल, आणि तो तसाच राहायला हवा; कारण त्याशिवाय हिंदूंच्या संघटेला काहीही अर्थ उरणार नाही. मुसलमान धर्माचे स्वरूपच मुळी हिंदू धर्माविरुद्ध आहे; नव्हे, सर्वच मूर्तिपूजकांच्या मुळावर घाव घालणारे आहे. अशा वेळेस हिंदुसंघटन करणाऱ्यांनी काय करावे? सर्वधर्म समभावाची घोषणा करावी, का उद्दाम मुसलमानांच्या पुढे शरणागती पत्करावी? संघाची याबाबतची भूमिका विचारात घेतली, तर फार तर संघ सेक्युलर नाही, ही टीका थोडीफार ग्राह्य ठरू शकेल. पण संघावर जातीयतेचा आरोप करणे मात्र सर्वथा ढोंगीपणाचे आहे.

संघप्रणीत सर्व संघटना हिंदुत्वाच्या एकतेला आवाहन करणार, हे तर उघडच आहे. धर्महीन समाजरचनेला त्यांचा विरोध राहणार, कारण धर्म ही समाजाला बांधणारी एक विलक्षण शक्ती आहे– याचा टिळकांप्रमाणे, महात्मा गांधीप्रमाणे संघाने विचार केला आहे. ज्या वेळेस ह्या प्रचंड भूखंडातील विस्कळीत समाजाला बांधू शकणारी राष्ट्रभावना निर्माण होईल तेव्हा धर्मभावनेचे महत्त्व कमी होईल– पण तोपर्यंत लोकांच्या रक्तात भिनलेला धर्म चेष्टेचा विषय करण्यात काहीही अर्थ नाही.

या देशातील वेगवेगळ्या राजकीय तत्त्वज्ञानांचा विचार करताना एक गोष्ट लक्षात येते. धर्म या गोष्टीचा प्रत्येक पुढाऱ्यावर विलक्षण परिणाम झालेला असूनही धर्माचा राजकीय अन्वयार्थ लावण्यात गांधीयुगानंतर कोणीही यशस्वी झाले नाही. गांधीजी हे खऱ्या अर्थाने टिळकांचे मानसपुत्र आहेत. धर्म नष्ट करण्यापेक्षा धर्म हा वेळोवेळी बदलत राहून समाजाला उपयुक्त कसा राहील, ह्याचा विचार न केल्यामुळे आपण धर्म नष्ट करण्याच्या चुकीच्या सिद्धांतापर्यंत येऊन पोहोचलो आहोत. धर्म नष्ट झाला तर जी पोकळी निर्माण होईल, ती पोकळी आपण कशाने भरून काढणार? धर्मप्राबल्य कमी करणे, ही गोष्ट

निराळी आहे; पण धर्म नष्ट करणे, ही गोष्ट मात्र धोक्याची आहे. समाजाची धारणा करणारा तो धर्म– असे धर्माचे स्वरूप बदलण्यात आमच्या सांस्कृतिक व राजकीय नेत्यांना अपयश आले. शिवाय एका विशाल भूखंडात ख्रिश्चन आणि मुसलमान नागरिकांची धर्मभावना अधिक बलवान व कडवट होत जात असतानाच बहुसंख्य हिंदूंच्या मनातील धर्मभावनेवर आघात करणे, म्हणजे समाजाचा समतोल घालविणे होय. जे काही सुधारक या देशात झाले, ते बहुतेक सर्व हिंदुधर्मीय होते, ही गोष्ट विसरता कामा नये. आपण एका समाजाच्या एकतेला तडा लावीत आहोत आणि त्याच वेळेस दुसरा समाज आपल्या धर्मभावना अधिकाधिक धारदार करीत आहे याचा विचार या सुधारकांनी केलेला नाही. यामुळे या देशात मुसलमान बहुसंख्य आहेत की काय, असे वाटण्याइतका त्यांचा प्रभाव आज तरी झाल्यासारखा वाटतो. त्याचेच पर्यवसान मुसलमानांच्या एका नव्या उद्दामपणात झालेले आपल्याला आढळते.

मुसलमान धर्मांध झाले म्हणून हिंदूंनी धर्मांध व्हावे काय? ह्या प्रश्नाला हो किंवा नाही उत्तर देता येणार नाही. पण आपल्यापैकी एकाने आपल्या समाजाभोवती चांगला मजबूत कडेकोट तट बांधावा आणि दुसऱ्या समाजाने आपल्याभोवती असलेला चांगला मजबूत तट जमीनदोस्त करावा, याचे दुष्परिणाम आपण पाहतोच आहोत. अशा वेळेस शासनाची भूमिका मुसलमानांचे आणि ख्रिश्चनांचे धर्मवेड कमी करण्याकडे असली पाहिजे. लोकशाहीत एकगठ्ठा मतांना किंमत असल्यामुळे मुसलमानांचा धार्मिक कडवेपणा कमी करण्याचे काम काँग्रेसने अजिबात केलेले नाही; उलट मुसलमानांना स्वायत्तता दिली. एवढेच नव्हे, तर राजकीय संघटनेच्या निमित्ताने त्यांच्या धार्मिक संघटनेला उत्तेजन दिले. धर्माचा प्रभाव कमी असेल, तर भारतात राहणाऱ्या सर्वच नागरिकांवरील धर्माचा प्रभाव कमी करायला हवा. समानता ही केवळ आर्थिक क्षेत्रात नसते, तर ती सांस्कृतिक आणि धार्मिक क्षेत्रांतसुद्धा यायला हवी. अगोदरच हिंदू समाज हा विघटित आहे आणि उच्च-नीचतेच्या कल्पनेमुळे हिंदू समाजात असंतोष खदखदतो आहे. धर्मांध मुसलमान ह्या असंतोषाचा फायदा घेणार नाहीत, एवढी तरी काळजी घ्यायला हवी; तीही घेतली जात नाही.

मुसलमान हिंदूंचा सूड घेतात तो कुराणाच्या आज्ञेवरून. ते अशा वेळेला इंडियन पीनल कोड विचारात घेत नाहीत, तर प्रेषिताच्या आज्ञा प्रमाण मानतात. मुसलमानांच्या लेखी या देशातील घटना, प्रस्थापित कायदा किंवा भारतीय परंपरा यांना कवडीची किंमत आहे. अपरिवर्तनीय कुराण हाच मुसलमानांच्या

लेखी कायदा आहे. दलितांबद्दल काही कळवळा आहे म्हणून मुसलमान त्यांना जवळ करीत नाहीत, तर हिंदू धर्माचा परस्पर विनाश करण्याचे साधन म्हणून ते दलितांना वापरत आहेत. दलितांनाही मुसलमानांचा डाव लक्षात येण्याचे कारण नाही आणि तेही आपल्यावर झालेल्या प्रदीर्घ अन्यायाबाबत सूड घेण्यास उत्सुक झालेले आहेत. आपण समजूत घालण्याचा प्रयत्न केला, तर ते अधिक दुराग्रही बनत आहेत. दलित समाजाला कोणत्या प्रकारे संतुष्ट करावे, याचा निश्चित मार्ग कोणाजवळ नसल्यामुळे सर्वच राजकीय पक्ष आणि पुढारी हतबल झालेले आहेत. तथाकथित डाव्या विचारसरणीचे लोक हिंदू समाजाला जाणीवपूर्वक अवमानित करीत आहेत, मुसलमान समाजाला संरक्षण देत आहेत आणि दलितांच्या सूड-भावनेला खतपाणी घालत आहेत. दलितांच्या मनांतील असंतोष आणि वैराग्नी नष्ट करण्याचा संघप्रणीत संस्थांचा प्रयत्न त्यामुळे हतबल झालेला आहे.

संघप्रणीत संस्थांपैकी भारतीय जनता पक्ष हाही एका चमत्कारिक तिढ्यात सापडलेला आहे. ह्या पक्षाने गांधीवादी समाजवादाचा स्वीकार केला, याचे कारण तोही पक्ष थोडा गोंधळलेला आहे, हेच आहे. गांधीवाद आणि समाजवाद ह्या दोघांचा खरोखर अंगीकार करावयाचा असेल, तर हिंदुसंघटनेची संकल्पना सोडूनच द्यायला हवी. ही संकल्पना सोडून दिली, तर काँग्रेसपेक्षा कोणतेही वेगळेपण राहत नाही. कोणताही राजकीय पक्ष सत्तेचा विचार करूनच चालवावा लागतो आणि लोकशाही मार्गाने सत्ता मिळवायची असेल तर जास्तीत जास्त लोकांना संतुष्ट करावे लागते. मुसलमान समाजाला संतुष्ट करण्यासाठी हिंदू-संघटनेला तिलांजली देणे, ही गोष्ट परवडण्यासारखी नाही; पण तीही गोष्ट आज भारतीय जनता पक्ष करू पाहत आहे.

राष्ट्रीय मुसलमान ही जशी गांधींच्या काळात हास्यास्पद कल्पना होती, तशीच राष्ट्रवादी मुसलमान ही कल्पना हास्यास्पद ठरणार आहे. ही कल्पनाच मुसलमान धर्माला पसंत नाही. लोकशाही, सर्वधर्म समभाव किंवा निधर्मी राज्य ह्या कल्पनांचा स्वीकार करणे सच्च्या मुसलमानाला शक्य नाही. राष्ट्रीय प्रवाहात मुसलमानांना सामील करून घ्या, ह्या कल्पनेतील विसंगती राजकीय पुढारी समजूनच घेत नाहीत. काही मुसलमान त्यांच्यावर धर्मभावनेचा प्रभाव नसल्यामुळे देशावर प्रेम करू शकतात; नाही असे नाही. परंतु सर्वसामान्यत: धर्मनिष्ठ मुसलमान इस्लामनंतरच राष्ट्राचा अगक्रम लावतात. म्हणून जेव्हा जेव्हा इस्लाम विरुद्ध राष्ट्रवाद असा प्रश्न उपस्थित राहतो, तेव्हा तेव्हा मुसलमान प्रथम हिरव्या

निशाणासाठी लढतील आणि मगच तिरंग्याचा विचार करतील. काही अपवादात्मक मुसलमानांची उदाहरणे घेऊन उपयोग नाही. मुसलमान राष्ट्रवादी बनतील, असा विचार करणाऱ्यांवर पश्चात्ताप करण्याची वेळ आलेली आहे. सर्व राजकीय पक्षांनी मुसलमानांच्या धर्मांधपणावर जाणीवपूर्वक हल्ला केल्याशिवाय आणि शासनाने त्याचा पाठपुरावा केल्याशिवाय या देशात निधर्मी राज्य तर राहोच, पण साधी लोकशाहीसुद्धा नांदणार नाही. मुसलमानांना दुखविण्यापेक्षा हिंदूंना दुखविणे सोईचे असते. वर्णव्यवस्थेमुळे अपराधी भावनेने हिंदू धर्मावरील सर्व आरोप हिंदू समाज खालच्या मानेने स्वीकारतो.

इतर पक्षांकडून राष्ट्रधर्माची अपेक्षा करण्यात अर्थ नाही, कारण मुसलमानांचा अनुनय करण्यामध्येच पुरोगामीपणा आहे, असे ते मानतात. बहुसंख्य हिंदू धार्मिक दृष्ट्या हतबल झाले म्हणजे मग या देशात सेक्युलर राज्य आपोआपच येईल, असा भ्रम ते बाळगतात. पण सेक्युलर राज्याची निर्मिती मुसलमानांना धर्मांध ठेवून कशी काय करणार, या प्रश्नाला त्यांच्याकडे अजिबात उत्तर नाही. भारतीय जनता पक्ष हाही आता एका भ्रमिष्ट अवस्थेत आहे. त्याच्याच परिणामी भारतीय जनता पक्षाच्या गावोगावच्या शाखेत एक तरी मुसलमान असावा, असे अलीकडे त्यांना वाटू लागले आहे. एखाद-दुसऱ्या चांगल्या मुसलमानाचा हा प्रश्न नाही. शिवाय, अशा तथाकथित भारतीयत्वाचा बुरखा घेणाऱ्या मुसलमानांना मुसलमान समाजात कवडीची किंमत नसते. मुसलमान ह्या सर्व लोकांना काफर म्हणतात आणि असल्या काफर लोकांना बरोबर घेऊन मुसलमानांना आपलेसे करण्याची किमया भारतीय जनता पक्ष कसा काय करणार आहे, हे परमेश्वर किंवा अल्लाच जाणे!

ह्या सर्व राजकीय पटावर स्वच्छ भूमिका घेऊन वावरणारा एकही पक्ष आज भारतात नाही. जास्तीत जास्त लोकांना खूश करण्यासाठी आपण आपल्या पायावरच धोंडा पाडून घेत आहोत, असे कोणालाच वाटत नाही. दुसऱ्याशी सहिष्णू वागणाऱ्यालाच लोकशाही राज्यपद्धतीचे फायदे मिळाले पाहिजेत. दलितांना न्याय दिला नाही म्हणून सवर्ण जसे दोषी आहेत, तसेच हिंदूंबाबत शत्रुत्वाची भावना सतत बाळगल्यामुळे मुसलमानही दोषी आहेत. काँग्रेस पक्षाला मूल्य म्हणून निधर्मी राज्य नको आहे, तर सत्ता संपादन करण्याच्या यत्नातील एक साधन म्हणून त्यांना निधर्मी राज्य हवे आहे. निधर्मी राज्याचा फायदा मुसलमानांनाच मिळतो, म्हणून मुसलमान काँग्रेसबरोबर असतात. सत्तेवर येण्यासाठी मुसलमानांच्या मतांची गरज नाही असे ज्या क्षणी काँग्रेसला वाटेल, त्या क्षणी काँग्रेसच्या

निधर्मी राज्याचा बुरखा गळून पडेल. भारतीय जनता पक्ष कोणत्याही भूमिका घेत राहिला, तरी त्याचा मूळ संघ-संस्कार काही नाहीसा होत नाही. काही मूठभर सुशिक्षित मुसलमानांना संघाच्या हिंदू संघटनेची भीती वाटत नाही; कारण हिंदू संघटना ही आक्रमक होत नाही व मुसलमानांना त्यापासून उपद्रव नाही, हे त्यांनी मनोमन ओळखले आहे. धर्मांधता टिकविण्याचा आणि मुल्ला-मौलवींना अकारण प्रतिष्ठा प्राप्त करून देण्याचा कॉंग्रेसने जाणीवपूर्वक प्रयत्न केलेला आहे, हे त्यांना मनोमय पटलेले आहे. पण असे मुसलमान किती असणार? सर्वसामान्य मुसलमान कॉंग्रेसच्याच मागे आहे आणि राहणार आहे.

आपण संपूर्ण मुसलमान समाजाला राष्ट्रीय करू, या गांधीजींच्या प्रतिज्ञेचे अखेरीस काय झाले? गांधीजींनी किती राष्ट्रीय मुसलमान निर्माण केले? मुसलमानांनी गांधीजींना आपला नेता मानले का? ह्या साऱ्या प्रश्नांचे उत्तर नकारार्थीच दिले पाहिजे. असे असतानाही मुसलमानांची मते आपल्याला मिळणार नाहीत, असे गृहीत धरून जो पक्ष घट्ट पायांवर उभा राहील; तोच पक्ष केव्हा तरी या देशाला सेक्युलर करू शकेल, तोच पक्ष मुसमानांचे फाजील लाड चालू देणार नाही. लोकसंख्येच्या प्रमाणात, आर्थिक दुर्बलतेचा विचार करून आणि भारतीय घटनेच्या आधाराने मिळतील तेवढेच हक्क या देशातील नागरिकांना मिळतील– अशी भूमिका घेणारा पक्ष आज या देशात नाही, म्हणून या देशात लोकशाहीलाही भवितव्य नाही. लोकशाहीत आपण घराणेशाहीसुद्धा नष्ट करू शकलो नाही. वारसाहक्काने सत्ता आणि संपत्ती अजूनही या देशात मिळू शकते. वांशिक आणि धार्मिक अलगता या देशात अधिकृतपणे राबविली जाते. संरक्षण देण्याच्या निमित्ताने मागासवर्गीयांना मागास ठेवण्याची आणि धर्मांध लोकांना अधिक धर्मांध बनवण्याची क्रिया वेगाने चालू आहे. म्हणूनच सर्व राजकीय पक्ष बदनाम झालेले आहेत. आर्थिक भ्रष्टाचारापेक्षाही वैचारिक भ्रष्टाचारामुळे या देशाला भवितव्य उरलेले नाही.

पुढील निवडणुकीतच काय, पण पुढची पन्नास वर्षे आम्हाला सत्ता नाही मिळाली तरी चालेल; पण खरोखरच जातिमुक्त समाज निर्माण करण्यासाठी आम्ही शुद्ध वैचारिक पायावर उभे राहू, असे म्हणणाऱ्या एका पक्षाची आज खरी जरूर आहे. सत्तेच्या केन्द्राभोवती घुटमळणारा कॉंग्रेस पक्ष, पुस्तकी पोपटपंची करणारे समाजवादी, वर्गविरहित समाजरचना करण्याची शेख महंमदी कल्पना बाळगणारे कम्युनिस्ट किंवा समन्वयवादी भूमिका घेऊन कॉंग्रेसचेच अनुकरण करू पाहणारा भारतीय जनता पक्ष– ह्या सर्वांच्याच नौकांना मोठमोठी खिंडारे

पडलेली आहेत. अशी खिंडारे कधी सत्तेने, कधी गर्दीने, कधी घोषणांनी, तर कधी टाळ्या मिळवणाऱ्या परंपरेच्या आरतीने बुजवून काढण्याचा प्रयत्न सुरू आहे.

आम्हाला इतिहास आहे, पण भविष्य नाही; कारण वर्तमानाची आम्ही फसवणूक करीत आहोत. इतिहास कितीही देदीप्यमान असला, तरी त्यामुळे भविष्य उजळत नाही. वर्तमान काळाकुट्ट असेल, तर भविष्यही काळेकुट्टच असणार. आजच्या कोणत्याही प्रस्थापित पक्षाकडून उज्ज्वल भवितव्याची आशा करण्यात अर्थ नाही. भारतीय समाजाच्या सहजीवनाचे सूत्र काय, याची चिंता कोणी बाळगलेली नाही. म्हणूनच कोणाची युती झाली, कोण सत्तेवर आले, कोणाच्या सभांना किती गर्दी झाली– ह्या साऱ्या निरर्थक गोष्टी वाटतात. सत्य एकच आहे की, खऱ्याखुऱ्या अर्थाने भवितव्य घडवू इच्छिणारा पक्ष देशात नाही. कोट्यवधी माणसांच्या सुख दु:खांशी खेळणाऱ्या राजकीय पक्षांना फक्त दिल्लीतील सिंहासन दिसते आहे. सिंहासन हे अखेर प्रतीक असते. ते डळमळते असेल, तर मिळूनही उपयोग नाही. तीस वर्षांहून अधिक काळपर्यंत सतत सत्ता उपभोगून काँग्रेसने काय मिळवले आणि दीड वर्ष विरोधी पक्षीयांनी सत्ता मिळवून काय मिळविले याचा हिशेब केला की, लक्षात येते : केवळ सत्ता हे काही परिवर्तनाचे साधन होऊ शकत नाही. सत्तेबरोबर ह्या देशात सत्य कधीच नांदले नाही, त्यामुळेच भारतीय सिंहासन नेहमीच डळमळते राहिले.

जगाच्या राजकीय मंचावर एक भिकारी, अडाणी, मागासलेला आणि वखवखलेला असा समाज– हेच भारतीय समाजाचे चित्र दिसत असेल; तर मग आपल्या स्वातंत्र्याला कसलाच अर्थ उरत नाही. खरीखुरी स्वातंत्र्यलालसा ह्या देशात जन्म पावलेलीच नाही. स्वातंत्र्याचे खरेखुरे वारे या देशात खेळलेलेच नाहीत. अशी पहाट केव्हा तरी यावी की, या देशातील आसमंत निरभ्र असावा, झोपडीपासून हवेल्यांपर्यंत सगळ्यांनाच पहाटेच्या शीतल वाऱ्याने सारखेच सुखवीत राहावे. येणाऱ्या प्रकाशाला कोठेही अटकाव होऊ नये, जाणीवपूर्वक निर्माण केलेले अंधार कोवळ्या प्रकाशाने दूर व्हावेत... मध्यान्हीच्या प्रकाशात जाळून घ्यायचे असेल तर सर्वांनीच सारखे जाळून घ्यावे; प्रकाशावर, वाऱ्यावर साऱ्यांच्याच अधिकार असावा! एरवी, हा देश स्वतंत्र झाला, ह्या म्हणण्याला अर्थ काय? अशी पहाट केव्हा येईल?

(२७ डिसेंबर, १९८१)

–०-०-०–

४४

विलीनीकरणाच्या अपत्याचा जन्मापूर्वीच मृत्यू

वेदांतात संघटन व विघटन किंवा निर्मिती व विनाश ह्यासंबंधी मायावादाच्या आधाराने एक उपपत्ती लावली जाते. एखादे अस्तित्व का आहे किंवा का नाही, ह्या दोन्हींचेही उत्तर एकच असते; कारण अस्तित्वाला मुळातच अर्थ नसतो. काही अस्तित्व मानले, तर कर्तेपण मानावे लागते. ब्रह्मांडनायकाची ही सारीच माया आहे असे मानले की, माणसाचा पराक्रम व कर्तृत्व किंवा पराभव व अपयश या कशालाच अर्थ उरत नाही. मी-मी म्हणणाऱ्यांची साम्राज्ये बघता-बघता नष्ट झाली, राजकुले जमीनदोस्त झाली, सौंदर्यांचे खजिने कुरूप झाले आणि होत्याचे नव्हते झाले– ह्या साऱ्या गोष्टींमागे केवळ एक खेळ म्हणून पाहिले की, कोणत्याच प्रश्नाचे उत्तर द्यावे लागत नाही.

एरवी, आमचा परमेश्वरावर फारसा विश्वास नाही; पण कित्येक गोष्टींचे स्पष्टीकरण परमेश्वराचे अस्तित्व मानल्याशिवाय मिळतच नाही. इंदिरा गांधींची लोकप्रियता जशी तर्काने समजावून घेता येत नाही; त्याचप्रमाणे आमचे समाजवादी मित्र ज्या काही कोलांटउड्या मारत असतात, त्यांचाही अन्वयार्थ तर्काने उलगडत नाही. या समाजवाद्यांत पुष्कळ छटा आहेत. त्यांत स्वत:ला लोहियावादी म्हणवणारे जे कोणी आहेत, त्यांचे वर्तन सदैव अनाकलनीय होत आलेले आहे. सर्वसाक्षी परमेश्वर ह्या माणसांच्या निर्मितीच्या वेळेस दारूच्या नशेत असला पाहिजे. शुद्धीवर आल्यावर त्यालासुद्धा आपल्या कृतीचा पश्चात्ताप झाला असेल; परंतु

त्याच्या हातांत काही उरलेले नसेल.

जगातील सर्व बुद्धी आपल्याजवळच आहे, ह्या भ्रमात ही लोहियावादी मंडळी आनंदाने गुजराण करीत आहेत. जिथे कुठे काही रचना किंवा लोकव्यवहाराला शिस्त असेल, त्या ठिकाणी एखादा लोहियावादी जाऊन पोहोचला– म्हणजे ती रचना मोडून टाकण्यात लोहियावाद्यांना अतिशय हर्ष होतो. एवढासा समाजवादी पक्ष– त्याची या मंडळींनी छिन्नविच्छिन्न अवस्था करून टाकली. त्यांतील प्रत्येक जण बृहस्पतीचा अवतार व समाजवादाचा अखेरचा प्रेषित असल्यामुळे तो सांगेल तोच विचार अखेरचा असतो. त्याच्यापुरते अन्य सर्व लोक समाजाचे शत्रू असतात. ह्या देशात मूठभर असणारी ही मंडळी वादविवादाचा एवढा कलाकलाट करीत असतात की, देशातले सर्व लोक एका बाजूला आणि ही चार टाळकी एका बाजूला– असा सामना झाला, तर ह्या चार लोकांचा आवाज इतरांपेक्षा मोठा असेल. आकांड-तांडव करून इतरांना गप्प बसविण्यासाठी यांची एवढी ख्याती आहे की, कोणत्याही गोष्टीचे विघटन झाले किंवा वाद उत्पन्न झाला की, तेथे कोणी तरी लोहियावादी आहे, असे आपण नक्की गृहीत धरावयास हरकत नाही.

समाजवादाचा आणि समाजाचा त्यांच्या लेखी काही संबंध नसल्यामुळे समाजाचे मानसशास्त्र किंवा जीवनव्यवहार ह्या गोष्टीकडे लक्ष देण्याचे त्यांना कारणच नाही. दुसऱ्याचा आनंद त्यांना अजिबात सहन होत नाही. चार माणसे एकत्र आली आणि गुण्यागोविंदाने काही रचनात्मक काम करू लागली की, यांना एकदम तिथे गुलामगिरी आहे, असा शोध लागतो. इतक्या माणसांनी सुखा-समाधानाने एकत्र नांदावे, ही गोष्ट त्यांच्या समाजवादी कल्पनांना भयानक वाटते. माणूस हा भांडणारा प्राणी आहे, अशी यांची माणसाची व्याख्या आहे. व्यक्तिस्वातंत्र्य याचा अर्थ– कोणाशीही जमवून न घेण्याची क्षमता, असा त्यांनी लावला आहे. म्हणून पक्ष, संस्था, शासन वगैरे प्रतिगामी गोष्टींवर यांचा विश्वास नाही. चार माणसे एकत्र आली, तर प्रथम त्या चौघांनी एकमेकांचे चारित्र्यहनन केले पाहिजे आणि वेळ उरलाच तर मग इतरांचेही अवमूल्यन केले पाहिजे, यावर यांची श्रद्धा असल्यामुळे यांची अधिवेशने किंवा सेमिनार्स म्हणजे शब्दांना आलेले ठिणग्यांचे रूप असते. चुकून कदाचित सत्ता हाती आली, तर यांना मन:पूर्वक खंत वाटते. माकडाच्या हाती रत्न दिले तर ते ज्याप्रमाणे त्या रत्नाचे तुकडे करून त्यातील रहस्य शोधण्याचा प्रयत्न करते, त्याप्रमाणे मिळालेली सत्ता मोडून-तोडून समाजवादाचे रहस्य शोधण्याचा खुंटाभोवती फिरणाऱ्या पुरोगाम्यांचा

प्रयत्न चालू असतो.

गेली तीस-चाळीस वर्षे ही मंडळी समाजवाद नावाच्या एका खुंटाभोवती गरगर फिरत आहेत. आपण खूप वाटचाल केली आणि इतर मंडळी मात्र कुठे तरी मागे रखडत राहिलेली आहेत, असे त्यांना सदैव वाटत असते. या देशात समाजवाद्यांचे अनेक खुंट आहेत. डोळ्यांवर छानपैकी झापडे बांधून ही मंडळी त्याभोवती गरागरा फिरत असतात. मानवी जीवनाचा अर्थ आपल्यालाच काय तो समजला आहे, यावर, त्यांची प्रामाणिकपणे श्रद्धा असते. 'तुम्ही त्या वेळेस काय करत होता?' हा प्रश्न ते कोणालाही विचारू शकतात. जनसंघ एकोणीसशे बेचाळीसच्या चळवळीच्या वेळेस जन्मच पावला नव्हता, तरीपण बेचाळीसच्या चळवळीत जनसंघाने काय केले– हा प्रश्न समाजवाद्यांना सुचू शकतो. कुणालाही मधे अडवून 'तू जातोस ती दिशा चुकीची आहे', हे सांगताना त्यांच्या डोळ्यांत प्रेषिताची लकाकी असते. त्यांना कोणी भाबडेपणाने 'दिशा कोणती?', असा प्रश्न केला की ते म्हणतात– 'कुठे जायचे, हे आम्ही सांगत नसतो. दिशेने प्रवास करणे म्हणजे गुलामगिरी होय. कोणाचेही ऐकणे हे दास्य आहे. कुठे तरी भरकटत जाणे, यालाच पुरोगामी वाटचाल म्हणतात आणि जे आमच्या दिशेने चालत नाहीत, ते सर्व प्रतिगामी व मानवजातीचे शत्रू असतात.' कळत-नकळत हीच सर्व मंडळी भांडवलशाहीला आणि सरंजामशाहीला मदत करीत असतात. मात्र, तोंडात भांडवलशाहीविरोधी भाषा ठेवण्याचा यांचा प्रघात असतो.

त्यांना जर कुणी प्रश्न केला की– 'ज्यांना संसार नाही, प्रपंच नाही, लोभ नाही, अशी सर्व मंडळी एकदिलाने, निरपेक्ष वृत्तीने सामाजिक कार्यांत रमून जातात; तर मग ती भांडवलदारांची हस्तक कशी होतील? ज्यांच्या हातांत सत्ता नाही किंवा जे सुखोपभोगाला त्याज्य मानतात, अशा माणसांना भांडवलदार तरी कशाला जवळ करतील?' यावर आवाज वाढवीत, प्रेषिताच्या सुरात ते सांगतात– 'हे स्वत: भिकारडे असतील, पण यांना तळागाळातल्या लोकांबद्दल प्रेम नाही. हे भांडवलदारांचे हस्तक असल्यामुळे हे गरिबांच्या विरुद्ध कारस्थाने करीत असतात. कारस्थाने करण्याशिवाय का हे एकत्र येतात? आणि ज्या अर्थी हे एकत्र येतात आणि आम्हाला कळणार नाही अशा तऱ्हेने आपापसांत कुजबुजतात, त्या अर्थी भांडवलदारांना साह्यभूत होण्याची त्यांची इच्छा असली पाहिजे, हे उघड नाही काय?' आपण भाबडेपणाने विचारले की, 'ह्या लोकांनी केलेली कट-कारस्थाने तरी सांगा–' तर ते डोळे मिचकावीत म्हणतील की, 'बाबांनो, त्यांच्या भाबड्या चेहऱ्यांना फसू नका. ज्या अर्थी इतकी वर्षे ह्या मंडळींच्यांत

भांडणे होत नाहीत, त्या अर्थी कसले तरी मोठे कट-कारस्थान हे करत असलेच पाहिजेच. यांना बुद्धी असती तर यांच्यात भांडणे झाली असती... म्हणून हे लोक निर्बुद्ध आहेत. यांचे वर्तन सभ्य माणसासारखे आहे, म्हणून हे तळागाळातील लोकांना कनिष्ठ प्रतीचे मानतात.'

बराच वेळ या समाजवादी मंडळींच्यात वावरले तर आपले डोके गरगरायला लागते. एखाद्या नाटकात ऊर पिटून रडणारी नायिका नाटक संपल्याबरोबर फिदीफिदी हसत वस्त्रांची शुद्ध न ठेवता मद्यपान करून कुणाच्याही गळ्यात गळे घालू लागते; तसेच समाजवाद्यांची सभा आटोपली की, ही मंडळी कोणा उद्योगपतीच्या गेस्ट हाऊसमधे जाऊन आपल्या शब्दांवर खूश होऊन आपल्याच टेऱ्या बडवून घेताना दिसतात. समाजवाद ह्या शब्दाची जेवढी म्हणून चेष्टा करणे शक्य आहे, तेवढी ह्या समाजवादी मंडळींनी केली आहे. ज्यांनी-ज्यांनी देशाला स्वातंत्र्य मिळवून दिले, ते सर्व कसे प्रतिगामी होते; एवढेच नव्हे, तर त्या मंडळींनी साम्राज्यवाद्यांशी, भांडवलदारांशी हातमिळवणी करून इथल्या गरीब जनतेचा कसा नाश केला– हे ते तळमळून सांगू लागतात. त्यांना पुस्तकी पांडित्य पुष्कळ आहे. हवा तसा इतिहास वळवून घेण्याचीही यांना दृष्टी आहे. या देशात जे-जे काही घडले ते आपणच घडविले, असा यांचा दावा असतो. गांधी-सावरकर हे आपापल्या परीने लोकप्रिय आणि समाजाला उपयुक्त होते; पण ते लोकप्रिय होते, हाच त्यांचा गुन्हा, असे त्यांना वाटते. कारण लोकप्रियता आली म्हणजे लोकरंजन आले, असा यांचा लाडका सिद्धात आहे. लोकांना फसवून व भुलवून त्यांचा चुकीच्या रस्त्याकडे नेले म्हणून तर ते लोकप्रिय झाले, असा त्यांचा दावा आहे. या कोणाही थोर नेत्याबद्दल कुचाळखोर बोलण्यावाचून यांना गत्यंतर नसते.

जयप्रकाशजी हे तर एके काळचे समाजवादी, पण त्यांनीही लढाऊ नेतृत्व करून लोकप्रियता मिळविली आणि त्यांच्या अनुयायांत संघवाल्यांची भरती झाली. त्याबरोबर समाजवाद्यांच्या अंगाचा तिळपापड झाला. मोठ्या नाखुशीने ही समाजवादी मंडळी जनता नामक पक्षात सामील झाली. कधी नव्हे ते समाजवाद्यांच्या भाषणाला लोक जमू लागले. त्यांना हार-तुरे घालू लागले. मग त्यांच्या स्वभावधर्मानुसार त्यांना कसेसेच वाटू लागले. ह्या देशात कधी नव्हे ती शांतता, सुव्यवस्था आली आणि लोकप्रिय शासन निर्माण होण्याची शक्यता निर्माण झाली. समाजवाद्यांना रडू कोसळले. हे काय भलतेच आपल्या हातून होत आहे, यामुळे ते अस्वस्थ झाले. सुविहितपणे राज्य चालबिण्यासाठी का

आपला जन्म आहे? या विचाराने त्यांना सुखाची झोप येईना आणि मग आपल्या आयुष्याचे इतिकर्तव्य त्यांना पार पाडावेच लागले. लोकप्रियता हा शाप आहे, असे मानून त्यांनी सर्व लोकप्रिय नेत्यांना बघता-बघता लोकांचे वैरी करून टाकले. स्वत:च्या अंगावर वस्त्रे नसली तर यांना दु:ख नसते; पण दुसऱ्याच्या अंगावर काय म्हणून वस्त्रे असावीत, या विचाराने प्रेरित होऊन त्यांनी सर्वांनाच नागडे करून टाकले. अखेरीस जनता पक्षाचे वस्त्रहरण झाल्यावर टाळ्या पिटीत त्यांनी हर्ष व्यक्त केला. सत्ता गेल्यावर त्यांना मुक्तपणाने वागता येऊ लागले. जनता पक्षात असताना त्यांच्या सभांना हजारो लोक यायचे आणि जयजयकार करायचे. तो जयजयकार त्यांच्या कानांना खुपायचा. ती गर्दी त्यांना अगदी असह्य व्हायची. आता कसे छान झाले! काकाकुवा मॅन्शनच्या चार-पाचशे फुटांच्या प्रचंड हॉलमध्ये, पाच-पन्नास लोकांच्या प्रचंड जमावापुढे बोलताना त्यांना कसे हायसे वाटू लागले.

मुसलमानांच्या आक्रमक घोरण आणि वाढती धर्मांतरे यांमुळे चिंताग्रस्त झालेले, समाजवाद्यांव्यतिरिक्त सर्व पक्ष एकमेकांत विलीनीकरण न करता विश्व हिंदू परिपदेच्या व्यासपीठावर आलेले पाहून समाजवाद्यांचा पोटशूळ उठला. मग भाई वैद्यांनी पत्रक काढले की, जमात-ए-इस्लाम किंवा विश्व हिंदू परिषद यांसारख्या जातीय संस्थांशी आमचा काही संबंध नाही. बरोबरच आहे. जमात-ए-इस्लाम आणि विश्व हिंदू परिषद सारख्याच जातीय नाहीत काय? जमात-ए-इस्लाम ही इथे मुसलमानांचे राज्य व्हावे म्हणून उघड-उघड चळवळी करीत आहे. तलवारीने धर्मप्रसार करण्याची त्यांच्या धर्माची आज्ञाच आहे. गरीब बिचारे हिंदू इथे मुसलमानांचे राज्य येऊ नये, यासाठी धडपडत आहेत. मुसलमानांचे राज्य इथे येऊ नये यासाठी चळवळ करणारे जातीयच मानले पाहिजेत, कारण धर्म ह्या गोष्टीची समाजवाद्यांना ॲलर्जी आहे. अर्थात, ही ॲलर्जी फक्त हिंदू धर्मापुरतीच आहे. मुसलमानांनी धर्माचा प्रसार केला म्हणून समाजवाद्यांच्या मते काहीच हरकत नाही. समाजवाद्यांच्या मते सर्वच हिंदू मुसलमान झाले, तर मग इथे जातीय दंगली होणार नाहीत; मग हिंदूंच्या अनेक दुर्गुणांचा आपोआप लोप होईल. मुसलमान धर्माशी कसे लढायचे, ते मग नंतर पाहता येईल.

समाजवादी किती शहाणे आहेत बरे! त्यांना हे माहीत आहे की, मुसलमान देशात धर्माविरुद्ध बोलणाऱ्यांना मारून टाकले जाते. समाजवाद, लोकशाही, व्यक्तिस्वातंत्र्य नावाचे शब्दसुद्धा उच्चारण्याची मुसलमानी राष्ट्रांत बंदी आहे. तेव्हा मुसलमान धर्म यदाकदाचित ह्या देशात आलाच, तर औषधालासुद्धा

समाजवादी जिवंत राहणार नाहीत. म्हणून मुसलमान धर्माला रोखण्यासाठी परस्पर विश्व हिंदू परिषद किंवा अन्य कोणते राजकीय पक्ष मेले, तर ते त्यांना हवेच आहेत. त्यांना हेही माहीत आहे की, मुसलमान धर्माचे हे आक्रमण थोपविण्यासाठी ह्या देशातील सर्व पक्ष आता प्रयत्न करीत आहेत. कोणतीही किंमत न देता आणि स्वत:ची धर्मातीत प्रतिमा भंग पावू न देता मुसलमानांचे कांडात परस्पर निघाले तर हवेच आहे. समाजवादी टिंगल करतात म्हणून हिंदू संघटना आपले काम काही सोडून देणार नाहीत; तेव्हा हिंदूंची टिंगल करीत, मुसलमानांचे अनुरंजन करीत आपली समाजवादी प्रतिमा शाबूत ठेवण्याचे समाजवाद्यांनी ठरविले आहे. समाजवादाचा आणि समाजहिताचा काही संबंधच नसतो; उलट जनजागरणाच्या निमित्ताने हिंदू आक्रमक भूमिका घेताना पाहून समाजवाद्यांना हर्षाच्या उकळ्या फुटत आहेत. कारण त्यामुळे हिंदू समाजावर दुगाण्या झाडायला त्यांना नवे अवसान मिळेल. समाजवाद्यांना आज जगण्यासाठी काही तरी निमित्त हवेच आहे. देशात काहीही घडो एखाद्याचा वंशक्षय होवो– समाजवाद्यांना त्याचे काही सोयरसुतक नाही. यांचा बोलण्याचा आणि भांडण्याचा धंदा तेजीत असावा, एवढीच त्यांची माफक अपेक्षा असते.

समाजवाद्यांनी जनता सरकार फोडले आणि पुन्हा इंदिराजींना प्रतिष्ठा प्राप्त करून दिली याचे दु:ख लोक आता विसरू लागले आहेत, हे पाहून समाजवाद्यांनी पुन्हा एकदा बौद्धिक घातपाताच्या चळवळीला आरंभ केला आहे. मोडायला आता काही शिल्लक नाही, हे त्यांच्या लक्षात आले असावे. कारण यापुढे जनता पक्ष मोडून-मोडून किती मोडणार? त्यात उरलेच आहे कोण? शरद काँग्रेस मोडावी म्हटले, तर तिच्यात दोन तुकडे होण्याचीसुद्धा क्षमता राहिलेली नाही. त्यातल्या त्यात लोकदल मोडण्याइतपत मोठे आहे. आता लोकदल मोडायचे असेल, तर पुन्हा काही जोडाजोड करणे भाग नाही काय? कारण काहीच जोडले नसेल, तर मोडणार तरी काय?

जनता पक्षाच्या फाटाफुटीचे कारण म्हणून ज्या संघ-जनसंघावर खापर ठेवण्यात आले, ते तर बिचारे आपणहून आधीच निघून गेले होते; मग आता एकीकरणात अडसर कसला? जनसंघ जनता पक्षातून गेला, तेव्हा तसे त्याला जनता पक्ष सोडून जाण्याचे कारण नव्हते. पण जनता हे नावच समाजवाद्यांनी इतके बदनाम करून टाकले होते की, तो पक्ष हाती घेऊन झाली तर फक्त बदनामीच होणार होती. आता भाजप ह्या नावाखाली जनसंघ बाहेर पडला व त्यांच्या संघटनाचातुर्याच्या बळावर तो जनतेतही रुजू लागला. त्यामुळेच असूयाग्रस्त

होऊन नव्या त्रिपक्षीय युतीची कल्पना बहुतांशी मधू लिमयांच्या डोक्यात आली असेल. ह्या देशात आपल्याइतकी प्रगल्भ बुद्धिमत्ता कोणाजवळही नाही, अशी घमेंड मधू लिमयांना तर आहेच; पण त्यांची ती बुद्धी फक्त विघटनाच्या कामी येते, याचा त्यांना विसर पडतो.

नैराश्यग्रस्त झालेले समाजवादी आणि रिकामटेकडे काँग्रेसवादी यांचा जनता पक्ष, गोंधळलेली शरद काँग्रेस यांना आपले भवितव्य माहीत आहे. म्हणून लोकदलातील लोक, पवारांचे संघटनाचातुर्य आणि लिमये-फर्नांडिसचे शब्दपांडित्य यांच्या बळावर इंदिरा काँग्रेस पक्षाला नव्हे, तर भारतीय जनता पक्षाला एक पर्यायी पक्ष निर्माण करावा याचा एक बनाव सुरू झाला आहे. कुठल्याही संघटनेत तोंडावार ताबा ठेवला पाहिजे, हे पथ्य समाजवाद्यांना कधीच समजलेले नाही. त्यामुळे अशा तऱ्हेच्या विलीनीकरणाची प्राथमिक बैठक होताक्षणीच या तीन पक्षांची युती झाली, अशी घोषणा फर्नांडिस यांनी करून टाकली. अजून कशाला काही पत्ता नाही; एवढ्यात फर्नांडिसना हा उद्योग करायची काही जरूर होती काय?

चरणसिंगांसारखा लुच्चा, सत्तेसाठी हापापलेला म्हातारा आणि एक पाय इंदिरा काँ. मध्ये आणि एक पाय संघटना काँग्रेसमध्ये अशा त्रिशंकू अवस्थेत वावरणारे शरद पवार यांना या घोषणेमुळे अडचणीत पडल्यासारखे वाटले. शरद पवारांना सन्माननीयरीत्या आज ना उद्या इंदिरा काँग्रेसमध्ये जायचे आहे. आपला यशवंतराव होऊ नये, एवढीच त्यांची इच्छा आहे. आपली सौदेबाजीची शक्ती वाढावी, एवढ्यासाठी ते जे-जे करणे शक्य आहे ते-ते करून राहिले आहेत. समाजवाद्यांना वाटते की, शरद पवारांना आपले बनवू शकू; पण शरद पवार ह्या सर्वांचे बारसे जेवून बसलेले आहेत. समाजवाद्यांबरोबर नांदणे म्हणजे सत्तेपासून अधिकाधिक दूर जाणे, हे शरद पवारांना चांगलेच समजते. म्हणून फर्नांडिसच्या घोषणेला शरद पवारांनी ताबडतोब विरोध केला आणि चरणसिगांनीही समितीतला आपला माणूस काढून घेतला. दादा-पुता करून चरणसिंगांचा विरोध कमी करण्यात फर्नांडिस यशस्वी झाले तरीपण विलीनीकरण मात्र शक्य नाही, हे मात्र सर्वांच्या लक्षात आले. समाजवाद्यांचा डाव उधळला गेला.

अशा तऱ्हेची युती झाली असती, तर पुन्हा एकदा लोकशाही मूल्ये पराभूत झाली असती. समाजवाद्यांची आग गळ्यात कोण बांधून घेणार? ज्यांना स्वतंत्र असा कोणताही आर्थिक कार्यक्रम नाही, संघटनाचातुर्य नाही आणि लोकमानसाशी तर ह्यांचे कायमचे वैर आहे– अशा समाजवाद्यांपासून सर्वांनीच

दूर जायला हवे. विलीनीकरण व्हायचेच असेल, तर सर्व काँग्रेसवाल्यांचे होईल आणि तसेच होणे अगत्याचे आहे. सत्ता वापरण्याची त्यांना अक्कल आहे, पण त्यांची संघटना आज खिळखिळी झाली आहे. इंदिराजींचा उद्दामपणा हा एकच अडसर या विलीनीकरणात आहे आणि तो उद्दामपणा कमी होण्याची मुळीच लक्षणे नाहीत. तो खपवून घेण्याइतके काँग्रेसवादी शहाणे आहेत. वेळ लागेल, पण वेगवेगळ्या कारणांनी रुष्ट झालेले काँग्रेसवादी एकत्र येतील. त्या सर्वांची जातकुळी एकच आहे– ती म्हणजे सत्तापिपासूंची. सत्तेवाचून त्यांचे भागत नाही. सजातीयांचे संघटन प्रयत्नांनी होऊ शकेल. ते आज ना उद्या होईलही. मात्र समाजवाद्यांना खड्यासारखे दूर ठेवले, तरच रचनात्मक पक्षबांधणी शक्य आहे. समाजवाद्यांत एस्. एम्. जोशी, ग. प्र. प्रधान, मधू दंडवते, ना. ग. गोरे यांसारखी काही सात्त्विक माणसे आहेत. त्यांची बिचाऱ्यांची ह्या साऱ्या प्रकरणात फरपट होते आहे.

विलीनीकरण प्रयोग जन्मापूर्वीच संपला. जन्मापूर्वीच ते अवलक्षणी कार्टे मेले, हेच फार चांगले झाले; नाही तर पुन्हा नवा पक्ष केव्हा मोडायचा, याचे मनसुबे सुरू झाले असते! पक्ष सुरूच झाला नाही, मग मोडायचे काय– हा प्रश्न समाजवाद्यांपुढे पडला आहे.

(२८ फेब्रुवारी, १९८२)

-०-०-०-

४५

लोकशाही? कुठे असते, ते सांगाल काय?

लोकशाहीचा आपण स्वीकार केल्यामुळे ज्या पक्षाचे अधिक उमेदवार निवडून येतील, त्या पक्षाच्या हाती आपल्या देशाचे शासन जाणार– ही गोष्ट उघड आहे. मध्यवर्ती शासन एका पक्षाचे, तर राज्यात अन्य पक्षाचे– असेही अनेकदा घडले आहे. कित्येक वेळा विविध पक्षांचे मिश्र शासनही अस्तित्वात आलेले आहे. लोकशाहीचा आपण स्वीकार केला आहे, पण पक्षसंघटनेचे महत्त्व मात्र हळूहळू ओसरत चाललेले दिसते. देशभर किंवा राज्यभर आपल्याला पसंत असलेली धोरणे राबविण्याला तत्पर असे कार्यकर्ते हवेत आणि त्या कार्यकर्त्यांच्या बळावर आपल्या कार्यक्रमाची अंमलबजावणी व्हावी, अशी लोकशाहीत अपेक्षा आहे. आज स्वातंत्र्यदिन साजरा केला जात असताना आपण पक्षाचे महत्त्व किती कमी करीत आणले आहे, याचाही विचार करणे अगत्याचे आहे. स्वातंत्र्य-रक्षणाची प्रतिज्ञा आपण त्या दिवशी करतो; पण स्वातंत्र्यरक्षणाच्या ह्या प्रयत्नात सामुदायिक वाटा हा पक्षाकरवी पूर्ण करायचा असतो, याचाच आपल्याला विसर पडत चाललेला आहे.

एके काळी या देशात काँग्रेस हा पक्ष किती बलिष्ठ होता, हे आपण अनुभवले आहे. त्या वेळेस ह्या पक्षाचे कार्य प्रामाणिक कार्यकर्त्यांच्या बळावर चालत होते, म्हणून स्वातंत्र्यप्रेमाची लाट देशाच्या कोनाकोपऱ्यांत उसळली. या पक्षाची अनेकदा मोडतोड झाली आणि दीर्घकाळ सत्ता राहिल्यामुळे हा पक्ष अधिकाधिक

भ्रष्ट होत गेला, ही गोष्ट जरी खरी असली; तरी आपल्या देशातील बहुसंख्य नागरिकांच्या मान्यतेचा काँग्रेस हाच पक्ष होय, हे मान्य करायला हवे. काँग्रेस पक्षाची जी आजची स्थिती– तीच आपल्या देशाची स्थिती आहे, असे म्हणण्याइतपत काँग्रेस पक्षाचा ठसा आजही भारतीय राजकारणात उमटलेला आहे. काँग्रेस पक्षाची वेगवेगळी शकले आज वेगवेगळ्या पक्षांत विखुरली आहेत. ती एकत्र करून काँग्रेस पक्षाची पूर्वीची प्रतिष्ठा त्याला प्राप्त करून द्यावी, असे इंदिराजींना वाटत नाही. आपले व्यक्तिमाहात्म्य त्यांनी एवढे वाढवले आहे, त्यामुळे काँग्रेस पक्षाला स्वतंत्र अशी प्रतिमाच उरलेली नाही. काँग्रेस पक्षाच्या ध्येय-धोरणांशी जरी मला जमवून घेता आलेले नाही, तरीही राष्ट्राच्या भवितव्याचा विचार करता लहानसहान भांडणे आणि वैयक्तिक अहंकार विसरून जाऊन काँग्रेस पक्षाला पूर्ववैभव प्राप्त व्हावे, असे मला मनोमन वाटते. भारतीय प्रतिमा असणारे राजकीय नेते या देशात यापुढे निर्माण होतील, असे दिसत नाही आणि इंदिरा गांधाी या मर्त्य व्यक्ती असल्यामुळे केव्हा ना केव्हा तरी त्यांच्याशिवाय या देशाला वाटचाल करावीच लागेल. त्या वेळेस आजचा खिळखिळा काँग्रेस पक्ष ते आव्हान पेलण्याच्या स्थितीत तरी असेल का? जुन्या कार्यकर्त्यांना डावलून अत्यंत सामान्य दर्जाचे कार्यकर्ते काँग्रेसमधील महत्त्वाच्या जागांवर जाऊन बसलेले आहेत आणि गेल्या दोन-तीन वर्षांत एक उघडा-नागडा भ्रष्टाचाराचा पर्वत त्यांनी उभा केला. यापूर्वी भ्रष्टाचार होत नव्हता असे नाही, पण भ्रष्टाचाराला व्यापक आणि सर्वगामी स्वरूप या फाजील उत्साही इंदिराभक्तांनी आणले. या देशावरील खरे संकट इंदिरा गांधी नसून इंदिरा काँग्रेस पक्षाची आजची भयंकर अवस्था हेच आहे. इंदिरा गांधी आपल्या स्वत:च्या अहंकारात इतक्या मग्न आहेत की, देशापुढील भावी संकट त्यांच्या लक्षातच येऊ शकत नाही.

इंदिरा गांधींच्या मृत्यूनंतर राजीव गांधी जरी पंतप्रधान झाला, तरी त्याला या देशावर राज्यकारभार करण्यासाठी सुसूत्र अशी पक्षसंघटना नको काय? ह्या प्रचंड देशातील शासन शिस्तबद्ध पक्षाच्या अभावी कोणालाही चालविता येणार नाही. इंदिरा गांधींना जे वलय प्राप्त झाले आहे, ते त्यांच्या वारसांना मिळेल असे दिसत नाही. प्रत्येक पक्षाला नेतृत्वाचा एकेक पर्याय शोधून ठेवावा लागतो. इंदिरा गांधींनी संजय गांधींचा पर्याय योजला होता, पण नियतीला तो मंजूर झाला नाही. इंदिराजी आहेत तोपर्यंत राजीव गांधींचे स्तोम लोक सहन करतील. काँग्रेस पक्षाची जर मजबूत संघटना असती, तर कमी पात्रतेचा वारसही पर्याय होऊ शकला असता. संजय गांधींसारखा आडदांड किंवा हुमदांडगा माणूस

आपल्या क्रूर धोरणामुळे कदाचित आपला जम बसवू शकला असता. पण राजीव गांधींजवळ ते व्यक्तिमत्त्व नाही. पक्षीय लोकशाहीत मजबूत पक्षही नाही किंवा लोकशाही हुकूमशाहीत बलदंड असा वारसही नाही. अशा परिस्थितीत या देशात जो सत्तासंघर्ष होईल, त्या वेळेस काँग्रेसजवळ काय उत्तर आहे?

काँग्रेस हा मूळचा एक मध्यममार्गी पक्ष होता. त्यात सर्व प्रकारच्या लोकांना थारा होता. समाजवादी, हिंदुत्ववादी, मार्क्सवादी आणि सर्वोदयवादी मंडळी त्यात गुण्यागोविंदाने नांदत होती. भारतीय लोकशाहीचे सर्व दुर्गुण काँग्रेसमध्ये एकवटलेले होते. काँग्रेसकडून फार मोठे राष्ट्रीय प्रमाद झालेले असले, तरी काँग्रेस पक्षाची लोकप्रियता फार मोठ्या प्रमाणावर कधीच कमी झालेली नाही. अधून-मधून काँग्रेसच्या सत्तेला हादरे बसले, नाही असे नाही; तरीही भारतीय चळवळीचे प्रतीक म्हणूनच भारतीय जनतेने काँग्रेसकडे पाहिले. फाळणीसारखा कलंक काँग्रेस पक्षाला चिकटलेला असूनही जवळपास अविच्छिन्नपणे काँग्रेस पक्ष भारतावर राज्य करीत आला आहे. काँग्रेसला पर्याय नव्हता ही गोष्ट तर खरीच, पण काँग्रेसची लोकप्रियता मुख्यत्वेकरून भारतीय जनतेच्या कृतज्ञताबुद्धीत होती. भारतीय जनमानसाचे खरे ज्ञान लोकाभिमुख चळवळीतून काँग्रेस कार्यकर्त्यांना प्राप्त झाले होते. स्वातंत्र्य-चळवळीमुळे लहान-मोठ्या काँग्रेस कार्यकर्त्यांना जी प्रतिष्ठा प्राप्त झाली होती, त्या प्रतिष्ठेच्या बळावर गेली तीस वर्षे काँग्रेसने या देशावर राज्य केले. सत्ता प्राप्त झाल्यानंतर संपत्तीची सर्व लहान-मोठी केंद्रे आपोआपच काँग्रेस कार्यकर्त्यांना हस्तगत करता आली. काँग्रेस हा मध्यममार्गी पक्ष असल्यामुळे कम्युनिस्टांपासून ते हिंदुत्वनिष्ठांपर्यंत सर्वांनाच काँग्रेसशी सहकार्य करताना लज्जास्पद वाटले नाही आणि काँग्रेसनेही विरोधी पक्ष वाढू दिले नाहीत. सर्व सत्ता व संपत्ती केंद्रे दीर्घकाळ हातांत राहिल्यामुळे काँग्रेस कार्यकर्ता हळूहळू सुखासीन बनत गेला व त्याचे लोकांशी नाते तुटत गेले. मिळालेली सत्ता सोडावयाची नाही आणि मग त्याकरिता वाटेल ते करावयास तयार व्हायचे, या आवर्तात काँग्रेस पक्ष सापडला आहे. न्याय, नीतिमत्ता, विवेक हे सारे शब्द काँग्रेस कार्यकर्त्यांनी शब्दकोशातून पुसून टाकले आहेत. काँग्रेसशी केलेल्या सहकार्यामुळे भारतातील सर्व पक्षही पुरेसे बदनाम झाले आहेत. काँग्रेसशी मुकाबला करण्याचे सामर्थ्य त्यांनी केव्हाच गमावले आहे. भारतात असे दोनच पक्ष आहेत की, ज्यांनी काँग्रेसशी सहकार्य करण्याचे नाकारले आहे. ते म्हणजे, मार्क्सवादी कम्युनिस्ट पक्ष आणि भारतीय जनता पक्ष. बाकीचे सर्व लहान-मोठे पक्ष ही काँग्रेसचीच बांडगुळे आहेत. केव्हा ना केव्हा तरी काँग्रेसच्या प्रत्येक

पापात ती सामील झाली आहेत. त्यांना थोडी फार उपद्रवशक्ती आहे, परंतु त्या उपद्रवशक्तीतून सत्तांतर घडविण्याची हिंमत त्यांनी केव्हाच सोडून दिली आहे.

काँग्रेसमधून समाजवादी जेव्हा बाहेर पडले, तेव्हा त्यांची प्रतिमा स्वच्छ होती. विषमतेविरुद्ध आणि परिवर्तनासाठी द्यावयाचा लढा देण्यास काँग्रेस असमर्थ आहे, असा त्यांचा दावा होता, आणि तो बरोबरही होता. त्या काळात त्या पक्षाजवळ बुद्धिमान पुढाऱ्यांचा ताफा होता. काही राज्यांत त्यांना अधून-मधून सत्तासुद्धा हस्तगत करता आली, परंतु सत्तेचा उपयोग मात्र त्यांना कधीच करता आला नाही. समाजवादी पक्षात क्षुद्र मत्सर निर्माण झाले आणि त्यामुळे त्या पक्षाच्या वेळोवेळी फाटाफुटी झाल्या. त्याचा फायदा काँग्रेसने करून घेतला. आपल्या अचाट वक्तांव्यामुळे आणि भांडणांच्या ताकदीमुळे हा पक्ष बघता-बघता चेष्टेचा विषय झाला. फाटाफुटी आणि एकीकरण यांच्या आवर्तात हा पक्ष सापडला. ह्याचा परिणाम अनेक लोक राजकारण सोडून अन्य क्षेत्रांत शिरले. पुस्तकी पांडित्याचा टेंभा मिरवणाऱ्या पुढाऱ्यांचा प्रभाव समाजवादी म्हणवल्या जाणाऱ्या पक्षात वाढत गेला. या घटकेला जनता पक्षाच्या नाटकानंतर आणि लोकदलाच्या फाटाफुटीनंतर समाजवादी हा एक विदूषकांचा पक्ष आहे, या निष्कर्षाप्रत भारतीय जनता आलेली आहे. काँग्रेस पक्षात घराणेशाही आहे म्हणून हे लोक आज ओरडा करतात; परंतु चंद्रशेखर, मोहन धारिया, कृष्णकांत व रामधन यांनीच इंदिराजींना एक पुरोगामी प्रतिमा प्राप्त करून दिली आणि इंदिराजींना त्यातूनच अप्रतिहत सत्ता मिळाली. आजही जे नानाविध चाळे समाजवादी करत आहेत, त्यांमुळे भारतीय जनता पक्ष किंवा कम्युनिस्ट पक्ष यांचे काहीही नुकसान होत नाही; फक्त लोकशाही मूल्यांवरचा जनतेचा विश्वास कमी होत जाऊन ते अधिकाधिक इंदिराजींच्या अंकित होत चाललेले आहेत. आपण जे-जे काही करतो, त्या कृतीचे दीर्घकालीन परिणाम काय होतात, हे समजून घेण्याची कुवतच समाजवादी घालवून बसले आहेत.

लोकदल, अकाली दल, डी. एम्. के., शेतकरी कामगार पक्ष ह्यांसारखे पक्ष कधी जातीय, कधी पंथीय तर कधी स्थानिक स्वरूपावर काम करताना दिसतात. ज्यांच्याजवळ निरंकुश अशी मध्यवर्ती सत्ता असते, असा कोणताही पक्ष ह्या लहान-मोठ्या पक्षांना स्थानिक पातळीवर केव्हाही खरेदी करतो... रिपाब्लिकन पक्ष हा तर आम्हाला कोणी तरी विकत घ्या, अशी भीक मागत दशदिशा फिरताना दिसतो. प्रत्येक प्रांतात स्थानिक अहंकार जागविणारा एक-एक पक्ष असतो. ह्या पक्षाजवळ कोणताही आर्थिक कार्यक्रम नसतो. भावनात्मक

आवाहन हे त्या-त्या पक्षाचे भांडवल असते. कधी कधी ह्या स्थानिक अहंकारालाही उन्मत्त चळवळीचे रूप देऊन चतुर काँग्रेसवाले तो स्थानिक अहंकार नष्ट करून टाकतात. गुजरातमधील विद्यार्थी आंदोलनाचे काँग्रेसने काय केले, हे सर्वांना विदितच आहे. शिवसेनेलाही नाईक, पवार, वसंतदादा आणि अंतुले ह्यांनी वेळोवेळी विकत घेतले. बिहारमध्ये जयप्रकाशजींच्या नेतृत्वाखाली जे प्रचंड आंदोलन उभे राहिले, त्याची आता राखसुद्धा शिल्लक नाही. स्थानिक पातळीवरील लहान-मोठ्या पक्षांना आणि चळवळींना बदनाम करून टाकण्याचे एक तंत्र इंदिराजींनी निर्माण केले आहे.

मुस्लिम लीग किंवा मुसलमानांच्या इतर लहान-मोठ्या चळवळी ह्या सौदेबाजीला चटावलेल्या आहेत आणि त्या सौदेबाजीला भारतातले सर्व प्रमुख पक्ष बळी पडत आहेत. भारतात जेथे जेथे मुसलमान आहेत, तेथे तेथे मुस्लिम लीग आहेच आणि मुस्लिम लीगला राजकीय कार्यकर्त्यांची गरज नसून मुल्ला-मौलवींची गरज लागते. धर्मवेड जागे करण्यावरच मुस्लिम लीगचे अस्तित्व अवलंबून असल्यामुळे मुसलमानांच्या राजकीय चळवळी धार्मिकच असतात. मुसलमानांनी जिथे महात्मा गांधींना आपले पुढारी म्हणावयास नकार दिला, तिथे इंदिरा गांधींना मुसलमान काय हिंग लावून विचारणार? भारतीय घटनेचे आणि लोकशाहीचे सर्व फायदे मुसलमानांना मिळतात; पण मनाने मुसलमान कधीच लोकशाहीप्रेमी होणे शक्य नाही आणि त्यांची तशी इच्छाही नाही. एकदा का व्यक्तिस्वातंत्र्य आणि आचारस्वातंत्र्य स्वीकारले की, मुसलमानांची सौदेबाजीची शक्ती नष्ट होऊन जाईल, या भीतीने सर्व स्वातंत्र्यांना मुसलमान धर्मात मज्जाव आहे. तरीही लोकशाही पत्करलेल्या भारताला मुसलमान समाजाला नाकारता येत नाही. मुस्लिम व्होट हे भारतीय लोकशाहीला एक लांच्छन आहे आणि भारताच्या भवितव्याला धोकाही आहे. लोकशाही माध्यमातून इंदिराजींचा पाडाव करायचा असेल, तर आठ कोटी मुसलमानांना वगळून आपले चालणार नाही, या निर्णयाला भारतीय जनता पक्षालासुद्धा यावे लागले आणि म्हणून ह्यांनीही मुसलमानांचा अनुनय करण्यास आरंभ केला आहे. महात्मा गांधींचा हृदयपरिवर्तनाचा प्रयोग आता भारतीय जनता पक्ष करू पाहत आहे. हिंदूंच्या रक्षणार्थ जन्माला आलेला जनसंघ हिंदूंच्या निर्दालनासाठी सिद्ध झालेल्या धर्मवेड्या मुसलमानांशी हातमिळवणी करताना पाहून आपल्याला आश्चर्य वाटेल. पण हे आश्चर्याचेच दिवस आहेत. एकदा सत्ता हे आपले जीवितकार्य असे मानले की, त्या सत्तेभोवती घाण्यासारखे फिरत राहावे लागणारच. मुसलमानही तसे शहाणे आहेत. इंदिराजींकडून

ते सर्व फायदे उपटतात व प्रसंगी त्यांना सत्तेवर बसण्यासाठी साह्यही करतात. पण इंदिराजींबरोबर उघड-उघडपणे अधिक साह्य केल्यास हिंदू मनाची प्रतिक्रिया भारतीय जनता पक्षानुकूल बनते, हे त्यांच्या ध्यानात आले आहे. त्यापेक्षा आपण भारतीय जनता पक्षात घुसावे आणि भारतीय जनता पक्षाचे हिंदुत्वाचे आवाहन नष्ट करून टाकावे, हा त्यांचा पवित्रा फार धोकादायक आहे. मुसलमानांना सांभाळण्यासाठी भारतीय जनता पक्षाच्या नेत्यांची भाषा आता पुष्कळ मवाळ झाली आहे. मुसलमानांचे लहान-मोठे अत्याचार, धर्मांतरे, अतिरेकी धर्मप्रचार यांच्याविरुद्ध भारतीय जनता पक्षाला आता अधिकृतपणे बोलता येत नाही. जे लहान-मोठे मुसलमान कार्यकर्ते भारतीय जनता पक्षात आलेले आहेत, त्यांना काय वाटेल या भयाने भारतीय जनता पक्षाचे नेते सर्वधर्म समभावाची, निधर्मी राज्याची मजेदार मवाळ भाषा बोलताना दिसतात. गांधीवाद्यांच्या तोंडात जे शब्द शोभतात, ते शब्द आता भारतीय जनता पक्षाच्या कार्यकर्त्यांच्या तोंडून ऐकायला मिळतात.

खरे तर या देशातल्या कोणत्याही पक्षाजवळ निश्चित असा रचनात्मक कार्यक्रम नाही. मार्क्सवादी कम्युनिस्ट निदान मनातून तरी वर्गविग्रहाचा अंतिम लढा लढायचा आहे, असे मानत असतील; प्रत्यक्षात त्यांचाही कारभार भारतीय परंपरेनुसारच चालला आहे. पण बाकी कोणत्याही पक्षाजवळ निश्चित असा काही कार्यक्रमच नाही. त्यामुळे फक्त पक्षांचे ध्वज वेगळे आहेत, पण पक्षांचे वेगळेपण मात्र नाही. गरिबांच्या कल्याणाची भाषा प्रत्येक जण बोलतो, कारण गरीब मतदारांना त्यामुळे थोडा वेळ फसवता येते. पण प्रत्यक्षात कोणत्याही पक्षात आहे ही अर्थरचना बदलून नवी अर्थरचना उभी करण्याची हिंमत नाही. मोडतोड करण्याची अक्कल प्रत्येकाजवळ आहे, पण रचनेची अक्कल कोणाजवळही दिसत नाही. पन्नास वर्षांनंतर या देशाचे चित्र कसे असेल याचे स्वप्न बघणारा द्रष्टा या देशात तरी आढळत नाही. या देशातील गंभीर रोगांचे निदान करणारा कोणीही धन्वंतरी आज दृष्टिपथात नाही. संघासारखी समर्पित कार्यकर्त्यांची संघटना हिंदुत्वाच्या रक्षणासाठी का काम करत आहे, हेच समजत नाही. कारण त्या संघटनेतून निर्माण झालेला राजकीय पक्ष हा काही आता हिंदुराष्ट्राचा आग्रह धरीत नाही; मग हिंदुत्वाच्या आक्रोशाला अर्थ काय? जिवाची बाजी लावून संघ जे हिंदुत्वाचे रोप जगविण्याचा प्रयत्न करीत आहे, ते रोपे वाढले आणि त्याचा वृक्ष झाला तर त्याची फळे खाणारा आहे तरी कोण?

मुस्लिम लीगने मुसलमानांसाठी, संघाने हिंदूंसाठी, अकाली दलाने शिखांसाठी

अशी प्रत्येक जातीवर आणि धर्मावर काम करण्याची पद्धत हिंदुस्थानला महाग पडणार आहे. जाटांचे चरणसिंग, दलितांचे जगजीवन रामबाबू, मराठा लॉबीचे शरद पवार, द्रविडीयन लोकांचे करुणनिधी आणि रामचंद्रन्– असे संस्कृतीगणिक नेते आपापल्या मोठेपणासाठी स्वतंत्र संघटना राबबीत आहेत. त्या सर्व शक्तींचे परस्परांना छेद जात आहेत. हिंदुस्थान हा माझा देश आहे, ही भावना दिवसेंदिवस लोपत चालली आहे.

हिंदुत्व हेच भारतीयत्व म्हणण्यात मूर्तिभंजक इस्लामची अडचण आहे, त्याचप्रमाणे दलित समाजाचाही विरोध आहे. झालेल्या अन्यायाची दुरुस्ती करून किंवा विषमता संपविण्याचे आश्वासन देऊन दलितांची समजूत काढली पाहिजे. पण मनुस्मृती जाळणाऱ्यांनी कुराणही जाळण्याचे दायित्व पत्करले पाहिजे. एका मध्ययुगीन ग्रंथाच्या आधारे मानवी व्यवहार नियंत्रित करण्याचे उद्दिष्ट आपण ठेचून काढले पाहिजे. कोणतेही धर्मग्रंथ माणसाच्या आजच्या गरजा भागविण्यासाठी अपुरे आहेत. पोथीनिष्ठा– मग ती कम्युनिस्टांची असो, मुसलमानांची असो किंवा हिंदूंची असो– तिला विरोध करण्यासाठी कोणताही पक्ष आज काम करताना दिसत नाही. दुसऱ्याला प्रतिगामी ठरविणारे स्वत:च प्रतिगामी असतात, असे त्यांच्या आचरणावरून तरी वाटते.

खर्चिक लोकशाहीचा प्रयोग आपण लोकशाही मूल्यांवाचून करतो आहोत. लोकशाहीचे सर्व फायदे उपटून हिटलर सर्वसत्ताधीश झाला, कारण लोकशाही हे त्याने साधन मानले. हिटलरइतका नरसंहार इंदिरा गांधींच्या हातून झालेला नाही, तरी पण लोकशाही मार्गानेच त्या हुकूमशहा होत गेल्या. गरीब जनतेचे राज्य निर्माण करण्याच्या ऐटीतच क्रूरकर्मा स्टलिन नरसंहाराचे कार्य करीत राहिला. सर्वसामान्यत: जगात सर्वत्रच लोकशाही पराभूत होताना दिसते आहे. कारण लोकशाही हे सर्वच ठिकाणी साधन म्हणून वापरले जाते आहे. दुबळी लोकशाही स्वत:च आत्मघात करून घेत असते आणि आपणहून आपल्याच हाताने एखाद्या हुकूमशहाला शासनात आणून बसविते. लोकशाहीला नीतिमूल्ये पाळावी लागतात आणि सहिष्णुतेचा आश्रय करावा लागतो. या सहिष्णुतेनेच रानदांडग्या माणसांना संरक्षण मिळत जाते.

कित्येकदा तर असे वाटते की, या दुबळ्या लोकशाहीपेक्षा हुकूमशाही परवडली. लोकशाहीत प्रत्येक निर्णयाला विरोध केला जातो आणि त्यामुळे लोकांचे हित करणारे निर्णय अमलात आणता येत नाहीत. हुकूमशाहीत सत्तेचा दुरुपयोग होतो आणि पुष्कळदा स्वार्थप्रेरित निर्णय घेतले जातात व विचारस्वातंत्र्यावर

बंधने येतात; पण या घटकेला विचारस्वातंत्र्य असणाऱ्या या देशात तरी त्या स्वातंत्र्याचा कुठे उपयोग केला जातो? इंदिराजी काय, चरणसिंग काय किंवा अगदी मधू लिमये, फर्नांडिस काय– हे काय लोकशाही मानणारे नेते आहेत? बहुमताने केलेला निर्णय यांपैकी कुणालाही मान्य नाही. पक्षीय कार्यक्रम म्हणजे यांची एक लहर आहे. पक्षातील शिस्त यांपैकी कुणालाही मान्य नाही. ज्याला पाच-पन्नास लोक मोहिनीमंत्राने भारून टाकता येतात, तो लोकशाहीच्या नावाने प्रच्छन्न हुकूमशाहीचाच पुरस्कर्ता होतो; तरीही आपण जगातील सर्वश्रेष्ठ लोकशाही म्हणून भारताचा गौरव करतो. आपल्या बाजूने लोकांनी कौल दिला की– लोक शहाणे आहेत, हा लोकशाही निर्णय आहे, असे आपण म्हणतो आणि लोकांनी आपल्याला प्रतिकूल निर्णय दिला, म्हणजे मात्र आपली लोकशाही बाल्यावस्थेत आहे, असा पुकारा आपण करतो.

लोकशाही हा दिवसेंदिवस एक पोरखेळ होत चालला आहे. ग्रामपंचायती, नगरपालिका, जिल्हा बोर्डे ही लोकशाही-शिक्षणाची आपण प्रयोगशाळा मानतो. पण ही प्रयोगशाळा राहिलेली नसून आता बावन्नखणीतील नाटकशाळेचे रूप त्यांना आले आहे. असे असूनही लोकशाहीशिवाय अन्य पर्याय समोर दिसत नसल्यामुळे या भ्रष्ट लोकशाहीचाच पुरस्कार करण्याची आपल्यावर वेळ आली आहे. लोकशाहीचा प्रचार करणाऱ्यांचेही आता त्यामुळे हसू होत आहे.

पक्षीय लोकशाहीत पक्षांची जेव्हा दयनीय अवस्था असते; तेव्हा लोकशाही अस्तंगत होत जाणार, हे उघडच आहे. तिची जागा लष्करी हुकूमशाही घेणार, का नागरी हुकूमशाही घेणार, का एखादी घराणेशाही घेणार– एवढाच काय तो प्रश्न आज विचाराधीन आहे. अराजकाची चाहूल लागली की, लोक आपोआप लोकशाहीचा आग्रह सोडून देतात आणि आपणहून हुकूमशाहीला मिठी मारतात. जनता पक्षातील दुष्ट नेत्यांच्या नीच कारस्थानांनी जनतेचा विश्वासघात केल्याबरोबर एकदा धिक्कारलेल्या इंदिरा गांधींना लोकांनी तत्काळ मिठी मारली. लोकशाहीचा नुसता बकवास करण्यापेक्षा लोकशाही मूल्यांचा आविष्कार जर पाहायला मिळाला, तर लोकांचे मत पुन्हा पालटू शकेल. हिंदुस्थानच्या प्रेमाने नव्हे, तर शिस्तप्रिय संघटना म्हणून संघाबद्दलही लोकांच्या मनात विश्वास निर्माण होऊ लागला आहे. जेथे जेथे मार्क्सवाद्यांनी आपला ठसा उमटविलेला आहे, तेथे तेथे मार्क्सवाद्यांवरही लोकांची श्रद्धा आहे. अफाट बोलणाऱ्या आणि अहंकारात मग्न असणाऱ्या इतर सर्व राजकीय पक्षांबाबत आता लोकांचा भ्रमनिरास झालेला आहे. प्रधानमंत्री, मुख्यमंत्री, खासदार, आमदार यांच्या शब्दांची किंमत आता

ओसरली आहे.

स्वाभिमानाने जगणारी, राज्यकर्त्यांचा रोष ओढवून घेणारी आणि व्यक्तीपेक्षा समष्टी मोठी मानणारी जी-जी विचारधारा या देशात आहे, तीच विचारधारा लोकांना मनोमन दिलासा देते. पक्ष जसजसे कमजोर होत चालले आहेत, तसतशी लोकशाहीलाही घरघर लागलेली आहे. एकच गोष्ट राज्यकर्त्यांच्या हिताची आहे. ती म्हणजे, ह्या देशाचा अफाट विस्तार. या देशात एकाच वेळेला सत्ताधारी पक्षाविरुद्ध बंड होतच नाही. गुजरातमध्ये उद्रेक झाला, तर सारा दक्षिण हिंदुस्थान झोपलेला होता. आसाममध्ये आज एवढे वडवानल पेटले आहे व मूळ आसामी माणसे उद्‌ध्वस्त होण्याची स्थिती प्राप्त झाली आहे, तरी त्यांचे साऱ्या हिंदुस्थानाला ढिम्म नाही. काश्मीरमध्ये मुस्लिमांचे एक स्वायत्त राष्ट्र निर्माण झाले आहे, पण हिंदुस्थानाला त्याचा पत्ता लागलेला नाही. झारखंड, खलिस्तानची चळवळ अधून-मधून डोके वर काढते आणि विझून जाते. भाषा, संस्कृती, जात, पंथ यांनी पोखरलेला हा भारत देश एका प्रश्नावर एकाच वेळेला बंड करू शकत नाही. त्यामुळे कोठेही बंड झाले तरी लष्कराच्या आणि पोलिसांच्या बळावर ते मोडून काढता येते. त्यामुळे मध्यवर्ती शासन लहान-मोठ्या बंडांना अजिबात घाबरत नाही. मध्यवर्ती शासनाला हे माहीत आहे की, असे लहान-मोठे उद्रेक आपण मोडून काढू शकतो. एका झेंड्याखाली व एका प्रश्नासाठी सर्व भारतभर येथील जनता बंड करून उभी राहणार नाही याची काळजी घेतली जाते. स्वातंत्र्यप्राप्तीनंतर असे एकच बंड झाले आहे. ते म्हणजे, आणीबाणीनंतर इंदिराविरोधासाठी जनता पक्षाची झालेली स्थापना. एका झेंड्याखाली सर्व पक्ष एकत्र आले आणि एकाच कार्यक्रमासाठी उभे राहिले, म्हणून काँग्रेस पक्षाची सत्ता संपुष्टात आली.

या देशात सर्व पक्षांचे खुळखुळे झाले आहेत. अधून-मधून ते वाजतात आणि तेवढ्यापुरते बरे वाटतात, परंतु नौबतीची जागा खुळखुळे घेऊ शकत नाहीत. सर्व भारतभर एकाच झेंड्याखाली झालेले असे हिंदू जनजागरण क्षणमात्र लकाकून गेले. बहुसंख्य लोकांना एकाच झेंड्याखाली आणणारी एकच शक्ती आहे– ती म्हणजे हिंदुत्वाची. पण या शक्तीला जगातील सर्व राष्ट्रे विरोध करतातच; पण मुसलमानांचा विरोध अधिक कडवा असतो. मूर्तिपूजकांना गाडून टाकण्याची प्रतिज्ञा करणारा इस्लाम हिंदुत्वाचा वैरी असणार, हे स्वाभाविकच आहे. पण मंत्रचळया, ज्योतिष्यांवर विश्वास ठेवणाऱ्या, शंकराचार्यांच्या पायांवर लोटांगण घालणाऱ्या इंदिरा गांधीसुद्धा हिंदुत्वाच्या विरोधक आहेत; कारण

लोकशाही? कुठे असते, ते सांगाल काय? / २६९

त्यांना पर्यायी पक्षाची निर्मिती मान्य नाही. जर हिंदुत्वाचा विजय होतो आहे, असे वाटले; तर त्या स्वत:च हिंदुत्ववादी होतील. खुद्द रशिया ही एकच आक्रमक राष्ट्रवादी शक्ती निर्माण झाली असली, तरी कम्युनिस्टांना मात्र हिंदू राष्ट्रवाद मान्य होणे शक्य नाही. कारण जगातील सर्व सुख-दु:खांची विभागणी ही त्यांनी वर्गांत करून टाकली आहे. तथाकथित पुरोगामी समजले जाणारे समाजवादी हे हिंदू राष्ट्रवादाचे खरे वैरी आहेत. स्वत:चे पक्ष ते मोडणारच, पण दुसऱ्यांचे पक्षही मोडण्यास ते साह्य करणार. माणसांनी एकत्र यावे आणि समूहजीवनातून या राष्ट्राचे शिल्प उभे करावे, ही गोष्ट त्यांना किळसवाणी वाटते. वेदना देण्यात आनंद मानणारा असा एक मानवाचा हा प्रकार आहे. त्यांना सॅडिस्ट या नावाने ओळखतात. तसेच विघटनात सुख मानणारे राजकारणातही असतात. त्यांचा समाजवादी असा उल्लेख होतो. सांस्कृतिक संघटनांत समाजवादी शिरले की, तेथे विघटन होते व होईल, फाटाफुटी होतील, असे गृहीत धरून चालावे. ऋतुचक्र व कालगणना यांत समाजवादी शिरले नाहीत, म्हणून परमेश्वराचा कारभार सुरळीत चालू आहे. तेथे जर समाजवादी पोहोचले; तर सूर्याने केव्हा उगवेल, हे नक्की सांगता येणार नाही. पावसाळा, उन्हाळा, हिवाळा ह्या ऋतूंचीही गल्लत होईल. समुद्राची भरती-आहोटी ज्या नियमाने चालते, ते नियमही मोडून पडतील. कोणत्याही नियमांचे पालन म्हणजे गुलामगिरी असे ठरवणारे पुरोगामी ज्या देशात असतात, तेथील पक्षीय लोकशाही आपोआप अस्तंगतच होणार, हे उघड आहे!

(२९ ऑगस्ट, १९८२)

-०-०-०-

४६

राष्ट्रीय स्वयंसेवक संघापुढील नवी आव्हाने

राष्ट्रीय स्वयंसेवक संघाच्या महाराष्ट्र विभागाचा एक विशाल मेळावा जानेवारी महिन्यात पुण्याला भरत आहे. संघाबद्दल अनुकूल आणि प्रतिकूल अशी खूप टीका केली जाते. सगळीच टीका सर्वथा खोटी आहे, असे म्हणता येणार नाही. संघाच्या वाढत्या शक्तीला भिऊन जाणीवपूर्वक केलेली निंदा आपण सोडून देऊ, राजकीय स्वार्थासाठी राष्ट्रवादी शक्तींना विरोध करणाऱ्या शक्तींची टीकाही फारशी विचारात घेण्याचे कारण नाही; परंतु संघकार्याची मर्यादा केव्हा तरी आपणच दाखवून द्यावयाला हवी, असे मला वाटते.

डॉ. हेडगेवार यांनी ५५ वर्षांपूर्वी दूरदृष्टीने हिंदुरक्षणार्थ ही संघटना स्थापना केली, आणि एकाला दुसरा माणूस जोडत लक्षावधी माणसांची आज ही संघटना होऊन बसली आहे. मूळ संघसंस्थापकांचे हेतू कितीसे साध्य झाले आहेत व कालमानानुसार संघरचनेत कोणते बदल करावयास हवे आहेत, याचा विचार करण्याची वेळ आलेली आहे. संघाने व संघप्रणीत संस्थांनी आपल्या कामाची दिशा व संघटनेची उद्दिष्टे कोणती ठेवली होती आणि त्यांत कोणते बदल अपेक्षित आहेत, याचाही विचार वेळोवेळी व्हावयाला हवा होता.

एखादी संस्था किंवा संप्रदाय जन्माला आला की, तो आपल्याच बंधनांत अडकतो, हा अनुभव सार्वत्रिक आहे. संघटनेत लवचिकता, दूरदृष्टी आणि सर्वसमावेशकता आणण्यात हळूहळू

टाळाटाळ होते व 'बाबा वाक्यम् प्रमाणम्' अशी एक स्थिर अवस्था त्या संघटनेला प्राप्त होते. संघासारख्या एकचालकानुवर्ती संघटनेला नव्या परिस्थितीशी जमवून घेताना काही अडचणी निर्माण होतात. सरसंघचालकांच्या नावाने या संस्थेचा कारभार चालेला असले तरी प्रत्यक्षात प्रदीर्घ सेवा केलेल्या जुन्या आणि जाणत्या मंडळींच्या करवी संस्थेचे व्यवस्थापन चालू असते. बाह्यत: दिसावयाला जरी ही सारी व्यवस्था फॅसिस्ट वळणाची असली तरी तिचे स्वरूप संयमित लोकशाहीवादी आहे, हे मी स्वत:च अनुभविले आहे. दुर्दैव असे आहे की, संघाजवळ किंवा संघप्रणीत संस्थांजवळ त्यांचे तत्त्वज्ञान विशद करणारा कोणतेही ग्रंथ किंवा साहित्य नाही. म्हणून पूर्वी घालून दिलेल्या मौखिक परंपरेनुसार काम चालविण्यावाचून त्यांना पर्याय उरत नाही. संघाचे किंवा संघतत्त्वज्ञानाचे कोणताही अधिकृत साहित्य आज उपलब्ध नाही. म्हणून स्थानिक स्वरूपाच्या लहान-मोठ्या कार्यकर्त्यांची वर्तणूक हेच टीकाकारांचे लक्ष्य बनते. पुष्कळ ठिकाणी सनातनी आणि परंपरावादी संघचालक असल्यामुळे संपूर्ण संघालाच वेगवेगळे आक्षेप स्वीकारावे लागतात. कोणत्याही संस्थेत काही कार्यकर्ते हे संस्थेच्या उद्दिष्टांविरुद्ध वागणारे असतातच. त्यांच्या वर्तनाने संस्था बदनाम होते. विशेषत: संस्थेचे तत्त्वज्ञान आणि आचारसंहिता उलगडून दाखविणारे साहित्य उपलब्ध नसले, म्हणजे कार्यकर्त्यांचे चारित्र्य आणि वर्तन हेच संस्थेचे वर्तन ठरते.

आज संघावर प्रतिगामित्वाचा, सांप्रदायिकतेचा आणि फॅसिस्ट मनोवृत्तीचा आरोप करण्यात येतो. आरोप करणाऱ्यांचे हेतू कोणतेही असोत; आरोप करणाऱ्यांना आपण शक्यतो संधी मिळू देता कामा नये, अशी आपली भूमिका पाहिजे. काही ठिकाणचे संघचालक हे हेकट आणि दुसऱ्याचे विचार ऐकून न घेणाऱ्या मनोवृत्तीचे असतात. नव्या आधुनिक उपक्रमांना त्यांचा पाठिंबा तर नसतोच, पण उलट विरोधही होतो. सर्व स्वयंसेवकांनी आपल्या आज्ञा बिनतक्रार शब्दश: पाळल्या पाहिजेत, यावर त्यांचा भर असतो. काही ठिकाणी संघशाखेला लष्करी बराकीचे स्वरूप येते. संघतत्त्वज्ञानात फक्त शिस्तीची अपेक्षा आहे; गुलामगिरीची नाही. अधून-मधून का होईना, स्वयंसेवकांना आपल्या सूचना करण्याचे व नव्या कल्पना राबविण्याचे स्वातंत्र्य असले पाहिजे. विज्ञान-मेळा, ग्रंथ-मेळा, साहित्य-संमेलने, संगीत-संमेलन या व अशा मानवी व्यवहारांशी निगडित असणाऱ्या अनेक गोष्टींत संघाने प्रत्यक्ष भाग घेतला नाही; तरी संघ-स्वयंसेवकांना तरी भाग घेण्यास प्रोत्साहन दिले पाहिजे. देशसेवा याचा अर्थ संघस्थानावर येऊन प्रार्थना म्हणणे, बौद्धिके ऐकणे आणि प्रसंगी आज्ञा झाली तर एखाद्या सेवाकार्यात भाग

घेणे– एवढाच नाही. भारतीयांच्या प्रत्येक गरजा पुरविण्याची आकांक्षा कोणत्याही प्रभावी संघटनेने पुरविली पाहिजे.

'एक गाव-एक पाणवठा', देवदासींची संघटना, मोलकरणींची संघटना इथपासून क्रीडापटू, संगीतकार, चित्रपटनिर्माते व भारताचे सर्वांगीण संस्थाजीवन– या साऱ्या गोष्टींत संघसंस्कारित स्वयंसेवकांचा हविर्भाग आवश्यक आहे. ही विरक्त आणि संन्यस्त लोकांची संघटना नाही, तर गृहस्थी लोकांची संघटना झाली पाहिजे. काही कार्यकर्ते संसाराकडे पाठ फिरवून, ब्रह्मचारी राहून संघकार्यात सामील झाले तरी सर्वांनी तसेच केले पाहिज, अशी अपेक्षा नसावी. ही गरीब लोकांची वा मागासलेल्या लोकांची सेवासंघटना आहे, असे स्वरूप तिला येत गेले पाहिजे. आपल्या राष्ट्रीय ध्वजावर प्रेम करण्यासाठी केवळ शाब्दिक निष्ठा कामाच्या नाहीत. दलितांनी हिंदू धर्मावर का प्रेम करावे, या प्रश्नाचा विचार राष्ट्रीय स्वयंसेवक संघाने करावयाचा नाही तर कोणी करावयाचा?

ही गोष्ट मला मान्य केली पाहिजे की, गेल्या पाच-सात वर्षांत संघाचे स्वरूप पुष्कळसे पालटले आहे. गुरुजींच्या काळात संघ हा एक बैराग्यांचा तांडा झाला होता... त्या वेळेस संघाची वाढ खूप झाली, हे मान्य करूनसुद्धा संघसंस्कार पुष्कळसा आध्यात्मिक स्वरूपाचा होता. गुरुजनांचा किंवा ज्येष्ठ नेत्यांचा अवमान करण्याची प्रथा संघात नसल्यामुळे गुरुजींच्या नेतृत्वाबद्दल संघात फारसे कोणी बोलत नाही; परंतु बाळासाहेब देवरस सरसंचालक झाल्यापासून संघ अधिक इहवादी झाला आहे, हे मान्य केले पाहिजे. एखादी सूचना त्यांच्याकडे घेऊन गेले, तर ते तुच्छता दाखवीत नाहीत; उलट तिचा विचार करण्याचे औदार्य ते दाखवू शकतात. कोणत्याही आधुनिक प्रश्नावर बोलताना ते पुरेशी धिटाई दाखवितात. त्यांच्याही पुढे काही अडचणी आहेत याची जाणीव असूनही, मला असे वाटते, संघाच्या कारकिर्दीत गतिमान युगाचा आरंभ झालेला आहे; पण त्याचा वेग अधिक वाढला पाहिजे आणि नव्या प्रश्नांना सामोरे जाण्याची, प्रसंगी संघर्ष करण्याची संघाची क्षमता वाढली पाहिजे.

संघाचे नेमके तत्त्वज्ञान काय आहे, याबद्दल ज्येष्ठ संघकार्यकर्त्यांतच खूप गोंधळ आहे. मग टीका करणारांचे अधिक फावते. भलत्याच ठिकाणी ते आपल्याला अडवितात आणि आपल्याजवळ त्याला उत्तर नसते. नामांतर चळवळीत संघाने कोणतीही बाजू घेऊ नये, हे बरोबर आहे; पण नामांतर चळवळीत दलितांची घरे मोठ्या प्रमाणावर जाळली गेली, पूरग्रस्तांची किंवा वादळग्रस्तांची घरे संघाने बांधून दिली, तशीच जर मराठवाड्यातील दलितांची घरे संघाने बांधून दिली

असती तर किती बरे झाले असते! संघामध्ये प्रामाणिक, तळमळीचे आणि व्रती असे अनेक लोक आहेत की, ज्यांनी आपला भरभराटीचा धंदा आणि व्यवसाय संघासाठी सोडून देऊन संघासाठी जीवनदान केले आहे. श्रद्धा आणि निष्ठा हे मोठे मौलिक गुण आहेत खरे, पण तितकाच 'प्रतिभा' हाही एक दैवी गुण आहे. हिंदुत्ववादी विचाराची अनेक प्रतिभासंपन्न माणसे संघाबाहेर राहतात, याचे कारण एका विशिष्ट प्रकारच्या बराकीकरणाला त्यांचा विरोध असतो. शिस्त म्हणजे बराकीकरण नव्हे. शिस्त प्रतिभावंतांनाही मान्य असते; पण तिचा काच होणार नाही अशी काळजी घेणे, हे संघचालकाचे काम असते– तरच प्रतिभावंतांच्या प्रतिभेचा उपयोग संघकार्यासाठी होऊ शकेल.

अनेक लेखक, संगीतकार, अभिनेते अस्सल हिंदू आहेत आणि त्यांना संघाबद्दल प्रेमही आहे. काही नीरस आणि तुसडे संघचालक या प्रतिभावंतांबद्दल अनादर बाळगतात. मुंबईमध्ये भरलेल्या भारतीय जनता पक्षाच्या प्रचंड मेळाव्यात लता मंगेशकरसारख्या जगप्रसिद्ध गायिकेला आदरपूर्वक निमंत्रण केले असते, तर ती हजर राहिली असती. आता, भारतीय जनता पक्षाशी आपला काही संबंध नाही, असे संघकार्यकर्ते म्हणू शकतील; पण या म्हणण्यात काही अर्थ नसतो, आणि असे कोणी म्हणेल, तर त्यावर कोणी विश्वासही ठेवणार नाही. कम्युनिस्ट किंवा समाजवादी हे कलावंतांची आणि साहित्यिकांची बूज ठेवताना आपण पाहतो. समाजाला आकृष्ट करून आपल्याजवळ आणण्याची अशी साधने संघाजवळ विपुल असूनही संघ त्यांकडे दुर्लक्ष करीत आहे.

समाज हा ब्रह्मचारी किंवा संस्कृतीचा जप चोवीस तास करणाऱ्यांचा असतो काय? समाज हा संतांपासून राजांपर्यंत, कामगारांपासून उद्योगपतींपर्यंत, दारूबाजापासून बैराग्यापर्यंत असा संमिश्र मानवसमूह असतो. समाजाचे परिवर्तन करावयाचे, म्हणजे या सर्वच घटकांचे परिवर्तन करावयाचे. उद्योगपतींना समजावून किंवा दामटून सार्वजनिक कार्यासाठी त्यांची संपत्ती द्यावयास भाग पाडावयाचे; तळागाळातील लोकांना दिलासा द्यावयाचा; कामगारांना चांगले आणि अधिक उत्पादन केल्यास आमिष दाखवावयाचे; शेतकऱ्यांना त्यांची जमीन हेच त्यांचे दैवत हे पटवून द्यावयाचे, विद्यार्थ्यांना नागरिक बनवावयाचे अशी अनेक उद्दिष्टे एकाच संघटनेला ठेवावी लागतील. सगळ्याच गोष्टी एकदम शक्य नसतील; पण या साऱ्याच गोष्टींना संघकार्यात स्थान आहे, याची निदान जागरूक जाणीव कृतीतून संघाने दाखवावयास पाहिजे. या देशातील लढाई अनेक पातळ्यांवर चालू आहे. अमेरिकन भोगवादाशी जसा आपणास लढा द्यावयाचा आहे, तसाच

रशियन बराकीकरणाशी ही लढा द्यावयाचा आहे. यवनांनी मूर्तिपूजकांच्या विरुद्ध चालविलेल्या धर्मांधतेला जसा आळा घालावयाचा आहे, तसाच कामगारांत निर्माण झालेल्या स्वार्थी मनोवृत्तीलाही आळा घालावयाचा आहे. कर्मकांडात डुबलेल्या हिंदू समाजाला जशी वैज्ञानिक दृष्टी द्यावयाची आहे, तशीच बुद्धिप्रामाण्यवादी म्हणवून घेणाऱ्या बोलघेवड्या सुधारकांची भंबेरी उडवायची आहे. बुद्धी आणि भावना यांचा समन्वय साधणारा एक समाज आपणाला अभिप्रेत आहे. संहारक विज्ञानावर निर्बंध आणि सुख वाढविणाऱ्या विज्ञानाचा स्वीकार, हाच नवा धर्म आहे. म्हणून विज्ञाननिष्ठ नवहिंदू धर्माचे धर्मसंस्थापक होण्याचे हे कार्य संघाला केले पाहिजे.

संघ आपल्या स्वयंसेवकांवर संस्कार करतो, म्हणजे काय? मला तरी अशी शंका येते की, हे संस्कार म्हणजे तरुणांची बंडवृत्ती नष्ट करण्याचे तर साधन नाही? माणसाचे चारित्र्य घडविणे म्हणजे त्याचा न्यायावर विश्वास वाढविणे होय. सामाजिक न्यायापासून तो आर्थिक न्यायापर्यंत न्यायतत्त्वाची शिकवण, हाच खरा संस्कारांचा उद्देश असला पाहिजे. शिवाय संघ हिंदुत्वाचा संस्कार करतो, असे म्हणवितो. हे हिंदुत्व आहे तरी कोणते? संघाच्या हिंदुत्वाची व्याख्या तरी काय काय? परधर्मांतून हिंदु धर्मात आलेल्या माणसाला हिंदू केले म्हणजे नेमके काय केले? हिंदुधर्मातील जो आध्यात्मिक गोंधळ आहे, तो संपविण्याची संघाची इच्छा आहे काय? रोजच्या दिनक्रमात हिंदूंनी किमान काही गोष्टी कराव्यात, असे संघाला वाटते काय? धर्मगुरूंच्या नावाखाली आज जी ठेकेदारी किंवा बडवेगिरी चालते, त्याविरुद्ध संघ काही ठोस पावले उचलेल काय? अर्थशास्त्र, आधुनिकीकरण, उद्याच्या देशाचे चित्र– या गोष्टींत मतभेदांना खूप जागा आहे. त्यावर निर्णायक मत कदाचित देता येणार नाही; पण निर्णायक मत देऊ न शकणाऱ्यांना निर्णायक मते बाळगणाऱ्यांशी लढता येत नाही.

एका हातात मार्क्सचे पुस्तक घेऊन कम्युनिस्ट जग जिंकावयाला बाहेर पडले आहेत. त्याचप्रमाणे एका हातात कुराण व दुसऱ्या हातात तरवार घेऊन जगाचे यवनराष्ट्र करावयास मुसलमान निघाले आहेत. सहिष्णुतेच्या नावाखाली आलेला भोंगळपणा आणि विभिन्नता पत्करून हिंदुसंघटक या नव्या आव्हानाशी मुकाबला कसा करणार? मुसलमानांचे मतपरिवर्तन ही अशक्य गोष्ट आहे. जगातील सर्व राष्ट्रे व सर्व औदार्य मुसलमानांपुढे हतबल आहे. हिंदुसंघटकाला या प्रश्नांची उत्तरे द्यावीच लागतील; मतभेद होतील म्हणून या प्रश्नांची उत्तरे टाळता येणार नाहीत. कामगारांच्या राज्याला हिंदुराज्य हे उत्तर नाही, कारण

कामगारांचे राज्य ही वस्तुस्थिती आहे आणि हिंदुराज्य हे स्वप्नरंजन आहे. जातींत, पंथांत, भाषांत आणि संस्कृतीतही विभागलेला हिंदू समाज कोणत्या मुद्द्यावर एकत्र येऊ शकेल?

या साऱ्यांचे उत्तरदायित्व मी एकट्या संघावर टाकू इच्छित नाही. संघ आणि संघप्रणीत विविध संस्था या सर्वांनी मिळून या साऱ्या प्रश्नांची उत्तरे द्यावयाला हवीत. आपण काही स्पष्ट भूमिका घेतल्या तर त्यामुळे फूट पडेल, हे भय व्यर्थ आहे. भूमिकाच न घेण्यापेक्षा काही भूमिका घेण्याचा धोका पत्करला तर संघटनांचे बळ वाढते, असा अनुभव आहे. हिंदुत्वाची व्याख्या करतानासुद्धा जर आपणाला भय वाटत असेल, तर मग हिंदुत्वाचे वैभव म्हणून तरी आम्ही लोकांना काय सांगावे? जातिव्यवस्थेने आणि वर्णव्यवस्थेने हिंदूंचा एक प्रचंड अवमानित समाज आम्ही कोणत्या उपायाने हिंदूंच्या व्यापक प्रवाहात सामील करून घेणार आहोत? मूठभर सनातनी रागावतील म्हणून जर आपण नव्या हिंदुत्वाची आराधना केली नाही, तर हिंदुसंघटनेचा पायाच कमजोर होईल. सर्वसमावेशकता हा जसा गुण असतो, तसाच प्राप्त परिस्थितीत तो दुर्गुणही आहे, आणि म्हणून, काही ठोस भूमिका वा काही घट्ट आग्रह यांचीच आज नितांत आवश्यकता आहे.

संघाला, संघाचे तत्त्वज्ञान सांगणारा ग्रंथ आज ना उद्या निर्माण करावाच लागेल. ज्याप्रमाणे व्यापक बुद्धी नसलेल्या माणसाला ईश्वराचे अस्तित्व हे मूर्तीतून समजते आणि अनंताला तो आकारबद्ध करू पाहतो, त्याचप्रमाणे सर्वसामान्य माणसाला अनंत स्वरूपे असणारे हिंदुत्व आकारबद्ध करून दिले पाहिजे. मी कशाचा अभिमान धरावयाचा आणि कोणत्या गोष्टी तिरस्कारार्ह मानावयाच्या, हे हिंदू माणसाला नीट समजले पाहिजे; तरच दलित प्रश्नांचा उलगडा लवकर होईल. आम्ही अस्पृश्यता मानत नाही किंवा संघात ती पाळली जात नाही, हे विधान कितीही सत्य असले; तरी सत्याची प्रचीती येण्यासाठी सत्याला वास्तवात जाळून घ्यावे लागते.

वास्तविक, सावरकरांच्या तत्त्वज्ञानातून संघ निर्माण झाला, ही गोष्ट जाणते नेते मान्य करतात. आज संघाजवळ किंवा हिंदू मानून घेणाऱ्या प्रत्येकाजवळ सावरकर साहित्य हाच एक प्रमाण-ग्रंथ आहे. त्यातील कडवा आवेश आणि पाखंड टोचत असेल, तर तेवढ्यापुरती कालोचित सुधारणा करून घ्यावी, पण सावरकर हेच हिंदुत्वाचे खरे भाष्यकार आहेत. गुरुजींच्या कालखंडात सावरकरांची खूप उपेक्षा झालेली आहे, ती होणे यापुढे थांबले पाहिजे. सावरकरांचे राजकीय

तत्त्वज्ञान क्षणभर बाजूला ठेवू; पण त्यांचे धर्मचिंतन आणि सामाजिक विचार यांबद्दल तर संघाला काही आकस नाही? सावरकरांचा प्रखर बुद्धिवाद हे खरे तर अभिमानास्पद वैभव आहे. हिंदूंचे धर्मग्रंथ हे शब्दशः नव्हे तर त्यांतील व्यापक चिंतन स्वीकारावयाचे, त्याचप्रमाणे सावरकरांचे फक्त धर्मचिंतन स्वीकारावे. संघात येणाऱ्या तरुणांना भोंगळ हिंदुत्वापेक्षा निश्चित हिंदुत्व आकर्षक वाटेल. हिंदू समाजाची अवनती का झाली आणि त्याच्या पुनरुत्थानाचा मार्ग कोणता याचे सावरकरांइतके प्रभावी भाष्य गेल्या शंभर वर्षांत कोणीही केलेले नाही.

हिंदुत्व म्हणजे बुरसटलेला अध्यात्म-मार्ग नाही, तर तो नवा क्षात्रधर्म आहे– ही भूमिका उद्याच्या पिढीला ग्राह्य वाटेल. आपल्यापुढे लढाई कोणती आहे, हे लक्षात घेऊनच आपणाला शस्त्रे ठरविली पाहिजेत. परमेश्वराचे जग वर स्वर्गात कोठे असेल तेथे असो– पण या पृथ्वीवर फक्त माणसांचेच राज्य आहे. माणसांनी निर्माण केलेले प्रश्न माणसांनीच सोडवावयाचे आहेत. संघासारख्या सर्वगामी, प्रचंड संघटनेला रेखीव उद्दिष्टांची जोड हवी. आपला निश्चित अशा कार्यक्रम ठरला की, निश्चित असा मार्गही सापडेल. आपली लढाई राजसत्तेसाठी नाही; ती लढाई या देशातील कोणतीही सत्ता शुद्ध राहावी आणि तिने येथील भूमिपुत्रांचे संरक्षण व संवर्धन करावे, यासाठी आहे. या भूमीशी इमान राखणारे ते आपले बांधव; त्यांचे दुःख तेच आपले दुःख– अशा एक सामूहिक कळवळ्याची आज गरज आहे. संस्कृतीचा संस्कार माणसाच्या पोटातूनच घडू शकेल. मन संस्कारित व्हावयाचे असेल, तर भुकेला समाज किंवा पददलित समाज या देशात उरता कामा नये.

संघ आता एका अशा अवस्थेला आला आहे की, जर या प्रचंड हत्तीला कामाला लावले नाही, तर केवळ आपल्या वजनानेच तो मरेल. नव्या तरुणांना आकृष्ट करेल असे तत्त्वज्ञान आणि त्या तत्त्वज्ञानाला प्रत्यक्ष कार्याची जोड लाभली नाही, तर या संघटनेचे करावयाचे काय? हा काही कुंभमेळा नाही किंवा पंढरपूरच्या दिशेने निघालेली भ्रमिष्ट वारकऱ्यांची दिंडी नाही. हा देशाच्या पुनरुत्थानासाठी जमा झालेल्या सैनिकांचा मेळावा व्हावयाला पाहिजे. डॉक्टर हेडगेवार यांनी दूरदृष्टीने लावलेल्या हिंदू-संघटनेच्या बीजातून हिंदुत्वाचा हा वेलू गगनावरी गेला पाहिजे. संघ संध्याकाळी फक्त संघस्थानावर तासभर भरतो आणि तो त्यानंतर विसर्जित होतो– असा चोवीस तासांतील एक तासभर केलेला संस्कार माणसाला पुरत नाही. भरकटणाऱ्या मनाला ताळ्यावर आणणारा, ताळ्यावर आलेल्या मनाला कामाला जुंपणारा असा हा संस्कार असावा. आपल्याला

या भूमीची अनेक कर्जे चुकवायची राहिली आहेत, असा हा संस्कार आहे. पंधरा हजार लोकांचे लष्करी संचलन पाहताना आम्हाला बरे वाटेल, कारण आमच्यातील भेकड मनांना ती शक्ती दिलासा देते. पंधरा हजार लोक जेव्हा रस्त्यावरून संचलन करीत जातील; तेव्हा जर पुण्यातील पंधरा लाख लोक त्या शक्तीच्या मंत्राने भारून जाणार असतील, तरच या संचलनाचा उपयोग आहे.

(९ जानेवारी, १९८३)

-०-०-०-

४७

षंढ समाजाकडून कधी बंड होतच नसते

दिल्ली येथे आणखी एक आघाडी निर्माण झालेली आहे.
ही आघाडी लोकदल आणि भाजप या आघाडीप्रमाणेच निवडणुकीत
एकत्रितपणे भाग घेईल व त्या सर्वांचा एकच पक्ष निर्माण होईल,
हे भाकीत करणे आज तरी कठीण आहे ही युती करण्याची क्रिया
चंद्रशेखर व शरद पवार यांच्या डोक्यात बरेच दिवस आहे,
आणि या युतीला मार्क्सिस्ट बाहेरून पाठिंबा देणार आहेत, असे
ऐकिवात आहे. वास्तविक, सर्वसामान्यत: डावे, उजवे आणि
मध्यममार्गी असे जे तीन विचारप्रवाह या देशात गेले कित्येक
दिवस वाहत आले आहेत, त्यांचे ध्रुवीकरण होणे ह्यापूर्वीच
आवश्यक होते. इंदिरा गांधी तशा अर्थाने उजव्याही नाहीत किंवा
डाव्याही नाहीत; पण डाव्यांना उजव्या वाटतात आणि उजव्यांना
त्या डाव्या वाटतात. शिवाय त्यांच्याबद्दल काही निश्चित भाकीत
करावे अशी परिस्थितीही अनपेक्षित आणि अनाकलनीय भूमिका
घेऊन त्या उरू देत नाहीत. आंतरराष्ट्रीय राजकारणात इंदिराजी
रशियानुकूल भूमिका घेतात आणि रशियाच्या पाठिंब्याची अपेक्षा
करतात. त्यामुळे अमेरिकन गटातील राष्ट्रे त्यांना चक्क कम्युनिस्ट
मानतात. आपल्या रशियन धन्याला खूश करण्यासाठी त्या अधून-
मधून अमेरिकाविरोधी वक्तव्ये करतात आणि त्यामुळे आज
अमेरिकेचे व आपले संबंध स्नेहभावाचे उरलेले नाहीत.

हिंदुस्थान सर्वथा कम्युनिस्टांच्या आहारी जाऊ नये, या
भूमिकेपायी अमेरिका हिंदुस्थानाला काही ना काही मदत करीत

असते किंवा स्वत:ला ती मदत करणे शक्य नसेल, तेव्हा एखाद्या अमेरिकेच्या अंकित राष्ट्राकडून ती मदत भारताला मिळते. अमेरिकेची समजूत घालण्यासाठी आता इंदिरा गांधी रेगनसाहेबांना भेटायला अमेरिकेला गेल्या आहेत. अमेरिकेची पाकिस्तानला होणारी मदत आणि त्यामुळे शस्त्रसज्ज होण्यासाठी भारतावर पडणारा आर्थिक बोजा हे त्यांच्या अमेरिका-भेटीचे रहस्य आहे. पण पाकिस्तानला तरी अमेरिकेने मदत का केली? रशियाने अफगणिस्तानावर कब्जा करून हिंदी महासागराच्या दिशेने जी मुसंडी मारली आहे, त्यामुळे अमेरिकेला आपली संरक्षण भिंत बांधणे आवश्यक वाटले. काश्मीर, लडाख ह्या प्रदेशात अमेरिकेला एक लष्करी तळ हवा होता; पण भारताला उघडपणे अमेरिकेला लष्करी तळ देणे शक्य नव्हते. तसा तो दिला असता, तर भारतातील डाव्या चळवळींनी प्रचंड प्रमाणावर निदर्शने करून काहूर उठवले असते; शिवाय रशिया व चीन या दोघांचेही वैर हिंदुस्थानाला ओढवून घ्यावे लागले असते. पाकिस्तानात हुकूमशाही आहे आणि त्या हुकूमशाहीला कम्युनिझमचा धोका आहे. अमेरिकेला लष्करी तळ यामुळेच मिळाला. अफगणिस्तान आणि पाकिस्तान यांची सीमारेषा आता सदैव प्रदीप्त राहणार, यात शंकाच नाही. या लष्करी तळाची किंमत म्हणून पाकिस्तानला अमेरिकेकडून अत्याधुनिक अशी लष्करी साहित्याची देणगी मिळाली आहे.

या लष्करी साहित्याचा उपयोग पाकिस्तान केवळ अफगाणी आक्रमणापासून संरक्षण म्हणून करील, असे जरी आश्वासन दिले जात असले तरी ती मदत केव्हाही हिंदुस्थानविरुद्ध वापरली जाईल, यात मुळीच शंका नाही. पण मुळात पाकिस्तानमध्येच आता हुकूमशाहीविरुद्ध युद्ध सुरू झाले आहे. अर्थात झिया एखादे वेळीस जातील; पण म्हणून तेथे लोकशाहीची प्रस्थापना होईल, असे मानण्याचे कारण नाही. झियांऐवजी दुसरा कोणी तरी हुकूमशहा त्या देशाचा कब्जा करील. लोकशाही ही मुळातच इस्लामला मान्य नसल्यामुळे कोणत्याही मुसलमानी राष्ट्रात धर्माचा प्रभाव कमी केल्याशिवाय लोकशाही मूल्ये निर्माणच होणार नाहीत. पण धर्माचे बंदिस्तपण व प्रतिगामित्व हेच आपल्या एकतेचे एकमेव साधन आहे, असे त्यांना वाटते, आणि म्हणून आजच्या आधुनिक काळातही इस्लामी फौजदारी व दिवाणी कायदे प्रत्यक्षात आणण्याची प्रत्येक इस्लामी राष्ट्राची धडपड चालू आहे. कितीही सामर्थ्यशाली हुकूमशहा असला तरी दहा-पाच वर्षांत तेथे राज्यक्रांती होऊन नवा हुकूमशहा निर्माण होतो आणि अशा राष्ट्राचा शेजार भारताला आहे, हे भारताचे दुर्दैव आहे. शिवाय भारतातील

लोकशाही राज्यातील फायदे उपटणारी मुसलमानी जनताही मनातून इस्लामी राज्याचा पुरस्कार करीत असल्यामुळे हिंदुस्थानातील लोकशाही सदैव धोक्यात येत राहणार.

भारतातील मुसलमानांची लोकसंख्या भारतातील लोकशाहीवर परिणाम करण्याएवढी मोठी असल्यामुळे भारतातील राज्यकर्ता– मग तो कोणत्याही पक्षाचा असो– त्याला मुसलमानी मतांचे साह्य घ्यावेच लागते. एकीकडून भारताला समाजवादी व लोकशाहीवादी व्हावयाचे आहे आणि भारतीय राजकीय पक्षांना मात्र मुसलमान समाज मागासलेला, धर्मांध राहावा व त्यांची मते आपल्याला मिळावीत असे वाटते. म्हणजे हिंदू समाजापुरता सुधारणांचा आग्रह धरायचा व त्यांना आधुनिक बनण्यासाठी धडपड करावयाची आणि मुसलमान समाजाला मात्र प्रतिगामी बनविण्याची धडपड करावयाची– असे काही चमत्कारिक धोरण भारतीय राजकीय पक्ष आचरीत आहेत. सत्तारूढ इंदिरा काँग्रेसनेच ही भूमिका घेतल्याने इतर पक्षांनाही हीच भूमिका घ्यावी लागते. केवळ हिंदूंच्या मतांवर आम्ही या देशात राजसत्ता मिळवू आणि हिंदू व मुसलमान यांचा धर्म लक्षात न घेता प्रत्येक धर्मात कालानुरूप आवश्यक त्या सुधारणा करण्याचा हट्ट धरू व त्याला प्रतिकार झाल्यास तो मोडून काढू, अशी भूमिका घेणाराच पक्ष खरा सेक्युलर आहे. दुर्दैवाने असा कोणताही पक्ष देशात अस्तित्वात नाही.

आजपर्यंत दुराग्रही मुसलमान पुढाऱ्यांसमोर भारतातले सर्व पुढारी याचकाप्रमाणे वागले आहेत. त्याचा परिणाम मुसलमानांची मुजोरी वाढण्यात झाला आहे. आमच्या धर्मात आम्ही कसलाही हस्तक्षेप सहन करणार नाही, असली गुर्मीची भाषा ते बोलू लागले आहेत. याचाच परिणाम म्हणून हिंदू आणि मुसलमान अशी दोन वेगळी राष्ट्रे किंवा दोन विभिन्न संस्कृती या देशात स्वतंत्रपणे वावरताना आपण पाहतो. मुसलमानांच्या धर्मांधपणाला हिंदूंचे धर्मांधपण वाढवणे हे जरी योग्य उत्तर नसले, तरी कुणाचीही मुजोरी कमी करावयाची असेल तर त्या मुजोरीला त्याच्याच भाषेत आणि त्याच्याच शस्त्राने उत्तर द्यावे लागते. हिंदू हे सेक्युलर होतेच किंवा आजही आहेत, पण हिंदूंचे सेक्युलॅरिझम ही दुबळ्यांची पोपटपंची होते आहे. त्यामुळे मुसलमांनांचे धर्मांधपण कमी करायला त्या सेक्युलॅरिझमचा काहीही उपयोग नाही. दोन शक्तींची जेव्हा टक्कर होते, तेव्हा काही नाश अपरिहार्य आहे आणि जो पक्ष रक्तपाताला घाबरून अंगचोरपणाने वागत राहतो, तो पक्ष दुर्बल होत जातो. चांगले आणि वाईट याचा विचार अस्तित्वानंतर सुरू होतो. अस्तित्वासाठी जेव्हा संहार अपरिहार्य असेल, तेव्हा

नीतीची प्रवचने निरर्थक ठरतात.

गांधींवादाचा संपूर्ण पराभव होण्याचे मुख्य कारण त्यांना मुसलमानी धर्माची शक्ती समजलीच नाही आणि बुद्धाच्या किंवा महावीराच्या तत्त्वाचा या भूमीत पराभव का झाला याचाही अन्वयार्थ त्यांना लावता आला नाही. ते आदर्शांच्या शोधात होते, पण आदर्शाला अनुकूल अशी भूमी निर्माण केल्याशिवाय आदर्शाची प्रस्थापना होत नाही. ज्या गीतेवर महात्माजींची अपार श्रद्धा आहे, त्या गीतेचाही त्यांनी चुकीचा अन्वयार्थ लावला. परिणामी, हिंदूंचा दुबळेपणा मुसलमानांना समजून आला आणि त्यातून एक पाकिस्तान निर्माण झाले व अनेक पाकिस्ताने निर्माण होण्याची प्रक्रियाही कायमची निर्माण झाली. हिंदू आणि मुसलमान हे एकाच पातळीवर आल्याशिवाय दोघांच्यात संवाद होऊच शकत नाही. समशक्तीची माणसे सहकार्य करू शकतात. आणि ह्या समशक्तीच्या स्थापनेसाठी हिंदू राष्ट्रवादाचा उदय झाला. हिंदू राष्ट्रवाद ही काही स्वतंत्र संकल्पना नाही. ती उघड-उघड एक प्रतिक्रिया आहे व मुसलमानांच्या शंभर वर्षांच्या उद्दामपणातून हिंदूंना लाभलेली ती प्रेरणा आहे. तीच सर्वांत सेक्युलर कल्पना आहे, कारण ती समानतेची अपेक्षा करते. समानतेची अपेक्षा करण्यासाठी ती दुर्बलांना सबल बनवू पाहते, असंघटितांना संघटित करते आणि एकत्वाची जाणीव नसलेल्या समाजाला एकरूपत्वाची आवश्यकता समजावून सांगते. त्याचप्रमाणे समाजाला घातक असणाऱ्या शक्तींना ती आव्हान देते. आवश्यक असेल तर ती संघर्षालाही तयार होते. ती हिंसाचाराला उत्तेजन देत नाही, उलट हिंसेचा ती प्रतिकार करते आणि हिंसेचा प्रतिकार करण्यासाठी आवश्यक असेल ती हिंसाचार करायलाही मागे-पुढे पाहत नाही.

कोणत्याही मानवसमूहाचा संहार तिला अभिप्रेत नाही, कारण तसे केले तर आवश्यक असणारी सामाजिक समता ती प्रस्थापित करू शकणार नाही. अपरिहार्य असणाऱ्या हिंसेला स्वीकारणाऱ्या हिंदू राष्ट्रवादाला जातीयवादी ठरवण्याची इच्छा भारतातील बहुसंख्य पक्षांना आहे, कारण त्यांच्या पक्षीय अस्तित्वात मुस्लिम मताचे फायदे गृहीत धरलेले आहेत. आदर्श लोकशाही प्रस्थापित करण्यासाठीसुद्धा लोकशाहीचा गैरफायदा घेणाऱ्या प्रवृत्तींना विरोध करावा लागतो. केवळ लोकशाहीमुळे मिळणारे संरक्षण व फायदे हवेत, पण लोकशाहीमुळे येणारी कर्तव्ये व सामाजिक जीवनश्रद्धा नकोत– अशी जर कुणाची मनोधारणा असेल, तर लोकशाहीची प्रक्रिया थोडा वेळ थांबवावी लागेल.

या देशातील नागरिकांची मानसिक तयारी नसताना या देशात लोकशाहीचा

प्रयोग सुरू करण्यात आला. त्यामुळे लोकशाहीनेच लोकशाहीचा गळा घोटला, अशी परिस्थिती आज निर्माण झाली आहे. इंदिरा गांधींची आजची राजवट ही लोकशाही राजवट आहे, असे म्हणणे हे लोकशाहीची क्रूर चेष्टा करण्यासारखे आहे. जो धर्म लोकशाही, समाजवाद वा सेक्युलॅरिझम यांचा स्वीकार करूच शकत नाही, अशा दहा-पंधरा कोटी मुसलमानधर्मीयांना आपण लोकशाही अधिकार सुखासुखी देऊन टाकले आहेत. ज्या लोकशाहीत दंगली करणाऱ्यांना कायदा काहीही करू शकत नाही, धार्मिक दंगली माजविणाऱ्यांना सर्व संरक्षणे मिळतात, गुंड आणि तस्कर सुखेनैव लोकप्रतिनिधी होतात– अशी लोकशाही मग लोकशाही मूल्यांचे रक्षण कशी करणार? आपल्या देशाविरुद्ध वाटेल तशा घोषणा देणाऱ्या किंवा आपला देश पराभूत झाल्यास आनंद मानणाऱ्या लोकांना व्यक्तिस्वातंत्र्याच्या नावाखाली वाटेल ते बोलण्याचे स्वातंत्र्य देणे, ही कसली आली आहे लोकशाही? कृत्रिमरीत्या झालेल्या फाळणीमुळे ज्यांचे धर्मबांधव, नातेवाईक किंवा सगेसोयरे हे दोन वेगवेगळ्या राष्ट्रांत राहतात, त्यांचा राष्ट्राभिमान हा विसविशीत असणारच. अशा विसविशीत अभिमान असणाऱ्या लोकांचे राष्ट्र कायमचे दुर्बल राहणारच.

आपल्या देशातील जे डावे आहेत, ते धर्म मानीत नाहीत. म्हणून एका धर्मीयाने दुसऱ्या धर्मीयांवर अन्याय केला, तरीही त्याचा अर्थ ते– शोषकाने शोषितांवर केलेला हल्ला, असाच लावतात. जे उजवे आहेत, ते खऱ्या अर्थाने उजवेही नाहीत; पण उजवेपणाचा त्यांच्यावर आरोप केला जातो. त्यांना लोकशाहीच्या मर्यादेतच काम करावे लागत असल्यामुळे बारा-पंधरा कोटी मतदारांना वगळून सत्ता संपादन करण्याची आकांक्षा बाळगताच येत नाही. मग त्यांचे उजवेपण आपोआपच मध्यमवर्गीयांत समाविष्ट होते. धर्मभावनेला आवाहन करून स्वधर्मीयांचा पैसा मिळवणे, मुसलमान धर्मातील जे कडवे धर्मांध नाहीत त्यांचा अनुनय करणे, आपणही अल्पसंख्याकांचे रक्षण करू अशी ग्वाही वारंवार देण्यासाठी चुकीच्या सेक्युलरवादाचा आश्रय घेणे, आणि समाजातल्या सर्वच वर्गांचे हितसंबंध दुखवायचे नाहीत अशी भूमिका घेण्याच्या नादात आपली राष्ट्रीय भूमिकाच हरवून टाकणे, हे दुर्दैव त्यांच्या नशिबी येते आहे.

मध्यममार्गी समजल्या जाणाऱ्या इंदिरा गांधी या अस्सल हिंदू आहेत आणि अधून-मधून हिंदू कर्मकांडांचा त्या आश्रय घेतात, त्यामुळे भाबडा हिंदू त्यांच्या बाह्य हिंदुत्वावर भुलतो. शिवाय अल्पसंख्याकांबाबत त्या उजवे माप देतात, हे अल्पसंख्याकांना माहीत असल्यामुळे अल्पसंख्याकांची मते त्यांना

प्राप्त होतात. ज्यांना कम्युनिस्ट ठोकशाही नको आहे व समाजवादी पोपटपंचीवर ज्यांचे प्रेम आहे, त्यांना इंदिरा गांधींचा भ्रष्टाचार नको असला तरी त्यांनाही इंदिरा गांधींशिवाय पर्याय नाही, हे मनोमन मान्य आहे. म्हणून तथाकथित सर्व पुरोगामी आघाड्या जरी इंदिरा गांधींविरोधी घोषणा करीत असल्या, तरी मनातून त्या इंदिराजींचे स्वागत करीत असतात. कारण स्वत:च्या बळावर त्यांना कधीही सत्ता प्राप्त करून घेता येत नाही, हे त्यांना माहीत असते.

भाजप आणि लोकदल सत्तेवर येण्यापेक्षा इंदिराजींची सत्ता त्यांना दीर्घकाल राहिली तरी चालेल. कम्युनिस्ट– मग ते कोणत्याही उपपक्षाचे असोत– इंदिराजींच्या भारत-रशिया संबंधांवर संतुष्ट आहेत, कारण त्यामुळे सर्वच कम्युनिस्ट राष्ट्रांची शत्रू असलेली अमेरिका आपोआपच भारताची शत्रू बनते. म्हणून भारतभर गोंधळ माजविणे, कामगार-मालक, शेतकामगार-शेतकरी, विद्यार्थी-विद्यापीठे या सर्वच क्षेत्रांत अराजक निर्माण करणे हे त्यांचे सर्वसामान्य धोरण असते. या अराजकी परिस्थितीतून एकेका प्रांतात आपण सत्ता संपादन करू, असा त्यांचा होरा आहे. बंगाल आणि केरळमध्ये त्यांनी ते घडवून दाखवले आहे. आसाममध्येही तसे घडवण्याच्या प्रयत्नात ते आहेत. लहान क्षेत्रे निवडून तेथे आपली सत्ताकेंद्रे निर्माण करण्यावर त्यांचा भर आहे आणि देशभक्तीपेक्षा कामगारांचे राज्य हे त्यांचे अंतिम उद्दिष्ट असल्यामुळे नागरिकांच्या तात्कालिक होणाऱ्या गैरसोई, होणारे रक्तपात यांबद्दल त्यांना कसलीही कणव वाटत नाही. आजच्या राज्ययंत्रणेवरचा विश्वास ढासळवणे, हे त्यांचे मुख्य उद्दिष्ट आहे आणि ते आपापल्या परीने ते पार पाडीत आहेत.

त्यामुळे या देशात डावी आघाडी असो किंवा भाजप-लोकदलाची उजवी आघाडी असो– या आघाड्या जोपर्यंत परस्परांविरुद्ध काम करतात तोपर्यंत इंदिराजींचे प्रचारकार्य त्याच करीत असतात. म्हणूनच आघाड्या झाल्या, युत्या झाल्या तरी त्याचा परिणाम भारतीय राजकारणावर होत नाही. त्यामुळे सत्ता कायमची काँग्रेसकडेच राहणार, अधून-मधून या विरोधी आघाड्यांना स्थानिक पातळीवर विजय मिळत राहिले व विरोधी पक्षांची सरकारे आली तरी इंदिरा गांधी अनेक मार्गांनी ती मोडून काढतातच. त्याहीपेक्षा तिथल्या विरोधी आघाड्यांनीच ते काम चोखपणे केले. सत्ताग्रहणाची संधी फारशी मिळाली नसल्यामुळे विरोधी पक्षांचे चारित्र्य अजून पुरेसे बदनाम झालेले नाही. सत्ता मिळाल्याबरोबर लगेच ती सत्ता भ्रष्ट कशी होईल याचा प्रयत्न या देशातील उद्योगपती मोठ्या प्रामाणिकपणे करीत राहतात. कारण सत्ता भ्रष्ट झाल्याशिवाय उद्योगपतींनाही गैरमार्गाने अधिकाधिक

संपत्ती मिळवता येत नाही. मग पक्षकारणासाठी पैसे मिळवावे लागतात किंवा लोकांच्या हिताच्या योजना राबविण्यासाठी पैशाची गरज लागते. अशा तऱ्हेच्या निसरड्या तत्त्वज्ञानाची पैदास होते.

आज शरद पवार इंदिरा काँग्रेसच्या भ्रष्ट राज्यकारभाराबद्दल भाषणबाजी करत देशभर हिंडत आहेत, पण तेही काँग्रेसच्याच राजकारणात मुरलेले एक नेते आहेत. तेव्हा काँग्रेसच्या राजकारणातील सर्व गुण-दोष त्यांच्याही अंगी आहेतच. ते तर राहोच– पण पुलोद सरकार असा स्वच्छ कारभार कधी करीत होते की, ज्यासाठी भ्रष्टाचाराचे निर्मूलन करणारा पक्ष म्हणून शरद पवारांनी जनतेसमोर जावे? पुलोदमध्ये सामील झालेल्या सर्व घटक पक्षांना पैसे खाण्याचा अनुभव नसल्यामुळे फार मोठ्या प्रमाणावर पैसे खाल्ले नसतील; परंतु त्यांचेही चारित्र्य आदर्श होते, असे मुळीच नाही. याच काळात काही काही मोक्याच्या जागांचे भाव ठरवले गेले आणि पैसे खाण्याची एक भ्रष्ट साखळी शास्त्रशुद्ध पायावर निर्माण करण्यात आली की, ज्या साखळीला पुढे अंतुल्यांच्या कारकिर्दीत राष्ट्रीय स्वरूप आले. वशिलेबाजी, भ्रष्टाचार, दिरंगाई आणि तस्करांना आश्रय– ही जी भारतीय शासनाची आज वैशिष्ट्ये आहेत, ती सारी एखाद्या व्यक्तीमुळे होत नसतात. सर्व समाजच प्रथम नासवून टाकावा लागतो म्हणजे मग या सर्व दुर्गुणांचे व्यवहारवादात रूपांतर होते.

शुद्ध कारभार करून राज्यव्यवहार करणे आता अशक्य झाले आहे. अनीतीचा पैसा गोळा केल्याशिवाय निवडणुका लढणे आणि जिंकणे, या गोष्टी दुरापास्त झाल्या आहेत. एकंदरच निवडणुकीच्या खर्चाचा आवाका आता एवढा वाढला आहे की, चारित्र्य आणि नीती यांचा आग्रह धरणाऱ्यांना निवडणुका जिंकणे शक्य नाही. प्रथम वैचारिक दृष्ट्या माणसे भ्रष्ट करायची, लहान-मोठ्या मतभेदांमुळे पक्षोपपक्षांत गोंधळ उडवून द्यायचा, निवडणुकीत जातीय राजकारण आणायचे... साहित्य, नाट्य, चित्रपट या साऱ्या माध्यमांमार्फत समाजाचा कणा मोडून टाकायचा आणि त्याला पुरोगामी व व्यक्तिस्वातंत्र्यवादी चळवळीच्या नावाखाली भ्रष्ट करायचे. समाजातल्या साऱ्या संस्थाजीवनात राजकारण घुसवायचे. पत्रकार, विचारवंत, साहित्यिक यांना विकत घेण्याचा प्रयत्न करावयाचा; शरद जोशी, दत्ता सामंत यांच्यासारख्यांच्या चळवळी कुजवून टाकायच्या आणि समाजाला एक अगतिक नैराश्य प्राप्त करून द्यायचे– अशा अनेक मार्गांनी अध:पतनाचा रस्ता आपण चालतो आहोत.

पोलीस यंत्रणा हळूहळू गुन्हेगारांची मित्र बनते आहे, कारण या गुन्हेगारांना

राजकीय नेतृत्वाचे संरक्षण असते. प्रामाणिक पोलीस अधिकारी किंवा अन्य सरकारी अधिकारी यांच्या वारंवार बदल्या करून त्यांनाही हताश करून टाकले जाते. केवळ पोटाच्या उद्योगात समाजाला इतके गुंतवून टाकायचे की, राज्य कसेही चाललेले असो– त्या राज्याला प्रतिकार होऊच शकत नाही. जीवनातले असे कोणतेही अंग शिल्लक नाही की, ज्यात इंदिरा काँग्रेसने हस्तक्षेप केलेला नाही आणि भ्रष्टाचाराला व्यवहारवादाचे रूप दिलेले नाही. एक पराभूत, गुलामी आणि लाचार प्रवृत्ती समाजात निर्माण केली, की आहे ते राज्य टिकविण्याकडेच माणसाचा कल सर्वसामान्यत: होतो. काँग्रेस पक्ष सुरक्षित आहे; कारण बंड होण्यासाठी मनुष्याच्या अंत:करणात जी एक प्रतिकाराची शक्ती असते, ती शक्तीच आज विझत चाललेली आहे. काहीही घडले तरी लोकांना आता काहीही वाटेनासे झाले आहे. बलात्कार असोत, जातीय दंगली असोत किंवा सामूहिक हत्याकांडे असोत; सर्वसामान्य माणसांची अंत:करणे आता पेटून उठतच नाहीत. कोणी राष्ट्रविरोधी घोषणा दिल्या किंवा देशविघातक चळवळी केल्या, तरीही इंदिरा काँग्रेसला त्यापासून भय वाटत नाही. कारण या देशाचा प्रचंड विस्तार या चळवळी फार मोठ्या प्रमाणावर वाढूच देत नाही. सर्व भारतीयांना आकर्षित करू शकेल व या देशातील सर्व असंतोषाला गोळा करून इंदिराजींना आव्हान देऊ शकेल, असे नेतृत्व आज दृष्टिपथात नाही. प्रांतीय पातळीवरचे पुढारी उपद्रव देतात– नाही असे नाही. जातीयवाद, प्रांतीय-वाद किंवा स्थानिक लोकप्रियता यामुळे लहानशा क्षेत्रात कधी-कधी इंदिराजींच्या सत्तेला शह बसतो.

काश्मीरमध्ये मुस्लिम धर्मवेडाच्या बळावर नॅशनल कॉन्फरन्स आपले पाय घट्ट रोवून उभी आहे. पंजाबमध्ये अतिरेकी शिखांनी गंभीर प्रश्न उत्पन्न केले आहेत. बंगालमध्ये तर गेली कित्येक वर्षे मार्क्सिस्टांनी आपले पाय घट्ट रोवलेले आहेत. दक्षिणेत हळूहळू उत्तर हिंदुस्थानी नेतृत्वाविरुद्ध वेगवेगळ्या कारणांवरून असंतोष निर्माण केला जात आहे. आंध्र आणि केरळमध्ये इंदिरा काँग्रेसचा पराभव होऊन तेलुगू देसम् व जनता पक्ष यांचे राज्य आले आहे. तेलुगू देसम् हा तर एक व्यक्तित्ववादी पक्ष आहे आणि इंदिरा काँग्रेसवाल्यांच्या फाटाफुटीमुळे जनता पक्षाचे राज्य कर्नाटकात येऊ शकले. पण ह्या प्रांतातील विरोधी पक्षांच्या सरकारची चिंता इंदिरा काँग्रेसला वाटते आहे, असे वाटत नाही. कारण निवडणुकीच्या आसपास तेथील काँग्रेसवादी पुन्हा एकत्र येतील आणि प्रादेशिकतेचा बहर ओसरल्यावर पुनश्च तेथे आपले राज्य येऊ शकेल, अशी त्यांना मनोमन खात्री

वाटत आहे.

केरळमधील कम्युनिस्ट सरकार तर इंदिरा काँग्रेसने पाडलेलेच आहे आणि तमिळनाडूत रामचंद्रन किंवा करुणानिधी यांना आळीपाळीने आश्रय देऊन तेथेही आपण अराजक निर्माण करू शकू, असे इंदिराजींना वाटत असले; तर त्यात काही आश्चर्य वाटण्याचे कारण नाही. पण उत्तर प्रदेश, बिहार, राजस्थान, मध्य प्रदेश, गुजरात आणि महाराष्ट्र या प्रांतांत जोपर्यंत इंदिराजींचा दबदबा आहे तोपर्यंत इंदिराजींना हुसकून लावण्याचे सर्व मनसुबे फुकट आहेत. एक मताने जरी उमेदवार पडला तरी पडलेल्या उमेदवाराची मते भारतीय राजकारणाच्या प्रवाहात विचारात घेतली जात नाहीत. जोपर्यंत निवडणुकीतील पक्षवार मतांची मोजणी होऊन मतानुसार पक्षाच्या जागा ठरवल्या जाण्याची शक्यता नाही तोपर्यंत भारतीय राजकारणाची स्थिती अशीच राहणार.

भारत हे एक भौगोलिक राष्ट्र आहे आणि त्याहीपेक्षा ते फार पूर्वीपासून आध्यात्मिक दृष्ट्या एक राष्ट्र होते. पण राजकीय म्हणून एक राष्ट्र होऊन त्याचा जन्म झाल्याला इंग्रज अंमल कारणीभूत झाल्यामुळे सांस्कृतिक दृष्ट्या भिन्न असलेल्या छोट्या-छोट्या राष्ट्रांचा तो समूह आहे, हीच वस्तुस्थिती आहे. जर ही भिन्न-भिन्न राष्ट्रे नसती आणि एकराष्ट्रीयत्वाची कल्पना दृढमूल झालेली असती, तर आसामसारखा राष्ट्रीय प्रश्न आपण दुर्लक्षिला नसता. लोकशाहीचे म्हणून जे-जे प्रतिकाराचे मार्ग आहेत, ते-ते सर्व आसामी जनतेने वापरलेले असूनसुद्धा आसामला न्याय मिळू शकलेला नाही याची चिंता अन्य कोणत्याही राज्याला लागलेली नाही. आसामसाठी जर अन्य भारतीय राज्ये काहीही करू शकत नसतील, तर भारतातून फुटून निघावे आणि अन्य परदेशी शक्तीच्या साह्याने आपण आपले प्रश्न सोडवून घ्यावेत, असे त्या राज्याला का वाटू नये? आसाममध्ये राष्ट्रीयतेच्या दृष्टीने भारतीय संस्कृती रुजवण्याचे कार्य गेली कित्येक वर्षे राष्ट्रीय स्वयंसेवक संघ आणि आता विश्व हिंदू परिषद करीत आहे. उद्या कदाचित आसामी जनतेने नैराश्यग्रस्त होऊन अविवेकी मार्गाचा अवलंब केला किंवा भारतापासून फुटून जाण्याची घोषणा उघड-उघड केली, तर राष्ट्रीय एकतेसाठी झगडणारा रा. स्व. संघ आणि विश्व हिंदू परिषद यांचीच बदनामी होणार आहे. कारण भारतातील हिंदूंनी आसामसाठी म्हणण्यासारखे काहीही केलेले नाही आणि ख्रिश्चन व मुसलमान यांना तर आसाम फुटलेलाच हवा आहे. या देशातील प्रत्येक प्रश्नाचा गुंता हा असा विपरीत रूप घेतो आहे. पंजाबमधल्या काही अतिरेकी शिखांनी हिंदू समाजापुढेच काही प्रश्न निर्माण करून ठेवले

आहेत. त्यांच्या स्वतंत्र राज्याच्या मागणीला खरोखरीच नैतिक भूमिका नाही. अकाली दलाचे पंजाबमधले सरकार इंदिरा गांधींनी गैरमार्गाने कोसळवले, त्याचा सूड म्हणून आज शीख अतिरेकी ज्या भूमिका घेत आहेत; त्याची किंमत भारताला द्यावी लागत आहे. शीख अतिरेक्यांना प्रतिकार केला, तर शीख धर्मवेड जागे होईल; म्हणून सरकारही या प्रश्नाकडे चाचरत पाहत आहे. तिकडे दुर्लक्ष करावे, तर चळवळीची कक्षा हळूहळू वाढत आहे. आसाममधील लढा अहिंसेने दुर्बल झालेल्या हिंदूंच्या बरोबर होता आणि म्हणून चार मुडदे पाडल्याबरोबर काही काळ का होईना, ती चळवळ मंदावली. पण तोच मार्ग पंजाबमध्ये वापरायची सोय नाही, कारण तेथे शस्त्रास्त्र बाळगणारा शीख समाज प्रतिकारासाठी सिद्ध आहे. दुबळ्यांच्या पुढे गुर्मी आणि समर्थांच्या शक्तीपुढे शेपूट घालणाऱ्या काँग्रेसवाल्यांची ही राजनीती हा देशापुढचा गंभीर प्रश्न आहे. कोणत्याही प्रश्नाचा सांगोपांग विचार करून लवकरात लवकर काही निर्णय घेऊन त्याच्या अंमलबजावणीसाठी सर्व सामर्थ्य वापरणे आणि येणाऱ्या अडचणींना सामोरे जाणे, हा खरा राजधर्म आहे. पण राजधर्म आपण हळूहळू विसरत जात आहोत. जास्त उपद्रव देणाऱ्यांपुढे जी राजनीती शरण जाते, ती राज्य करायला अपात्र असते आणि अशा एका अपात्र राज्यकर्त्याच्या हातांत या देशाची महासत्ता आपण देऊन ठेवली आहे. ती बदलण्याची सर्वांची इच्छा आहे; पण निश्चित योजना, पर्यायी राजनीतीची स्पष्ट संकल्पना मात्र कोणाजवळ नाही. म्हणून आहे ते खुशीने वा नाखुशीने स्वीकारण्यावाचून आज आपल्याला काहीही करता येणार नाही.

(९ ऑक्टोबर, १९८३)

-०-०-०-

www.ingramcontent.com/pod-product-compliance
Lightning Source LLC
Chambersburg PA
CBHW030527030726
47495CB00004B/885

* 9 7 8 9 3 8 2 9 8 8 2 6 7 *